NGÔN NGỮ
TẠP CHÍ VĂN HỌC NGHỆ THUẬT
SỐ 26 1/7/2023

NHÓM CHỦ TRƯƠNG:

Luân Hoán - Song Thao - Nguyễn Vy Khanh - Hồ Đình Nghiêm - Lê Hân

CỘNG TÁC TRONG SỐ NÀY:

Ban Mai, Ben OH, Cao Nguyên, Cao Vị Khanh, Chu Vương Miện, Dan Hoàng, Dung Thị Vân, Duyên, Đặng Hiền, Đặng Xuân Xuyến, Hà Ngọc Hoàng, Hoài Huyền Thanh, Hoàng Kim Oanh, Hoàng Ngọc Hòa, Hoàng Xuân Sơn, Huệ Thu, Huỳnh Liễu Ngạn, Huỳnh Ngọc Thương, Huỳnh Như Phương, Huỳnh Thị Quỳnh Nga, Kiều Huệ, Khuất Đẩu, Lâm Băng Phương, Letamanh, Lê Chiều Giang, Lê Hà, Lê Hân, Lê Hứa Huyền Trân, Lê Hữu Minh Toán, Lê Minh Hiền, Lê Thanh Hùng, Luân Hoán, Lữ Kiều, Lữ Quỳnh, Lưu Lãng Khách, M.H. Hoài Linh Phương, Ngã Du Tử, Ngàn Thương, NgH, Nguyên Cẩn, Nguyễn An Bình, Nguyễn Châu, Nguyễn Đình Phượng Uyển, Nguyễn Đức Nam, Nguyễn Lê Hồng Hưng, Nguyễn Lệ Uyên, Nguyễn Minh Nữu, Nguyễn Nguyên Phượng, Nguyễn Sông Trẹm, Nguyễn Thái Dương, Nguyễn Thị Khánh Minh, Nguyễn Thị Tịnh Thy, Nguyễn Văn Điều, Nguyễn Văn Gia, Nguyễn Văn Sâm, Nguyễn Vy Khanh, NP Phan, Phạm Cao Hoàng, Phạm Hiền Mây, Phương Tấn, Song Thao, Thái Tú Hạp, Thanh Trắc Nguyễn Văn, Thy An, Tiểu Lục Thần Phong, Tiểu Nguyệt, Tôn Nữ Mỹ Hạnh, Trần C. Trí, Trần Hoài Anh, Trần Hoài Thư, Trần Thanh Quang, Trần Thị Cổ Tích, Trần Thị Nguyệt Mai, Trần Vấn Lệ, Triều Hoa Đại, Trúc Lan, Trung Chính Hồ, Trương Văn Dân, Trương Xuân Mẫn, Uyên Nguyên, Vinh Hồ, Võ Phú, Vũ Khắc Tĩnh, Vương Hoài Uyên, Xuyên Trà, Zulu DC.

BÌA: Uyên Nguyên Trần Triết

TRANH BÌA: Uyên Nguyên Trần Triết

DÀN TRANG: Lê Hân

ĐỌC BẢN THẢO: Trần Thị Nguyệt Mai, Song Thao

LIÊN LẠC:

Thư và bài vở mời gởi về:
- Luân Hoán: lebao_hoang@yahoo.com
- Song Thao: tatrungson@hotmail.com

TÒA SOẠN & TRỊ SỰ:

Lê Hân: (408) 722-5626 han.le3359@gmail.com

MỤC LỤC
NGÔN NGỮ 26

Luân Hoán - 6 - *Thư Tòa Soạn*

PHẦN ĐẶC BIỆT VỀ NGUYÊN MINH:

Nguyên Minh - 10 - *Tiểu Sử*
Nguyên Minh - 11 - *Quán Siu Siu*
Nguyên Minh - 17 - *Tiếng Hát Dưới Trăng*
Nguyên Minh - 30 - *Một Thời "Ý Thức"*
Nguyên Minh - 36 - *Ám Ảnh Một Lời Nguyện*
Nguyên Minh - 43 - *Thẳng Lai*
Nguyên Minh - 51 - *Có Một Thời Như Thế*
Nguyên Minh - 63 - *Mây Trôi*
Nguyên Minh - 78 - *Bên Dòng Sông Potomac*
Luân Hoán - 87 - *Vui Nhìn Nguyên Minh*
Trần Hoài Anh - 90 - *Nguyên Minh Với Nỗi Ám Ảnh ...*
Trương Văn Dân - 99 - *Nguyên Minh, Trang Viết Đời Văn*
Nguyễn Vy Khanh - 116 - *Nguyên Minh Và Những Hoài Niệm*
Khuất Đẩu - 126 - *Viết Như Trả Nợ*
Nguyễn Thị Khánh Minh - 130 - *Nguyên Minh, Chân Kiến Dặm Trường*
Lữ Kiều - 137 - *Nguyên Minh Với Tập Truyện "Căn Nhà Hoang"*
Nguyễn Minh Nữu - 140 - *Nguyên Minh, Người Ghi Ký Ức*
Huỳnh Như Phương - 144 - *Nguyên Minh, Một Văn Nhân Lạc Thời*
Nguyễn Văn Sâm - 148 - *Phóng Bút Về "Tiếng Hát Dưới Trăng ...*
Trần Hoài Thư - 151 - *Nhớ Về Một Người Bạn*
Nguyễn Thị Tịnh Thy - 153 - *Con Tằm Đến Thác Tơ Còn Vương*
Nguyễn Lệ Uyên - 157 - *Nguyên Minh Và Những Khúc Hoài Niệm*
Hoàng Kim Oanh - 165 - *Nguyên Minh Và "Màu Tím Hoa Mua"...*
Nguyên Cẩn - 171 - *... Tác Phẩm "Ám Ảnh Một Lời Nguyện" ...*
Duyên - 176 - *Chiếc Khẩu Trang. Đóa Hoa Vô Nhiễm Nguyên Minh*
Trần Thị Nguyệt Mai - 182 - *Nguyên Minh, Người Có Đôi Mắt Xanh*
Ban Mai - 185 - *Nàng Mây Của Trịnh*
Dung Thị Vân - 191 - *Một Chút Tâm Tình Cùng Nhà Văn Nguyên Minh*

PHẦN VĂN THƠ NGÔN NGỮ 26:

Song Thao - 196 - *Ôm Ấp*
NgH - 202 - *Thợ Làm Gương*
Uyên Nguyên - 206 - *Phím Đàn Chùng*
Tiểu Lục Thần Phong - 209 - *A Sìn*
Võ Phú - 215 - *Lẻ Loi*
Phạm Cao Hoàng - 221 - *Nhớ Ngôi Trường Bên Núi Nhạn Sông Đà*
Vương Hoài Uyên - 222 - *Ăng Kor*

Lữ Quỳnh - 223 - *Chiều Trên Đồi Evergreen*
Nguyễn An Bình - 224 - *Lạc Trong Sương Khói Quê Nhà*
Huệ Thu - 226 - *Thơ Hai Câu*
Trần Vấn Lệ - 227 - *Các Em Kìa Trong Phố Hoàng Hôn*
Dan Hoàng - 228 - *Bài Tình Ca Trên Vỉa Hè New York*
Đặng Hiền - 229 - *Em Rồi Cũng Già Thôi Em*
Nguyễn Đức Nam - 230 - *Sợ*
Ben OH - 232 - *Tôi Đến*
Chu Vương Miện - 233 - *Biển Cả*
Triều Hoa Đại - 234 - *Phạm Hiền Mây: Như Mây Bay Đi*
Nguyễn Đình Phượng Uyển - 242 - *Cá Cơm Kho Tiêu*
Trần C. Trí - 246 - *Ranh Giới*
Tiểu Nguyệt - 251 - *Trung Thu Xóm Núi Cô Tiên*
Thái Tú Hạp - 255 - *Tô Thùy Yên ...*
Letamanh - 264 - *Bảo Nghĩa Vương Trần Bình Trọng*
MH Hoài Linh Phương - 268 - *Tạ Ơn Người*
Cao Nguyên - 270 - *Gió Với Em*
Trần Thanh Quang - 271 - *Tháng Bảy Nhớ Huế*
Huỳnh Ngọc Thương - 272 - *Trả Nắng Về Trời*
Nguyễn Văn Gia - 273 - *Chút Đan Tâm Còn Lại Với Đất Trời*
Trương Xuân Mẫn - 274 - *Người Đi Tôi Đi*
Phương Tấn - 276 - *Một Vì Sao*
Nguyễn Văn Điều - 277 - *Sinh Nhật 2023*
Lê Hữu Minh Toán - 278 - *Câu Thơ Ý Nhạc*
Vinh Hồ - 279 - *Đời Như Một Giấc Mộng Sầu*
Đặng Xuân Xuyến - 280 - *Chuyện Ngủ*
Nguyễn Châu - 284 - *Phù Sa*
Hoàng Ngọc Hòa - 287 - *Tổ Chức Hành Chánh Địa Phương Tại Hoa Kỳ*
Cao Vị Khanh - 294 - *Chuyện Thời Chạng Vạng*
NP Phan - 304 - *Mùa Cũ Tàn Phai*
Hà Ngọc Hoàng - 305 - *Gặm Nhấm Nửa Bài Thơ*
Nguyễn Nguyên Phượng - 306 - *Chỉ Là Em*
Trúc Lan - 307 - *Bạn Tôi*
Thy An - 308 - *Trở Lại Châu Thổ*
Ngàn Thương - 309 - *Vọng Vu Lan*
Huỳnh Liễu Ngạn - 310 - *Trăng, Gầy Và Xanh*
Nguyễn Sông Trẹm - 311 - *Tôi Hát Cùng Thơ*
Tôn Nữ Mỹ Hạnh - 312 - *Về Thương Mưa Nắng Phú Yên*
Xuyên Trà - 314 - *Lục Bát Hai Câu*
Nguyễn Thái Dương - 316 - *Đà Lạt, Chút Ưu Tư*
Lê Chiều Giang - 317 - *Trăng Đỏ*
Vũ Khắc Tĩnh - 321 - *Nghệ Thuật Là Vô Cùng*
Lê Minh Hiền - 331 - *Vân Hạ*

Lê Hà - 333 - *Nắng Về Ngang Lưng Đồi*
Lưu Lãng Khách - 337 - *Sao Khuya Vẫn Sáng*
Lê Thanh Hùng - 343 - *Còn Tiếng Ve Ngân*
Ngã Du Tử - 344 - *Về Lại Quê Nhà*
Kiều Huệ - 345 - *Dòng Sông Thơ Ấu*
Trần Thị Cổ Tích - 346 - *Giá Như*
Lê Hứa Huyền Trân - 347 - *Biển*
Hoàng Xuân Sơn - 348 - *Để Sớm Mai*
Thanh Trắc Nguyễn Văn - 349 - *Nụ Tầm Xuân*
Trung Chính Hồ - 350 - *Hoài Thức Với Khuya Mưa*
Zulu DC - 352 - *Đêm Đông*
Lâm Băng Phương - 353 - *Em Cứ Vui*
Hoài Huyền Thanh - 354 - *Nếu Không Còn Anh Nữa*
Huỳnh Thị Quỳnh Nga - 355 - *Một Đóa Hoa Mưa*
Nguyễn Lê Hồng Hưng - 356 - *Góc Biển Xanh (chương 5)*
Nguyễn Văn Gia | Lê Hân - 366 - *Tin Sách*

THƯ TÒA SOẠN

Thân quí chào bạn đọc, bạn viết, vui chúc chúng ta tiếp tục cuộc sống an bình trong từng ngày tiếp theo.

Ngôn Ngữ 26, phát hành đầu tháng 7-2023 thật hân hoan duy trì hai phần trong một số báo.

Phần 1: Số này là số đầu tiên, Ngôn Ngữ giới thiệu một chân dung văn học còn sinh hoạt tích cực tại quê nhà: Nhà văn Nguyên Minh. Ông là người đã khai sinh và đang giữ nhiệm vụ chủ biên tạp chí văn học Quán Văn, tại thành phố Sài Gòn.

Để thực hiện được phần này, chúng tôi đã nhờ sự giúp tay của nữ giáo sư, cũng là nhà biên khảo, viết văn Hoàng Kim Oanh. Dĩ nhiên cũng được sự đồng ý, chọn gởi sáng tác tiêu biểu từ chính nhà văn Nguyên Minh. Toàn bộ phần tư liệu dành cho Nguyên Minh viết bởi các tác giả: Trần Hoài Anh, Trương Văn Dân, Nguyễn Vy Khanh, Khuất Đẩu, Nguyễn Thị Khánh Minh, Lữ Kiều, Nguyễn Minh Nữu, Huỳnh Như Phương, Nguyễn Văn Sâm, Trần Hoài Thư, Nguyễn Thị Tịnh Thy, Nguyễn Lệ Uyên, Hoàng Kim Oanh, Nguyên Cẩn, Duyên, Trần Thị Nguyệt Mai, Ban Mai, Dung Thị Vân…

Xin chân thành cảm tạ những tấm lòng cho phép phổ biến lại các văn bản văn chương quí hiếm. Chúng tôi sẽ tiếp tục giới thiệu những văn tài khác, hiện sống trong lãnh thổ quê nhà. Tuy thấy rõ những trở ngại cụ thể, nhưng chúng tôi vẫn hy vọng sẽ còn nhận được sự tiếp tay giúp sức tương tự sau này.

Phần 2: Sáng tác thơ văn, biên khảo, nhận định... đến từ bốn phương tác giả và vẫn với chủ đề tự do, mang hơi thở của xã hội, ấm áp tình người là điểm chính. Chúng tôi luôn mong đợi những sáng tác đến từ khắp nơi, nhất là quốc nội.

Xin hẹn gặp ở Ngôn Ngữ số 27, với thơ văn thường kỳ và chân dung nhà văn Hồ Đình Nghiêm, một cây bút vững vàng tại hải ngoại, thành danh trên ba chục năm nay, rất mong nhận sớm bài viết của tất cả về chủ đề này.

Chân thành cảm ơn tất cả.

Luân Hoán
Tháng 4-2023

PHẦN ĐẶC BIỆT VỀ
NGUYÊN MINH

Nguyên Minh

Nhà văn. Tên thật **Nguyễn Chí Minh**, sinh năm 1941 tại Phan Rang, Ninh Thuận. Quê nội Thừa Thiên, Huế. Theo học trường Quốc Học Huế từ năm lên 17. Tham gia bút nhóm Gió Mai. Đầu thập niên 70 vào Sài Gòn, cùng bằng hữu chủ trương tạp chí Ý Thức (phát hành đến số 24). Sau 1975, ngưng viết, chăm sóc nhà xuất bản Ý Thức. Giữ chức Phó giám đốc nhà phát hành sách hàm thụ. Năm 2000 viết lại. Hiện ở TP.HCM, chủ trương tạp chí Quán Văn.

Tác phẩm đã xuất bản:

Đám Tang Đa Đa (văn, Nxb Ý Thức, 1971), Căn Nhà Hoang (truyện, Nxb Ý Thức, 1975), Tưởng Chừng Đã Quên (Nxb Thư Ấn Quán – Hoa Kỳ, 2006), Tưởng Chừng Đã Quên (Nxb Thanh Niên, 2009), Ngôi Nhà Số 11 (Nxb Thanh Niên, 2009; Nxb Thư Ấn Quán – Hoa Kỳ, 2009), Dòng Đời (Tự Truyện, 2021, Nxb Hội Nhà Văn, Việt Nam)

NGUYÊN MINH
QUÁN SIU SIU

Trước mặt tôi là một dĩa cơm gà trong một nhà hàng ở Nam Cali, mà sao tôi ngồi sững sờ, đến nỗi mấy người bạn phải lên tiếng:

- Ông sao vậy? Mới qua đây mà đã nhớ nhà rồi hả?

Tôi không trả lời nhưng tôi lại hỏi:

- Kể cũng lạ. Bao nhiêu năm từ ngày ấy hơn bốn mươi năm rồi tôi cứ lang thang đi tìm lại hương xưa về một quán cơm gà mang cái tên Siu Siu ở Sài Gòn mà vẫn bặt tăm.

- Ông đừng ngạc nhiên ở đất nước Mỹ này những hàng quán một thời vang bóng đều mọc lên. Nào Phở Tàu Bay, Bò bảy món Ánh Hồng... do con cháu họ qua đây kế nghiệp.

- Còn món cơm gà này có phải cũng như thế?

Các bạn tôi im lặng. Tôi hỏi cô thu ngân về lai lịch những người thân của người chủ quán cơm gà Siu Siu thời xa xưa ở Chợ Lớn. Cô lắc đầu không biết. Tôi hỏi tiếp giữa cơm gà Siu Siu ở đây có liên quan gì với cái gốc gác ngày xưa không. Cô lắc đầu.

Ra về, ngồi trên xe, trên đường đi tôi kể lại cho hai người bạn là nhà thơ nhà văn nổi tiếng một thời ở miền Nam và hiện tại ở hải ngoại về cái quán cơm gà Siu Siu, đặc biệt là về người chủ quán đó.

oOo

Thường thường vào chiều thứ Bảy hàng tuần tôi hay kéo mấy bạn trong tòa soạn báo Ý Thức vào Chợ Lớn đến quán cơm gà Siu Siu để thưởng thức hương vị đặc biệt của một ông Tàu. Bên hông chợ An Đông có một khoảng đất trống. Buổi chiều mặt trời nghiêng hẳn và khuất sau ngôi chợ cao và lớn. Bóng mát trải dài một khoảng rộng, vài chục chiếc bàn cùng nhiều chiếc ghế gỗ nhỏ nhắn đầy người ngồi. Khách thường là nghệ sĩ sân khấu, những nhà văn nhà báo. Họ gặp nhau như một chỗ hẹn, thỏa thích hàn huyên, kể chuyện đời, chuyện vui buồn sau bức màn sân khấu. Họ gặp nhau, hỏi thăm về những người ở xa còn hay mất trong cuộc chiến tranh ngày càng khốc liệt, hay chia sẻ với nhau vài câu thơ hoặc những giai thoại về những nhà thơ ngông cuồng như Bùi Giáng, Nguyễn Ngu Í, Nguyễn Đức Sơn, Phạm Công Thiện... Ngồi ngoài trời, gió mát, lai rai vài chai lade, bên dĩa mồi là mấy miếng thịt gà ươm màu vàng mướt, thơm mùi ướp gia vị đặc biệt mà không quán nào có được. Kèm theo là dĩa cơm trắng từng hạt rời cùng chén cải chua mùi vị vừa ngọt vừa mằn mặn như một món gia truyền.

Quán chỉ là một chiếc xe đẩy di động, nhỏ nhắn, gọn gàng, sạch sẽ. Chữ Cơm Gà Siu Siu được viết ngay trên thành xe chỉ đủ khách đến gần mới thấy. Còn ông chủ, đầu đội chiếc nón bằng vải trắng, mặc chiếc áo màu vàng mỡ gà, môi lúc nào cũng tươi tắn nụ cười, mắt sáng rực. Dáng người ốm, gọn gàng. Giọng nói đặc sệt Sài Gòn, như một người Việt chính hiệu. Mãi đến giờ tôi chẳng biết tên thật của ông. Chỉ gọi ông là ông Siu Siu. Ông nội ông là người Tàu chính gốc thời chống Thanh phục Minh, cùng một số người chạy qua Việt Nam lánh nạn. Rồi, đất lành chim đậu. Thế hệ tiếp theo, quên đi nỗi uất hận và sự trở về đất mẹ. Đời của ông Siu Siu chưa một lần về thăm quê hương. Ông chỉ theo dõi qua báo chí, sách vở hoặc nghe ông nội mình kể lại mà thôi. Nhà Minh đã mất qua tay nhà Thanh. Nhà Thanh bị diệt vong. Lịch sử là vậy. Bánh xe cứ quay mãi. Ông Siu Siu và người cùng thời vẫn giữ quốc tịch Trung Hoa. Ông vẫn học trường Tàu. Vẫn thường vào khấn vái chùa Ông, thờ Quan Công. Khu Chợ Lớn biến thành lãnh địa kinh doanh của người Tàu. Các tiệm ăn mang sắc thái người Tàu như Vịt tiềm Bắc Kinh, Cơm gà Hải Nam. Cơm chiên Dương Châu... Món nào cũng đầy dầu mỡ nên tôi không hợp khẩu vị. Còn riêng Cơm gà Siu Siu lại hấp dẫn chúng tôi. Nơi người Tàu ở, quán ăn người Tàu nấu, nhưng hương vị món ăn này đầy hồn Việt. Tôi nghĩ có thể ông Siu Siu có dính dấp tình cảm gì với một cô gái Việt chăng? Những lần tôi kéo bạn bè đến cái quán lộ thiên này, khi ra về ai cũng muốn trở lại. Không phải chỉ vì món cơm gà đặc biệt này, mà còn nhìn tận mắt cách biểu diễn chặt từng con gà vừa vớt từ nồi nước sôi ra từng miếng vuông vắn. Ông ta cầm hai con dao phay sắc bén chặt từng nhịp xuống tấm thớt, nghe như tiếng sóng vỗ vào bờ của một vùng biển trong trí nhớ. Mắt ông lại nhìn phía trước như đang mơ màng đến một nơi xa xôi nào đó. Mỗi lần nhớ đến tôi liên tưởng đến cuộc đời bi thảm của ông sau này.

oOo

Vài năm sau 1975, cả gia đình tôi bỏ Sài Gòn về sống ở cái thị xã nơi tôi đã sinh ra và lớn lên. Thỉnh thoảng tôi có vào Sài Gòn, mỗi lần như thế tôi tìm đến quán cơm gà Siu Siu, nhưng mọi cảnh vật đều thay đổi. Một cuộc đổi đời kinh khủng chưa từng có. Chiếc xe đẩy cơm gà Siu Siu đã mất tiêu cùng chủ nhân của nó. Còn những người khách thường xuyên như chúng tôi cũng như bầy chim lạc đàn trong cơn bão tố. Trong đợt đánh tư sản ông nằm trong danh sách "tư sản mại bản". Ngôi nhà lớn như một biệt thự ở trước con kênh đường Chương Dương cùng một nhà hàng đặc biệt chỉ một món cơm gà mang tên Siu Siu mà ngày xưa chúng tôi không để ý, bị tịch thu. Đó là kết quả mấy mươi năm, đơn giản kinh doanh, thành công của ông. Nhà hàng này ông giao cho vợ ông quản lý. Hằng ngày, nếu trời không mưa, ông vẫn đứng bám chặt chiếc xe cơm gà đã làm ông phất lên. Ông chỉ có mặt nhà hàng, nhưng chỉ để hướng dẫn thêm cho người con trai từ dưới nhà bếp mà thôi. Trong chiến dịch đưa những Hoa kiều ở Chợ Lớn về Trung Hoa đại lục, gia đình ông không chấp nhận chế độ ở cố quốc nên ra đi trong chuyến vượt biên hướng về Đài Loan. Thời gian cao điểm về những chuyến vượt biên, tin tức truyền miệng về biết bao người đã mất mạng làm mồi cho cá mập. Gia đình người chị tôi từng là thực khách của Cơm gà Siu Siu cũng mất tích trong một chuyến vượt biển. Bao lần tôi cố tìm tung tích chính xác ngày gia đình chị tôi ra đi, xem như đã chết, để lên bàn thờ nơi nhà từ đường mà làm giỗ chạp.

Trong một buổi chiều, trời se lạnh, sao thấy lòng mình buồn man mác, tôi lang thang đến phía sau chợ An Đông như tìm lại trong trí nhớ về những người bạn, người yêu cũ đã từng đến quán cơm gà Siu Siu này ngày xưa. Giờ họ lưu lạc nơi đâu? Cùng những người thân đã mất trong cuộc chiến hay bỏ xác dưới đại dương. Tôi ngỡ ngàng cứ tưởng mình còn trong giấc mơ. Trước mặt tôi, trong một góc phố ở hiên nhà hình ảnh một con người xác xơ, ăn mặc rách rưới, đầu tóc rối bù, đôi mắt lạc hồn, hai cánh tay khẳng khiu, hai bàn tay gân guốc nắm chặt như đang cầm vật gì, cứ đưa lên đưa xuống như người đang đánh trống. Thôi rồi hình ảnh hai tay cầm hai chiếc dao phay cử động liên tiếp xuống từng nhịp mới làm tôi nhận ra ông Chệt Siu Siu. Nghe đâu chiếc tàu nhỏ trên đại dương mênh mông đã đâm vào đá ngầm làm tan nát từng mảnh. Vợ con ông mất xác. Không hiểu sao ông lại trở về được nơi này. Ông đã thành một người ngớ ngẩn. Hằng ngày ông lẩn quẩn quanh khu chợ An Đông, và thành kẻ ăn mày trên chính mảnh đất đã làm ông thành "tư sản mại bản".

Tôi rùng mình, tim nhói lên, trí tưởng tượng đưa tôi đến một vùng xa xôi. Ở đó tôi nhận ra người mà tôi đang tìm. Trước mặt, chị tôi thành một người đàn bà thất tha thất thểu, điên dại sau cơn bão táp trong một chuyến vượt biên, mà cả các con gái chị bị bọn hải tặc hãm hiếp rồi vứt xuống biển.

Trong những lần bạn bè tôi từ Mỹ trở về thăm quê hương đã từng kể cho tôi những cảnh đau lòng hơn thế nữa. Có lẽ vì thế, cảnh tượng đó cứ ám ảnh trong tâm trí tôi.

Câu chuyện về ông chủ quán cơm gà Siu Siu chưa dứt hẳn nơi đây. Nó được kết thúc một cách bi đát hơn nữa. Về cái chết của một người ăn mày đang tìm lại ngôi nhà mình đã vào tay người khác. Tôi hiểu tâm trạng đau buồn của ông như tôi đã từng gặp phải. Trong một buổi trở về thăm lại quê nội, sau 50 năm xa cách. Trời mùa đông xứ Huế, mưa dầm lê thê, tôi vẫn cuốc bộ trên con đường ngày xưa hai bên sừng sững những cây đoác như những linh hồn đứng. Giờ trơ trọi. Những ngôi biệt thự ngói đỏ thời Pháp thuộc đã biến thành những ngôi nhà hai tầng, mái bằng hiện đại. Riêng, trước mặt tôi, vẫn còn một ngôi nhà dính dấp ngày cũ. Tôi reo lên: *Đúng rồi.* Mắt sáng rỡ như vừa tìm được một vật quý giá đã thất lạc từ lâu. Tôi bước vào cổng để trống từ từ tiến vào ngôi biệt thự. Vừa đặt chân lên thềm nhà thì thấy vài anh thanh niên bao quanh hỏi dồn dập: *Ông là ai mà vào đây như nhà của mình vậy.* Tôi ấp úng: *Xin lỗi. Tôi quên. Đúng là ngôi nhà này tôi đã sống một thời tuổi trẻ.* Một người tuổi trung niên đưa đôi mắt nhìn chúng tôi như đang dò xét, trả lời nhát gừng: *Ông lầm nhà rồi.* Tôi rảo mắt nhìn quanh, vẫn cái vòm hình cong trên các cửa sổ, vẫn cái cầu thang bậc gỗ, vẫn sàn nhà còn nguyên những miếng gạch hoa nhỏ vuông vắn dù có phai màu theo thời gian. Tôi khẳng định mình không lầm mà còn nói thêm: *Trên lầu này còn có một cái lò sưởi đã mẻ một góc, phải thế không?* Lúc này cả mấy chàng thanh niên hoảng hốt vặn hỏi: *Ông muốn gì?* Tôi phân bua: *Tôi muốn tìm một chút kỷ niệm ngày xưa? – Kỷ niệm gì?* Tôi lấy chiếc điện thoại Iphone định chụp cánh cửa sổ thì người chủ nhà cương quyết: *Cấm chụp hình. Ông đi ra.* Tôi ngỡ ngàng vừa bước đi vừa ngoảnh mặt nói nhỏ: *Ngoài sân sau dãy nhà ngang còn một cái hầm.* Cả bọn họ hoảng hốt, một anh thanh niên cao lớn nắm tay tôi kéo đi.

Ra ngoài đường nhìn lại ngôi nhà cũ, tôi ngỡ ngàng trước thái độ xua đuổi này. Thật ra, khi nhận email của một người bạn văn từ Mỹ muốn tôi trở về Huế tìm lại dãy nhà ngang nơi mà thời tuổi trẻ chúng tôi tựu họp làm nên một tập san Gió Mai. Như một dấu tích để lại tư liệu văn học. Khi tôi tâm sự với một người anh họ sống cả đời ở xứ Huế này mới biết họ đang hóa giá nhà. Họ tưởng chúng tôi là chủ nhà cũ từ hải ngoại trở về. Với họ người chủ nhà này đã chết từ lâu rồi. Rất lâu. Rất lâu.

Còn ông Siu Siu lại vừa mới chết. Chết tức tưởi trong một đêm mưa dầm. Xác của ông từ con kênh bến Chương Dương trôi giạt vào bờ.

Trên đầu có vết bầm rướm máu. Từ đó trong tôi chập chờn những hình ảnh rời rạc được ghép lại thành một đoạn phim.

Từ khu chợ An Đông đến bến Chương Dương một quãng đường dài, nhất là đối với người thân tàn ma dại như ông Siu Siu; làm thế nào mà ông biết đường về ngôi nhà cũ của mình. Ngôi nhà sang trọng đó đã thay ngôi đổi chủ sau chiến dịch giải tỏa người Hoa nằm trong diện là tư sản mại bản. Chủ mới là người phương xa mới đến. Không biết một tí gì về gia đình người chủ cũ. Mà họ cần biết làm gì cho mệt óc.

Mỗi buổi sáng, như thường ngày, người đàn ông bệ vệ trong bộ trang phục từ trong nhà bước ra, chuẩn bị lên xe hơi thì ở đâu lù lù ra một kẻ thất hồn, miệng ú ớ: *Cho tôi vào nhà mang theo con búp bê đã bỏ lại.* Người đàn ông chưng hửng: *Cái gì? – Con búp bê.* Người đàn ông hất bàn tay ông Siu Siu đang nắm chặt quát lên: *Đồ điên.* Rồi ông ta ung dung lên xe.

Tưởng một lần rồi thôi. Cảnh tượng này cứ lặp lại. Người đàn ông mơ hồ về thân thế ông Siu Siu. Nên ông ta đã căn dặn người vợ trẻ và đứa con gái lên năm tuổi: cửa đóng kín khi ông vắng nhà, nhưng người vợ vì tính tò mò, bà ngồi bên cửa sổ theo dõi diễn tiến người ăn mày đang nói nhảm. *Ông biết lỗi rồi mà. Ông sẽ vớt nó từ cái giếng sâu hun hút lên cho cháu mà ngày xưa ông đã quăng nó xuống đó.* Người đàn bà tự hỏi: *Chẳng lẽ cái giếng cạnh nhà bếp.* Khi dọn nhà đến, bọn nào đã gỡ cái máy bơm nước rồi. Ông Siu Siu vẫn lải nhải: *Mạch Long thủy đó con. Máy bơm nước lên suốt ngày vẫn không cạn giếng để ông leo xuống bế nó lên cho con. Nín đi con.* Người đàn bà bỗng ôm đứa con gái vào lòng. Hình như bà đã nghe tiếng trẻ con khóc văng vẳng từ đâu trong ngôi nhà này. Mười ngày sau đó, chồng bà cho mấy cái xe chở đất đá đến lấp cái giếng sâu hoắc đó. Như một phi tang.

Hết cái giếng, ông Siu Siu lại nói đến cái hồ cá. Ông nói chính xác vị trí cái hồ. Chính vợ chồng người chủ mới cũng thắc mắc: *Ai lại xây hồ cá chình ình nơi khoảng trống giữa phòng khách với phòng ngủ bao giờ.* Đâu biết ông Siu Siu phải làm theo ông thầy phong thủy căn dặn. Đó là tài lộc của ông. Đó là mạng của ông.

Lỗi của ông là để cá nuôi trong hồ phải chết ngộp. Từ ngày ông vượt biển hồ cá chỉ còn trơ đáy, cá đã chết cạn.

Người chủ nhà mới phải một lần nữa đập phá nó đi, bằng phẳng rồi lát gạch hoa mới tinh.

Một buổi chiều vào ngày sinh nhật cô bé lên sáu tuổi. Khách khứa không dính dấp gì đến cô bé mà họ toàn là nhân viên cơ quan đến mang theo quà cáp biếu xén. Mùi thức ăn từ nhà hàng mang đến, thoang thoảng phả vào mũi rất thính của ông Siu Siu đang đứng núp người bên cạnh bụi cây trước nhà. Thoáng thấy những dĩa chưng bày con gà xối mỡ bóng láng ông Siu Siu bỗng kêu lên: *Thiếu những gia vị đặc biệt cho một món gà*. Ông lều phều từ trong trí nhớ: *Cơm gà Siu Siu*.

Đến lúc này người chủ nhà không dằn được nỗi sợ hãi, ngại ông Siu Siu sẽ tuôn ra về chủ nhà thật sự còn sống.

Để khỏi rắc rối ông sai người đem ra dúi vào tay ông Siu Siu một gói cơm và một miếng đùi gà rồi đuổi ông đi.

Nước mắt ông Siu Siu tuôn ra. Nuốt xuống, nghẹn họng. Rồi lấy hơi lớn giọng: - *Còn chiếc xe đẩy mang chữ Cơm gà Siu Siu tôi đặt ở nhà kho đâu rồi*.

Đúng như thế. Khi người chủ mới đến ngạc nhiên sao ngôi biệt thự sang trọng này ai đó tống vào kho một chiếc quầy xe đẩy cũ kỹ móp méo mà trên đó chỉ còn chữ S mà thôi.

Lão ăn mày Siu Siu bỗng quỳ xuống:

- *Cho tôi xin lại.*

Còn đâu nữa. Ông chủ nhà mới đã phá nát và bán cho người lượm ve chai rồi.

Những năm tháng sau đó. Sau cái chết đột ngột của ông Siu Siu, ngôi biệt thự cũ phá đi để xây lại một ngôi biệt thự mới, hoàn toàn không còn dấu tích ngày xưa.

Nhưng oan hồn của ông Siu Siu vẫn vương vất đâu đó trong căn nhà mới này.

Nguyên Minh

19-8-2019

NGUYÊN MINH
TIẾNG HÁT DƯỚI TRĂNG

Thuở nhỏ, mỗi lần đoàn văn nghệ Xuân Thu đến trình diễn ở thị trấn bé nhỏ này lòng tôi cứ rạo rực, nôn nao. Tôi tìm cho mình một chỗ ngồi gần kề sân khấu để nhìn cho rõ khuôn mặt dễ thương của nữ ca sĩ Bích Sơn. Mắt mí lót, môi mỏng, khuôn mặt trái xoan. Và giọng nói "Bắc kỳ" đầy âm điệu, nhỏ nhẹ, duyên dáng khi chào khán giả. Bích Sơn khẽ cúi đầu và nở một nụ cười có núm đồng tiền duyên dáng. Sau đó Bích Sơn mới cầm micro, cất tiếng hát: *"Hôm nay trời xuân bao tươi thắm. Dừng gót phiêu lưu về thăm nhà... Cô láng giềng ơi! Không biết cô còn nhớ đến tôi. Giây phút êm đềm ngày xưa kia khi còn ngây thơ..."* Tôi ngồi chồm hổm, hai tay ôm lấy đầu gối, mắt đăm đăm nhìn lên sân khấu. Tự nhiên tôi liên tưởng tới Hà, cô bạn láng giềng bé nhỏ xinh xinh, mới từ Bắc vào. Giọng nói lạ tai, khi trầm khi bổng, khi nhanh khi chậm. Có một cái gì đó giống nhau giữa Hà và Bích Sơn. Chừng nào Hà sẽ lớn lên, thành thiếu nữ như người ca sĩ kia. Chừng nào tiếng hát của Hà sẽ cao vút, bay xa, thu hút làm rung động lòng người. Vì bấy giờ chúng tôi chỉ là những đứa trẻ mười hai tuổi. Hình ảnh Bích Sơn tôi ngưỡng mộ là hình ảnh của Hà những ngày sắp tới. Còn hình ảnh của Hà bây giờ là hình ảnh của Bích Sơn những ngày đã qua.

Nam nghệ sĩ của đoàn Xuân Thu làm tôi say mê và ao ước sau này lớn lên tôi sẽ thành danh như ông: X.P. Ông hát đã hay, diễn kịch càng hay hơn. Ông đóng vai hề, mỗi điệu bộ khôi hài của ông làm những đứa trẻ như chúng tôi đều ôm bụng cười lăn.

Sân khấu của đoàn rất dã chiến. Đó là sàn hai chiếc xe GMC 10 bánh quay đuôi lại nhau. Tới nơi nào trống vắng đậu lại và hai thành xe như hai cánh chim đại bàng xòe ra, đủ làm một sân khấu cơ động. Khán giả ngồi bệt xuống đất, giữa trời, xem thoải mái không tốn tiền.

Tôi ước mơ lớn lên cùng Hà lập một đoàn kịch nói. Cả hai chúng tôi sẽ trở thành những diễn viên tài hoa như X.P., như Bích Sơn, đi diễn khắp miền đất nước. Nhưng khi đất nước bị cắt đôi, đoàn Xuân Thu đã bặt tăm, những ước mơ đó của chúng tôi cũng tan theo cùng năm tháng.

Mới đó, thấm thoát đã 26 năm, kể từ ngày chia đôi đất nước. Mới đó, 5 năm sau ngày thống nhất đất nước 1975. Người còn ở lại quê hương. Kẻ lưu lạc trên đất khách. Tôi bỏ Sài Gòn trở về lại quê cũ, một thị trấn nhỏ, rồi bỏ thị trấn nhỏ tìm đến một vùng quê hẻo lánh, xa lạ, sống ẩn dật, cuốc đất trồng nho. Lần lượt tôi nghe tin những người thân còn lại ở quê nhà vượt biển ra đi. Kẻ thoát, sống tập trung ở đảo. Kẻ chết vì hải tặc cướp bóc hãm hiếp rồi xô xuống biển làm mồi nuôi cá mập. Đời sống thật cay nghiệt. Chuyện mưu sinh làm khờ khạo cả người.

Sáng nay, trời mới trở lại quang đãng, sau một cơn bão rớt. Mưa lâm râm suốt mấy ngày đêm, bây giờ mới thật sự dứt hẳn. Bao nhiêu hy vọng đều tiêu tan cùng tai ương. Tôi bước đều từng bước, nhè nhẹ trên lối đi, dưới giàn nho mới tàn tạ, mắt nhìn về một khoảng trời xa. Những chùm nho dày đặc chín đỏ, nặng trĩu trên giàn trước khi trời mưa, bây giờ, sau cơn bão rớt chỉ còn trơ cành. Những trái nho rơi rụng tơi tả, nằm đầy nghẹt khắp mặt đất, phơi xác đỏ tươi như xác pháo. Mọi thứ: gạo cơm, tiền học hành cho con cái... trăm thứ trông mong vào vụ thu hoạch nho, đều tan tành. Giữa lúc tôi đang lo toan về cơn hụt hẫng này, Hoàng dẫn mấy người bạn từ Nha Trang vào Sài Gòn, ghé lại thăm tôi. Nhìn vẻ mặt tôi xơ xác. Nhìn giàn nho điêu tàn. Hoàng vỗ vai tôi nói khẽ:

- Thôi đi, ông bạn. Bỏ lại hết đàng sau. Bây giờ đi với bọn mình vào Sài Gòn.

Thấy tôi còn lưỡng lự, Hoàng rút trong túi một xấp tiền đưa cho vợ tôi:

- Chị cầm lấy. Đừng ngại, xem như tôi trả nợ cũ, trước năm 75 vậy.

Không để vợ tôi bỡ ngỡ, Hoàng quay sang tôi nói:

- Phải thế không ông bạn?

Tôi gật đầu cho vợ tôi yên tâm nhận.

Tôi vội vã theo Hoàng ra xe. Những người bạn của Hoàng còn ngồi trong xe chờ đợi, chào tôi. Người thiếu nữ ngồi xích lại, nhường chỗ cho tôi, sát cạnh cửa xe. Mắt tôi cứ dán vào kính, nhìn ra cảnh vật hai bên đường đi. Hoàng chăm chú cầm tay lái. Mọi người đều ngủ gật. Có tiếng hát rất khẽ, như tiếng ai thì thầm bên tai tôi. Tôi không dám cục cựa, ngồi cứng đơ, nhưng hồn lại nhập vào tiếng hát *Bước men quanh hồ Hoàn Kiếm... Hà Nội 1949*. Bỗng nhiên tôi đưa tay rờ nhẹ lên má mình. Cái bạt tai nẩy lửa nhớ đời ngày còn thơ ấu do bọn mật vụ thời Diệm để lại sau khi chúng lục xét chồng sách vở học trò của tôi, vô tình rơi ra tấm ảnh chụp Hồ Hoàn Kiếm mà Hà mới tặng tôi, phía sau tôi viết nguệch ngoạc: *Hà Nội ơi, biết bao giờ ta mới đến*. Họ xé nát tấm hình đó sau khi đe dọa tôi: "Bộ mày muốn làm Cộng Sản, như thằng anh mày đã tập kết ra Bắc hả?" Lúc ấy tôi không hiểu gì hết, chỉ ấm ức trong lòng là vật kỷ niệm nhỏ nhoi của Hà mà tôi giữ không trọn. Suốt cả tuần sau đó, Hà an ủi tôi bằng cách kể cho tôi nghe về quê hương nàng: Hà Nội. Nào Hồ Gươm. Hồ Tây. Chùa Một Cột. Rồi, Hà hát bài Hà Nội 1949. Hai đứa hẹn nhau, lớn lên, khi đất nước thống nhất, sẽ sánh đôi đi dạo quanh hồ Hoàn Kiếm.

Người thiếu nữ ngả đầu dựa vào thành ghế, mắt lim dim, nhưng đôi môi vẫn mấp máy, và tiếng hát nhỏ nhẹ rót vào tai tôi: *"Chàng về. Chàng về nay đã cụt chân...".* Tôi chạm tay vào đầu gối mình xem thử đôi chân mình còn không. Và, tôi mỉm cười một mình. Nhớ lại, trong hoạt cảnh "Nhớ người thương binh", tôi giả làm người cụt chân, chống cây nạng đi khập khễnh quanh sân khấu. Hà đứng sau cánh gà, cất tiếng hát: *"Chàng về. Chàng về nay đã cụt chân...".* Có lẽ nhìn vẻ mặt tôi thiểu não, giọng hát Hà bỗng nghẹn ngào rồi tắt hẳn. Lúc hạ màn, Hà buồn bã nói không bao giờ có lần thứ hai phải nhìn tôi lê bàn chân còn lại và nghe tiếng nạng gõ từng tiếng một. "Thảm quá Tân ạ, dù bọn mình chỉ đóng kịch. Hà sẽ không hát bài ấy nữa đâu!". Từ đó, tôi chuyển qua vai hề. Và, tôi đã đem tiếng cười nắc nẻ cho Hà cùng đám khán giả trẻ con. Đoàn kịch *"con nít"* của chúng tôi tan rã sau khi chúng tôi lên trung học. Vào trường trung học Duy Tân chúng tôi lại được kết nạp vào ban văn nghệ. Mỗi lần Tết đến, nhà trường đều tổ chức trình diễn văn nghệ tại một rạp hát lớn của thị xã. Tôi vẫn là cột trụ của những vở hài kịch do các thầy dựng lên, và tôi phải diễn dưới sự đạo diễn của thầy. Tôi không thích thú bằng tự biên tự diễn của chúng tôi ngày nào. Hà là giọng ca vàng của nhà trường, được thầy dạy nhạc hướng dẫn hát cho đúng nhịp, đúng giọng; và bài hát phải thích hợp với tuổi học trò. Khán giả vỗ tay tán thưởng khi tiếng hát Hà vừa dứt. Còn tôi, không xúc động chút nào. Tôi lén chép mấy bản nhạc: *Giọt mưa thu, Con thuyền không bến* của Đặng Thế Phong vào trang giấy học trò đưa cho Hà, không nói nhưng tôi biết Hà sẽ nghe Thái Thanh hát những bài ấy trong chương trình "Tiếng hát Dạ hương", và nàng sẽ hát theo. Sau đó, một buổi chiều vàng, cô bé 15 tuổi ngồi trên bờ thành hành lang hát khẽ: *"Đêm nay thu sang cùng heo may"*. Trước mặt cô là thằng con trai tuổi 16, hai tay khoanh lại, dựa lưng vào vách tường, đứng chéo chân, say sưa lắng nghe. Tiếng hát của Hà, từng giọt âm thanh êm ái rót vào tâm hồn chàng như ru chàng vào một nơi chỉ có trời mây lãng đãng. Trong giây phút đó, tôi mới cảm thấy tiếng hát của Hà sao mà ấm áp, réo rắt, làm tâm hồn tôi xao xuyến đến kỳ lạ.

Trong buổi ăn trưa ở một quán nhỏ bên đường, Hoàng mới giới thiệu tôi với mọi người đi cùng xe. Người thiếu nữ đang ngồi trước mặt tôi, chính là con gái của X.P. Tôi có dịp nhìn kỹ nàng hơn. Khuôn mặt hình trái xoan. Mũi hơi dài và cao. Đôi mắt màu hạt dẻ. Hàng lông mi rậm và cong. Khi cười, người thiếu nữ ấy vẫn điểm một núm đồng tiền duyên dáng. Tôi hỏi thăm về cha nàng, sau bao nhiêu năm. Nàng cho biết cha nàng vẫn còn sống, hiện ở Mỹ. Rồi thôi. Nàng còn nhắc lại vài kỷ niệm, ngày còn nhỏ xíu, được Bích Sơn hát ru, dỗ dành, âu yếm. Người thiếu nữ nhìn vào khoảng không gian xa vời vợi, buột miệng:

- Cô ấy cũng không còn ở Việt Nam.

Trong lòng tôi như thốt lời thì thầm:

- Hà cũng không còn ở Việt Nam.

Tôi nghe người thiếu nữ nói khẽ, như chỉ đủ cho chính mình, cùng nỗi luyến tiếc:

- Khi nào thống nhất đất nước, cô sẽ đưa cháu về Bắc thăm quê hương, cùng nhau đi lễ chùa Hương. Thế mà...

Lên xe, mọi người lại ngủ gật, nàng vẫn hát thì thầm, và tôi vẫn là người ngồi bên cạnh im lặng lắng nghe: *"Hôm nay đi chùa Hương..."* làm tôi nhớ lại chuyện xưa.

Năm cuối cùng của bậc trung học đệ nhất cấp, nhà trường tổ chức đêm diễn văn nghệ chia tay. Hà mặc áo dài lụa trắng, đầu đội nón quai thao, chân mang hài vải, vừa múa vừa hát bài *"Đi chùa Hương"* thơ của Nguyễn Nhược Pháp do Trần Văn Khê phổ nhạc. Tôi đóng vai chàng thư sinh, mặc áo the thâm, theo sau cô bé tuổi mười lăm.

Sau đó, tôi cũng từ giã mái trường cũ, ra Huế học tiếp. Giã từ Hà. Giã từ sân khấu. Bạn bè ở Huế, không ai biết tôi đã từng đóng kịch. Từ từ, thay vì gởi những bản nhạc chép tay trên giấy vở học trò: *"Trăng mờ bên suối"*, *"Anh đến thăm em một chiều mưa"*, *"Suối tóc"*, tôi lại gởi về cho Hà những đoản văn mình vừa tập tễnh sáng tác. Tôi không thể diễn kịch, thổ lộ tình cảm mình qua tiếng nói, qua điệu bộ cho Hà xem vì khoảng cách không gian, nên tôi trải hồn mình qua văn chương. Những lá thư hồi âm bao giờ Hà cũng động viên tôi trong *"cuộc chơi"* mới đó.

Xe bắt đầu vào thành phố. Người thiếu nữ ngừng hát. Mọi người khác cũng vừa thức giấc. Hoàng lái xe chậm lại như cố ý để cho tôi nhìn ngắm những đổi thay của cuộc đời bể dâu. Hai bên đường, những dãy phố khép cửa kín bưng, những bảng hiệu buôn ngày trước năm 1975 đã hạ xuống. Thỉnh thoảng, xen kẽ vài căn nhà, cửa mở thật rộng, người người xếp hàng nối đuôi, tay cầm cuốn sổ mua hàng phân phối. Vài cửa hàng may đo lưa thưa người. Hợp tác xã mua bán, hàng hóa không có bao nhiêu, mà lại đầy nghẹt người ra vào. Còn đường lộ, chỉ thỉnh thoảng vài chiếc xe du lịch mang biển cơ quan chạy nghênh ngang giữa đường. Xe đạp lấn át, hàng hai hàng ba, thanh niên mặc áo kaki xanh công nhân, chân mang dép nhựa, nữ mặc quần đen áo bà ba trắng. Giờ tan tầm của các cơ quan, xí nghiệp.

Qua ngã tư, Hoàng lái xe chậm lại để nhường đường cho một chiếc xe đò từ tỉnh vào. Khói nhả lên khoảng không gian mịt mù. Phía sau đuôi xe mang nặng một khối trụ bằng gang như hỏa tiễn. Người lơ xe, mặt lem luốc lọ nghẹ, tay cầm chiếc que sắt dài thọc vào cái lỗ nhỏ phía dưới khối trụ để thông lửa. Vài viên than đá rực sáng rơi rớt trên mặt đường lộ. Hành khách trên xe chật cứng. Thiếu xăng dầu, xe đò đành độ lại chạy bằng than đá. Thời buổi này chúng tôi được ngồi trên chiếc xe Toyota, mặc dầu đã cũ của cơ quan Hoàng, may mắn lắm rồi. Hoàng dừng xe trước một khách sạn trên đường Lê Lai, bỏ chúng tôi đứng lơ ngơ trước một nhà hàng ngổn ngang người ăn kẻ uống, còn Hoàng lái xe tìm chỗ đậu an toàn. Trước cửa khách sạn treo lủng lẳng tấm bảng đen viết phấn trắng: Một đĩa mồi kèm hai chai bia hơi. Chúng tôi xách hành lý đi ngang qua các dãy bàn ăn để tới quầy đăng ký thuê phòng trọ. Hoàng lấy chìa khóa và không quên cho hắn tiền boa. Thoát được cảnh ồn ào phức tạp, chúng tôi mới thả người lên mấy chiếc giường nệm phủ ra trắng. Người thiếu nữ và cô gái trẻ ở một phòng nhỏ, chỉ kê đủ một chiếc giường. Bọn đàn ông, bốn tên ở phòng bên cạnh, rộng gấp đôi và kê đủ hai giường lớn. Cả hai phòng đều có cửa sau, thông ra một hành lang nhỏ, đủ để bắc ghế ngồi nhìn trời mây bâng quơ, hưởng chút không khí trong lành. Sau buổi ăn trưa, ngủ một giấc ngắn, tôi ra hành lang hóng mát. Đứng trên cao nhìn chung quanh, những mái nhà tôn của những khu nhà trong hẻm, và dưới kia, ngoằn ngoèo những con đường hẹp, chằng chịt, chỉ đủ cho hai người đi ngược chiều gần đụng vai nhau, lạ mặt cũng làm quen bằng nụ cười. Người thiếu nữ cũng bước ra, đứng dựa lưng vào vách tường, cất tiếng hát. Lần này không hát thì thầm, nàng hát to làm mọi người đều ra khỏi phòng mang theo những chiếc ghế nhỏ để ngồi quanh nàng. *Nhà em bên chiếc cầu soi bóng, anh đến thăm một lần...*. Tôi vẫn nhìn về phía trước, dừng mắt lại ở một căn gác gỗ, mái nhà tôn thấp áp mái chắn ngang cửa ra vào, và bên trong khung cửa sổ, dưới sàn gỗ kia một người đàn bà đang nằm dài, ôm chiếc gối ngủ giấc trưa. Cái nắng chói chang của Sài Gòn trong những ngày đầu hạ thật oi bức, nhất là đối với những căn gác không trần mái tôn thấp lè tè, tỏa hơi nhiệt nóng ran trên sàn gỗ.

Mấy năm sau, khi tôi ra Huế, Hà cùng gia đình vào Sài Gòn. Hà cũng như tôi, bỏ lại tuổi thơ đầy mộng mơ ở cái thị trấn nhỏ bé đó. Giã từ sân khấu. Giã từ chiếc áo dài trắng mang bảng tên trường lớp. Giã từ tiếng hát. Đến một nơi xa lạ, sống trong không khí náo nhiệt, ồn ào, đời sống bon chen ở thủ đô miền Nam, Hà phải hòa mình vào dòng người tất bật, vội vàng đến sở làm. Ngày tám tiếng, trước mắt là những con số kế toán xa lạ. Những người mới quen đều biết Hà là cô gái thích nghe nhạc, nghe hát, nhưng không ai nghĩ rằng Hà là người hát hay. Những buổi chiều chủ nhật tôi thường đến nhà Hà, trong một con hẻm đường Trần Khắc Chân, hai đứa ngồi ở hành lang trên căn gác gỗ, vẫn tưởng như ngày còn thơ ấu ở tỉnh lẻ, mặt đối mặt, mỗi đứa đều thấy khuôn mặt mình nơi đôi mắt của bạn mình, và Hà hát cho tôi nghe những tình khúc của Trịnh Công Sơn. Ướt Mi. Diễm Xưa. Cả hai chúng tôi đều quên đi thời gian, quên bấy giờ tuổi mình đã gần 30. Đôi mắt Hà lại u uẩn những nỗi buồn sâu kín của đời người con gái. Giọng hát của Hà bỗng nghẹn ngào, đứt khoảng. Như trên sân khấu, chỉ có Hà hát một mình. Như dưới hàng ghế khán giả, độc nhất chỉ mình tôi âm thầm đứng nghe.

Người đàn bà ở căn gác bên kia đường trở mình, rồi đứng lên, xách chiếc ghế ra ngồi hành lang. Hình như nàng bị sức hút của tiếng hát từ bên này vọng qua làm nàng ngồi yên như pho tượng, bàn tay chống cằm, tựa lên thành lan can, mái tóc dài thả xuống gần đụng nền sàn gỗ. Tôi không thấy rõ nét mặt người đàn bà vì khoảng cách nhưng tôi hình dung đôi mắt đó đang rớm lệ. Hàm răng nàng đang cắn chặt lên môi để chặn lại nỗi xúc động đang trào lên từ đáy lòng. Cũng như tôi đang lặng người, tê điếng cả tâm can, và tiếng hát mang hồn tôi bay sang bên đó.

Có phải thật sự Hà đang ngồi hóa đá? Tôi đứng sau lưng Hà, bàn tay đặt nhẹ lên vai nàng. Giọng tôi nói nghẹn ngào: "Thôi nhé. Hà. Giã từ tất cả". Hà không trả lời nhưng vai nàng rung lên và chỉ khẽ gật đầu. Đó là kết quả của một đêm tôi thuyết phục Hà đi lấy chồng. Khi tôi đi làm về, chị tôi đưa cho tôi tờ điện tín từ Sài Gòn nhắn tôi vào gấp. Ký tên ba của Hà. Tôi vội thu xếp công việc, đi máy bay vào. Ba mẹ Hà nhờ tôi khuyên Hà lập gia đình. Đám này là chỗ thân tình từ ngoài Bắc. Ba Hà bảo: "Hai bác đều biết Hà chỉ nghe lời con thôi." Tôi chỉ biết gật đầu và yêu cầu ba mẹ Hà đừng cho Hà biết việc này. Vừa đi làm về, thấy tôi ngồi dựa vào thành ghế salon hút thuốc, Hà vui hẳn lên, khác với mọi ngày sau những giờ làm việc nàng trở về nhà vẫn còn mang khuôn mặt mệt mỏi ê chề. Hà reo lên, "Ngày mai Tân chở Hà tới sở, sẵn có Tân vào Hà xin nghỉ phép vài hôm, tụi mình có thời gian rong chơi nhé".

Tôi dừng xe Honda trước cổng sở Hà làm việc và hẹn sẽ trở lại đón Hà lúc tan tầm. Hà, trước khi bước xuống xe còn nhắc lại: "Tân nhớ nhé. Đừng quên nhé. Đừng để Hà đứng lơ ngơ nhé." Không biết làm gì cho hết giờ, tôi vào nhà sách Khai Trí tìm mua vài cuốn truyện để tặng Hà. Sau đó đến quán La Pagode uống cà phê một mình, rồi lật đật bỏ đi, sợ gặp anh em văn nghệ rồi sa đà quên giờ hẹn. Cuối cùng, tôi dừng xe trước cổng cơ quan của Hà, vẫn ngồi trên yên mà hút thuốc, đợi chờ. Để khỏi sốt ruột tôi nghĩ vẩn vơ đủ mọi chuyện nhưng thời gian sao mà dài thế. Đưa mấy ngón tay rờ lên môi, lên cằm, cảm thấy nhột nhạt mới biết mình chưa cạo râu, và bây giờ tôi đưa hai ngón tay nhổ đi từng sợi một, nghĩ về từng thời điểm lịch sử cùng cuộc sống đã cuốn chúng tôi vào cơn lốc, râu của tôi từ từ thưa thớt đi. Hà đến ngồi trên yên xe sau lưng tôi lúc nào tôi không hay. Hà rủ tôi đi ăn trưa. Hai đứa vẫn ngồi chỗ cũ, ở một góc phòng nhìn ra đường xe cộ qua lại nhưng không gây được tiếng động vì vách ngăn bằng kính trong. Nhà hàng bắt đầu bằng chữ Hà. Hà Thành. Vẫn hai đĩa bít tết, một dĩa khoai tây chiên, và một chai rượu chát. Ly rượu của Hà bỏ vào một tí đường đủ để đôi má ửng hồng khi rượu đã cạn. Ngồi đối diện với tôi, bỗng Hà cười khúc khích: "Tân định dựng kịch? Hitler hả?". Nhìn vào tấm gương soi bên cạnh của nhà hàng tôi cũng bật cười về hàm râu quái đản của mình. Hàm râu bị chắn đôi, cả một khoảng ở sóng môi trống trơn. Tôi nói đùa với Hà: "May Hà ra kịp lúc, chứ không để lấp khoảng trống đợi chờ thì cả hàm râu Tân biến mất." Sau bao nhiêu năm, râu tóc đã hoa râm, nhưng hàm râu tôi vẫn bị một khoảng trống. Mặc dầu có lần xem tivi quảng cáo thuốc mọc râu, tôi mua về bôi nhiều lần chỗ trống đó để ra râu. Môi tôi sưng đỏ lên. Và mãi mãi râu tôi không bao giờ đâm ra được ở nơi đó nữa. Ra khỏi nhà hàng Hà bảo tôi ghé vào một tiệm bán tạp hóa gần đó và Hà mua cho tôi một dao cạo râu. Thay vì về nhà, chúng tôi vào rạp chiếu bóng thường trực ở đường Lê Lợi. Khán giả đông nghẹt. Trong bóng tối lờ mờ. Tôi nắm tay dìu Hà tìm chỗ ngồi. Chỉ còn một ghế trống, hai đứa ngồi chung với nhau. Hà nép người nghiêng về một bên để tôi thoải mái đưa tay lên mặt cạo râu. Tôi kéo nhanh lưỡi dao làm bay đi những sợi râu còn lại để Hà trở lại tư thế ngồi bình thường.

Khi hết phim, đèn bật sáng, hai đứa nhìn nhau cười như hai đứa trẻ con. Thời gian bị kéo lùi lại. Tôi cứ nghĩ Hà là cô bé thời thơ ấu. Người bán hàng kem dạo đi ngang, Hà mua hai cây kem có bọc sôcôla và hai đứa ung dung ăn ngon lành.

Hai tâm hồn trẻ thơ nằm trong hai thân xác người lớn.

Người thiếu nữ lại tiếp tục hát: *"Hôm nay trời xuân bao tươi thắm. Dừng gót phiêu lưu về thăm nhà… Cô láng giềng ơi! Không biết cô còn nhớ đến tôi. Giây phút êm đềm ngày xưa kia khi còn ngây thơ…".* Tôi vẫn tiếp tục chống cằm lên bàn tay, mắt dõi nhìn về căn gác đó. Người đàn bà áo trắng vẫn còn ngồi hóa đá, và hồn tôi vẫn lang thang trong những ngày xa xưa. Ngày Hà lấy chồng, tôi cũng vào kịp lúc dự tiệc cưới. Đáng lẽ tôi vào trước một ngày, lên máy bay rồi lại xuống, cô tiếp viên hàng không xin lỗi hành khách vì lý do kỹ thuật phải hủy chuyến bay, xin hẹn lại ngày mai. Vừa tới Sài Gòn tôi vội đến nhà Trọng để hai đứa cùng đi đến nhà hàng dự tiệc cưới. Trọng là bạn văn cũ của tôi và là người bạn mới của Hà. Trọng cho hay hôm qua Hà có gọi điện thoại hỏi Tân đã vào chưa? Và Trọng trả lời: "Không thấy. Ngày mai, ngày mốt đều không có chuyến bay. Thế là ngày cưới Hà thiếu hắn rồi." Bên kia đầu giây chỉ có tiếng chắc lưỡi như tiếng thạch sùng kêu trong đêm vắng. Cuối cùng Hà chỉ thốt lên: 'Buồn nhỉ". Và cúp máy. Tôi và Trọng vội vàng đi taxi đến nhà hàng Đồng Khánh. Khách ngồi chật cả phòng. Trọng kéo tôi đi tìm Hân. Trong đám bạn bè cũ, tôi biết Hà chỉ mời có ba người. Gặp tôi, Hân nói: "Hà mới hỏi tôi Tân có vào không? Tôi lắc đầu." Ba chúng tôi cùng ngồi một bàn với những người không quen. Đã qua cảnh giới thiệu hai họ cùng cô dâu chú rể trên bục diễn. Trên sân khấu cô ca sĩ đang uốn éo cầm micro hát bài "Ngày cưới em". Tôi nhìn quanh cố ý tìm Hà nhưng không thấy. Tôi chỉ muốn báo ngay cho Hà biết tôi đã có mặt trong ngày cưới Hà. Tôi hỏi mượn Trọng cây bút, viết vội vài dòng sau tấm danh thiếp. Trọng và Hân thắc mắc định hỏi nhưng tôi lấy tay làm dấu cho họ im lặng. Tôi nhờ người hầu bàn chuyển tới ban nhạc. Một lát sau, khi đã dứt tiếng hát người nữ ca sĩ lui vào nhường chỗ cho một nữ ca sĩ khác trong chiếc áo dài màu tím, thướt tha, giới thiệu bản nhạc sắp trình diễn cùng lời yêu cầu của tôi "Có một người nhờ chúng tôi hát bản *Cô láng giềng* để tặng cô dâu." Tiếng kèn đồng khởi dậy đưa tiếng hát người ca sĩ vang lên: "*... Cô láng giềng ơi! Không biết cô còn nhớ đến tôi, giây phút êm đềm ngày xưa kia khi còn ngây thơ...*". Và, tôi đợi chờ. Hà đến thật. Hà nắm tay Quốc, đi như chạy, về phía tôi. Trước mặt tôi, bấy giờ tôi mới nhận ra Hà đã lớn hẳn lên, không còn là cô bạn láng giềng bé nhỏ, ngây thơ, nhí nhảnh của những ngày thơ ấu cũng như thời con gái. Nàng đang bước vào một cuộc sống khác. Tôi rót rượu vào cốc mượn của Trọng và Hân đưa cho Hà và Quốc. Tôi nâng cốc của mình lên, uống rượu tiễn đưa cô bạn láng giềng, giã từ một thời đã qua, thời của mộng mơ và lãng mạn. Tôi cầm bàn tay của Quốc đặt lên bàn tay của Hà mà nói: "Hôm nay và mãi mãi Quốc là người dìu dắt Hà, cô bạn láng giềng của tôi, tìm hạnh phúc trong cuộc sống gia đình". Quốc, một tay nắm chặt lấy tay tôi, biểu hiện sự cảm động. Còn Hà, hai mí mắt nhấp nháy. Tôi biết Hà sắp khóc. Tôi nói to như cho mọi người cùng nghe: "Này nâng ly rượu lên chúc mừng cô dâu chú rể." Tôi cụng ly với Hà, với Quốc. Cả ba chúng tôi uống liền một hơi. Men rượu nồng làm cơ thể tôi bừng bừng như có một luồng điện chạy khắp châu thân. Trong tôi lẫn lộn giữa niềm vui và nỗi buồn khôn xiết. Nhìn đôi má Hà đã ửng hồng, tôi nói nhỏ với Quốc: "Cậu coi chừng Hà sắp say đó. Hà không quen uống rượu nặng. Cậu dìu Hà đi nhé". Quốc gật đầu, dắt Hà đến chào các bàn khác. Hà đã khuất bóng. Tôi cũng đứng dậy bỏ đi. Trọng và Hân theo sau. Ra khỏi cái ồn ào náo nhiệt và ngộp ngàng hơi người tôi nhẹ hẳn người, nhưng sau đó một nỗi bơ vơ chợt đến choáng ngợp hồn tôi. Tôi chơ vơ ngã xuống vực sâu. Trọng kéo tôi và Hân vào vũ trường ở sân thượng của nhà hàng. Tiếng kèn đồng thắm thiết. Người nữ ca sĩ, mặt đau khổ, mắt nhắm nghiền, hai hàng lông mi cong vút, cả thân hình lắc lư, cả hai bàn tay cầm chiếc micro đưa sát vào môi mấp máy. Giọng ca khàn khàn như của một người vừa uống rượu nồng. Trọng mời Hân ra sàn nhảy. Còn tôi ngồi uống rượu một mình. Dưới ánh đèn mờ ảo, từng cặp trai gái ôm nhau nhảy điệu Boston tình tứ. Tôi vẫn ngồi một mình và uống rượu cùng với nỗi cô đơn tràn ngập. Tôi cố nhớ lại những kỷ niệm êm đẹp của một thời Hà còn con gái nhưng bao quanh tôi chỉ toàn là đám mây dày đặc, ban đầu màu xanh rồi chuyển thành màu xám, cuối cùng là một màu đen kinh rợn, xô tôi rớt xuống vực sâu. Tôi gọi to tên Hà như một lời cầu cứu. Có tiếng đáp lại rất khẽ của Hà thời thơ ấu: "Tân hả?". Cô bé Bắc kỳ nho nhỏ đưa bàn tay bé bỏng nắm lấy bàn tay đầy gân guốc của người đàn ông kéo lên. Hà của thời thơ ấu và tôi của thời hiện tại.

Một cái đập tay vào vai kéo tôi ra khỏi cõi mộng. Tôi lắc đầu và nhấp nháy mắt nhìn kỹ người đứng trước mắt mình. Tôi nhận ra Hoàng. Anh cười và nói nhỏ:

- Ông đã thiếp đi một giấc ngắn ngủi đủ đưa ông vào một giấc mộng đẹp. Ông đã gọi to tên một nhân vật nữ. Hà!

Tôi cười khẽ, nhìn Hoàng với đôi mắt ngơ ngác như còn luyến tiếc một cái gì vừa mất đi. Tôi gật đầu. Người thiếu nữ đã ngừng hát và bước tới đứng cạnh tôi, tay chống lên thành lan can, mùi thơm thoang thoảng làm tôi dễ chịu hơn. Nàng không nói gì, đôi mắt vẫn nhìn về một phương trời xa xăm, ở nơi đó bên kia nửa quả cầu, những người thân của nàng đang sống. Tôi nhìn căn gác gỗ, tìm lại bóng dáng của người đàn bà đã ngồi hóa đá nhưng nàng đã biến mất, không để lại một vết tích nào. Chiếc ghế trắng cũng không còn. Chiếc hành lang nhỏ hẹp, trống trơn. Cánh cửa sổ đã khép lại. Cửa chính cũng không còn mở.

Với người đàn bà kia, bên này chúng tôi đang đứng là sân khấu diễn kịch. Chúng tôi là diễn viên. Còn nàng là thính giả. Còn đối với tôi, nơi hành lang của căn gác gỗ kia là sân khấu. Người đàn bà đó là diễn viên. Tôi là khán giả. Một vở kịch câm. Người từ cõi mộng. Màn đã hạ khi người đàn bà đó bỏ đi.

Sau này, một khoảng thời gian dài, mười năm sau tôi mới thật sự đem gia đình vào sống ở Sài Gòn. Thành phố đã vươn mình bừng dậy.

Tất cả nhà nằm ở mặt đường lộ đều trở thành phố xá tấp nập người mua kẻ bán. Tôi chen chân vào tìm thuê một căn nhà nhỏ trên con đường mà trước năm 75 cũng như mới đây thôi, một năm trước, vắng hoe người qua lại, nhà cửa lụp xụp cũ kỹ và thưa thớt. Phía trước làm cửa hàng bán tạp hóa, sau bức vách ngăn tạm bằng gỗ ép, cả gia đình tôi bảy người chen chúc nhau mà sống. Ban đêm đóng kín cửa sắt lại chẳng khác nào chúng tôi đang ở trong nhà tù. Chỉ có vài lỗ thông hơi sát trần, lúc nào cũng ngợp ngàng gần như thiếu không khí để thở. Ban đêm, nhất là về khuya cho đến trời vừa ló sáng, tiếng xe tải kéo nặng nề những container rền vang trên mặt đường nhựa hắt vào căn nhà làm rung rung thân xác tôi đang trăn trở trên chiếc ghế bố không sao ngủ được cho ngon giấc, tôi mệt mỏi sau những cơn ác mộng kinh hoàng. Ban ngày, ngồi trông hàng, trước mắt mình lúc nào cũng xe cộ vun vút chạy ngang như đàn kiến đang di tản ngược chiều, gặp nhau chỉ ngừng lại trong tích tắc rồi tiếp tục cuộc hành trình, cứ thế mà ngày qua tháng lại như con thoi, làm tôi lúc nào cũng choáng váng mặt mày. Khói xe luôn luôn bám đen tất cả mọi đồ vật trong nhà. Người tôi lúc nào cũng nhám xì vì bụi. Không riêng gì tôi, cả gia đình tôi, vợ và các con nói chuyện với nhau, tay chân đều cử động, lơ quơ như người câm ra dấu diễn tả, nhưng lời nói của chúng lại to tiếng như đang cãi lộn. Khi nhận ra điều này tôi giật mình và nói với mọi người là mình phải ăn nói từ tốn như những ngày còn ở quê. Tôi nói thử, nhỏ nhẹ, dịu dàng với vợ tôi: "Em lấy cho anh vài điếu thuốc ba số." Vợ tôi trả lời khi tôi đến gần sát bên cạnh nàng: "Em nhớ nhà anh Quỳnh chỉ có hai số." Thế là chúng tôi phải nói to và làm dấu diễn tả mới hiểu ý được. Cho nên khi đến nhà Quỳnh, tôi mới nhận ra cùng một thành phố, trong một con hẻm nhỏ, cùng một bầu trời nhưng ở đây tôi mới cảm được màu xanh dịu dàng lốm đốm mây trắng bay, cùng một không khí để thở nhưng sao ở đây lại trong lành dễ chịu. Tôi và Quỳnh ngồi ở một góc hành lang nối liền giữa nhà trên và phòng ngủ, dưới mái hiên chỉ che mưa khỏi ướt người, chừa một khoảng không gian cho chiếc sân nhỏ. Quỳnh pha cho tôi một cốc cà phê thật đậm, từng giọt nước đen ngòm, đặc quánh nhỏ xuống cái tách thủy tinh trong veo. Tôi ngồi dựa lưng vào thành ghế sát vách tường, hít một hơi thuốc và nhả một làn khói bay lơ lửng. Trước mắt tôi chắn ngang tầm nhìn là vách tường ranh giới của nhà bên cạnh, làm thành bức bình phong màu vàng nhạt để nổi bật màu xanh của lá cùng màu đỏ bầm lốm đốm của những đóa hồng, đóa tường vi được trồng trong bồn hoa xây sát chân tường. Ngồi với nhau như từ thuở nào, ngày còn đi học, ở chung một phòng trọ, hai chúng tôi vẫn thường im lặng mà hồn thả trôi lênh đênh. Quỳnh để băng cassette cho tôi nghe. Giọng ca lả lướt và réo rắt của Thái Thanh đã từng mê hoặc tôi một thời. Những bài tình ca tiền chiến lại dẫn dắt tôi trở lại thời gian lãng mạn đã nuôi nấng tâm hồn tôi. Trong tiếng nhạc đệm du dương nổi lên tiếng hát vang vang đã đưa tôi vào một cõi khác. Và từ đó những khuôn mặt của những người đã đi qua đời tôi xuất hiện, họ chen lấn nhau trong trí nhớ.

Ban đầu là người thiếu nữ, mãi giờ tôi không biết tên, đã hát cho tôi nghe dưới đêm trăng năm nào. Đêm càng khuya trăng càng sáng. Qua khúc quanh, uốn lượn như con rắn, một bên là triền núi, một bên là bãi biển. Như biết ý tôi, Hoàng dừng xe lại sát lề đường. Vừa mở cửa xe, tôi chạy ùa xuống bãi cát mịn màng và trắng toát. Đầu tôi ngẩng lên về hướng mặt trăng. Mây trắng phơn phớt từng cụm nhỏ lờ đờ trôi qua mặt trăng nhưng ánh sáng vẫn huyền ảo. Sóng từng đợt, đều đặn uốn lượn táp vào bờ tạo thành những âm thanh rền rĩ như tiếng sấm gầm ở một khoảng trời rất xa vọng lại. Âm thanh ấy vẫn đều đều và triền miên cùng năm tháng. Tôi hít nhẹ một cơn gió thoảng vào phổi và tôi thổi ra bằng một tiếng hét thật to như đẩy ra những nỗi bực dọc, buồn phiền đã chất chứa trong lòng, chìm xuống lòng đại dương. Và rồi theo ánh trăng ập vào hồn tôi một niềm an lạc vô biên. Nghe tiếng Hoàng kêu:

- Tân ơi! Đừng đi xa, không ổn đâu.

Tôi quay người lại, đi về hướng các bạn đang tập trung ngồi quanh người thiếu nữ trên tảng đá lớn bên cạnh lởm chởm những hòn đá khác như mọc lên từ đáy biển. Sóng rì rầm vỗ vào kè đá làm tung tóe những bọt nước trắng xóa. Người thiếu nữ đứng lên, dang tay ra rồi thu lại, và nàng cất tiếng hát "... *Nhớ nhau đành tìm trong tiếng hát. Đời vắng em rồi vui với ai.*" Lá Đỗ Muôn Chiều của Đoàn Chuẩn, đúng như tâm trạng của nàng chăng? Hoàng cho tôi biết người thiếu nữ đó đã có một mối tình thơ mộng, họ yêu nhau từ thuở còn cắp sách đến trường. Họ vừa mới đính hôn. Người chồng sắp cưới đã lưu lạc phương trời xa xăm nào đó. Còn nàng ở quê nhà đợi tin về. Vẫn bặt tăm.

Tôi ngồi trên tảng đá, đối diện với người thiếu nữ mà nhìn nỗi bất hạnh của nàng thể hiện trên nét mặt khi diễn tả tiếng hát. Gió biển thổi vào làm chiếc áo nàng mặc dán sát vào người, hai viền áo quanh hông, lất phất như những cánh diều gặp gió lướt lên không trung. Tiếng hát của nàng như những lời gởi gắm tâm sự của mình tới một phương xa cho ai đó. Âm thanh, từng giọt buồn như những giọt nước mưa nhỏ xuống tí tách vào hồn tôi. Tiếng hát theo gió cuốn đi, nhỏ dần, nhỏ dần. Trăng đã lên trên đỉnh đầu chúng tôi. Mặt trăng hình bầu dục không tròn trịa như ngày rằm nhưng ánh sáng tỏa ra phân biệt đường ranh giới màu xanh lơ giữa biển cả và bầu trời như một sợi chỉ mong manh kéo dài cắt ngang. Hình ảnh người thiếu nữ đứng dang tay giữa trời như một pho tượng màu trắng ngà dán lên bức tranh phong cảnh mờ ảo của nền trời mây lãng đãng. Tiếng hát của nàng đã dìu dắt tôi gặp Hà trong cõi mộng.

Khi nghe tin Hoàng cho biết người thiếu nữ ấy đã chết trong một chuyến vượt biên xảy ra sau đêm hát cho chúng tôi nghe ở bãi biển một năm sau. Không hiểu sao, lòng tôi vẫn dửng dưng như xem cái tin đăng trên báo mà nạn nhân chỉ là người xa lạ không liên quan gì đến đời mình. Cuộc sống đã làm tôi quen với những tai ương.

Mưa bắt đầu rơi xuống lộp độp trên mái nhà tôn và nhiễu xuống sân từng giọt buồn lẫn với giọng ca truyền cảm cao vút bén như dao lam cắt vào da thịt tôi. Lúc đó trong tôi mới lảng vảng hình ảnh cái chết bi thảm của người thiếu nữ đã bị bọn hải tặc cắt lưỡi rồi quăng nàng xuống biển làm mồi cho cá mập. Tôi hình dung cảnh người thiếu nữ đứng trên boong tàu, dang hai tay như với lấy mây trời, giữa những cơn gió lồng lộng, đôi mắt khép hờ, và tiếng hát cất lên, to dần và tỏa ra lan theo làn sóng. Tiếng hát ấy đã đem lại tai ương cho nàng nhưng cùng lúc là sự may mắn hạnh phúc cho kẻ khác. Tiếng hát ngoài biển cả, như làm mồi kêu bọn hải tặc đến, cũng tiếng hát đó như một lời kêu cứu với tàu biển nước ngoài. Một người đàn ông đã đi cùng chuyến vượt biên đó mới trở về thăm quê hương kể lại với Hoàng: *"Tiếng hát đã làm cái ác và cái thiện cùng xuất hiện một lúc. Cái ác đã giết cô ấy, cái thiện lại cứu mạng chúng tôi."* Bọn cướp chuồn mất khi một tàu lớn xuất hiện. Tôi biết người thiếu nữ kia khi hát nàng không nghĩ gì cả. Nàng hát cũng như nàng cần phải thở.

Tôi đưa tách cà phê lên môi, chưa nhấp mà miệng đã đắng. Khói thuốc tôi nhả ra có phải làm mắt tôi cay. Đúng lúc này Thái Thanh hát bài *Cô láng giềng*. *"... Cô láng giềng ơi! Không biết cô còn nhớ đến tôi, giây phút êm đềm ngày xưa kia khi còn ngây thơ."* Như giọt nước sau cùng nhỏ vào cái ly đã đầy làm cho nước trào ra. Tôi nhìn vào bồn hoa trước mặt, bỗng khám phá ra cây tường vi đã rũ lá, đóa hoa màu hồng nhà Quỳnh đã gục chết. Lẩm bẩm trong miệng tôi hát theo: *"Đưa tay buồn hái bông hồng tường vi. Em nói rằng em sẽ chờ đợi tôi, đừng nói đến phân ly."*

Bỗng dưng tôi thèm nghe Hà hát đến kỳ lạ. Giật mình nhận ra tuổi đã xế chiều. Còn Hà thì xa vời vợi. Lúc bấy giờ thì tôi khóc thật.

Nguyên Minh

NGUYÊN MINH
MỘT THỜI "Ý THỨC"

Tưởng rằng văn chương chỉ là một đam mê nhất thời của tuổi trẻ. Cuộc sống ê chề, nặng đè làm còng lưng với những lo toan về cơm áo... Kể từ năm 1975, bao nhiêu năm sau đó, những khó khăn về kinh tế của đời sống áo cơm cùng những ưu tư về tinh thần, nhiều người trong chúng tôi đã im lặng, xếp bút. Bây giờ tuổi đã xế chiều, tóc bạc phơ và lòng cũng chùng xuống. Văn chương chữ nghĩa của một thời trai trẻ giờ lại thôi thúc mình như cái nghiệp trọn đời phải trả.

Thời trẻ tôi làm Ý Thức.

Về già tôi làm Quán Văn.

Bây giờ. Bốn phương. Tám hướng. Bạn cũ. Bạn mới. Giới già. Giới trẻ. Đã thành danh. Chưa thành danh. Cùng nhau ngồi chung một chiếu. Văn chương. Nghệ thuật. Chữ nghĩa trong sáng. Nhân bản. Hồn nhiên.

Tập san Quán Văn hàng tháng đã ra được 11 số, mãi đến con số 12 và để chào mừng năm mới Xuân Quý Tỵ tôi ngồi ôn lại và đến nhà Lữ Kiều tìm những tờ báo cũ từ Gió Mai đến Ý Thức thời ronéo ở Phan Rang, thời in typô rồi offset ở Sài Gòn, Ý Thức Bản Thảo ở Đà Lạt. Không đủ số. Giấy hoen ố. Bìa rách nát. Chữ mất chữ còn. Tôi viết ra như đi tìm một tư liệu về một thời làm báo văn học ở miền Nam trước năm 1975.

TẠP CHÍ Ý THỨC: NHÓM CHỦ TRƯƠNG

Đầu tiên, tại Huế vào năm 1957, vào thời ấy ở Huế thường có những nhóm văn thơ tập trung chín mười anh em, tuổi chưa tới hai mươi, thường là những học sinh, sinh viên, như nhóm Thiên Thanh, Hai Mươi, v.v... Nhóm chúng tôi được mang tên Gió Mai. Gồm có Lữ Kiều, Lữ Quỳnh, Hoài Linh, Thùy Linh (Ngy Hữu Trần Hữu Ngũ), Hồ Thủy Giũ, Nguyên Thạnh (Nguyễn Mậu Hưng), Thiên Nhất Phương (Châu Văn Thuận), Nguyên Minh, Hồ Thanh Ngạn... Hàng tháng ra một số báo, bài vở tác giả tự viết tay, tập trung lại đóng thành một tập duy nhất, rồi chuyền tay nhau mà đọc. Thỉnh thoảng ra một vài tập thơ của từng tác giả như *U Hoài* thơ của Lữ Kiều, *Thác Loạn* của Lữ Quỳnh, *Những Người Cùng Đi* tuyển tập thơ của nhiều tác giả. *Tuyển tập thơ văn Gió Mai*, in ronéo. Hết bậc trung học ở trường Quốc Học, anh em bắt đầu tản mác. Lữ Kiều, Nguyên Thạnh vào Sài Gòn học Y Khoa, Thùy Linh, Hồ Thủy Giũ, Nguyên Minh vào Sư Phạm Quy Nhơn, Lữ Quỳnh, Hồ Thanh Ngạn nhập ngũ, ở Huế chỉ còn Châu Văn Thuận vào Đại học Sư phạm. Từ đó Gió Mai không ra báo thường xuyên. Tại Quy Nhơn, Thùy Linh, Nguyên Minh, Hồ Thủy Giũ, cùng bài vở của anh em trong nhóm từ xa gởi về làm một số Gió Mai tha hương, Chủ biên: Thùy Linh (Trần Hữu Ngũ).

Năm 1967, tại Phan Rang, khi Ngy Hữu và Nguyên Minh về dạy học tại đó, tập họp bài vở anh em trong nhóm ở xa làm một số Xuân Gió Mai, in ronéo, khổ 21x30. Đến năm 1969, Gió Mai mở rộng và đổi tên là Ý Thức, hai tháng ra một số báo, in ronéo. Lúc này, nhóm chủ trương có thêm Trần Hữu Lục, Lê Ký Thương, Võ Tấn Khanh, Đỗ Nghê (Đỗ Hồng Ngọc). Tòa soạn: Theo chân người viết. Thực ra là 11 Nguyễn Thái Học. Phan Rang.

Báo ra được 6 số thì dọn vào Sài Gòn, ra chính thức Bán nguyệt san văn học nghệ thuật, in typô rồi đến offset, phát hành rộng rãi. Tòa soạn đặt tại 666 Phan Thanh Giản, Sài Gòn. Nhóm chủ trương có thêm Ngụy Ngữ, Trần Hoài Thư.

NHÓM CHỦ TRƯƠNG

LỮ KIỀU ∗ NGUYÊN MINH ∗ TRẦN HỮU NGŨ ∗ LÊ KÝ THƯƠNG ∗ NGỤY NGỮ ∗ TRẦN HỮU LỤC ∗ LỮ QUỲNH ∗ THỤY VĂN ∗ VÕ TẤN KHANH ∗ HỒ THỦY GIŨ ∗ NGUYỄN MẬU HƯNG ∗ ĐỖ NGHÊ ∗ HỒ NGUYÊN HÁN ∗ TRẦN HOÀI THƯ ∗

Chủ nhiệm trên pháp lý là Dược sĩ Nguyễn thị Yến, một người bạn gái của tôi. Nguyên Minh với chức danh trên giấy phép là Tổng Thư Ký. Tại tòa soạn, những số báo đầu tiên có Thái Ngọc San, Nguyễn Mai phụ tá, sau đó có Võ Tấn Khanh, Lê Ký Thương vào giúp sức với Nguyên Minh. Báo ra 24 số thì tạm đình bản. Đầu năm 1974, Ý Thức ra bộ mới dưới hình thức Bản thảo do Lữ Kiều làm chủ biên, lúc bấy giờ nhóm chủ trương có thêm Hoàng Khởi Phong, Lê Văn Ngăn. Đến năm 1975, Ý Thức Bản thảo số 2 chưa kịp phát hành.

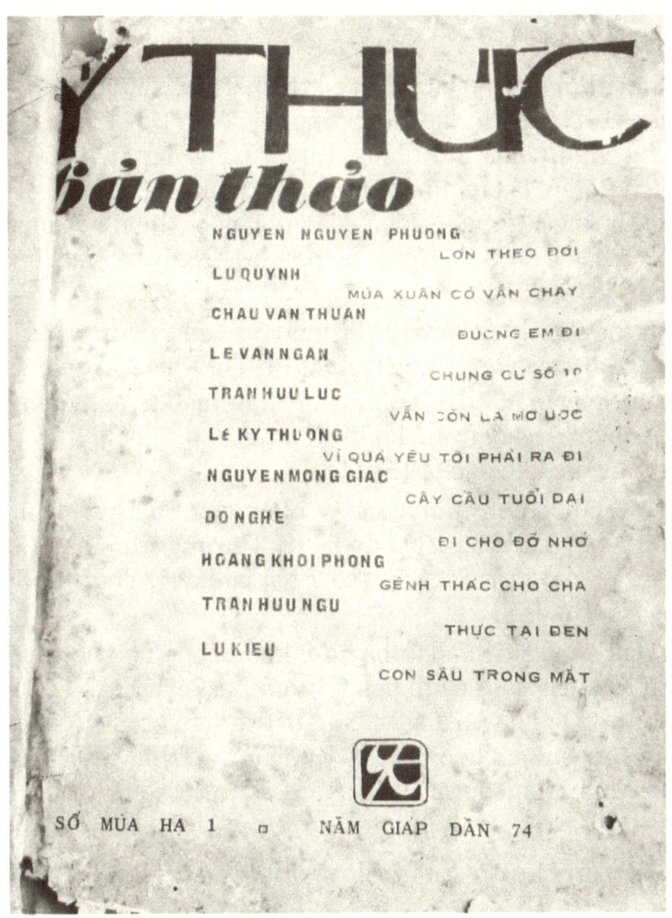

NHOM CHU TRUONG

HOANG KIM CAN □ NGUYEN MONG GIAC □ HO THUY G[...]
LU KIEU □ TRAN HUU LUC □ NGUYEN MINH □ HO T[...]
NGAN □ TRAN HUU NGU □ DO NGHE □ LE VAN NGA[...]
HOANG KHOI PHONG □ LU QUYNH □ CHAU VAN THU[...]
TRAN HOAI THU □ LE KY THUONG □ NGUYEN MAU H[...]

CỘNG TÁC VIÊN:

Kể từ Ý Thức thời quay ronéo đã có thường xuyên các truyện ngắn, thơ của Tần Hoài Dạ Vũ, Mường Mán, Đông Trình, Doãn Dân, Nguyễn Kim Phượng, Hồ Minh Dũng, Từ Hoài Tấn, Luân Hoán, Chu Trầm Nguyên Minh, Thế Vũ, Nguyễn Lệ Tuân, Thái Ngọc San...

Ý Thức thời in typô và offset có thêm Trần Nhựt Tân, Huỳnh Hữu Ủy, Nguyễn Ước, Huỳnh Ngọc Sơn, Bảo Cự, Trần Duy Phiên, Nguyễn Lệ Uyên, Mang Viên Long, Bùi Giáng, Huy Tưởng, Từ Kế Tường, Nguyễn Tôn Nhan, Lê Văn Thiện, Phạm Ngọc Lư, Phan Việt Thủy, Trịnh Công Sơn, Kinh Dương Vương, Nguyễn Xuân Thiệp, Huỳnh Phan Anh, Cao Hữu Huấn, Phan Tấn Uẩn, Nguyễn Đức Sơn, Nguyễn Bắc Sơn, Nguyễn Phan Thịnh.

Hình thức: Chữ Ý Thức thời ronéo do Lê Ký Thương kẻ. Khổ báo là 21x30. Đánh máy trên stencil là chị Hồ Thị Kim Phương, một người bạn gái của Nguyên Minh, rất sính văn chương, tận mẫn đếm từng chữ để canh hai bên lề ngay ngắn, không khác gì sắp chữ chì in typô. Đến số 6, Ý Thức thay đổi khổ báo là 15x24.

Khi Ý Thức chính thức có giấy phép của Bộ Thông tin, khổ báo được đổi thành 14x20. Số 1 bìa do Lê Ký Thương trình bày. Số 2 do Đỗ Quang Em. Số 3 do Vị Ý. Số 4 đến số 7 trở lại Lê Ký Thương. Số 8 tranh bìa Hoàng Ngọc Biên.

Bắt đầu số 9, Ý Thức lại thay đổi khổ báo, hình vuông 19x19. Bìa và ruột do Nguyễn Bom trình bày, rất mới lạ. Số 12, tranh bìa của Bửu Chỉ: Quê hương ta ngày trùng tu. Số 18, tranh bìa của Hồ Đắc Ngọc. Số 21, Ý Thức chuyển qua in offset. Lê Ký Thương trình bày và kỹ thuật in do Nguyên Minh chăm nom.

Nhà in Ronéo Nguyễn, 11 Nguyễn Thái Học, Phan Rang.

Khi báo còn mang tên Gió Mai, số Xuân 67, bài vở của anh em do Ngy Hữu đánh máy chữ trên tờ stencil bằng máy đánh chữ xách tay, và tôi nghĩ ra cách in ronéo không cần máy quay, chỉ cần một quai guốc nylon kẹp giữa hai miếng gỗ, đổ mực đen lên thẳng tờ stencil, phía dưới là tờ giấy trắng, rồi kéo mực xuống, thế là có một trang in. Bằng cách thủ công đó chúng tôi đã in xong một tập san văn nghệ dày cả 100 trang, số lượng 100 cuốn. Chữ nghĩa rõ ràng không lem nhem như một số báo thời đó in ronéo, phổ biến hạn chế, thỉnh thoảng xuất hiện trong vài nhà sách.

Sau này tôi mua lại máy quay ronéo cũ của nhà in Nghệ Thương. Tôi chính thức mở nhà in ronéo Nguyễn. Tôi phải mua thêm hai máy đánh chữ đặc biệt có corp Roman để giống như chữ chì in sách. Chị Hồ Thị Kim Phương, ngồi gõ từng chữ, thật chậm và mạnh tay để làm thủng đều màn sáp trên tờ stencil. Tôi làm vệ sinh và trang bị lại những phần hư hỏng của máy quay. Tôi phải nhờ Lữ Kiều, lúc bấy giờ còn là sinh viên Y khoa tìm mua hộ tôi một máy xén giấy. Thế là tôi có đủ phương tiện để in báo, làm đẹp tờ Ý Thức. Trong thời điểm này Ý Thức đã xuất bản tập truyện "Nỗi bơ vơ của bầy ngựa hoang" của Trần Hoài Thư. Bìa do Lê Ký Thương trình bày. Số lượng 1000 cuốn. Độc giả và bạn hữu không thể nghĩ tập truyện đó in bằng phương pháp ronéo, cứ nghĩ là in typô tại nhà in lớn ở Sài Gòn.

Nhà in Đăng Quang 734A Phan Thanh Giản, Sài Gòn

Khi chị Mai, người chị đầu của tôi, từ Nha Trang về thăm nhà, thấy tôi hì hục quay tài liệu sách giáo khoa cho các trường học, anh em bạn bè có Lê Ký Thương, Võ Tấn Khanh, Trần Hữu Ngũ, chị Hồ Thị Kim Phương và các em tôi cùng nhau làm việc, người xén giấy, kẻ đánh máy, tôi quay máy in, các em tôi cùng phụ nhau bắt cuốn, đóng thành tập. Chị gợi ý tôi vào Sài Gòn cùng chị, mua nhà cũ ở mặt tiền, cất lại thành nhà cao tầng và mở nhà in. Tôi phải giải thích cho chị, vào thành phố lớn muốn mở nhà in phải trang bị máy móc tối tân hiện đại. In typô tôi chưa rành nói chi đến offset. Chị khuyên tôi: Không biết thì học. Đúng. Thế là tôi nhờ các bạn trông coi tạm thời cơ sở ronéo để theo chị Mai vào Sài Gòn. Tôi phải vào tập sự ở nhà in riêng của nhà xuất bản Thương Yêu của Nhã Ca, Trần Dạ Từ. Ở đây tôi nắm rõ về sắp chữ chì và máy in typô khổ lớn.

Trong khi chờ đợi ngôi nhà bốn tầng cất xong của chị Mai và chờ đợi máy in offset tự động chị Mai đặt mua ở Ý chuyển về Việt Nam, tôi tạm thời tìm một nhà in ở gần nhà để in Tạp chí Ý Thức mà tôi đã được cấp giấy phép chính thức. Đó là nhà in Đăng Quang, cách nhà chị tôi 100 mét. Chủ nhà in là một bà già gốc người Huế. Quản lý nhà in là anh Trần Quang Huề. Sau này giữa tôi và anh Trần Quang Huề gắn bó với nhau trong hệ thống phát hành Hàm Thụ.

Nhà in Thanh Bình, 666 Phan Thanh Giản, Sài Gòn

Sau khi máy in offset tự động cùng các máy móc khác đã ráp xong hoàn chỉnh, tôi bắt đầu tổ chức từ tổ xếp chữ chì, máy typô, máy offset tự động, thư ký văn phòng, kế toán... Và tờ báo Ý Thức được in offset. Lúc bấy giờ có Võ Tấn Khanh nhân dịp nghỉ hè, và Lê Ký Thương vào phụ giúp cho tôi từ kỹ thuật cũng như viết bài phỏng vấn... Từ căn phòng ấm cúng làm tòa soạn báo Ý Thức, nhà xuất bản Tiếng Việt, Hoa Niên, một phòng khác dùng để làm văn phòng nhà phát hành Hàm Thụ, đến việc in ấn báo Ý Thức và sách đều không tốn tiền, tất cả đều trừ vào lương bổng của tôi như đã thỏa thuận ngay từ lúc lập nhà in Thanh Bình. Vào thời này, năm 1971, tại Sài Gòn những nhà in trang bị máy offset chỉ đếm trên đầu ngón tay. Một nhà in tối tân như thế, mà từ chủ đến giám đốc và nhân viên đều mới tập tễnh bước vào nghề. Bây giờ nghĩ lại mà giật mình.

Nhà in Tiếng Việt 11 Nguyễn Thái Học, Phan Rang

Năm 1974, tôi thành lập một nhà in riêng cho cơ sở Ý Thức, không đặt tại Sài Gòn mà lại tại Phan Rang, cũng 11 Nguyễn Thái Học, trước đó vài năm đã thành nhà sách Tiếng Việt. Tất cả máy móc rất gọn nhẹ và tối tân. Một máy offset tự động in khổ giấy A3. Hai máy đánh chữ điện IBM quả cầu. Phơi bản kẽm tôi tự làm lấy. Đứng máy in tôi và các bạn như Lê Ký Thương, Võ Tấn Khanh thay phiên nhau. Tôi vẫn thường xuyên vào Sài Gòn trông nom cơ sở chính và trở về Phan Rang bắt tay in báo Ý Thức Bản Thảo do Lữ Kiều làm chủ biên từ Đà Lạt chuyển xuống và các tác phẩm của anh em trong nhóm.

NHÀ XUẤT BẢN

Song song với nhà xuất bản mang tên Ý Thức còn có Tiếng Việt, Hoa Niên, Thời Xanh. Từ lúc còn mang tên Gió Mai, in ronéo, phát hành hạn chế, chúng tôi đã xuất bản: *Nội chiến*, tập truyện của Ngy Hữu, *Miền hoang vu*, tập truyện của Nguyên Minh.

Khai trương nhà xuất bản Ý Thức thời ronéo là tập truyện *Nỗi bơ vơ của bầy ngựa hoang* của Trần Hoài Thư.

Khi cơ sở Ý Thức dời về Sàigòn, tập truyện *Cát Vàng* của Lữ Quỳnh được xuất bản, bìa in offset do Đinh Cường trình bày, phát hành rộng rãi trên toàn quốc. Tuần tự, cũng mang tên Ý Thức, đã xuất bản: *Những vì sao vĩnh biệt*, tập truyện thứ hai của Trần Hoài Thư. Sau đó là *Thời mù sương*, tập truyện thứ hai của Lữ Quỳnh. Sách được in tại nhà in Thanh Bình.

In tại nhà in riêng offset đặt tại Phan Rang: *Bếp lửa còn thơm mùi bã mía*, tập thơ của Lê Ký Thương, *Tình người*, tập thơ của Đỗ Nghê (một bút hiệu khác của Đỗ Hồng Ngọc), *Kẻ phá cầu*, tập kịch của Lữ Kiều.

Ý Thức, tủ sách Hoa Niên, dành cho thiếu niên, đã xuất bản: *Đám tang đa đa*, truyện dài của Nguyên Minh. *Mưa qua thành phố*, tập truyện của Nàng Lai (một bút hiệu khác của Lữ Kiều). *Em bé bất hạnh, Anh hùng tí hon*, của Trần Quang Huề. Tranh bìa bốn cuốn sách trên của họa sĩ Nguyễn Trung. *Chim bay về đâu*, truyện dài dành cho lứa tuổi 16, của Võ Tấn Khanh. Sách dịch có *Cậu bé gỗ* của Châu Lang (một bút hiệu khác của Châu Văn Thuận), *Trên ngọn hải đăng* của Lê Ký Thương...

Mang tên nhà xuất bản Tiếng Việt, có *Ngọn cỏ ngậm ngùi*, tập truyện thứ ba của Trần Hoài Thư, *Sông sương mù*, tập truyện của Nguyễn Mai. Sách dịch có *Mười hai năm bên cạnh Hitler* của Nguyên Thạnh (bút hiệu của Nguyễn Mậu Hưng).

NHÀ PHÁT HÀNH SÁCH

Do sự giới thiệu của anh Trần Quang Huề, cựu giám đốc Nhà phát hành sách báo Thống Nhất, nhà Đồng Nai nhận độc quyền phát hành báo Ý Thức. Nhưng chỉ được 4 số thì họ trả về số lượng hơn một nửa, và các độc giả cho biết là các nhà sách tại tỉnh họ đều thiếu vắng khuôn mặt tờ báo. Muốn báo và sách do Ý Thức xuất bản được có mặt mọi nơi, cũng nhờ anh Trần Quang Huề gợi ý là chúng tôi phải lập một hệ thống phát hành riêng. Sau khi tôi và anh Trần Quang Huề đi một chuyến từ Sài Gòn đến tận Quảng Trị, giao thiệp với các nhà sách có uy tín và sẵn sàng cung cấp sách mà họ yêu cầu. Về lại Sài Gòn, chúng tôi thành lập Nhà phát hành sách mang tên NHÀ SÁCH HÀM THỤ do anh Trần Quang Huề làm giám đốc. Văn phòng cũng đặt tại 666 Phan Thanh Giản. Được sự ủng hộ nhiệt tình của các nhà xuất bản có uy tín thời bấy giờ như An Tiêm, Lá Bối, Ca Dao, Cảo Thơm, Trí Đăng, Thương Yêu..., tạo điều kiện cho cơ sở phát hành chúng tôi vững mạnh. Ngoài sách ra chỉ có độc nhất tạp chí Ý Thức kèm theo.

Để dễ dàng chuyển sách đi miền trung và cao nguyên, tôi lập một nhà sách tại 11 Nguyễn Thái Học Phan Rang. Còn các tỉnh miền Nam thì kho sách tại Sài Gòn phụ trách. Hàng tuần chúng tôi đều chở sách bằng xe Toyota riêng đến các tỉnh.

Như chiếc ghế bốn chân, vững vàng không ngã. Dây chuyền đã khép kín. Trong tay đã có nhà in, nhà xuất bản, tạp chí Ý Thức và nhà phát hành, chúng tôi mới yên tâm, chuẩn bị cho ra tờ tạp chí Ý Thức bộ mới, và in các tác phẩm của anh em trong và ngoài nhóm.

Nhưng người tính không bằng trời tính. Mọi việc đều thay đổi, không như ý mình...

Nguyên Minh

NGUYÊN MINH
ÁM ẢNH MỘT LỜI NGUYỆN

Suốt hai tháng nay, cả Sài Gòn cũng như toàn quốc đang thực hiện cách ly trong chiến dịch phòng chống dịch Covid đang hoành hành khắp thế giới. Mọi sinh hoạt hằng ngày trong gia đình tôi đều thay đổi.

Trước đó trong bữa cơm chiều, Hà đứa con gái đầu tôi nhắc lại: Theo lời tiên tri của ai đó mà cả Sài Gòn đều lo sợ, chuẩn bị lương thực cho những ngày thành phố sẽ chìm trong cơn đại hồng thủy sẽ tiêu diệt nhân loại. Các con đều hối thúc vợ tôi mua cho nhiều nhu yếu phẩm. Riêng tôi vẫn ung dung bên tách cà phê, nhìn khói thuốc đang lảng vảng trước mặt, hình ảnh thị xã nhỏ nơi gia đình tôi đã sinh sống, lúc bấy giờ trước tháng 4 năm 1975, chiến sự làm dân chúng hoang mang, mọi gia đình lo tàng trữ lương thực. Riêng tôi không nghĩ tới. Lê Văn Ngăn người bạn văn chương đã trú ngụ ở nhà tôi cả tháng trường lại mang về một bao khoai mì lát khô như góp phần lánh nạn.

Gần 50 năm qua rồi thời chiến tranh. Giới nghiêm. Còi hụ báo động. Súng nổ rền tai. Bây giờ. Thời bình. Giới nghiêm thành cách ly. Không có tiếng súng nhưng người chết như rạ. Không trừ một biên giới quốc gia. Mọi sinh hoạt đều ngưng trệ.

Sài Gòn vừa được bãi bỏ lệnh cách ly. Tôi mừng như trứng nước, liền gọi cho vợ chồng An – Lệ và Hữu hẹn đến uống cà phê tại quán Cái Chùa trong xóm nhà tôi. Hơn hai tháng vắng mặt nhau giờ tôi ngồi trầm ngâm nghe những người bạn thao thao kể chuyện. Không như mọi lần bàn tính về Tập san Quán Văn số tới hoặc những chuyến cả đoàn chuẩn bị đi xa. Lần này cả ba người kể cho tôi nghe vô vàn chuyện lạ đời về những nhân vật kỳ bí vừa xuất hiện từ những hang cùng ngõ hẹp trên đất nước này. Hầu hết những nhân vật ấy xuất thân là những người có một đời sống trước kia khó khăn, hay một số mắc bệnh ngặt nghèo, có kẻ bị tật nguyền từ thuở nhỏ hoặc bị tai nạn làm mất đi một phần thân thể. Có người lại mắc bệnh tâm thần nhẹ. Tất cả họ cùng nhau dù mỗi việc làm giúp người, cách biệt khác nhau. Có người bỏ cả sự nghiệp kinh doanh giàu có lên núi vào rừng tìm cây thuốc nam về lập nhà thương để cứu người nghèo khổ mà không nhận thù lao. Có người mà hàng xóm gắn biệt danh Ba Khùng vì ông ta đôi lúc không bình thường lại tìm những kẻ bị tâm thần quây quần vui đùa ca hát. Cùng nắm tay nhau cất giọng ca khàn ngọng nghịu *Từ bắc vô nam nối lại...*

Gương mặt người kể chuyện thay đổi theo từng biến chuyển từ những sự kiện mà những nhân vật này xử thế. Khi vui thì nở nụ cười. Chuyện buồn đôi mắt ứa lệ. Chuyện bí hiểm thì lắc đầu. Tôi như kẻ bị thôi miên. Ngồi nghe Hữu kể mà tôi như một con mồi bị mắc màng nhện. Cứng đơ. Lệ như nhận ra tôi đang lạc vào một cõi nào đó nên vỗ vào vai tôi. Hình như tôi đang tìm kiếm một khuôn mặt nào đó một trong những nhân vật mà Hữu đang kể.

Chuyện xảy ra ở bên kia quả địa cầu. Nước Mỹ. Chẳng xa lạ gì với tôi. Đó là gia đình chỉ có hai mẹ con sống trong một ngôi nhà khang trang bề thế. Người mẹ xưa kia, với tôi, một mối tình đầu đã vỡ tan. Sau hơn ba mươi năm qua chúng tôi gặp lại nhau tại Sài Gòn. Tiếp đó tôi qua Mỹ đến thăm nàng. Bấy giờ chúng tôi đã thành những người không còn trẻ, vết nhăn đã hiện trên khóe mắt nhưng lòng vẫn xúc động khi ngồi bên nhau, trên bàn món ăn là những món cơm chay. Tôi không lạ gì, nàng từ thuở thanh xuân ở quê nhà đã từng ở trọ trong một ngôi chùa nhỏ, không phải là ni cô nhưng lại ăn chay trường. Người tôi chú tâm là chàng thanh niên sống với mẹ, ăn chay trường nhưng không phải là người tu hành.

Lần đầu gặp tôi tại Sài Gòn trong một lần dẫn nhau dạo phố, nàng kể cho tôi về đứa con trai đầu tên Huy. Tôi có cảm tình ngay, xem như con trai của mình. Huy và mấy em tiếp theo, mồ côi cha từ năm 1976. Cha Huy chết trong trại cải tạo bởi cơn sốt rét rừng. Trước kia ông là một sĩ quan võ bị đã từng xông pha nơi chiến trường. Như mọi gia đình cùng cảnh ngộ mẹ con Huy sống lao đao vất vưởng, người đàn bà trẻ tuổi thành kẻ góa bụa thay chồng nuôi cả bầy con thơ dại. Những năm 1980 Huy được mẹ vơ vét bao nhiêu tiền của để đưa cậu bé vượt biên sang Mỹ.

Thời đó vượt biển được quy vào tội phản quốc. Và những gia đình có thân nhân dính vào quân đội hoặc công chức của chế độ Miền Nam Cộng Hòa đều mang mặc cảm của người thua cuộc. Họ còn bị phân biệt lý lịch, ngay cả con cái họ gặp khó khăn trong việc học hành. Mẹ Huy hy sinh đời mình để Huy có một tương lai sáng sủa hơn. Bà không muốn con mình sống trong cảnh hận thù.

Ngày Huy rời gia đình để đến một nơi vùng biển với một gia đình tổ chức vượt biển, người mẹ chỉ ôm con vào lòng. Những ngày sau đó người mẹ chỉ biết cầu nguyện Trời phù hộ cho con mình được bình an, vượt qua sóng gió bão táp của đại dương bao la. Đến được một vùng đất tự do. Người mẹ cứ đợi tin vui từng ngày. Mỏi mòn. Thời đó thuyền nhân người Việt lén lút bỏ nước ra đi, tin buồn nhiều hơn tin vui. Bỏ xác dưới đại dương làm mồi cho cá mập. Hằng đêm mẹ Huy đọc kinh cầu nguyện vì cả năm rồi vẫn bặt tin con. Người mẹ chỉ nở một nụ cười khi nhận được thư người bảo trợ cho con mình sống trên đất Mỹ.

Hai mẹ con Huy sống cách nhau nửa vòng trái đất. Tưởng rằng suốt đời họ sẽ xa nhau. Cuối cùng mẹ Huy cùng các em cũng được qua Mỹ dù đã mười hai năm sau hai mẹ con mới gặp lại. Bấy giờ Huy đã trưởng thành. Huy được đào tạo trong môi trường giáo dục nhân bản. Sau này Huy trở thành một bác sĩ. Huy lập gia đình với một người con gái phương Tây. Người mẹ về sống cùng một mái nhà với vợ chồng Huy.

Những lần tôi qua Mỹ đến thăm chỉ thấy hai mẹ con hỏi ra mới biết Huy đã ly dị vợ rồi, cô nàng đã về nước Pháp. Khi Huy biết mẹ mình và tôi đã từng có một thời gian yêu nhau thắm thiết nhưng duyên không thành, rồi mỗi người đều có gia đình khác, một hạnh phúc khác. Phần tôi đã yên bề gia thất. Còn mẹ Huy từ ngày chồng chết vẫn chưa tái giá dù nàng có nhiều người đàn ông khác theo đuổi. Chúng tôi gặp lại nhau đã hai mươi năm rồi tình cảm đối với nhau vẫn trong sáng như thời mới yêu nhau. Hạnh phúc riêng của người này là niềm vui của người kia. Giữa vợ tôi và mẹ Huy xem nhau như hai người bạn thân tình. Các con tôi rất thương mến mẹ Huy. Ngược lại tôi xem Huy như con trai mình. Tôi yên tâm cuối đời vẫn thấy được người xưa an cư nơi xứ lạ quê người. Tôi thường theo dõi đời sống nàng.

Từ San José, Phan gọi điện báo cho tôi biết Huy đã bán ngôi nhà, lấy tiền về Việt Nam. Tôi đâm hoảng không biết lý do và lo lắng vô cùng những ngày sắp tới mẹ Huy sống ra sao. Tôi giận Huy vô cùng. Tôi hình dung trong trí tưởng đôi mắt nàng ngấn lệ nuốt nỗi sầu đau đớn trước sự việc quá bất ngờ này.

Tuần lễ sau, Lữ gọi điện mời tôi đến dự buổi cơm chay đãi mẹ con Huy mới về Việt Nam. Tôi từ chối. Tôi không đủ can đảm để chứng kiến sự việc kỳ lạ này. Nỗi đau của người yêu xưa hay sự thất vọng về lối hành xử của đứa con trai mà bà đã hết lòng thương yêu đã làm tôi thất vọng.

Tôi cho Lữ biết tâm sự này khi Lữ trách tôi là vô tâm. Từ lâu Lữ hiểu tình cảm tôi đối với nàng tha thiết đến mức độ nào, Lữ tưởng khi báo tin nàng về tôi sẽ đến gặp ngay. Khi Lữ cho tôi biết anh cũng ngạc nhiên vô cùng trước cuộc chia tay giữa hai mẹ con này trên mảnh đất

Việt Nam. Người Mẹ luôn nở nụ cười rạng rỡ như đang hãnh diện về sự trở về quê cha đất tổ của con mình. Còn Huy ung dung, thảnh thơi như đang đi trên con đường hạnh phúc.

Chính sự ngược lại điều tôi tưởng đã làm tôi hồi tâm. Tôi tự trách mình hồ đồ. Tôi tìm đến thì Mẹ Huy đã về Mỹ. Còn Huy, cả Lữ và tôi đều bặt tăm.

*

Có những sự việc xảy ra trong đời mình, cứ tưởng nó sẽ qua đi và mất hút trong trí nhớ. Bỗng nhiên từ một sự kiện khác làm bùng dậy, nối kết nhau xáo trộn thời gian thành một chuỗi hình ảnh liên tiếp như một cuộn phim. Nụ cười như mãn nguyện của nàng đã làm tôi nhớ lại, từ những năm trước khi hai chúng tôi ngồi bên nhau, tâm sự với nhau về những người thân yêu của gia đình mình. Nàng kể cho tôi nghe về sự kỳ diệu lạ lùng đã cứu sống Huy trong chuyến vượt biển.

Biển cả mênh mông. Tưởng rằng mình sẽ được đi trên con tàu lớn như người tổ chức hứa hẹn tương xứng với lệ phí mỗi người cả mười cây vàng. Ai ngờ chỉ là tàu đánh cá cũ kỹ nhưng tiến thoái lưỡng nan. Thôi đành theo mệnh trời. Sinh mệnh của mấy mươi người nằm la liệt vì say sóng, nhưng rồi cũng gắng gượng được trở lại bình thường sau khi uống vài viên thuốc mà người lái tàu dự phòng mang theo.

Tưởng rằng chỉ khoảng vài tiếng đồng hồ thuyền ra khơi sẽ đưa những mọi người lên chiếc tàu lớn đang đợi ở một địa điểm đã định. Nhưng kế hoạch đã vỡ, con tàu biệt tăm. Chiếc thuyền lại mất phương hướng. Người tài công trước kia là một sĩ quan hải quân chỉ phụ tá cho một thuyền trưởng của một hạm đỉnh. Vợ con anh đã di tản qua Mỹ trên chiến hạm của đơn vị anh trước ngày 30 tháng tư. Bây giờ, bằng mọi thách thức anh phải đưa con tàu nhỏ bé này vượt biển đến bất kỳ một đất nước nào,

Ngoài dự tính, con tàu đã hết nhiên liệu. Thức ăn mọi người mang theo thường là lương khô và nước ngọt cũng đã cạn kiệt. Sức khỏe nhất là đối với lũ trẻ cũng bắt đầu suy yếu, chúng không chịu nổi gió biển gào thét và những cơn mưa bất chợt rét lạnh.

Tai ương ập đến. Ban đầu là cái chết của một cô bé gái lên mười tuổi mang căn bệnh tim bẩm sinh. Người thiếu phụ ôm xác con vào lòng. Tóc rối bù. Đôi mắt thất thần. Miệng lẩm bẩm hát ru, những lời rối bù. Huy không quên được hình ảnh đau thương ấy mỗi lần Huy kể lại cho mẹ nghe. Hình ảnh kinh hoàng nhất là cảnh vất xác con bé xuống biển như vất một hòn đá vô tri. Hai người đàn ông nắm lấy hai cánh tay và hai bàn chân bé nhỏ, đưa đưa, miệng hô to một hai ba, xác con bé tung lên và quăng xa rồi rớt xuống biển, một tiếng động vang lên, một bọt nước trắng xóa văng lên. Hình ảnh này cứ ám ảnh mãi tâm hồn Huy Đứa bé gái đó là cô bạn thân cùng hàng xóm, chúng thường chơi trò quăng những hòn đá nhỏ xíu lên mặt nước của một con suối. Tiếng trẻ thơ cùng reo lên một hai ba để khởi động cuộc chơi. Ở xứ người, mỗi lần nghe bọn trẻ con trong trường học hô to một hai ba bằng tiếng Anh cũng làm tim Huy đập mạnh như muốn vỡ tan. Có phải vì cô bé đó không chịu nổi phong sương bão táp bởi cơn bệnh tim, trước khi lìa đời Huy đã ôm chặt lấy cô bé mà sau này lớn lên Huy quyết tâm vào học ngành y.

Con tàu nhỏ này lênh đênh trên lòng biển cả bao la, mất cả phương hướng. Nhiên liệu tiêu sạch. Lương thực và nước ngọt mang theo cũng hết. Sức lực thuyền nhân đã cạn kiệt chỉ chờ cái chết đến như đứa bé gái trước đó, bỗng có tiếng của người lái tàu báo hiệu phía xa một chiếc tàu đang tiến gần, mọi người bừng dậy, nhưng chỉ một phút chốc họ đâm hoảng sợ nhất là đám phụ nữ khi con tàu mang cái cờ màu đen có cái sọ người vừa sáp vào mạn thuyền. Bọn hải tặc, mặt mày đen đúa, mình trần trụi, giơ bộ ngực xâm hình con hổ, tay lăm le khẩu súng ngắn. Một tên đầu đảng cầm súng đưa lên trời bắn giương oai. Người đàn bà vừa mất con cũng là cô ruột của Huy còn chưa qua cơn đau khổ sợ hãi ôm chặt lấy Huy khi tên đó tiến đến với vẻ mặt hung tợn. Hắn nhe hàm răng trắng có viền vàng. Hai bàn tay thô bạo nắm lấy đôi vai mảnh khảnh đang run rẩy ra khỏi người Huy. Thằng bé sợ hãi, nhưng vừa nhớ đến lời mẹ dạy. Huy đưa bàn tay bé bỏng nắm chặt tượng Phật Bà Quan Âm. Huy nguyện cầu. Như lời Mẹ dặn.

Ngày đó, trước khi giao con cho người bảo hộ, Hiền chỉ bỏ vào túi áo con một tượng Phật Bà Quan Âm bằng sứ nhỏ xíu được gói trong một trang giấy học trò. Nàng ôm con vào lòng mà nói nhỏ dặn con khi nào gặp nạn con hãy nắm thật chặt bức tượng nhỏ trong lòng bàn tay. Tượng Phật Bà làm bằng cẩm thạch nhỏ nhắn xỏ vào một sợi dây chuyền bằng bạc là quà tặng của mẹ Hiền cho đứa con gái, như một bùa hộ mệnh. Trong những ngày di tản khỏi thị xã nơi gia đình Hiền sinh sống thoát cảnh chiến trường đẫm máu, cũng như mọi người dân khác bỏ nhà bỏ của kéo nhau tìm đến một tỉnh lỵ khác còn im tiếng súng. Suốt cả ngày đêm Hiền lẽo đẽo theo sau dòng người như đàn kiến vượt qua mọi cản trở. Thân gái dặm trường lại dắt thêm đứa con trai mới 5 tuổi. Cảnh hoảng loạn mọi người xô đẩy nhau khi có một tràng súng nổ từ phía trước. Đứa con trai buông tay mẹ chìm trong dòng người kéo đi. Hiền với đôi chân rướm máu nhưng cố lết rồi ngồi dưới một gốc cây bên vệ đường. Hiền đưa tay lên ngực nắm lấy pho tượng theo như lời dặn của mẹ nàng mà niệm Phật cầu nguyện phù hộ cho nàng tìm được con. Suốt cả một đêm trong khu rừng Hiền khi chợt mắt, miệng lâm râm cầu Phật, Gần sáng Hiền thiếp đi một chập, mở mắt thấy trước mặt thằng con trai đang cười mừng rỡ. Người đàn ông tả tơi trong bộ đồ trận giao lại đứa bé cho Hiền, dặn dò đôi ba câu, chỉ hướng cho mẹ con nàng ra khỏi khu rừng mất an ninh này. Hình ảnh người lính này làm Hiền lo lắng đến số phận của chồng mình đang chiến đấu ở mặt trận Xuân Lộc. Hiền tiếp tục niệm Phật cầu mong cho chồng giữ toàn mạng sống. Chồng Hiền nhiều lần thoát chết ngoài chiến địa. Đại dương bao la và đầy nguy hiểm, Hiên giao tượng Phật nhỏ này lại cho đứa con như một bùa hộ mệnh.

Chỉ trong tích tắc. Không hiểu sao Huy hét lên một tiếng kêu ghê rợn. Bọn hải tặc lao nhao nhảy qua tàu chuồn mất. Chính khoảnh khắc đó người đàn bà từ đâu đến nhập vào hồn Huy. Chính bà ấy đưa tiếng hét thất thanh của Huy bay xa làm cho một chiếc tàu lớn đang di chuyển ngoài khơi tìm đến cứu nạn.

Ngày mẹ con Hiền gặp nhau trên đất Mỹ, Hiền mới nghe con trai mình kể lại chuyến vượt biên đầy bí hiểm. Nó vượt qua mọi lý trí suy luận. Bấy giờ Huy đã thành một chàng thanh niên dáng người cao ráo có đôi mắt màu xanh vầng trán rộng đang theo học ngành y tại trường đại học California. Những lần ngồi bên mẹ, Huy thường hỏi mẹ về Phật Bà Quan Âm, Hiền nói như một ni cô đang thuyết pháp. Thuở còn cắp sách đến trường Hiền đã từng trú ngụ ở một ngôi chùa nữ trong thị xã, hằng đêm Hiền nghe kinh cùng tiếng gõ mõ đều đều của những ni cô trước bàn thờ to lớn bệ vệ bức tượng thếp vàng Phật Bà Quan Âm. Khi hai mẹ con sống cùng chung một mái nhà, việc đầu tiên là Hiền lập một bàn thờ Phật Bà Quan Âm, tìm chưa có tượng Phật chỉ có một bức tranh vẽ Phật Bà Quan Âm ngồi trên tòa sen, vẻ mặt hiền từ thánh thiện, trên đầu có vầng hào quang. Khi Huy cho mẹ biết về người đàn bà xuất hiện trong tâm tưởng của Huy trong lần cứu nạn chiếc tàu qua cơn nguy biến khác hẳn với hình ảnh Phật Bà Quan Âm. Huy cố gắng diễn tả khuôn mặt dáng người đó với mẹ mình với giọng nói đầy xúc động. Người đàn bà đó, khoác trên mình một chiếc áo màu vàng nhũ có đóng dấu hoa văn như trống đồng. Đôi mắt có đuôi. Lông mày cong và mảnh. Bàn tay năm ngón thon. Toát lên một cảm giác ấm áp khi bà ôm chặt lấy Huy. Bà vỗ về Huy. Trước khi bà biến mất, bên tai Huy vẫn văng vẳng tiếng nói trách móc đến một ai đó: *Sao ông để con cháu mình bị đày đọa thảm khốc như thế này, Giận chồng nhưng ta phải cứu con cháu mình.*

Giật mình Hiền lẩm bẩm: Chẳng lẽ là bà Âu Cơ, Huy thắc mắc và nhờ mẹ giải thích. Hiền kể lại truyền thuyết Lạc Long Quân và Âu Cơ mà thuở bé nàng đã thuộc lòng từ một cuốn sách sử thời tiểu học.

Tưởng rằng Huy bị ám ảnh về nỗi kinh hoàng của một chuyến vượt biển thời thơ ấu cùng việc thoát nạn và được cứu sống đưa Huy qua một đất nước khác một cách bí hiểm mà bao nhiêu năm Huy không giải thích được. Đã 40 năm qua, bây giờ Huy là người đàn ông 50 tuổi, một bác sĩ về tim mạch nổi tiếng trong một đất nước giàu mạnh nhất thế giới, bỗng dưng Huy bán hết gia tài, nhà cửa để trở về quê cha đất tổ, Hiền thắc mắc. Huy hỏi lại: - Mẹ ơi, mình nợ cái gì, của ai thì mình không trả được không? Người mẹ nói dứt khoát: - Nợ thì phải trả. Bất cứ lúc nào.

Huy cầm tay mẹ: Bây giờ con trả nợ đây.

- Nợ ai?

- Nợ bà Âu Cơ.

- Lúc nào?

- Bốn mươi năm trước. trong chuyến vượt biển. Con có một lời nguyện.

Người Mẹ, một người đàn bà đã trên 70 tuổi đưa bàn tay lên vuốt tóc con mình nói nhỏ: Hạnh phúc cho ai đã làm thực hiện được ước nguyện của mình. Cả hai mẹ con đều nở một nụ cười thỏa mãn rạng rỡ.

Những ngày đầu Xuân, trời Sài Gòn lạnh hơn mọi khi, lời chúc mừng đầu tiên cùng lời cám ơn đến với mọi người, tôi đặc biệt dành cho mẹ con Hiền nhất là Huy.

Chính sự trở về quê cha đất tổ của Huy đã làm tôi thay đổi lối nhìn về một truyền thuyết mà từ thuở ấu thơ đến tuổi xế chiều vẫn làm tôi ray rứt. Cái chia tay mỗi người mỗi ngả, dắt thêm đàn con 50 người. Lạc Long Quân xuống biển. Âu Cơ lên rừng. Vợ chồng chia lìa. Anh em 100 người chia đôi, quên bằng mình cùng một bọc trăm trứng sinh ra. Những cuộc nội chiến xuyên suốt bao nhiêu thời kỳ lịch sử. Những con sông làm ranh giới chia đôi đất nước. Sông Gianh thời Trịnh – Nguyễn phân tranh. Sông Bến Hải ngăn cách hai chế độ. Lịch sử cứ lặp đi lặp lại. Nỗi đau mất mát triền miên.

Bấy giờ tôi giật mình mới khám phá ra hình như người viết sử ngày xưa đã bỏ mất đoạn kết về truyền thuyết Lạc Long Quân – Âu Cơ.

Chỉ sau một thời gian cả hai người đều dắt đàn con về trên thảo nguyên. Trăm đứa con ôm nhau sau bao năm xa cách. Chiến tranh không bao giờ trở lại.

Nguyên Minh
Ngày đầu năm 2021

NGUYÊN MINH
Thằng Lai

Năm 1976, tôi bỏ thành phố, dẫn vợ con về sống ở một thôn làng, trước đó chưa bao giờ tôi nghĩ đến. Bỏ lại tất cả sau lưng, không luyến tiếc. Làm lại đời sống khác. Mới lạ với tôi nhưng quen thuộc với những người dân nông thôn, suốt đời gắn bó với ruộng vườn, lao động chân tay, họ phải còng lưng chịu đựng. Tôi làm quen với cái cuốc cái rựa. Cố quên đi một thời làm văn chương chữ nghĩa. Gắng sống như một nông dân. Cái gốc tiểu tư sản như anh tôi từ miền Bắc trở về gán cho tôi và khuyên tôi phải lột xác, nhưng nó đã bám chặt trong máu thịt tôi rồi. Mỗi buổi sáng trước khi cuốc đất tôi vẫn ung dung uống cà phê, hút một điếu thuốc thơm có đầu lọc, nghe vài bản nhạc hòa tấu thính phòng. Với vóc dáng nhỏ người cùng căn bệnh đau bao tử thường hành hạ tôi vì hằng ngày phải ăn cơm độn với lúa mì hoặc bo bo. Tôi chưa thích hợp với môi trường nông thôn, may mà có vợ tôi, từ một người con gái với thân hình nhỏ nhắn xinh đẹp và hồn nhiên vui vẻ trong công việc nhà nông, trồng rau và chăn nuôi gia súc. Trong lãnh vực nào nàng cũng đem lại những thành quả cao làm người nông dân thuần túy phải phục nàng. Hỏi ra, nàng cho biết những ngày ở phố khi trông nom tiệm sách của chúng tôi, rỗi rảnh nàng đọc những sách về chăn nuôi và trồng trọt. Từ đó nàng đem ra áp dụng thực tiễn. Nàng như một lao động chính. Tôi thành lao động phụ, giúp vợ tôi chăm nom một bầy con dại.

Làng tôi ở chỉ cách thị xã Tháp Chàm vài cây số, qua cái cầu Móng bắc ngang, thường ngày đón đoàn tàu hỏa Bắc Nam, người bộ hành và xe cộ chỉ được lưu thông một chiều khi người gác cầu thổi còi cho phép. Vợ tôi thường ngày vẫn gánh hai thúng rau qua cầu đến chợ ngồi bán. Khi về mang theo thực phẩm, bánh kẹo cho các con, cùng cà phê thuốc lá đường sữa cho chồng.

Những năm đầu, làng tôi ở chưa có điện, ban đêm phải thắp bằng những ngọn đèn dầu. Mỗi hộ gia đình hàng tháng tiêu chuẩn chỉ mua được 2 lít dầu. Buổi tối ở thôn quê nhà nhà đều tắt đèn ngủ sớm, riêng tôi vẫn giữ thói quen ngày trước ở phố vẫn thức khuya, đọc sách. Dưới ánh đèn dầu le lói, mắt tôi kém thị lực, hậu quả vì chăm bằm dán sát vào trang chữ nhỏ trên giấy. Vợ tôi biết nỗi đam mê đó của tôi từ ngày cưới nhau, nàng vào giường ngủ trước với mấy đứa con còn nhỏ dại. Tôi phải nhường lại dầu hỏa cho vợ tôi dùng vào việc bếp núc, để khỏi phải quơ quét những cành cây khô trong vườn làm củi đun lò, khói mù mịt.

Nhu cầu dùng dầu hỏa của gia đình tôi thành thiết yếu sau nguồn lương thực hàng ngày. Biết điều này nên khi tôi gặp lại Khanh, hắn đề nghị tôi về dạy lớp bổ túc văn hóa vừa mới phát động phong trào xóa nạn mù chữ toàn xã. Ban đầu tôi giãy nảy từ chối. Khanh đang giữ chức hiệu trưởng một trường trung học tại xã tôi đang trú ngụ. Khanh nói: Tiêu chuẩn cho một thầy giáo lớp bổ túc văn hóa xã được phát 20 lít dầu hỏa đó. Mặc sức mà có để thắp đèn đọc sách, và còn giúp bếp núc cho vợ nữa.

Lớp học bổ túc văn hóa chủ yếu là lớp vỡ lòng xóa nạn mù chữ. Chỉ mở dạy từ buổi tối, dưới ánh đèn dầu, trong trường cấp một ngay sau hàng rào giáp ranh với nhà tôi. Học trò đến lớp đặc biệt này là những người dân lớn tuổi từ ba đội sản xuất nông nghiệp đưa ra, nhưng chỉ lác đác vài mươi người, học để lãnh được vài ba gịa lúa của hợp tác xã. Được vài ba tháng học viên từ từ bỏ cuộc. Chỉ còn độc nhất một học trò phấn khởi đến lớp. Thằng bé mười tuổi, tên Lai.

Đúng với cái tên mà người ta đã gắn cho em. Cậu bé có mái tóc màu vàng, đôi mắt màu hạt dẻ, chiếc mũi cao, cùng nước da trắng pha chút màu vàng. Đáng lẽ với tuổi này cậu phải đến trường, học lớp ba, như các trẻ nhỏ khác. Đến tuổi đi học, thằng Lai bị nhà trường từ chối không nhận vì cậu không có giấy khai sanh cũng như hộ khẩu thường trú. Hơn nữa, cha mẹ nó cũng bắt nó ở nhà để sai việc vặt hoặc trông nom đứa em gái cùng mẹ khác cha mới sanh. Bọn trẻ hàng xóm mỗi lần gây chuyện với nó cuối cùng thốt lên tiếng mạ lỵ: Đồ tàn dư Mỹ Ngụy, mặc dù cậu bé không hiểu ý nghĩa, kể cả bọn trẻ kia. Chúng chỉ nghe lời mỉa mai của người lớn trong thôn xóm xỉa xói về mẹ con thằng bé. Cái mặc cảm này đã bám riết vào những gia đình như em suốt một thời gian dài. Không phải sau năm 1975 người dân có cái nhìn khắc nghiệt khinh khi họ, mà đã có từ lâu khi lính Mỹ ồ ạt vào miền nam Việt Nam làm xáo trộn nếp sống truyền thống. Đời sống nghiêng về vật chất, thực dụng hơn. Trong thời điểm đó chính tôi đã chứng kiến biết bao chuyện đau lòng về sự tan nát những mối tình trong sáng hoặc những cuộc hôn nhân tưởng chừng sẽ bền vững.

Thằng Lai học hành chăm chỉ, qua ba tháng em đã rành đọc và viết đúng lúc kết thúc phong trào xóa nạn mù chữ trong thôn. Những buổi chiều rỗi việc cậu bé chạy qua nhà tôi nhờ giảng những câu ca dao hoặc những câu chuyện cổ tích trong một cuốn sách mà tôi đã tặng cậu bé. Tôi cũng không ngờ cậu bé thông minh và có trí nhớ lạ thường. Đó là động lực thúc đẩy để tôi tận tâm bổ sung cho em một kiến thức căn bản về tiếng Việt, về văn học dân gian. Giữa chúng tôi phát sinh tình cảm thân thương. Như cha và con. Tôi càng thông cảm em hơn khi biết hoàn cảnh gia đình. Cũng như gia đình tôi, cha mẹ em cũng là dân tứ xứ lưu lạc về đây. Họ đến ngôi làng nhỏ này trước tôi. Cũng như mọi gia đình khác đến trú ngụ nơi này, ngôi nhà nhỏ tường trét đất, mái lợp bằng tranh rạ, cửa ngõ là những tấm phên bằng tre, nền nhà đất rắn chặt. Nhà của thằng Lai chỉ cách nhà tôi vài mươi mét, cách nhau một con mương nhỏ.

Mẹ của thằng Lai là một thiếu phụ dù bấy giờ trông gầy mòn ốm yếu, đôi mắt âu sầu như giấu trong lòng niềm bí ẩn, bà thường mặc bộ đồ vải thô màu đen, lục đục trong sân nhà trơ trọi, ít khi ra ngoài. Vài lần tôi đến nhà gặp bà, qua cách tiếp chuyện tôi biết trước kia bà thuộc gia đình khá giả. Bà cũng như vợ tôi, vẫn ẩn tiềm nét đẹp trang đài của một thời không xa.

Ngay lần đầu tôi gặp mẹ thằng Lai, tôi ngờ ngờ trong trí nhớ về hình ảnh một người đàn bà, làm tôi liên tưởng đến chị Dung. Lòng tôi xót xa mỗi lần nhớ đến chị. Thuở mới lớn, khuôn mặt chị đại diện về những người con gái hiền thục, với mái tóc thề xõa ngang vai, với đôi mắt tròn có đuôi, với đôi môi mọng ướt, cùng nụ cười có lúm đồng tiền, với dáng đi thướt tha, với giọng nói nhỏ nhẹ. Chị Dung là bạn cùng thời với chị kế tôi. Gia đình chị ở thành phố miền biển. Mỗi lần có dịp ra đó chị em tôi thường đến thăm chị. Chúng tôi thường kéo nhau ra ngồi trên bờ cát trắng, nhìn những bọt sóng biển tung bọt trắng vỗ vào bờ đều đều âm vang. Tối về hai chị em tôi thả hồn theo tiếng hát của chị. Vừa đậu Tú Tài chị rời trường Võ Tánh để đi lấy chồng. Kết quả mối tình đầu của cô nữ sinh với một sĩ quan không quân. Chồng chị lại là anh của thằng bạn tôi. Cả hai gia đình cô dâu chú rể là những công chức có quyền thế giàu có cùng nề nếp. Chị Dung về làm dâu, được cha mẹ chồng yêu quý. Một thời gian dài tôi không có dịp ra thăm anh chị cho đến lúc tôi gặp Trương, bạn tôi, em chồng chị Dung đổi về làm sĩ quan liên đoàn bảo vệ phi trường Thành Sơn, tôi mới biết tin chị. Tôi bàng hoàng xúc động. Chị đã ra đi. Biệt tăm. Chồng chị đã tìm kiếm khắp nơi. Vô ích. Anh đâm ra rượu chè be bét. Cuối cùng anh chết trong một phi vụ lái máy bay. Tôi chưa kịp hỏi lý do về sự bỏ nhà ra đi của chị Dung thì Trương đã nói: Chị không chịu nổi sỉ nhục của gia đình hai bên khi biết đích xác đứa bé trong nôi càng ngày càng giống một thằng bé lai Mỹ. Tôi mơ hồ biết chị giỏi Anh ngữ đã từng học thêm ở Hội Việt Mỹ, chị phát âm tiếng Anh rất chuẩn nên chị được tuyển dụng làm thông dịch viên. Sau năm 1975, tôi không gặp lại Trương nữa.

Trái lại, người chồng mà thằng Lai gọi bằng cha, là một người đàn ông to lớn, vạm vỡ, đôi lông mày rậm, đôi môi dày. Giọng nói rõ tiếng, ồ ạt. Trước kia ông đi lính. Ba gai. Bạt mạng. Sau năm 1975 ông không tìm về quê cũ. Ông đưa gia đình tới sống nơi này, một vợ và hai đứa con. Trai: Thằng Lai. Gái: Bé Loan. Con ghẻ. Con ruột. Thường ngày, người chồng mà dân trong làng gọi Trâu Bặm, sáng đi chiều về, đèo thêm hai bên sườn chiếc xe đạp trành mấy cây gỗ tạp đốn từ trong rừng, bán cho nhà vườn làm giàn trồng nho. Thường ngày Trâu Bặm ít nói, cứ lầm lì, nhưng mỗi lần uống rượu say anh ta chửi bới lung tung sừng sộ với vợ con, có lúc chân thấp chân cao vói chụp bất cứ ai trong tầm tay mà hạ cánh tay thượng cẳng chân, rồi té nhào xuống đất, ngất ngưởng chìm trong cơn ngủ say. Lúc tỉnh rượu nghe vợ kể lại Trâu Bặm hiền lành xin lỗi. Lúc ấy anh bày cách mọi người hãy tránh xa lúc anh say rượu, để tránh những ngọn đòn vô cớ. Mẹ thằng Lai nói ngược lại: Muốn chấm dứt những cảnh đó tốt hơn là anh bỏ rượu. Việc này anh không bỏ được. Thôi thì vài chung rượu một mình. Rồi thôi.

Thằng Lai là đứa trẻ chuyên xách cái chai đi mua rượu theo lệnh của Trâu Bặm. Những lần anh ta say nằm lì trên giường kẻ chăm sóc tận tình chính là thằng con lai mà thường ngày anh la mắng hoặc đánh đập nó trong lúc mẹ nó vắng mặt. Bao nhiêu bực dọc anh trút lên đầu thằng bé vô tội. Thằng Lai cắn răng chịu trận chứ không than vãn với mẹ mình. Đơn giản, thằng Lai không muốn nhắc mẹ mình nhớ về một dĩ vãng đau đớn.

Thời gian trôi qua. Thằng Lai trở thành một thanh niên cao lớn, giòng máu người Mỹ trội hẳn lên, nhìn chàng thanh niên này không ai nghĩ anh mang trong người thêm một giòng máu khác nữa. Tóc vàng bồng bềnh. Râu ria lởm chởm. Lông mày rậm rịt. Đôi bắp tay rắn chắc. Lồng ngực nở nang. Nước da rám nắng vì suốt ngày giao tiếp ngoài trời, đi trên chiếc xe bò từ thôn làng vào khu rừng gần núi, cùng người cha bấy giờ sức khỏe đã giảm sút, đốt củi hầm than. Mặt mày hai cha con bám đầy bụi than đen ngòm. Đáng lý ra với tuổi này, giống như trai tráng trong làng, anh phải có bạn bè, nhưng anh chẳng có ai tâm sự ngoài cô em gái mới lớn mà thủa nhỏ anh thường chăm sóc.

Gia đình tôi sống nơi thôn làng này được hơn 15 năm. Tưởng rằng khi rời bỏ nơi này vào sinh sống ở Sài Gòn, tôi sẽ quên hết những gì tôi đã sống tạm bợ cùng những người một thời tôi quen biết. Té ra họ vẫn tồn tại trong tận cùng ý thức, chỉ chờ một cơ hội nào đó để bung ra. Như hình ảnh thằng Lai ngày tôi về thăm xóm làng này.

Tôi tìm đến nhà em. Lúc này trong làng không còn tìm đâu ra ngôi nhà tranh vách đất nữa mà đã thay thế bằng những ngôi nhà tường gạch mái ngói màu đỏ. Mẹ Lai, bây giờ trông chị khác hẳn, chị đẫy đà, quần áo tươm tất, khuôn mặt đầy đặn, ăn nói dịu dàng:

- Vợ chồng tôi vẫn thường nhắc đến anh, như một người thầy đã khai tâm cho con trai tôi.

Tôi hỏi thăm về thằng Lai. Chị nở nụ cười tươi rói:

- Cháu vừa mới dắt cô bạn gái từ Sài Gòn về, đi với em gái mình lên phố uống cà phê rồi.

Vừa dứt lời, tiếng nổ ròn rã từ chiếc xe Dream và tắt hẳn trước nhà, một đôi thanh niên bước vào. Trước mặt tôi, Lai đã hóa thân thành một người khác, hoàn toàn tôi không thể ngờ được. Từ cách ăn mặc hợp thời trang, chiếc áo Pull màu sắc sặc sỡ có mang hình cờ Hợp Chủng Quốc Hoa Kỳ, chiếc quần Jean (bạt) bạc màu còn gắn mạc Maradona. Chân mang đôi giày Adidas. Tay đeo đồng hồ Thụy Sĩ. Lai đã lột xác. Như một người ngoại quốc đi du lịch đến đây, Lai đến bắt tay tôi với nụ cười rạng rỡ, tự tin. Tôi ngỡ ngàng hơn khi Lai chào tôi bằng tiếng Anh:

- How are you?

Sau đó Lai ôm chầm lấy tôi, nói nhỏ:

- Bác ơi, con sắp về Mỹ rồi.

Tôi mừng cho Lai được về đất nước đã sinh ra cha anh, như ước nguyện của mẹ anh, dù bà phải nuốt hận đau thương.

Lai đưa tay choàng qua vai người con gái đứng bên cạnh, giới thiệu:

- Đây là vợ sắp cưới của con.

Tôi nhìn cô gái như nhận một người thân. Cô có vóc dáng của một tiểu thư con nhà giàu, từ mái tóc uốn ngắn. Đôi lông mày kẻ đậm. Đôi lông mi cong vút. Đôi môi mọng ướt tô son đỏ tươi. Duyên dáng trong chiếc áo đầm ngắn, hở cổ lộ ra mảng da trắng nõn nà. Bàn tay năm ngón điểm màu sơn hồng. Chân mang đôi giày cao gót. Cả đôi trai gái này, nhìn vào như một đôi diễn viên điện ảnh.

Lai nói về tôi cùng cô gái:

- Bác Nguyên là người mở đầu cho anh về văn học Việt.

Lai giới thiệu với tôi:

- Yến đây là người luyện giọng cho con nói tiếng Mỹ. Bây giờ Bác Nguyên về sống cùng thành phố với Yến. Sẽ gặp lại nhau tại Sài Gòn trước khi chia tay rời Việt Nam nghe bác.

Về lại Sài Gòn, như đã hẹn, tôi và Lai đến một quán cà phê sân vườn ở quận Một. Hai bác cháu, lần đầu tiên tâm sự với nhau. Bao nhiêu ẩn khúc Lai thổ lộ với tôi. Tình cảm anh đối với người mẹ rất thắm thiết và thiêng liêng với lòng bao dung che chở trước cái ác cảm cay nghiệt của người cha ghẻ. Bao nhiêu lần Lai muốn biết rõ tung tích người cha ruột của mình, nhưng người mẹ vỗ đầu con, chỉ im lặng. Lai mù mờ chỉ biết cha mình là một người Mỹ có một thời đến Việt Nam. Hình như ông đã bỏ mình tại chiến trường Tây nguyên. Đó là tin từ miệng ông Hòa thốt ra sau những lần say rượu. Trên hai mươi năm Lai nhẫn nhục chịu đựng, bỏ sức lực mình gánh vác những công việc nặng nhọc, đi rừng vác gỗ, vất vả. Lai tự nghĩ như anh đang trả nợ giùm cho ai đó.

Một buổi tối sau khi trở về nhà, kết thúc buổi kéo xe đạp đèo vài cây trụ gỗ tạp, chưa kịp tắm rửa, Lai đã nghe ông Hòa loan tin:

- Mày sắp thành ông hoàng rồi đó.

Lai không hiểu ý cho đến khi mẹ Lai giải thích. Hồi sáng có người từ Sài Gòn tìm đến nhà thương lượng về việc đưa con qua Mỹ. Lai (giẩy) giãy nảy, lắc đầu. Người mẹ hiểu được lòng con nên bà dịu giọng, nói:

- Đó là tương lai của con, một cuộc sống sáng sủa tốt lành.

Ông Hòa bồi thêm:

- Cả gia đình này thoát khỏi cảnh nghèo nàn hiện tại. Mày trở thành ân nhân đó.

Mẹ Lai gật đầu tán thành. Bà cho biết mọi việc người ta sẽ lo thủ tục giấy tờ để qua Mỹ trong diện Đoàn tụ gia đình có con lai. Nói trắng ra ông Hòa đồng ý bán thằng Lai với giá 10 cây vàng. Đầu tiên họ đưa trước một cây vàng để mang theo Lai vào Sài Gòn giao cho người đặt hàng. Trước khi hoàn tất thủ tục xuất cảnh và lấy được visa nhập cảnh ông Hòa sẽ nhận số vàng còn lại. Ông Hòa hả hê xem như mình được một món lời ngoài ý muốn.

Lai hoàn toàn bỡ ngỡ ngay lần đầu tiên bước chân vào gia đình mà người ta gán cho là cha mẹ nuôi, mãi một thời gian ngắn Lai mới hòa mình vui vẻ xem như sự thật.

Như một kịch bản dựng sẵn. Trong một đêm mưa bão bà Thuận lượm được một đứa bé bị ai bỏ rơi trước cửa. Vào nhà mở ra cái bọc đang quấn chặt hài nhi, bà mới nhận ra đó là một thằng bé tóc vàng mũi lõ. Cả chồng bà, một thương gia giàu có, cũng động lòng trắc ẩn cùng nhau nuôi nấng thằng bé đến ngày khôn lớn. Ông bà chỉ có một nàng con gái nên được cưng chiều. Cậu bé lai Mỹ và cô con gái lớn lên nảy sinh tình yêu đôi lứa. Và cuộc hôn nhân giữa hai đứa vừa mới đăng ký kết hôn. Theo diện nhập cảnh nhân đạo của chính phủ Mỹ dành cho con lai kèm theo cha mẹ nuôi và vợ hay chồng đương sự, nên nhân sự vừa đủ 4 người cho gia đình ông Thuận. Những năm sau 1975 gia đình ông Thuận đã thất bại sau những lần vượt biên, của mất lại vào tù vài năm, lần này qua con đường nhập cư chính thức với một kịch bản con lai.

Để chuẩn bị công việc hoàn hảo, Lai được ông bà Thuận chấp nhận như một thành viên gia đình. Nhà rộng, nhiều phòng, Lai được sống một mình trong căn phòng cạnh phòng của Yến. Suốt mấy tháng Yến dạy căn bản tiếng Anh cho Lai. Sau đó hằng ngày Lai đến Hội Việt Mỹ trao giồi cấp tốc đàm thoại. Ngoài ra Yến thường dẫn Lai đến những nhà hàng sang trọng và hướng dẫn Lai cách sử dụng những món ăn tây phương và cách uống rượu vang. Thỉnh thoảng dắt nhau vào quán cà phê nghe những bản nhạc phương Tây thịnh hành. Yến từ từ nhận ra Lai rất thông minh, tiếp thu rất nhanh môi trường sinh hoạt của giới trung lưu. Dáng dấp cao ráo đẹp trai, ăn mặc hợp thời trang và biết cách xử sự lịch thiệp với mọi người. Chính sự thay đổi này đã làm ông bà Thuận và Yến yên tâm cho cái hợp đồng con nuôi cùng đám cưới giả mạo, mục đích qua được nước Mỹ, đất hứa.

Bao nhiêu năm qua tôi không gặp lại chàng niên niên lai Mỹ đó nữa. Tôi hình dung trong trí tưởng ở đất nước, quê cha của anh đã đón nhận anh, dù anh vẫn mập mờ về lai lịch của gia đình phía nội, cùng vùng đất đích xác nơi đã sinh ra cha mình. Amh đã hòa mình vào cuộc sống đầy đủ về vật chất, nhà cao cửa rộng, xe hơi đời mới. Bên cạnh người vợ có thể là Yến hoặc một người con gái khác nào cùng anh sinh ra vài đứa con lai lần thứ hai, kháu khỉnh, xinh đẹp.

Những bạn bè tôi đã từng sống trên đất Mỹ lần lượt trở về thăm quê nhà mà họ đã từng đứt ruột khi phải ra đi. Vượt biên. Diện HO. Đoàn tụ gia đình. Con lai. Giờ họ đã thành công dân Mỹ gốc Việt. Họ có thể bảo lãnh thân nhân qua thăm hoặc sinh sống cùng họ. Tôi nghĩ chắc Lai bây giờ đã thành danh với cái tuổi 40, vài lần dẫn vợ con về thăm người mẹ Việt Nam đã từng thương yêu mình. Tôi hình dung khuôn mặt thỏa mãn của ông Hòa khi nhận được số vàng còn lại và đã dùng để xây ngôi nhà mới cùng những vật dụng trang trí nội thất đắt tiền. Liệng đi chiếc xe bò cũ rích. Kêu người làm thịt con bò đã từng bao nhiêu năm gắn bó, đãi khách mừng ngày ông bước vào giới trung lưu.

Tôi chưa bao giờ nghĩ đến mình phải lưu lạc về sống ở nông thôn với ngôi làng trước đó không liên hệ gì với đời mình. Tôi cũng chưa nghĩ mình cũng rời nơi đã sống một thời gian dài. 15 năm. Như đoạn trường phải qua. Ba mươi năm tôi sống tại Sài Gòn, nơi trước năm 1975 mình đã từng lập nghiệp. Thỉnh thoảng tôi về lại nơi tôi đã được sinh ra và lớn lên vào ngày giỗ cha mẹ tôi. Tôi đều ghé thăm ngôi làng này.

Trong lần cuối cùng ngồi quây quần với vài người bạn còn lại dù chúng tôi giờ đã bạc đầu, răng đã rụng, lưng vừa còng, tai đã lãng, nhắc đến những kỷ niệm một thời khốn khổ. Tôi hỏi thăm về những người quen cũ, lần lượt họ đã vĩnh biệt cõi đời này vì bệnh tật vì tuổi già. Người trẻ nhất, khi tôi rời làng này thằng Lai đã thành một chàng thanh niên, giờ được chúng tôi nhắc đến nhiều nhất. Tôi sửng sốt khi Khanh cho biết:

- Lai đã chết.

Tôi thắc mắc hỏi:

- Khi nào?

Một người bạn già khác tiếp lời:

- Ba mươi năm trước.

Tôi kể lại buổi gặp gỡ giữa tôi và Lai tại Sài Gòn năm xưa. Một chàng thanh niên lai Mỹ khác hẳn với thằng lai Mỹ mà dân trong làng này biết. Họ ngạc nhiên. Tôi thắc mắc về cái chết của Lai cho đến khi Khanh giải thích: Cái tổ chức bán con lai làm hồ sơ giả bị phát hiện.

Lai lại trở về làng với thân xác của một nông dân.

Hằng ngày, như trước, với chiếc quần đùi với cái áo bạc màu, đánh xe bò cọc cạch vào rừng đốn củi. Làm lụng quá sức và bị sốt rét. Lai đã trút hơi thở cuối cùng trên chiếc xe bò trở về làng

Sau khi chôn cất Lai xong, vài tháng sau gia đình ông Hòa bỏ làng đi biệt tăm.

Trước khi rời khỏi ngôi làng, ngang qua ngôi trường cũ tôi dừng chân, tần ngần nhìn lại một lần cuối. Cây bàng ở một góc sân trường vẫn còn đó, dãy nhà bỏ trống, tất cả các cửa đã biến mất, mái nhà tróc nóc. Trong sân trường bỏ hoang. Vắng tanh. Vẻ hoang tàn đó làm tôi xót xa. Một cơn gió mạnh thổi qua, những chiếc lá từ trên cây lả tả rơi xuống cùng những cát bụi dưới sân trường, cuộn xoáy, bốc lên quẳng vào mặt tôi. Trong cái chớp mắt, lờ mờ hình ảnh một đứa bé mang hai dòng máu Việt Mỹ đang thập thò trong lớp học. Giọng thằng bé đang phát âm mấy tiếng mà ngày xưa tôi đã dạy em, bây giờ làm tôi đau lòng:

- Mẹ ơi!
- Cha ơi!

Tôi lẩm bẩm hai tiếng Lai ơi, rồi lủi thủi bước đi...

Nguyên Minh
tháng 8 - 2021

NGUYÊN MINH
Có Một Thời Như Thế

Nếu tôi không gặp lại người bạn cùng học chung một lớp thời trung học ở trường Quốc Học, sau hơn bốn mươi năm, thì câu chuyện này đã mãi mãi nằm trong ký ức của tôi. Mười năm trước tôi có kể cho vài người bạn văn nghệ, họ rất xúc động nhưng lại khuyên tôi chưa nên viết. Cách đây gần ba mươi năm nhà viết kịch T.V., nhà đạo diễn sân khấu T.Đ.Q. từ miền Bắc vào Nam đã khuyên tôi, khi tôi tâm sự với họ những điều đau lòng mà tôi đã chứng kiến ở miền Bắc trong những ngày đầu năm 1975 cũng như tại miền Nam, những đổ nát từ thể xác đến tâm hồn của những người thân yêu của tôi, là tôi nên ghi nhận, ấp ủ trong lòng, để một ngày nào đó, có thể năm, mười năm, hai mươi năm hoặc lâu hơn nữa, trong một hoàn cảnh đất nước đã thật sự bước qua những thăng trầm của lịch sử, xem đó là điều tất yếu và nó chỉ là một thời đã qua, lúc ấy, từ vốn sống đó mà hình thành những tác phẩm.

Người bạn của tôi – Bửu Uyển – mà ngày xưa tôi thường gọi đùa là Hoàng thân triều Nguyễn, trước khi từ biệt chúng tôi để trở về Mỹ đã đưa cho chúng tôi xem những tấm ảnh anh chụp ở Hòn Thơm Nha Trang. Cảnh một nghĩa địa cắm đầy những bông hồng chưa nở nụ ở một sườn núi. Bửu Uyển kể cho chúng tôi nghe, với giọng Huế, đầy xúc động về chuyến đi thăm nghĩa địa này. Từ Mỹ anh đã nguyện khi trở về thăm quê nhà, việc đầu tiên là hai vợ chồng anh phải đến đó, thắp hương cho những linh hồn bé bỏng của những bào thai đã bị vứt bỏ vào thùng rác, dưới gốc cây, cạnh hàng rào của nhà ai, đem về chôn cất. Bửu Uyển cho chúng tôi biết nghĩa địa chôn cất gần 5000 bào thai. Còn những người thành lập nghĩa địa này là những người dân lao động nghèo khổ. Tôi không còn nghe Uyển nói nữa. Tôi gật gật đầu như tìm ra một điều gì đó. Phải rồi. Nghĩa địa thai nhi này là đoạn kết của câu chuyện mà ngày nào tôi đã ấp ủ trong lòng. Tôi nở một nụ cười rạng rỡ, nói với các bạn điều này. Còn Bửu Uyển cho chúng tôi biết, mãi bốn mươi năm giờ mới biết tôi và Lữ Kiều, bạn học cùng lớp Nhị B1 Quốc Học ngày nào là những nhà văn. Đọc tập truyện Tưởng Chừng Đã Quên của tôi, Trên Đồi Là Lô Cốt của Lữ Kiều, anh cảm động vô cùng. Anh mong chúng tôi có một tiếng nói về cái nghĩa địa thai nhi này.

Những ngày cuối năm, không khí Sài Gòn trở nên se lạnh, một chút hơi hướm mùa đông. Trong một quán cóc bên đường, các bạn tôi uống bia, còn tôi uống nước ngọt, nhưng sao tôi cảm thấy như có men rượu bốc ra, người tôi lâng lâng. Tôi kể cho các bạn nghe câu chuyện đã từng làm tôi đau đớn, xót xa.

oOo

Sau tháng 4 năm 1975, tôi bỏ Sài Gòn đem gia đình về sống ở miền quê của một thị xã nhỏ miền duyên hải. Thỉnh thoảng có dịp vào Sài Gòn tôi đều ở trọ nhà chú tôi, trong một cư xá nhỏ vùng ven đô, cạnh dòng kênh nước đen ngòm, hôi hám. Chú tôi, dáng người cao dong dỏng, mái tóc cắt ngắn, hai tai to, miệng lại rộng, nhưng đôi mắt thì sáng quắc. Chú Thường là em út của ba tôi, chú đi kháng chiến chống Pháp lúc tôi tròn mười tuổi. Chú tập kết ra Bắc và trở về Nam thì tôi đã tròn bốn mươi. Bao nhiêu năm sống trên đất Bắc nhưng chú không thay đổi giọng nói như những người miền Nam khác cùng cảnh ngộ. Vợ chú là một người đàn bà trẻ, sinh ra từ miền đất nghèo khổ, dưới chân đèo Ngang. Thím tôi người nhỏ con, nước da ngăm đen, dáng đi cục mịch, giọng nói nặng trịch. Thím công tác cùng một cơ quan với chồng nhưng ở ban chính trị, giảng dạy, truyền bá tư tưởng Các Mác, Lê Nin đến những công nhân viên. Ở ngoài Bắc, thím làm phát ngôn viên cho đài phát thanh tỉnh. Thím có giọng hát líu to, cao vút như chim sơn ca. Chú thím tôi lấy nhau đã mười năm nhưng chỉ có hai mụn con. Nếu không có kế hoạch gia đình hoặc vài lần nạo thai giờ này thím cũng năm sáu đứa con như vợ chồng chúng tôi. Chú thím tôi thường "lên lớp" vợ chồng tôi nên noi gương họ, không nên sanh nhiều con trong khi kinh tế gia đình quá chật hẹp, nếu lỡ mang thai thì đem vợ đến nhà thương phá đi hoặc nạo thai, vứt bỏ. Tôi chỉ cười, lắc đầu, thôi mình phải đem thân ra cày, vất vả làm lụng kiếm tiền nuôi con. Không riêng gì tôi, một thầy giáo đã bị sa thải, may mà không phải đi tập trung cải tạo như các anh em bạn bè bị liệt vào hàng ngũ ngụy quân ngụy quyền. Vợ con họ điêu đứng, ê chề trong cảnh bần cùng. Ngày xưa, ở phố, ngoài hai buổi đến trường dạy học, về nhà tôi chỉ đọc sách, nghe nhạc, viết truyện làm thơ. Vợ tôi ở nhà nội trợ và chăm sóc con cái. Bây giờ, về quê, chúng tôi đưa thân trần cày ruộng, gánh lúa. Làm lụng suốt ngày, đêm lăn đùng ra ngủ. Bao nhiêu ý tưởng đều khô cứng trong trí não. Vợ tôi từ một tiểu thư đài các phải mang gùi hái từng cụm rau mọc lan dưới lùm cây trong khu vườn nhà hàng xóm, mang ra chợ bán đổi vài thức ăn khác.

Sau đó, tôi gặp lại người bạn cũ gợi ý và chỉ đường cho tôi đi buôn thuốc tây. Như ngày xưa mẹ tôi đã từng cất giấu thuốc tây trong gùi phủ lá chuối mang vào chiến khu. Còn bây giờ, tôi phải giấu trong ổ bánh mì để thoát qua mấy trạm kiểm soát mang về bán cho những y sĩ lén lút chữa bệnh cho dân trong làng xã. Thím tiếp tay bán cho tôi những lọ thuốc kháng sinh đặc biệt của các nước xã hội chủ nghĩa như Tiệp Khắc, Liên Xô viện trợ cho các bệnh viện. Hàng tháng tôi đi đi về về, chỉ vài ba chuyến. Tiền lãi ít ỏi tôi đưa cho vợ mua heo giống ngoại quốc của trại chăn nuôi tỉnh, và đủ xây một cái chuồng nhỏ. Mái lợp vài miếng tôn cũ đã rỉ sét. Thành chuồng đóng bằng những tấm gỗ bìa tạp, nhưng nền chuồng phải nện đá sỏi trộn xi măng thật chắc chắn. Thức ăn phải là cám tổng hợp mà chúng tôi ký hợp đồng mua bán của trại chăn nuôi tỉnh. Thuở ấy không chỉ những nơi vườn tược có một chút đất trống để xây chuồng trại như chúng tôi, ngay cả những nhà chật hẹp trên phố xá cũng dành một chỗ trống, như nhà bếp chẳng hạn để nuôi heo.. Chịu khó ngửi mùi hôi hám, người và heo sống chung trong một căn nhà bịt bùng, chật hẹp.

Những căn hộ ở chung cư, trên cả tầng năm tại Sài Gòn người ta cũng đua nhau nuôi heo. Lúc còn nhỏ, chúng kêu đói ụt ịt chạy quanh cái chuồng chật hẹp nhưng lúc lớn lên với thân hình to lớn nặng cả tạ, chúng đưa cái mũi ủi bốc xi măng trơ lên sỏi cát và chúng đưa hàm răng nhai gạch đá nhỏm nhẻm ngon lành. Cứ thế cái nền xi măng láng bóng của căn hộ ngày nào, giờ lởm chởm như những ổ gà ổ voi của con đường nhựa trong thành phố chưa kịp sửa chữa. Nhà chú thím tôi cũng ở cảnh này. Cả một dãy nhà trong cư xá này cũng vậy. May mà phía trước dãy nhà cư xá còn có một con rạch ngang qua, nên toàn bộ phân heo hằng ngày vứt xuống làm con nước đã đen lại càng đen hơn, đã hôi thối lại càng hôi thối thêm. Không biết vì giống heo ngoại quốc chuyên môn ăn cám tổng hợp nên chóng lớn và phá phách chuồng trại không đủ tiêu chuẩn hay vì nền nhà ở không đủ chất lượng xây dựng bị nhà thầu ăn bớt xây ẩu. Dãy nhà cư xá này xưa nguyên là nơi an dưỡng dành cho gia đình thương binh. Thím tôi cứ đổ lỗi tham ô tham nhũng cho chế độ cũ. Tôi chỉ biết cười mà không cải chính: *"Người ta xây nhà làm nền xi măng bóng láng cho người ở chứ đâu phải chắc chắn để cho heo. Thuở ấy người ta đâu nghĩ rằng có một ngày nào đó người và heo cùng ăn ở chung trong một căn nhà."* Tôi đề nghị với thím làm đơn xin tiêu chuẩn mua vài bao xi măng để sửa lại nhà bếp, lấy đó mà sửa lại cái nền nhà dưới, diện tích chỉ 6m², đủ bỏ vài con heo sữa. Thím tôi chạy đôn chạy đáo nhưng cũng chỉ mua được một bao nên chỉ vá víu lại những ổ gà ổ voi mà thôi. *"Tạm bợ như thế đã. Sẽ tính sau."* Thím tôi bảo vậy.

Lần sau tôi vào lại. Vừa thấy tôi xách cái túi nhỏ đứng lơ ngơ trước cổng nhà, thím tôi ra mở cổng và nắm tay tôi kéo xuống nhà bếp. Thím khoe với tôi cái chuồng heo thím mới sửa. Nhìn mặt nền lát bằng những phiến đá xanh, khít khao với nhau bằng đường kẻ rất nhỏ. Tôi ngạc nhiên và thắc mắc không biết những tảng đá xanh này thím mua từ đâu, thì thím đã nói: *Chú thấy chưa, công trình xây dựng của tôi đó. Cái nền này chắc chắn vô cùng, chú nhảy vào lấy búa nện thử xem nó có sứt mẻ gì không. Vài con heo nái nặng vài tạ không ăn thua gì nhỉ? Mấy nhà bên cạnh, trong cư xá này đều bắt chước tôi đó. Tôi đố chú biết những phiến đá này tôi lấy từ đâu?* Tôi nhớ mang máng, hình như phiến đá này rất quen thuộc và gần gũi với tôi vô cùng, nhưng tôi chưa nhận ra. Tôi lắc đầu. Thím tôi không trả lời, chỉ mỉm cười, đắc ý. Rồi thím xăng quần lên leo qua thành gỗ vào chuồng. Thím nhờ tôi đổ nước từ hồ vào cái xô lớn đưa qua cho thím. Thím xách lấy rồi tạt nước vào mấy con heo lứa, chúng chạy quanh chuồng vừa kêu ủn ỉn.

Khi thím tôi đi làm việc, ở nhà không có ai, nên tôi cũng kiếm cớ là có việc cần để đi. Thím tôi chỉ chiếc xe đạp mới được cơ quan cấp phiếu mua theo tiêu chuẩn cán bộ dựng ở phòng khách, và bảo tôi lấy mà đi nhưng nhớ giữ gìn cẩn thận kẻo mất.

Bấy giờ tôi không biết đi đâu? Cố nhớ lại địa chỉ của bạn bè ngày xưa nhưng chợt nhớ họ đã tản mác khắp nơi rồi. Có người còn trong trại cải tạo xa xôi, kẻ đã di tản ra nước ngoài. Tôi đạp xe mà hồn để tận nơi đâu. Tôi như một kẻ bị mộng du. Khi dừng chân trước cổng nhà ai đó ở một con hẻm ngoằn ngoèo, mới giật mình nhận ra ngôi nhà của Lê. Thấy tôi lơ ngơ trước cổng, người đàn bà lạ hoắc đang quét sân, chợt hỏi: *"Cậu tìm ai?"* Tôi đáp nhanh: *"Gia đình cô Lê còn ở đây không ạ."* Bà ta ngẩn người một lát rồi trả lời: *"Gia đình này vượt biên ra nước ngoài. Mà hình như họ đều bị làm mồi cho cá rồi."* Tôi lẳng lặng bỏ đi như một kẻ chạy trốn.

Khuôn mặt Lê hiện ra trong trí nhớ. Cô bạn gái thân thiết của tôi ngày nào, từ lúc còn thơ ấu đến khi trưởng thành, cùng những kỷ niệm êm đẹp như đang lẩn quẩn quanh đây. Những giọt nước mắt chảy dài trên má Lê khi tôi báo tin về cái chết của Hân, người bạn thân thiết cùng làm báo với tôi, và là người chồng sắp cưới của Lê. Hân chết ngoài mặt trận, khi hắn thay thế cho một người bạn về phép thăm bà mẹ anh ta đang hấp hối. Hân vừa là một nhà giáo vừa là nhà văn, bị động viên vào quân đội. Mộ Hân được chôn cất ở nghĩa trang trong thành phố.

Những buổi chiều đẹp trời, mây xanh lờ lững, gió mát hiu hiu, Lê rủ tôi đi thăm mộ Hân. Đi bên cạnh người con gái trẻ đẹp chưa kịp được hưởng hạnh phúc của đêm tân hôn, dưới những hàng cây cổ thụ phủ đầy bóng mát trên những con đường nhựa hẹp chạy quanh những hàng mộ địa, lòng tôi buồn tê tái. Những ngôi mộ nơi đây xây bằng đá rửa có mái che đúc trần, bao quanh bằng bức tường thấp ngang lưng. Còn những tấm bia có gắn ảnh người quá cố và những hàng chữ tên tuổi, ngày sinh cùng ngày chết và tên người lập mộ.

Mỗi lần đến thăm mộ Hân, Lê đều lấy chiếc khăn tay ra, lau sạch bụi bám trên tấm hình nhỏ, Hân chụp trước một lô cốt, mặc bộ đồ lính trận. Lê vuốt ve tấm ảnh của Hân. Nàng hôn lên đó, và nước mắt chảy dài. Những ngày mới lớn cũng như bây giờ tóc đã bạc, mỗi lần ra thăm mộ mẹ tôi, tôi cũng đều ôm ấp tấm bia của mẹ như thế, và tôi nghe, mơ hồ, hình như có tiếng bà gọi tên tôi, rất khẽ. Không biết Lê cảm nhận thế nào khi những ngón tay mềm mại của nàng vuốt ve tấm bia của Hân mà nàng nói nhỏ nhưng tôi cũng kịp nghe. *"Anh chờ em với."*

Giờ đây, tự nhiên tôi đạp xe đến khu nghĩa địa có ngôi mộ Hân. Hẳn chừng mười năm tôi chưa ghé lại. Đến nơi, tôi như người đi lạc vào cõi hoang sơ. Trước mặt tôi, một bãi đất trống, ngổn ngang gạch đá. Chỉ còn hàng cây và những con đường nhựa nhỏ là mang vết tích xưa kia. Nghĩa địa này đã bốc dỡ, những hài cốt và bia mộ đã được thân nhân mang về nơi chôn cất khác. Tôi biết Hân không còn một thân nhân nào khác ngoài Lê.

Tôi đạp xe đến cuối bãi tha ma, có một chòi canh dựng tạm. Thấy tôi, một người đàn ông mặc bộ đồ lao động đã bạc màu, hỏi dồn dập. *"Cậu xin những tấm bia cũ hả?"* Ông ta chỉ cho tôi những tấm bia dựng đứng, xếp từng hàng một, như người ta xếp hàng đi mua lương thực, ở một góc sau lều.

Tôi đến tìm, đọc từng tấm bia một, xem có tấm nào của Hân, nhưng không thấy. Ông già còn cho tôi biết cả tháng nay có những người đến xin những tấm bia vô chủ này và nhờ ông dùng xe ba gác chở đến nhà họ. Họ cho ông một ít tiền, xem như trả công vận chuyển. Ông không biết họ dùng những tấm bia này để làm gì? Nhưng có người chở đi là ông mừng rồi. Ông hỏi: *"Cậu ở trong Cư Xá X. phải không. Chỉ còn vài chục tấm bia này thôi, tôi đã chở cho họ gần hai 200 tấm rồi đó. Số còn lại này cậu lấy đi cho trống đất."*

Tôi giật mình, mới hiểu ra về những tảng đá xanh lót nền chuồng heo thím tôi rồi. Tôi hì hục đạp xe, như vận động viên đua xe đạp, vượt qua cả vài chiếc xe gắn máy đang phóng nhanh. Về đến nhà, tôi chạy ngay đến chuồng heo. Tôi phóng vào chuồng làm những con heo hoảng hốt, thụt lui vào một góc, kêu inh ỏi. Bàn tay tôi nắm chặt lại. Tôi gõ lên từng tảng đá, như gõ vào cánh cửa, gọi tên Hân. *"Mày ở đâu để tao báo tin là Lê đã chết theo mày.* Tay tôi rướm máu. Làm sao tôi biết được trong hai chục tấm bia đã úp ngược này, trên lưng đầy nước đái và dính cả phân heo, tấm nào là của Hân. Còn cả chục nhà bên cạnh cũng lót nền chuồng như ở đây, tôi nghĩ biết đâu có tấm bia đó. Tôi bỗng giận thím tôi vô cùng.

Thím tôi nhìn vẻ mặt đỏ ngầu của tôi, thím trả lời tỉnh bơ: *"Có gì lạ đâu cậu, những tấm bia của người chết toàn là ngụy quân ngụy quyền, lại còn cả những ông tây bà đầm thời Pháp thuộc, lật úp nó xuống, những tên những tuổi nằm xuống mặt đất, đưa lưng đá xanh còn tốt, mình nuôi heo, bán ra có tiền nuôi sống biết bao nhiêu con người, như gia đình chú ruột của cậu đây. Cậu bỏ tư tưởng tiểu tư sản ấy đi."* Tôi không muốn nghe những lời của thím nữa. Tôi chán ngán, bỏ ra ngồi ngoài hiên nhà, hút thuốc liên miên.

Đó chỉ là khởi đầu cho tấn bi hài kịch về thím. Những tháng ngày sống khổ sở và thiếu thốn trên đất Bắc cùng gian nan điêu đứng, cái chết quanh quẩn bên mình, dưới làn bom đạn, khi thím tôi đi thanh niên xung phong, trong thời chiến đã để lại dấu ấn nặng nề trong đời thím. Thím tôi cho cái thời hào hùng đã qua đi, và bây giờ thím muốn bước thật nhanh, bất cứ việc gì, có thể kiếm được nhiều tiền để mua sắm tất cả những gì mà ngày trước chúng tôi ở trong Nam đã có mà thím thiếu thốn. Đó là những lời thú thật của chú tôi tâm sự khi hậu quả mang đến cho thím tôi.

Thời đó tất cả mọi người đều phải ăn độn, lúa mì hoặc bo bo. Huống chi là súc vật chăn nuôi, nhất là giống heo ngoại quốc này, muốn mau lên cân, giảm ngày nuôi, thím tôi thúc chúng bằng một thức ăn thật là kỳ lạ. Ban đầu, cũng như những tấm bia kia, tôi mù tịt, cứ ngỡ những nắm thịt bầy nhầy được bằm nát bằng con dao phay to tướng và nặng trịch, nổi lên lềnh bềnh trong nồi nước sôi sùng sục, là những mớ thịt dư thừa thím xén bớt từ nhà bếp tập thể của cơ quan. Thím trộn những mớ thịt đó chung với cám tổng hợp làm lũ heo thích thú giành nhau ăn. Chiều nào thím cũng về hơi muộn và mang cả một giỏ lát, thím tôi còn chia lại một ít cho những nhà bên cạnh. Tôi mang máng nhận ra có gì rất lạ đến kỳ quái từ những mớ thịt làu nhàu đó cho đến một hôm thím vội vàng đi đâu đó liệng vội vào chuồng heo một miếng thịt sống, lũ heo như bầy quỷ dữ nhào vào cắn xé giành giật, mỗi con mang một miếng nhỏ vào riêng từng góc mà nhai ngấu nghiến. Hình ảnh đó làm tôi rợn người tưởng chừng trước mặt mình là bầy cọp đói đang xâu xé một con người.

Đêm đó tôi ngủ ngoài hiên. Tôi cứ trằn trọc mãi đến nửa khuya mới thiếp đi. Và một cơn ác mộng làm tôi nghẹt thở. Lũ trẻ con đông như kiến, những mái tóc đen óng ả uốn quăn, miệng nở nụ cười rạng rỡ, chúng cầm tay nhau, chân bước lơ lửng trên mặt đất. Rồi, chúng ca hát líu lo. Tôi cũng vui theo và cùng với chúng nhảy múa. Nhưng, bỗng dưng có tiếng gầm thét như của loài hổ dữ, rồi hiện ra những khuôn mặt đàn bà, miệng méo mó, đưa ra những hàm răng nanh nhọn hoắc, nhào tới chụp lấy một vài đứa trẻ, xé nát nó ra từng mảnh nhỏ như người ta thường xé thịt gà luộc làm gỏi. Lũ trẻ hoảng hốt bỏ chạy, té lên té xuống, u đầu, trật chân. Chúng kêu la thảm thiết. *"Ông ơi cứu chúng con với"*. Tôi hỏi tên chúng. Chúng lắc đầu bảo: *"Tụi con chưa có tên."* *"Vì sao?"* *"Chúng con là những bào thai chết."* Có đứa trẻ chân tay mới lú, lậy quậy. *"Nhưng con biết cha mẹ con là ai? Tên gì?"*. Có tiếng trẻ khóc, lập bập: *"Cha tên Thương. Mẹ tên Lành."*

Tôi giật mình, tỉnh giấc. Tôi thở dài, thao thức, mong trời chóng sáng. Tôi kể lại giấc mơ đó cho thím tôi nghe nhưng giấu đi một chi tiết sau cùng về con thím. Thím nói tỉnh bơ: *"Chỉ là giấc mơ. Vớ vẩn."* Tôi tò mò hỏi tiếp: *"Hình như gần đây thím đã vài lần nạo thai."* Khuôn mặt thím tôi biến sắc nhưng sau đó trở lại bình thường, thím gật đầu. *"Chuyện thường tình mà cậu!"*. Còn tôi, tôi cảm thấy lạnh, lạnh từ xương sống lạnh ra.

Từ giấc mơ này tôi mới nhớ chuyện xưa. Có những chuyện xảy ra trong đời mình nhưng gần như mình đã quên biến đi, đến một lúc nào đó, trong tích tắc, bỗng dưng nó hiện ra. Lúc ấy, tôi chỉ là một đứa bé con, bị trật chân suýt té xuống bậc thang, mẹ tôi vừa nghe tiếng tôi khóc, bà vội vàng đưa tay níu kéo cứu tôi, nhưng mẹ tôi trợt chân té lăn cuộn xuống cầu thang, bất tỉnh trên thềm xi măng. Máu từ ống quần chảy ra lênh láng.. Mẹ tôi bị sẩy thai. Cái bào thai 5 tháng đổi mạng thằng bé 5 tuổi. Mẹ tôi bỏ bào thai đó vào một cái lu sành nhỏ và đem chôn gần mộ ông bà ngoại tôi ngoài nghĩa địa. Bây giờ, tôi mới sực nhớ mình có một đứa em, dù nó chưa có tên.

Trời mờ sáng, tôi vội vã từ giã căn nhà chú thím, trở về quê. Lũ con tôi reo mừng đợi chờ những quần áo mới hoặc đôi giày, chiếc mũ. Tôi chỉ biết vỗ vào đầu chúng và hẹn lần sau. Nhìn những khuôn mặt trẻ thơ thay đổi từ nụ cười tươi rói thành vẻ tiu nghỉu, tôi thấy như mình có lỗi. Vợ tôi hỏi sao tôi về sớm hơn mọi lần. Tôi chỉ thốt lên, *"Mệt quá. Chán quá"*. Tôi không kể lại sự việc tàn nhẫn đó. Tôi không muốn gây một cú sốc cho người bạn đời mình. Vợ tôi rất thương yêu súc vật nuôi trong nhà từ con gà, con vịt, con chó kể cả những con heo. Có những lần tôi thấy vợ tôi đưa cả bàn tay vào miệng những con heo mà nó không cắn. Những lúc buồn tôi nghe vợ tôi nựng nịu vuốt ve những con vật đó nữa. Tôi nhìn những cảnh tượng này mà xua tan nỗi ám ảnh cảnh những bào thai bị xé phanh thây đó.

Một tháng sau, người y sĩ trong thôn nài nỉ tôi phải tìm gấp mấy loại thuốc cho một bệnh nhân. Tôi phải vào lại Sài Gòn trên chuyến xe đò chạy suốt đêm. Hành khách hầu hết là những người đi buôn. Người lơ xe lại thành người kể chuyện. Những chuyện mang tính cách châm biếm hoặc tiếu lâm làm mọi người cười vang. Nhưng đêm nay anh ta lại kể chuyện ma. Không biết anh lấy từ đâu. Chuyện tượng người lính cầm súng bằng đồng, dựng trước cổng nghĩa trang quân đội của miền Nam, chảy nước mắt. Những thiếu phụ ra thắp nhang cho chồng thấy lạ, lấy chiếc khăn tay lau những dòng nước đang tuôn lệ từ khoé mắt bằng đồng. Khăn ướt dầm mà nước mắt vẫn tuôn trào. Rồi những dấu chân to tướng in trên mặt đường đất dẫn vào xóm làng quanh đó, như dấu chân hàng ngàn người, tìm đường trốn chạy.

Người lơ xe kể tiếp. Ở Sài Gòn vào một buổi sáng mùa đông, trời se lạnh lại có sương mù lãng đãng, người phu quét đường bỗng phát hiện ra những tấm bia từ các nghĩa địa bị bốc dỡ không cánh mà bay đến, dựng đứng từng hàng, trước mặt những tiệm buôn ngày xưa tấp nập giờ đã vắng tanh. Những người đi bán hàng rong buổi sáng sớm ở khu phố đó, dừng lại đứng xem. Những tiếng khóc than phát ra từ tảng đá xanh đó, buồn thảm, ai oán. Tiếng Tây có. Tiếng Mỹ có. Tiếng Việt có.

Cùng tiếng bom rơi, đạn nổ. Tất cả trộn lẫn với nhau, làm những người trông thấy đều rùng mình. Tôi hỏi người lơ xe: *"Hiện những tấm bia có còn đó không."* Anh ta trả lời: *"Không biết."*

Tôi giật mình. Người lơ xe và những ai đó có thể thêm thắt câu chuyện cho hấp dẫn ly kỳ nhưng tôi linh cảm những tấm bia kia phát xuất từ khu cư xá của thím tôi là có thật. Tôi mong xe mau đến Sài Gòn.

Đứng trước cổng nhà thím tôi trời vẫn còn tối đen, tôi trở ra dãy phố phía trước, lang thang, đếm từng căn nhà có cửa sắt khép kín, xem có còn những tấm bia đó không. Gặp một vài người phu quét đường, tôi hỏi thăm. Họ xác nhận cách đây không lâu, ở đây xuất hiện những tấm bia không biết từ đâu mọc lên, nhưng rồi người ta đã dọn dẹp xong rồi. Tôi ngồi trước thềm một căn phố và hút thuốc liên miên, chờ trời sáng. Dưới ánh đèn đường lờ mờ, tôi nhớ đến Hân. Tôi nhớ đến Lê. Trời sáng hẳn tôi mới quay về.

Trước khi mở cửa vào nhà thím, tôi ngạc nhiên thấy ở một góc sân hẹp dựng lên một trang thờ nhỏ có một lư hương cắm đầy nhang đã cháy tận gốc. Xuống nhà bếp, đúng là những tấm bia lót nền chuồng heo đã bốc lên, còn lởm chởm những tảng xi-măng lở lói. Cái máng ăn cũng đã đập vỡ. Thành chuồng cũng trống trơn. Thím bảo: *"Không bao giờ tôi nuôi heo nữa cậu ạ. Tất cả vốn liếng tôi đều mất sạch."* Thím cho biết bầy heo chóng lớn kinh khủng, tưởng rằng bán mấy tạ heo này sắm được vài cây vàng, ngờ đâu trước ngày xuất chuồng chúng bỗng dưng ngã đùng ra giãy chết. Bệnh gì mà kỳ lạ chưa bao giờ thấy cả. Những hạt như hạt gạo, màu đỏ như máu, nổi lên khắp thân thể chúng, và toát ra một mùi hôi thối như mùi xác người chết đã thối rữa. Bán không ai dám mua, cho không ai dám nhận. Không biết đâu mà chôn. Nửa đêm, vợ chồng con cái bịt mũi, xúm nhau khiêng liệng xuống con kênh nước đen. Cả xóm, những gia đình mà thím tôi đã bày vẽ kiểu nuôi heo quái đản đó đều gặp phải cảnh tượng như vậy. Không chỉ mấy chục con heo ngã đùng ra chết mà những người nuôi chúng đều gặp những tai nạn bất ngờ. Người bị xe đụng gãy chân mặc dù họ đi bộ trên vỉa hè. Kẻ bể đầu khi choáng váng mặt mày tông vào cột điện… Họ kể cho nhau nghe những giấc mơ kinh hồn về những oan hồn của những bào thai đó, chúng như những nhân sâm cao ly, chân tay ngắn ngủn, rũ nhau đè lên thân xác họ mà cắn xé, như lũ heo đã từng ăn xác chúng. Sợ quá, thím tôi và những người láng giềng, mỗi nhà lập một cái am nhỏ, hằng đêm thắp nhang cầu xin những oan hồn bé nhỏ vất vưởng và khôn thiêng đó tránh xa họ. Lại nữa, những bóng ma của những người đã chết từ những tấm bia kia hiện ra trong đêm tối mịt mù rên khóc thảm thiết than đói, rên lạnh.

Bỗng dưng, vô cớ, tôi tự trách mình, nghĩ rằng nếu tôi vào đây trước vài ngày, biết đâu tôi tìm ra tấm bia mộ của Hân. Nhớ đến Hân, tôi muốn uống rượu cho say ngất ngư, chìm trong cơn men nồng cháy cổ, đốt thiêu cả tâm can. Tôi ra một quán nhậu ngoài đường phố. Ở đây lại không có bán rượu, dù là rượu đế. Chỉ có bán một loại bia, không còn những loại bia như ngày xưa, cũng như hằng ha sa số nhãn hiệu như bây giờ, mà là bia vi sinh lấy từ những trái cây như thơm dứa lên men. Giá bình dân, người giàu kẻ nghèo ghiền bia cũng đành phải uống thứ nước đó. Tôi nốc vài chai mà chẳng thấy hồn lâng lâng, đành bỏ về. Thấy vẻ mặt rầu rĩ của tôi, chú tôi lấy từ trong tủ ra một chai rượu nhỏ nhắn, khoảng một xị, khoe là người quen tặng, loại rượu quốc doanh, mang nhãn hiệu "Rượu Rắn". Chú cười: *"Rắn đâu mà rắn, toàn cồn mía mà thôi. Nhưng cần gì, buồn, mình cứ uống đại đi, để nỗi sầu đó trôi theo men nồng."*

Nói đến rượu tôi mới nhớ đến cái thẩu thủy tinh chứa rượu màu vàng sánh của chú đặt trên tủ giấu trong phòng ngủ. Tôi nhìn xem nhưng không thấy nữa. Thuở ấy nhà nào có bồn rượu ngâm một vài con rắn hoặc cắc kè, bìm bịp thì quý lắm, chiều chiều trước bữa ăn, hớp một cốc để cảm thấy thức ăn dù chỉ một con cá kho nhỏ, một dĩa rau muống luộc, làm ngon miệng thêm. Thẩu rượu đó chú tôi ngâm thứ gì, ngoằn ngoèo như con rắn, nhưng tôi không hỏi. Thỉnh thoảng mỗi tối trước khi đi ngủ tôi mới thấy chú uống một cốc nhỏ. Thím tôi bảo rượu bổ, do thím tôi đặc chế. Quý hiếm lắm, không phải ai cũng có. Tôi tò mò nhìn kỹ nhưng không tài nào nhận ra thím ngâm con vật gì. Bây giờ, tôi lại hỏi chú tôi thẩu rượu đó, cho tôi xin một cốc uống thử. Chú tôi kéo tôi ra trước nhà nói nhỏ: *"Thím mày đập bể rồi. Thôi đừng nhắc đến nó nữa làm thím mày hoảng sợ."*- *"Sao vậy. Bộ chú uống rượu đó quá đô mà say sưa quậy phá lung tung."* Chú lắc đầu, và hỏi ngược tôi: *"Cậu biết thím cậu ngâm thứ gì trong rượu không?"* Không đợi tôi trả lời, chú nói tiếp: *"Cái nhau."* Tôi giật mình hỏi lại: *"Cái gì?"* –*" Cái nhau."*

"Cho tôi xin cái nhau." Đó là câu nói đầu tiên của tôi với người y tá trong nhà hộ sinh của một thị trấn nhỏ, ngày vợ tôi sinh đứa con đầu lòng. Khi tôi mới nghe tiếng oa oa, tiếng khóc chào đời của trẻ con, tôi mừng quá không kịp hỏi vợ tôi ra sao, con trai hay con gái, tôi chỉ đưa hai bàn tay ra lập bập nói với cô y tá: *"Cho tôi xin cái nhau."* Cô ta cười, vào phòng lấy một tờ báo gói lại cái nhau, giao cho tôi. Thấy tôi cầm nhau mang ra anh bạn hỏi: *"Mày cầm về rồi chôn ở đâu?"* Tôi mới giật mình, nhà trên phố không dư một chút đất lấy đâu mà đào lên chôn. Tôi phải đến tận chân núi của một nghĩa trang mà chôn cái nhau của đứa con đầu lòng. Có thể câu nói từ ngàn xưa *"chôn nhau cắt rốn"* đã ăn sâu

vào tiềm thức của tôi mà tôi có phản ứng như thế. Mấy đứa con sau này, tôi đều chôn nhau của các cháu sau vườn nhà.

Nghe chú tôi nói uống rượu này nhắm cùng món xào cái nhau với hành tỏi trộn với nghệ mà thím thường làm cho chú vào những buổi chiều cuối tuần mà tôi muốn nôn mửa. Thím bảo những thứ đó là thuốc trường sinh. Chú chưa thấy hiệu nghiệm ra sao, nhưng sau những cơn mộng mị kinh hồn, thím tôi đã đập nát nó rồi. Thím nói với tôi, *"Thím không muốn chú ngã đùng ra chết như lũ heo kia với một căn bệnh quái đản, bỏ cả vợ con."*

Tưởng rằng mọi chuyện đã chấm dứt. Cái chuồng heo đã được tráng xi măng và cái bếp được đặt vào đó, giống như xưa. Tôi yên lòng trở về quê khi số thuốc tây mà thím tôi đã giao đủ.

Tôi đâu ngờ, sau thất bại ê chề về nuôi heo với thực phẩm mà Thím tôi đã chế biến kia, Thím tôi quay qua làm thuốc giả và tôi vô tình là kẻ tiếp tay. Tình cờ, có một hôm trời nóng quá, nửa đêm tôi thức giấc, ngang qua phòng Thím còn thắp ngọn đèn ngủ, nhìn vào, tôi thấy Thím lom khom mở những viên thuốc thật, trộn vào một thứ gì đó. Sáng dậy tôi hỏi Thím sự việc, Thím trả lời tôi một cách thản nhiên: *"Có chết chóc đâu mà sợ, chỉ thêm một nửa bột mì."* Từ đó, tôi không dám đi buôn thuốc tây nữa. Tôi không vào Sài Gòn. Ở quê cùng vợ cuốc đất, trồng rau.

Mãi đến mấy năm sau, tôi ghé thăm chú thím. Đúng ngay ngày liệm xác thím. Đêm đó, không biết từ đâu lũ mèo hoang kéo nhau về, tụ tập trên mái nhà, chúng rượt đuổi nhau, cắn xé nhau, và cất lên những tiếng kêu như tiếng khóc của những đứa trẻ sơ sinh.

Tôi không hiểu những ngày nằm trên giường bệnh, với nỗi đau đớn về thể xác của căn bệnh ung thư tử cung trong giai đoạn cuối, thím có còn bị dằn vặt, ám ảnh về những bào thai mà ngày đó thím không công nhận đó là những *con người*. Chú tôi kể lại, trước khi trút hơi thở cuối cùng, thím khóc. Tiếng khóc như tiếng mèo gào.

oOo

Đó chỉ là một trong những câu chuyện bình thường đã xảy ra trong một giai đoạn lịch sử, như một thời đã qua. Bửu Uyển nói với chúng tôi như thế. Anh cho chúng tôi biết, những tháng năm đó, sau khi ra tù, anh cùng gia đình sống lao đao khổ cực, đắng cay tình đời. Và anh cùng gia đình, cũng như những người cùng cảnh ngộ, tìm đường vượt biên ra nước ngoài. Anh ra đi cũng chỉ vì đi tìm một cái đẹp, dù ở một đất nước khác. Anh kể cho chúng tôi những tháng ngày lao đao trên đất người.

Thoắt đó, đã hơn 30 năm. Đời người như cơn gió thoảng. Anh trở về thăm lại quê hương. Anh đi đến từng nơi ngày xưa anh đã sống. Thăm cái quận lỵ anh đã từng làm phó quận trưởng sau khi tốt nghiệp trường quốc gia hành chánh. Thăm lại ngôi trường xưa. Trường Quốc Học nằm kề trường Đồng Khánh, như một đôi tình nhân. Anh hồi tưởng những ngày xa xưa đó và tự hỏi những người bạn cùng lớp Nhị B1 ai còn ai mất. Năm mươi thằng giỏi lắm còn chưa đầy mười tên. Ở nước ngoài một nửa. Còn lại chúng tôi quây quần bên anh. Nhắc chuyện xưa, mủi lòng. Nói chuyện tương lai, kết thúc một đời người là những nấm mồ. Tôi hỏi Bửu Uyển lần về Huế anh có đến thăm những lăng tẩm các vua triều Nguyễn. Anh gật đầu. Giọng nói anh trầm xuống. Không biết anh nói cho chúng tôi nghe hay anh thì thầm với mình: Những ngày cuối đời tôi muốn trở về sống ở quê hương và khi chết, ước ao mình được chôn trong nghĩa trang Nguyễn Phước tộc, một triều đại vua nhà Nguyễn đã sụp đổ./.

Nguyên Minh

Đầu năm 2007

NGUYÊN MINH SINH NĂM 1941 TẠI PHAN RANG - NINH THUẬN * NGUYÊN QUÁN THỪA THIÊN - HUẾ * NĂM 1970 CHỦ BIÊN TẠP CHÍ Ý THỨC * NĂM 1971 - 1975 GIÁM ĐỐC NHÀ XUẤT BẢN Ý THỨC - SÀI GÒN * NĂM 2011 CHỦ BIÊN TẬP SAN QUÁN VĂN * TÁC PHẨM ĐÃ XUẤT BẢN * ĐÁM TANG ĐA ĐA (TRUYỆN DÀI THIẾU NIÊN - Ý THỨC, SÀI GÒN 1971) * CĂN NHÀ HOANG (Ý THỨC, SÀI GÒN - 1975) * TƯỞNG CHỪNG ĐÃ QUÊN (THƯ ẤN QUÁN - HK - 2006) * TƯỞNG CHỪNG ĐÃ QUÊN (NXB THANH NIÊN - VN - 2007) * NGÔI NHÀ SỐ 11 (NXB THANH NIÊN - VN - 2009) * NGÔI NHÀ SỐ 11 (THƯ ẤN QUÁN - HK - 2009) * MÀU TÍM HOA MUA (NXB THANH NIÊN) * NHƯ KHÓI NHƯ SƯƠNG (NXB HỘI NHÀ VĂN - 2019) * CHUYỆN MỘT DÒNG SÔNG (NXB HỘI NHÀ VĂN) * NGUYÊN MINH, TÁC GIẢ VÀ TÁC PHẨM (NXB HỘI NHÀ VĂN - 2020) * DÒNG ĐỜI (NXB HỘI NHÀ VĂN ⃝ 2021)

Giá: 150.000đ

NGUYÊN MINH
MÂY TRÔI

1.

Một buổi chiều tà, Hữu và tôi ngồi trước sân nhà, nhìn những lá me tây vàng rơi rụng xuống mặt đường nhựa, nhẹ nhàng, lả lướt, cuối cùng nằm lưa thưa đâu đó, hai đứa tôi uống cà phê Hữu tự pha, hút điếu thuốc phà khói lên không, những vòng khói tròn nhỏ rồi lan rộng, mong manh và biến mất. Tiếp tục những vòng khói khác. Tiếp mãi. Tiếp mãi. Thèm nghe một giọng hát cao vút và lả lướt. Tôi vội lên gác mang xuống chiếc máy quay đĩa cho chạy những bản nhạc của Ban Thăng Long và Thái Thanh. Âm thanh khe khẽ vừa đủ nghe. Hai đứa bạn thân từ hồi còn học ở Huế, cùng ham mê văn chương chữ nghĩa, cùng ở một nhóm văn nghệ. Cùng học một trường Sư phạm Quy Nhơn, ra trường nhận nhiệm sở cùng một tỉnh. Đúng vào nơi tôi đã sinh ra, lớn lên đến 17 tuổi tôi mới rời xa, về Huế – quê nội của tôi – tiếp tục học trung học đệ nhị cấp. Khi nhìn lên bảng phân bổ các giáo viên của nhà trường có kẻ vui người buồn. Vui vì được trở về dạy học tại quê hương mình. Buồn vì bị đến một tỉnh thành thật xa lạ. Có những nơi chiến tranh rình mò chết chóc. Cầm sự vụ lệnh trong tay, cứ xem mãi tên tỉnh ly mình sẽ làm việc. Một tỉnh ly nhỏ nhất của miền Nam. Trở về lại nơi tôi đã bỏ đi. Trở lại căn nhà tôi đã từng sống với cha mẹ, anh em. Mẹ tôi đã mất khi tôi còn học ở Huế. Anh Phú bỏ nhà ra đi vào chiến khu. Ngân, em gái tôi theo chồng làm việc ở Nha Trang. Chị Mai lấy chồng sĩ quan ở Huế. Nói tóm lại căn nhà cũ chỉ còn ba tôi sau bao nhiêu lần tù tội, bị trục xuất về Huế, trở về sống với những ngày tàn bệnh hoạn. Chỉ còn chị Hồng, từ nhỏ đến lớn chẳng bỏ đi đâu, vẫn ở đấy, trong căn phòng nhỏ đầy kỷ niệm của mẹ tôi. Chị làm việc ở tòa hành chánh tỉnh. Tuổi thanh xuân của chị buồn tẻ bên cạnh người cha bệnh hoạn khó tính. Khi chị thấy tôi xách va ly trở về chị vui hẳn lên. Ít ra cũng có người thân chia sẻ với chị những nỗi niềm buồn phiền do ba tôi gây nên hàng ngày. Để có một chỗ ở thoải mái, độc lập, tôi cất ở nhà sau một căn gác nhỏ. Giang sơn của tôi. Ba tôi chỉ chống gậy để bước từng bước một, cùng lắm chỉ vào phòng chị Hồng mà thôi. Ông chỉ đứng dưới cầu thang mà gọi tôi khi có việc cần. Ba tôi không bước lên nổi để nhìn cách trang trí cũng như sắp xếp chỗ ngủ, bàn làm việc của tôi. Ít nhất tôi cũng có một khoảng riêng để thở, để suy nghĩ, và để yêu. Ba tôi đã chết đi trong cơn đau giằng xé rách nát hai buồng phổi, mới đó cũng qua 49 ngày. Mối tình của tôi và T. cũng vừa tan vỡ. Nỗi đau chưa kịp lành vết.

Hữu bỗng nhiên gợi ý:

- Sao bọn mình không lập một quán cà phê cho vui!.

Tôi tán thành ngay. Địa điểm là nhà tôi. Ngôi nhà rộng rãi tọa lạc trên một con đường ngắn, hai bên toàn những cây me tây cổ thụ, vươn lên cao, tỏa cành lá sum suê, đâu ngọn lại, những ánh sáng buổi trưa xuyên qua kẽ hở của cành lá, chiếu xuống mặt đường nhựa bóng láng những đốm sáng như bóng lá vàng nhỏ li ti nằm rải rác. Con đường vắng người qua lại. Con đường này chỉ dành cho những cặp tình nhân dạo bộ. Con đường dẫn tôi hằng đêm ngang qua ngôi chùa T. đã từng sống trong đó. Bây giờ chúng tôi sẽ mở một quán cà phê văn nghệ.

Quán lập ra do bốn người. Thành, Hữu, tôi và chị Hồng. Mở cửa từ 6 giờ chiều đến 10 giờ đêm. Quán được đặt tên: TAO NHÂN. Chị Hồng phụ trách dưới bếp. Hữu chuyên pha cà phê. Tôi phụ trách về âm nhạc cho quán. Ngoài ra, cả ba chúng tôi đều là những chiêu đãi viên.

Từ lúc Hữu đề nghị mở quán đến ngày khai trương chỉ trong vòng một tuần lễ. Trước hết chị em tôi thắp nhang xin ba tôi cho dọn bàn thờ xuống gian nhà sau, đập bức vách ngăn giữa phòng khách và phòng ba tôi, nối tiếp nhau thành một gian nhà rộng rãi. Bốn vách tường được quét vôi lấp đi vết tích hoen ố của thời gian. Quét lên vài lớp vôi màu hồng như làm mới lại cuộc sống. Những bản sao tranh của Van Gogh, Gauguin, được lồng vào khung kính treo rải rác quanh tường. Chị Hồng ngắm nghía gật đầu, lưỡng lự giây lát mới thốt lên:

- Giá treo thêm *Rừng thu,* không khí quán ấm cúng, tình tứ hơn.

Tôi phản ứng như bị điện giật:

- Vừa thôi chứ! Một chút riêng tôi còn phải giữ.

Đó không phải bức tranh, một tấm ảnh màu nghệ thuật của một nhiếp ảnh gia nước ngoài được in trang phụ bản báo Time. Tôi lồng vào kính treo trên tường đối diện với chiếc bàn làm việc. "Rừng thu", tên T. đặt. Nhìn tấm ảnh nhiều lần tôi cứ ngỡ tấm ảnh tôi và T. chụp trong khu rừng mùa thu. Bức ảnh chụp một chàng thanh niên đứng thẳng người dựa vào một thân cây vươn cao và một người con gái mặc váy gục đầu vào vai chàng. Đôi mắt người thanh niên nhìn xa vời tận một phương trời nào đó. Dưới chân họ đầy những xác lá vàng, loang lổ. Bức ảnh màu sắc mơ hồ như một bức tranh vẽ.

Trần nhà được thiết kế thêm một trần giả, nền màu xanh thẫm, chung quanh đặt những ngọn đèn, chiếu thẳng vào những bức tranh. Bốn góc trên trần nhà được gắn bốn thùng loa tỏa những âm thanh rải đều khắp quán. Khách ngẩn ngơ không nhận ra âm thanh êm đềm của giọng ca, tiếng đàn phát ra từ đâu. Hữu lo bàn ghế trong quán. Từng cặp ghế đâu lưng vào nhau, cao quá đầu, như những tấm vách ngăn thành từng ô nhỏ, một chút riêng tư cho cả bốn người ngồi.

Cửa vào quán, như cổng tam quan. Một rừng tre. Những thân tre thẳng tắp đã được phết lên dầu bóng để giữ được màu, san sát bên nhau đóng cứng vào vách tường. Trên khung cửa chính những thân tre uốn cong lại và đâu cành lại với nhau như một vòm tre ở hai bên đường làng. Phải rồi, tôi nhớ ra hình ảnh của quê Hữu, làng Vân Dương, cách Đập Đá ở Huế không bao xa. Mỗi lần lũ chúng tôi, bạn bè năm bảy đứa cùng học một trường, rủ nhau đến nhà Hữu, để chỉ được đi dưới bóng mát của hai hàng tre mọc hai bên đường làng. Nhìn lên trời chỉ thấy một màu xanh của cành lá đâu lại đương vào nhau, dù chỉ một khoảng ngắn, báo trước sắp đến nhà của Hữu. Nỗi nhớ nhà, nhớ quê hương, Hữu gắn vào đây. Chị Hồng chưa bao giờ bước chân về Huế – quê nội của chúng tôi – chị chưa được cái cảm giác mênh mang đi dưới hàng tre mà làng quê nào ở Huế cũng thường có. Thế mà chị cũng thốt lên được khi chỉ vào "rừng tre" của Hữu:

- Nhìn nó cũng thấy lòng bâng khuâng.

Từ khi chị chỉ là cô gái hai mươi tuổi, trong căn nhà này, không khí lúc nào cũng u ám, buồn phiền. Ngày tám tiếng chị đi làm công chức và tìm nguồn vui ở công sở mặc dù ở đó nhàm chán. Về đến nhà, nhốt mình trong căn phòng ngày trước là của mẹ tôi, như tìm một sự êm ái, hơi hám của mẹ để lại, để lòng chị ấm hơn. Chị đâu biết tâm sự với ai, cho tới ngày tôi trở về. Khi ba tôi chết, tôi muốn căn nhà này là cõi mộng. Chị gọi Hữu:

- Hữu và Thành ra sân sau, mang những chậu hoa hồng nhung, tường vi, hoa sứ, hoa dạ lý hương ra chưng dọc hành lang của quán.

Làm theo ý chị, nhưng lại thắc mắc, hỏi lại:

- Trước khi khách vào quán, nhìn những cánh hoa đẹp, lại thoang thoảng mùi hương, như dẫn khách vào động hoa vàng. Nhưng đặt ở đây, chỉ một đêm sáng mai dậy chẳng còn chậu hoa nào. Nó khiêng mất.

Chị cười:

- Ai bảo thế. Chỉ khiêng ra trước khi quán mở cửa. Và cất lại lúc quán sắp đóng cửa. Chỉ khổ cho các cậu thôi.

Khách đi ngang qua, thấy những hàng chậu hoa chưng hai bên cổng biết giờ quán mở cửa. Đến khuya thấy chúng tôi lục đục khiêng những chậu hoa vào nhà sau, như nhắc chừng đã đến lúc khách phải ra về.

2.

Ngày khai trương và suốt một tuần sau đó, quán không còn chỗ cho khách. Lúc đầu ai cũng đến vì hiếu kỳ. Thời ấy tại thị xã bé nhỏ mà phố xá chỉ là một con đường độc nhất, mọc lên một quán cà phê văn nghệ của chúng tôi là một điều lạ.

Khách đến ban đầu là những đồng nghiệp của bốn người. Sau đó lan rộng như vết dầu loang. Họ là những học sinh trung học đệ nhị cấp, những y bác sĩ, những cô giáo, thầy giáo, những viên chức của các công sở. Tất cả đều trẻ thuộc thế hệ chúng tôi, và thường là những người từ tỉnh xa chuyển đến.

Không khí trong quán ấm cúng, tiếng nhạc du dương, thích hợp cho đôi tình nhân trẻ. Cô bé là một nữ sinh mang họ Công Tằng Tôn Nữ... Tuổi mới lớn. Vai gầy. Dáng mảnh khảnh. Cậu con trai, mặt còn non choẹt, nhưng cố làm ra vẻ chững chạc, lõi đời. Hình như họ học cùng một trường. Hai cô cậu vẫn thường ngồi ở một góc quán vào tối thứ bảy. Cô bé đến trước, cậu con trai đến sau. Như biết ý, Hữu mang đến hai ly nước cam tươi. Họ ngồi với nhau suốt cả buổi tối cho tới khi quán chuẩn bị đóng cửa. Nhiều lần như thế thành thói quen. Và tôi để những bản Dư Âm, Suối Tóc, Tà Áo Xanh, Người Đưa Thư v.v... như những ngày T. đến thăm tôi, hai đứa vẫn ngồi bên nhau, tiếng hát Thúy Nga, Thanh Thúy rồi Khánh Ly, Lệ Thu trầm buồn đưa tâm hồn hai đứa tôi xích lại gần nhau hơn. Khi cô bé ấy, vào tối thứ bảy không đến, cũng như lâu rồi T. vắng bóng, tôi chạnh lòng giây lát. Cậu con trai cũng bặt tăm. Nửa năm sau mới biết mối tình học trò ấy tan vỡ. Cô gái nghỉ học và đi lấy chồng theo quyết định của cha mẹ. Cậu con trai bỏ quê hương đi biệt xứ. T. đã thôi học, trở về quê sống với mẹ cha. Còn tôi, mở quán cà phê hình như để chỉ lấp nỗi buồn hay tạo cơ hội cho cuộc tình những người xa lạ sinh sôi nảy nở, tôi lại bồi đắp lên, cứ tưởng chuyện tình của mình đang nở hoa.

Trong những người khách đến quán vừa thích nghe nhạc vừa hạp gu cà phê, có một người con gái cùng lứa tuổi chúng tôi đã để lại một ấn tượng khó quên. Nàng tên Vân Phi. Người con gái dáng mảnh khảnh, mắt mí lót, tóc đen mướt xõa quá lưng. Nàng có một giọng ca trầm

trầm, ấm áp. Hình ảnh Vân Phi thời còn đi học chung với chúng tôi ở trung học đệ nhị cấp. Nàng là một trong những người nữ sinh duyên dáng đã từng làm biết bao cậu học sinh cùng lứa tuổi phải thẫn thờ. Đã vậy nàng còn là huynh trưởng Gia đình Phật tử, mỗi sáng chủ nhật nàng dịu hiền trong chiếc áo dài màu lam, nắm tay các em nhỏ cùng vui ca, nhảy múa. Trong những ngày Phật đản, trăng sáng tỏa khắp sân chùa, các tín hữu cũng như khách thập phương, lòng nhẹ nhàng thanh thoát lâng lâng trong tiếng hát từ trên sân khấu vọng xuống của người con gái ấy.

Trong vở kịch Quan Âm Thị Kính, nàng thủ vai Phật Bà, thỉnh thoảng xuất hiện trên sân khấu với khuôn mặt trong sáng và thánh thiện. Hình ảnh Vân Phi để lại trong tôi của thời thanh xuân là như thế. Tôi xa thị trấn bé nhỏ này rồi tôi cũng quên đi. Ngày trở về, trong một lần họp giáo viên trong tỉnh tôi mới gặp lại Vân Phi. Cô là đồng nghiệp với chúng tôi. Cô dạy ở một trường rất xa thị xã, nơi ấy là vùng dân tộc. Bằng đi mấy năm tôi không gặp.

Lần gặp nhau này tôi ngỡ ngàng, không biết thật hay hư. Chẳng lẽ đang đứng trước mặt tôi là người con gái dịu hiền năm xưa, dáng yếu đuối, xanh xao mang vẻ đẹp liêu trai. Người con gái, giờ đây, mặt trét đầy phấn trắng nham nhở, môi như sưng vù bầm máu, tóc dựng lông nhím, mặc chiếc quần tây bằng kaki vàng bạc màu và hai đầu gối vá hai miếng vải đậm màu, cùng chiếc áo thun đỏ hở nách ôm sát thân thể nàng. Bộ ngực căng đầy sức sống. Tôi tưởng nàng đang cải trang đóng vai bụi đời trong vở kịch nào đó, sân khấu là quán cà phê, diễn viên và khán giả lẫn lộn bên nhau. Cô nàng tự động mở cửa quán bước vào, theo sau năm sáu gã con trai mới lớn ăn mặc lôi thôi, xốc xếch, có kẻ còn mặc áo thun hở nách, cô nàng ngồi vào một góc quán, còn đám thanh niên đến ngồi giữa quán. Tôi đang mở máy hát. Tiếng kèn đồng tha thiết trong bài *Tonight*. Vừa từ nhà sau đi lên, tôi bỗng nghe tiếng huýt gió, rồi tiếng búng tay, giọng nói ngổ ngáo:

- Ê! Chủ quán đâu?

Tôi đi về hướng có tiếng gọi ngang qua đám thanh niên đưa ngón tay ra dấu tôi phải gặp ai.

Người con gái đang quay mặt vào vách tường. Tôi hỏi giọng nhẹ nhàng:

- Xin lỗi, cô dùng gì?

Giọng người con gái khàn khàn và cay cú:

- Nghe quán mới mở. Nói chủ quán ra đây?

- Tôi đây. Chủ quán đây.

Tôi vẫn đứng thẳng người. Cô nàng quay mặt lại. Tôi tưởng cô đang đùa với tôi sau bao nhiêu năm gặp lại. Tôi nhìn chăm bẩm rồi buột miệng:

- Phật Bà Quan Âm!

Cô nàng cười ngất ngưởng:

- Tưởng ai xa lạ. Té ra ông bạn thời xa xưa. Hết Phật Bà rồi giờ thành nữ tặc.

"Nữ tặc". Cách đây một tuần lễ, vài người khách hỏi chúng tôi: *"Quán Tao nhân nữ tặc đã đến thăm chưa?".* Tôi lắc đầu. Và tôi đợi chờ. Một vài câu chuyện về "Nữ tặc" đã được thêu dệt. Mỗi người kể khác nhau nhưng chung qui Nữ tặc là một cô gái người địa phương sống thác loạn, thường phá phách các quán xá.

Trong lúc mọi thiếu nữ trong thị trấn bé nhỏ này chưa ai dám mặc quần ngắn quá gối, áo ngắn hở tay, chỉ trừ những khách vãng lai, từ thủ đô Sài Gòn ghé ngang còn mặc váy đầm, hoặc bó sát thân hình bằng quần jean áo thun, thì "nữ tặc" ngồi trong quán nước, dựa lưng vào vách tường, phì phà điếu thuốc, mắt lim dim, gác hai chân lên chiếc ghế đẩu thấp, đưa cả cặp giò trắng trẻo giữa đám khách đàn ông đang ngồi uống bia.

Những thanh niên ngồi cạnh bàn liếc mắt nhìn "nữ tặc" cười nói lả lơi. "Nữ tặc" búng tay một cái "tách" và gằn giọng: "Giỡn mặt hả". Thế là một tốp con trai mới lớn ngồi đâu ở một góc quán đứng phắt dậy, xô ngã bàn ghế làm chai, ly rơi xuống thềm nhà kêu loảng xoảng, áo phạch ngực lộ ra những hình xâm sọ người có hai khúc xương chéo ngang, hùng hổ tiến đến, hất hàm: "Tụi bây nhìn cái gì?". Khách trong quán lặng lặng bỏ đi. Chủ quán chỉ biết dọn dẹp sạch sẽ, và sau đó chẳng ai muốn vào quán đó nữa.

Như biết được những ý nghĩ tôi đang có trong đầu, Nữ tặc nói:

- Đời chán thấy mẹ. Tôi đã bỏ dạy. Nạp đơn xin nghỉ. Trưởng Ty hỏi bỏ việc rồi làm gì? Làm nữ tặc. Trưởng Ty vội vàng phê ngay trong đơn: Chấp nhận, đương sự bị khủng hoảng tinh thần. Vào chùa trả lại áo lam, vẫy tay chào các em oanh vũ. Trưởng đoàn GĐPT động viên. Cô đi dạy xa, chủ nhật nghỉ có dịp về thị xã đến chùa sinh hoạt cho vui. Tôi nói, thôi vậy, cho em xin. Ông thấy tôi đâu muốn làm ô danh nghề nghiệp. Tôi cởi áo đạo mạo giả tạo ra rồi.

Ngừng một lát, "nữ tặc" hỏi tôi:

- Ông trả lời tôi xem cái lược dùng để làm gì?

- Để chải tóc cho suông.

- Thôi hả?

Nữ tặc rút trong túi quần chiếc lược nhỏ đưa lên đầu với một động tác nhanh nhẹn cầm lược đánh rối tóc làm tóc phùng lên:

- Chẳng lẽ cái lược chỉ làm suông tóc. Chẳng lẽ mái tóc đẹp chỉ là thế. Cái lược sẽ làm ngược lại chứ. Và mái tóc rối phùng cũng đẹp chứ. Đó ông thấy tóc sư tử giống mấy cô ca sĩ Sài Gòn chưa?

Tôi cười thích thú:

- Ừ nhỉ, cũng đúng.

Tôi hỏi nhỏ như với một cô bạn thân:

- Phi uống gì?

- Ông rảnh không? Ngồi xuống đây. Cà phê nhé.

Nữ tặc ra dấu cho đàn em giải tán và còn dặn thêm:

- Tụi bây tuyệt đối không được gây sự ở đây nghe.

- Dạ, dạ.

- Rút êm.

Quay qua tôi:

- Ông cho hai tách cà phê đen không đường và mấy điếu Capstan.

- Tôi uống rồi, mà cà phê sữa cơ.

Nữ tặc cười thành tiếng:

- Ai bảo với ông là tôi mời ông, hai phin một lượt tôi uống mới đã.

Tôi ngồi đối diện với "Nữ tặc" nhìn người thiếu nữ tay cầm điếu thuốc đưa lên môi, khói từ mũi bay ra từng cụm tròn lên không và tan dần. Đôi mắt nàng lim dim như đang nghĩ về một nơi nào đó. Phin cà phê đã cạn, cái tách trắng chứa một ít nước đen ngòm và sền sệt loáng trên mặt một màng bơ mỏng, "Nữ tặc" đưa lên môi nhấp từng tí một như cụ già sáng mai thức thật sớm ngồi nhấp từng ngụm nước trà tàu trong chiếc bình độc ẩm nhỏ xíu bằng đất nung. "Nữ tặc" yêu cầu tôi để những bản nhạc do Thái Thanh, Anh Ngọc hát và nàng hát theo thật khẽ.

Nữ tặc hỏi tôi:

- Đàn ông khi thất tình, làm gì?

Tôi cười không trả lời nhưng tôi nhớ lại cảnh những đêm khuya, tôi lang thang khắp phố phường, đưa chân đá mạnh vào những thùng rác trên đường, hoặc vài con chó đang ngái ngủ để nó thức dậy và sủa inh ỏi phá tan sự yên tĩnh chung quanh mình, như trút bớt nỗi giận hờn vô cớ đã nằm sẵn đâu đó trong tâm can. Có khi tôi rủ một tên bạn thân đến một quán cóc bên đường, định tâm sự với hắn về người tình đã bỏ đi xa, nhưng hắn mặt vẫn dửng dưng như không muốn nghe, buồn quá nên uống rượu, không như mọi lần vui chơi với bạn bè cả mươi chung rượu ăn thua gì, thế mà trong cơn thất tình chỉ một chung đã say để gọi thành tiếng dù rất nhỏ: T. ơi! Rồi gục đầu xuống bàn, cuối cùng tên bạn phải dìu tôi về.

Nữ tặc tự trả lời:

- Nhi nữ thường tìn... .... biết khóc. Còn tôi khi người tình đã tử trận, tôi phải làm sao?

Khi nghe tin Tân, bạn thân tôi mới chết, tôi phải chạy một mạch ra bờ đê, đứng trên đó nhìn xuống dòng nước chảy cuồn cuộn của con sông Dinh, giang hai tay lên trời, miệng gào to đến khàn cả cổ: Tân ơi! Tân ơi! Nuốt nước mắt, chấp nhận thương đau. Phản ứng khi mất bạn bè thân thích mỗi người có thể khác nhau. Có người đập phá mọi đồ vật quanh mình. Có người đánh bất cứ ai. Để trút cơn đau, lại có kẻ đòi trả thù. Tôi định hỏi Vân Phi: "Bà làm nữ tặc để phản kháng lại những gì mình đã mất mát sao?" nhưng tôi lại câm miệng.

3.

Ba người bạn ngồi bàn sát thành lan can của nhà thủy tạ. Ba cốc rượu Martin, uống từng hớp một cho ấm lòng, trời lạnh như cắt, hơi nước từ hồ Xuân Hương theo gió hắt vào người làm run rẩy thân thể, rồi luồn vào tâm can. Đã bốn năm rồi từ ngày ra trường Sư phạm Quy Nhơn, bây giờ trong một tình cờ chúng tôi mới gặp được nhau. Hai người bạn đều mang tên chữ Sơn. Một người họ Trần nhưng khi làm thơ lấy bút hiệu Chu Sơn, anh khoác trên người thêm chiếc pardessus bằng vải dù màu xám, mái tóc dài bồng bềnh. Một người, trong giấy khai sanh, khi đặt nhạc, khi cầm chiếc đàn guitar hát cho mọi người nghe, vẫn luôn mang tên thật của mình: Trịnh Công Sơn. Vẫn như những ngày ở Huế, ở Quy Nhơn, anh vẫn đội lên đầu chiếc mũ bê-rê nâu, choàng chiếc áo vét đen đã bạc màu, dính đầy bụi phong trần. Tôi nghe nhạc của Trịnh Công Sơn trước khi quen anh. Những tháng ngày mùa đông xứ Huế, mưa dầm liên miên, nỗi buồn bơ vơ của tôi như những giọt mưa còn đọng nơi mi mắt. Trong buổi tiệc cưới người anh họ, nơi gian nhà nhỏ, chỉ một chiếc bàn dài, và cũng toàn những người bạn cùng trang lứa, tôi nghe được bài Ướt Mi, do một chàng thanh niên bằng tuổi tôi: hai mươi. Anh cũng nhỏ người như tôi, cũng gầy ốm như tôi. Anh hát với giọng trầm. Hỏi ra đó là Trịnh Quang Hà, em kế của chàng nhạc sĩ tác giả bài hát. Sau đó vài tháng, tình cờ nghe đài phát thanh Sài Gòn một giọng ca nữ, giọng trầm rất truyền cảm: Thanh Thúy. Tôi cũng hát theo và thuộc một vài câu mà tôi thích: *"Ngoài hiên mưa* *rơi rơi. Lòng ai như chơi vơi... Mưa kéo dài lê thê những đêm khuya lạnh ướt mi.".* Tôi thích, tôi thấy hay vì hạp với tâm trạng của tôi trong những ngày thanh xuân ở Huế. Trước đó tôi thường xúc động khi nghe Bạch Yến gởi hồn mình để cất tiếng hát, bài Đêm Đông của Nguyễn Văn Thương. Cũng như Giọt Mưa Thu thánh thót qua giọng ca tuyệt vời của Thái Thanh. Giờ đây trong tôi còn có thêm Ướt Mi của Trịnh Công Sơn qua tiếng hát trầm buồn của Thanh Thúy.

Hằng năm đến Tết trường Sư phạm đều có buổi trình diễn văn nghệ ở nhà hát lớn nhất Quy Nhơn là rạp Kim Khánh. Để đêm diễn được thành công, chúng tôi thường phải tập dợt những mục mình đảm trách. Tôi đóng một vai phụ trong vở kịch thơ: *Người điên giữa kinh thành* của Vũ Hân. Sơn điều khiển bản hợp xướng: Dã Tràng Ca do anh sáng tác. Trong dịp ấy tôi mới quen Trịnh Công Sơn. Tôi nói với anh: "Nghe bài Ướt Mi tôi tưởng tượng ông già lắm. Hóa ra chàng rất trẻ." – "Cũng vậy thôi, đọc văn ông trên tuần báo văn học Ngàn Khơi ai nghĩ ra chàng cũng trẻ như tôi." Lúc bấy giờ tuổi chúng tôi chỉ trên hai mươi.

Chia tay nhau, mỗi người mỗi ngả trên khắp miền đất nước nhưng tôi vẫn nhớ về Sơn. Đó là hình ảnh một chàng nhạc sĩ, tóc bồng bềnh, mang chiếc kính cận, đôi mắt sáng tròng đen là màu hạt dẻ, chiếc áo vét đen phong trần, đầu đội mũ bê-rê nâu, đứng ở một góc sân khấu quay lưng về phía khán giả, cầm chiếc que nhạc trưởng hai tay đánh nhịp say sưa, đầu gật theo tiếng nhạc, và mái tóc rủ xuống quá trán, đang điều khiển ban hợp xướng gồm cả mấy chục người vừa nam vừa nữ đứng sát cạnh nhau, hai hàng, chật cả sân khấu, mắt họ đều nhìn về phía chàng nhạc trưởng và hồn họ cũng theo từng nét mặt trầm lắng mà hòa điệu: *"Dã tràng xe cát biển đông..."* Và tiếng trống ai đánh vang rền, dồn dập như tiếng sóng gầm trong cơn bão biển vào đầu bài hợp xướng. Tiếng trống ấy thưa dần, nhỏ dần rồi biến mất vào đoạn cuối bản hợp xướng.

Chu Sơn cho tôi biết cả hai bạn đều đã bỏ nghề. Còn tôi cũng mang ý định ngày nào đó không xa tôi cũng giã từ đám trẻ con để vào Sài Gòn làm báo viết văn. Trịnh Công Sơn kể cho tôi nghe những buổi du ca cùng với sinh viên các trường Đại học Sài Gòn, Huế, Đà Lạt. Một mình với cây đàn ghi-ta hát một lượt đến mười bài không thấy mệt. Trong tiếng vỗ tay cổ vũ, cũng như vỗ nhịp của tuổi trẻ làm anh phấn khởi thêm. Đêm hôm qua trong khuôn viên trường Đại học Đà Lạt, trong ánh sáng bập bùng của lửa trại, Sơn cùng tuổi trẻ, chia sẻ nhau những khổ đau mất mát của chiến tranh, những khát vọng về hòa bình bằng tiếng hát, tiếng đàn đệm ghi-ta của Sơn trong Ca Khúc Da Vàng anh mới sáng tác, làm tăng thêm bầu nhiệt huyết của tuổi thanh xuân.

Tôi cho hai bạn biết về quán Tao Nhân chúng tôi. Hữu và Thành cũng là bạn học cùng lớp với Sơn. Và khách đến quán chỉ toàn những người mê nhạc. Sơn hỏi về quê tôi, vì Sơn đã đi nhiều nơi trên khắp đất nước nhưng cái thị xã Phan Rang nhỏ bé Sơn chưa dừng chân. Tôi tả cho Sơn nghe về bãi biển Ninh Chữ, cát trắng mịn màng, sạch sẽ, cùng màu xanh thẫm của biển, cùng sóng vỗ rì rào, cùng những hàng dương trơ lên những rễ cằn cỗi trên mặt cát. Bãi biển ở Ghềnh Ráng Quy Nhơn đã làm Sơn sáng tác được Biển Nhớ. Về Trường ca Dã Tràng, Sơn kể lại: Một lần trong phòng tắm ở cư xá nhà trường, buổi sáng rất sớm tình cờ nghe tiếng sóng vỗ rì rào vào những ghềnh đá, vào bờ cát trắng từ xa vọng lại. Sơn liên tưởng đến những gì sóng sẽ kéo theo ra biển, phải chăng những vết chân còn để lại dọc theo bờ cát ướt của chính mình lang thang trong những buổi tinh sương một mình ra biển để nhìn mặt trời mọc. Phải chăng sóng đã mang ra xa những tượng đài cát mình đã xây chơi trong những buổi tắm biển. Phải chăng sóng đã kéo ra biển những gì mà dã tràng đã xe cát. Trong Sơn dạt dào một tình cảm đang dâng lên như sóng biển, và Trường ca Dã Tràng được hình thành ngay lúc ấy.

Trịnh Công Sơn nói với Chu Sơn:

- Hay bọn mình kéo nhau xuống Phan Rang, làm một đêm Ca Khúc Da Vàng đi.

Chu Sơn dè dặt hỏi tôi:

- Có bảo đảm an ninh cho Sơn không? Tại các trường Đại học có cả một lực lượng sinh viên bảo vệ. Còn quán ông có ai?

Tôi cười thành thật trả lời:

- Chỉ có những người yêu nhạc Trịnh Công Sơn.

Tôi tưởng Trịnh Công Sơn sẽ bỏ ý định đó, nhưng không ngờ anh từ tốn nói:

- Chưa bao giờ mình tự hát Ca Khúc Da Vàng trong một quán cà phê. Thử xem, cảm giác ra sao?

Chúng tôi hẹn nhau, hai hôm sau Chu Sơn có trách nhiệm hướng dẫn Trịnh Công Sơn xuống Phan Rang tìm 11 Nguyễn Thái Học, hay hỏi ai đó về quán Tao Nhân. Tôi về trước để chuẩn bị đêm hát cho Sơn.

Tôi báo cho Hữu, Thành, chị Hồng tin Trịnh Công Sơn sẽ hát Ca Khúc Da Vàng tại quán Tao Nhân. Mọi người phấn khởi và bàn nhau về sự an toàn cho đêm hát. Hữu lên gác tôi mở cánh cửa hong gió sát trần nhà bắt sẵn một chiếc cầu ván sang nhà lầu bên cạnh của người hàng xóm thân với nhà tôi. Năm lụt Nhâm Thìn cả nhà tôi đều theo kiểu này lánh nạn qua bên nhà đó. Thành lo dọn trống một góc quán để làm sân khấu nhỏ. Tôi gắn micro vào ampli thử tiếng và bỏ sẵn cuộn băng trống để thu lại tiếng hát. Chị Hồng chạy ra chợ đến hàng bán hoa từ Đà Lạt chuyển về đặt trước những bó hoa hồng. Còn khách đến nghe là bạn bè của chúng tôi được mời bằng cách rỉ tai.

Bảy giờ mới bắt đầu cuộc diễn. Theo giờ hẹn trước Sơn sẽ đến lúc 3 giờ, trong 4 tiếng đồng hồ đó đủ cho tôi dẫn Sơn và các bạn về biển Ninh Chữ. Tôi biết Sơn rất mê biển. Hữu xách đàn ghi-ta từ phòng trọ lại. Trời tối hẳn và khách đã vào chỗ ngồi. Hữu bảo nhỏ tôi:

- Nếu không có TCS chắc tao cầm đàn hát thế. Không phải Ca Khúc Da Vàng vì chưa nghe đến. Thôi những bản tình ca của TCS vậy.

Còn khách mời đến nghĩ chắc chúng tôi đùa. Bạn bè cả.

Trong lúc chúng tôi đang luống cuống, Sơn cùng ba người bạn chúng tôi đều quen, đi chiếc xe "con cóc" dừng lại trước quán. Hỏi ra mới biết theo yêu cầu của Sơn, lâu quá nhớ biển, các bạn đã xuống từ 3 giờ, nhưng lại kéo nhau xuống Ninh Chữ, tắm cho đã. Như theo lời dặn của tôi, Sơn và các bạn vào quán cứ đi thẳng ra nhà sau, và lên căn gác của tôi, để khách không nhận ra.

Tôi đóng cửa lại. Phía trước không chưng hai hàng chậu hoa như mọi hôm. Khách thường, tưởng quán không mở bán. Hôm nay các bàn ghế được sắp xếp lại, tất cả đều quay ngược về trong. Khách chỉ uống nước ngọt mà thôi.

Hữu cầm micro giới thiệu, Sơn cầm cây đàn ghi-ta từ nhà sau bước lên chào khán giả. Mọi người ồ một tiếng như trút hết sự ngạc nhiên. Một bàn dành riêng cho chủ quán bốn người cùng ba người bạn của Sơn. Trong ánh đèn dịu dàng như ánh trăng. Trong không khí ấm cúng như một gia đình, tiếng hát Sơn cất lên cùng tiếng đàn guitar Sơn tự đệm theo.

Tôi đứng dựa mình vào vách tường, cạnh cửa chính bằng gương trong suốt. Có tiếng gõ đều đều vào kính, tôi quay người lại và nhìn qua, chỉ thấy dáng dấp một người con gái. Tôi tưởng T. đến. Mở cửa, trước mặt tôi là "Nữ tặc" Vân Phi. Hôm nay nàng mặc chiếc áo dài tím.

"Nữ tặc" hỏi:

- Đêm nay làm gì không mở cửa bán. Bộ mấy ông đọc thơ chống chiến tranh, phải không?

Tôi ra dấu "Nữ tặc" phải im lặng. Tôi nói nhỏ:

- Không đọc thơ mà hát nhạc phản chiến. Phi vào đi, hôm nay tôi mời cô bạn ngày xưa nghe. Trịnh Công Sơn ca đó.

- Đừng có xạo. Nữ tặc quậy đó.

- Thôi vào đi cho tôi đóng cửa. Bộ không thấy gắn bảng xin lỗi nghỉ bán tối nay đó sao?

- Thấy chứ. Nên về nhà mặc chiếc áo dài thời lãng mạn đến uống cà phê nghe nhạc với các ông đây.

Tôi nhắc nhở:

- Bà là khách không mời mà đến đấy nhé!

Không còn một chỗ ngồi nào, tôi đành dẫn "Nữ tặc" đến chiếc bàn dành riêng cho chúng tôi. Khách tỏ vẻ bực bội, phiền hà vì sự có mặt của "Nữ tặc" nhưng tiếng hát của Sơn làm họ quên đi rất nhanh.

Sơn hát như lời thầm thì tâm sự về nỗi đau của người con gái Việt Nam đã mất mát những người tình nơi chiến trường. Phải chăng đó cũng là nỗi sầu của Vân Phi.

Suốt hai tiếng đồng hồ Trịnh Công Sơn hát liên miên, từ bài này sang bài khác, không biết mệt. Giọng anh trầm buồn hạp với lời tâm sự nỉ non về thân phận con người Việt Nam da vàng đang đau khổ vì chiến tranh đã gây ra cảnh tang tóc cho mọi người, từ người già ngơ ngác trong tiếng đại bác, từ em bé lõa lồ, trong công viên những người điên ru con hai lần, từ lúc con lọt lòng, và khi con chết, những người con gái yêu quê hương như yêu đồng lúa chín nay ruộng đồng đã tan nát. Những trai tráng trong làng, trong thị thành, đều khoác áo lính và bỏ mình hoặc trở về nhà với thân tàn ma dại, chỉ còn một cánh tay, một bàn chân, đôi mắt mù lòa. Bao nhiêu cuộc tình tan nát, chia lìa. Từ đau khổ đó cuối cùng Trịnh Công Sơn rộn ràng với tiếng hát mơ một ngày hòa bình để được đi thăm Sài Gòn, Huế, Hà Nội, ba miền thương yêu nhau như bạn bè đã từng lăn lóc và nằm ngủ với nhau cùng một chăn chiếu. Mọi người trong quán đều xúc động, mắt cay đỏ hoe và tim bị thắt lại, không phải vì khói thuốc và không khí ngột ngạt mà vì Trịnh Công Sơn đã dồn những niềm đau của từng người thành một, chồng chất lên nhau, thành một nấm mồ. Sơn hát cho mọi người nghe mà như anh hát cho ai đó, những oan hồn của người chết đâu đó trên đất nước này đang lang thang trên các chiến trường, cũng lảng vảng quanh đây, bên tiếng đàn guitar của anh, trong con mắt anh như nhận ra có họ trước mặt, nên mắt anh lắng xuống và đón nhận.

Bài hát cuối cùng đã làm mọi người như nóng lên bầu nhiệt huyết, những tiếng vỗ tay từng nhịp và hát theo anh. Gia Tài Của Mẹ: *... Dạy cho con tiếng nói thật thà...*

Như một lời nhắn nhủ của chàng nhạc sĩ họ Trịnh đến chúng tôi.

4.

Khách đã kéo nhau ra về với nỗi bàng hoàng. Mỗi người còn được quán Tao Nhân tặng một tập nhạc Ca Khúc Da Vàng có chữ ký của tác giả. Chỉ riêng "Nữ tặc" Vân Phi vẫn còn ngồi đó. Tôi đến nhắc nhưng Vân Phi yêu cầu được nói chuyện với Trịnh Công Sơn. Thấy tôi còn đang lưỡng lự, như đoán được ý nghĩ của tôi, Vân Phi nói nhỏ:

- Tôi không làm gì phiền đến các ông đâu!

Khi nhìn đôi mắt Vân Phi cũng ươn ướt như vừa mới viếng thăm một đám tang của người bạn thân, tôi mới đồng ý. Tôi lên gác chuyển lại với Sơn ý định đó của Vân Phi. Các bạn ngả mình lên chiếc giường của tôi, nghỉ ngơi sau một ngày mỏi mệt và nghĩ rằng Sơn cũng cần như thế. Sơn cười:

- Mình rất thích có dịp trực diện với người ái mộ mình.

Tôi dặn dò Sơn:

- Tôi xuống trước báo lại và để dọn bàn ghế như cũ chỉ một lát là xong, ông xuống thì vừa.

Đèn trần bật sáng choang, các ngọn đèn mờ được tắt đi. Như sau một đêm diễn sân khấu còn bề bộn. Tôi chỉ chỗ cho Vân Phi, người khách duy nhất còn lại, ngồi đợi Sơn. Còn tôi cùng Hữu, Thành lo dọn dẹp nhà cửa. Chị Hồng lo rửa sạch ly tách. Hữu và Thành trở về nhà trọ và hẹn sáng thật sớm sẽ đến uống cà phê và tiễn Sơn đi.

Như qua một ngày mới, như quán vừa mới mở cửa bắt đầu cho một cuộc chơi khác. Tôi chỉ để một ngọn đèn trần mờ mờ đủ sáng như ánh trăng lưỡi liềm để Sơn tiếp người khách nữ chưa quen. Tôi lên gác nằm nói chuyện với Chu Sơn. Chúng tôi nhắc lại những kỷ niệm những ngày ở Quy Nhơn cùng với các bạn khác giờ đã tản mác nơi đâu. Chu Sơn ngủ lúc nào tôi không hay và anh đã cất tiếng ngáy như sấm.

Tiếng hát trong đêm khuya, giọng trầm trầm, khàn khàn như ai vừa uống rượu say, như ai vừa hút thuốc quá nhiều còn đọng khói nơi cuống phổi, đưa hơi thở ra ngoài, như ai đã giữ trong lòng bấy nhiêu năm một nỗi hờn căm, giận đời, giận mình, bây giờ có dịp trào ra. Tiếng đàn ghi-ta tha thiết đệm theo. Tất cả âm thanh ấy dội lên từ quán Tao Nhân của tôi, những bản tình ca của Trịnh Công Sơn.

Tiếng hát buồn quá, nghẹn ngào, tiếc nuối, trông ngóng. Tôi ngồi dậy, châm một điếu thuốc. *Chiều chủ nhật buồn, nằm trong căn gác đìu hiu... Ô hay mình vẫn cô liêu...*" - "*Chiều một mình qua phố âm thầm nhớ nhớ tên em...*"... Hết bài hát này nối tiếp ngay bài khác. Tôi không thể ngờ người con gái mà cả thị trấn nhỏ bé này muốn giẫm nát nàng khi nàng muốn đứng dậy sau khi ngã gục xuống bên lề đường phố, lại có giọng ca truyền cảm như thế.

"Mưa vẫn mưa bay trên tầng tháp cổ... Chiều nay còn mưa sao em không lại. Nhớ mãi trong cơn đau vùi làm sao có nhau...". Tiếng hát của người đàn ông, quen thuộc. Đúng rồi. Của Sơn. Còn tiếng đàn, khẩy từng tiếng một, rồi dồn dập, rồi vấp váp, rồi liên tục. Không phải Sơn đàn, của Vân Phi.

Tôi dựa tay vào thành lan can, mắt nhìn lên bầu trời, chỉ còn ngôi sao mai lấp lánh trên nền xám nghịt. Tôi nhớ đến T. Cô gái vai gầy, khuôn mặt liêu trai hay đến thăm tôi vào những chiều mưa. Tôi thường để bản nhạc Em Đến Thăm Anh Một Chiều Mưa của Tô Vũ, Thái Thanh hát mới trữ tình, cho T. nghe. Rồi bao nhiêu buổi chiều mưa sau đó, tôi cũng tự hỏi như Sơn: *"Chiều nay còn mưa sao em không lại. Trong cơn đau vùi làm sao có nhau, hằn lên nỗi đau...".*

"Diễm xưa" của Trịnh Công Sơn. Và "T. xưa" của tôi. Mấy cô gái Huế, một thời lãng mạn. Một buổi sáng mùa đông, ngủ dậy trễ, chàng đã thấy một cành hoa hồng ai gắn lên khung cửa sổ, trước thềm đặt một chiếc hộp như cuốn sách dày bìa cứng. Mở nắp ra, con tim thắt lại, rồi ngỡ ngàng, một lọn tóc dài đánh con rít, một lọ nước hoa, một tấm ảnh nhỏ, một bài thơ ngắn. Ngơ ngẩn nhìn quanh. Người đã đi rồi. Ôi những người con gái liêu trai, đến rồi đi như một bóng ma. Khi mình nhận ra hạnh phúc, nàng đã bay xa.

Tiếng hát Vân Phi và Trịnh Công Sơn trong những bản tình ca đã đưa tôi vào giấc ngủ từ lúc nào. Hình như có tiếng gọi rất nhỏ của T. vào cánh cửa phía dưới nhà: "Anh ơi! Mở cửa cho T. với." Tôi vội ngồi dậy lần mò xuống cầu thang, đi thẳng một mạch đến cánh cửa chính, mở ra chẳng thấy bóng dáng ai. Chập chờn trong giấc mơ. Tôi dụi mắt cho tỉnh lại. Tôi bước xuống cầu thang.

Khi ngang qua chiếc bàn đặt ở một góc quán, mới nhận ra, trên bàn có hai tách cà phê, một bình nước trà, một gạt tàn đầy tàn thuốc lá. Và tôi sửng sốt nhìn cô gái mà chúng tôi gọi là "Nữ tặc", khuôn mặt, đôi mắt nhắm nghiền, mái tóc đen mượt mà, xõa dài xuống ngang vai, trở nên hiền thục. Nàng ngả đầu dựa vào góc tường. Hai tay khoanh lại. Tôi nhận ra khuôn mặt từ bi của Phật Bà Quan Âm. Người con trai đối diện, chàng nhạc sĩ Trịnh Công Sơn, tay vẫn ôm cây đàn guitar, ngả người vào thành ghế, đôi mắt, sau cặp kính trắng, khép lại, còn đôi môi chàng lại nhoẻn một nụ cười đôn hậu, như vừa làm xong một việc thiện.

5.

Ba mươi năm qua, những người lập quán Tao Nhân ngày xưa, giờ chỉ còn mình tôi. Thành đã hy sinh trong chiến trường Tây Nguyên. Chị

Hồng đã làm mồi cho cá mập trong lần vượt biên. Hữu chết đột ngột vì nhồi máu cơ tim.

Tôi vào sống ở Sài Gòn. Một vài lần gặp lại Trịnh Công Sơn. Anh nhắc lại kỷ niệm xưa và anh hỏi tôi:

- Cô ấy giờ ở đâu?

Tôi hỏi lại:

- Cô nào?

- Cô Mây Trôi.

Tôi thật sự ngạc nhiên có quen ai tên đó. Sơn kể:

- Có vài lần ngang qua thị trấn đó, mình nhớ đến quán Tao Nhân xưa, nhớ đến cô gái đã hát cho mình nghe những bản tình ca của mình. Hồi đó mình hỏi tên, cô nói cứ gọi cô là Mây Trôi.

Té ra, Vân Phi của mọi người, còn Mây Trôi chỉ của Trịnh Công Sơn.

Ngày ấy, kể từ lúc tôi mở cửa cho "Nữ tặc" ra về, tôi mang máng nhận ra nàng đã trở lại thành người con gái dịu hiền năm xưa. Sau đó, nàng đã bỏ thị trấn nhỏ đầy thành kiến này, biệt tích giang hồ, đến một nơi xa lạ nào đó với một cái tên khác, với một tấm lòng mà nàng suýt đánh mất.

Tin Trịnh Công Sơn chết làm tôi bàng hoàng suốt buổi chiều. Tôi nợ anh mà chưa kịp trả. Tôi đã hứa sẽ tìm cho anh bản nhạc Trường ca Dã Tràng đã bị thất lạc. Tôi hứa sẽ tìm lại tung tích của Vân Phi mà chưa tìm ra.

Nếu Vân Phi còn sống nơi nào đó, khi biết tin anh chết, nàng sẽ thắp cho anh một nén nhang, và nàng sẽ hát một mình, cho nàng nghe, hay cho hương hồn anh đang phảng phất đâu đó. Nếu nàng đã chết đi, nàng cũng thành "Mây Trôi" lơ lửng trên bầu trời xanh kia để đón anh đi gặp những bạn bè, người thân đã mất, về cõi vô thường.

Nguyên Minh

NGUYÊN MINH
BÊN DÒNG SÔNG POTOMAC

Nguyễn Lương Vỵ - Đặng Phú Phong – Nguyễn Đình Thuần
Vợ chồng Trương Văn Dân – Nguyên Minh – Du Tử Lê tại Nam Cali

Ngồi trên chiếc máy bay của hãng Eva suốt mười mấy tiếng đồng hồ, tôi không thể nào chợp mắt được, dù một giấc ngủ ngắn như các bạn khác cùng tôi đang ngồi bên cạnh trong một chuyến qua Mỹ lần thứ hai, mắt đang nhắm nghiền, thiếp đi. Tôi đợi chờ những buổi ăn sáng tôi được phục vụ trên chuyến bay này. Chắc chắn không phải vì những món ăn ngon lạ miệng được những bàn tay nhỏ nhắn, trắng muốt của những cô nàng tiếp viên hàng không xinh đẹp cầm từng chiếc khay nhựa đặt đầy những hộp thức ăn nóng hổi cùng những ly tách để không. Sau đó, một nàng thiếu nữ tóc cắt ngắn trong bộ váy đồng phục, tay cầm một chiếc bình, bước nhẹ qua lối đi nhỏ hẹp, cất tiếng rao, mời khách, giọng nói nhỏ nhẹ, êm ái: *Coffee or tea.*

Chỉ có tiếng rao *coffee or tea* sao lòng tôi bỗng nghẹn ngào, nó như một chiếc chìa khóa mở bật chiếc rương trong đó chứa đầy những ký ức của một thời về gia đình người chị kế mà suốt đời tôi không bao giờ quên được.

Chị cùng chồng và ba đứa con nhỏ phải rời bỏ Sài Gòn về một thị xã nhỏ thuộc tỉnh Sông Bé. Căn nhà nhỏ trong một khu vườn chỉ lưa thưa vài cây mít, vài cây điều xơ xác. Để tránh người ta gán cho gia đình chị là tư sản mặc dù chị chỉ là người giữ hộ nhà in với máy móc tối tân đồ sộ của người chị đầu đã bỏ ra nước ngoài. Chị làm một cái chuồng heo đơn sơ sát gian nhà bếp, bỏ vào cặp heo mọi, mà thức ăn có khi là những hạt điều, trộn hạt mít cùng một ít cám. Các con của chị, đứa con gái đầu lòng mới phát mã, xinh gái, tóc đen mượt và dài xõa ngang vai, đôi ngực lú lên như hai trái cau. Đứa em kế là con trai, ốm yếu và nước da ngăm đen, suốt ngày ở trần trùi trụi. Cô em út vừa mới lên ba.

Tôi vẫn thường lên thăm anh chị mỗi lần tôi có dịp vào Sài Gòn, trúng những lần sân vận động sau khu gia cư nhà chị tổ chức giải bóng đá toàn tỉnh, tiếng reo hò, la hét cổ động từ xa vẫn vang vọng về. Vợ chồng chị xúm nhau, chồng chụm củi bắc ấm nước sôi, vợ bỏ vào một nắm trà, vội vàng đưa cho đứa con gái còn ngơ ngẩn đứng chờ, bên cạnh thằng em trai lanh lẹ kéo chị theo. Tôi còn ngơ ngác, chị giải thích: "Các cháu đã một thời sống trong nhung lụa, giờ phải lao động cũng như anh chị phải kiếm sống để người ta gỡ cho mình cái "mạc" không tốt". Tôi cũng tâm sự với chị:

"Khi về nông thôn để sống, vợ em cũng từng hái rau mọc lan trong những khu vườn trong xóm, mang ra chợ bán, kiếm từng bạc cắc. Người ta thầm thì "tư sản" giả vờ đói".

Sau năm 1980, tôi trở lại ngôi nhà đó, mới thấy bảng niêm phong, bật ngửa mới biết gia đình chị đã ra đi. Về sau tôi nhận được tin từ người chị đầu ở Mỹ cho biết chỉ có anh rể tôi và thằng cháu đã đến quê người an toàn.

Hơn ba mươi lăm năm. Tôi qua Mỹ lần đầu tiên, gặp lại thằng cháu nay đã thành trung niên, to lớn. Hắn kể lại với giọng buồn bã về tuổi thơ của mình, về hình ảnh người mẹ quá hiền hậu. Về người chị ngây thơ hồn nhiên giữa rừng người. Tiếng rao hàng, nhỏ nhẹ: "Trà nóng đây! Trà nóng đây!". Một vài thanh niên mặt bừng bừng thua cá độ, cầm ly nước trà uống vội, hơi nóng hừng hừng làm họ chưa kịp nuốt, vội vàng phun ra, bắn vào khuôn ngực đứa con gái tuổi "ô mai". Chị giật mình, không nói một lời, chỉ biết kéo tay thằng em đang trợn mắt sừng sỏ, bỏ đi về nhà.

Chỉ chừng đó thôi. Một tiếng rao *Trà nóng đây* đã làm lòng tôi đau đớn.

Bao nhiêu hình ảnh về cô cháu nhỏ chưa biết gì cảnh đời ô trọc của một thời.

Bây giờ, quanh tôi là những người khá giả, trên một chuyến bay qua bên kia nửa trái đất, tôi ám ảnh về một tiếng rao hàng.

Chuyến qua Mỹ lần này, tôi dành thời gian gặp gỡ những người thân yêu trong đại gia đình. Chị đầu, người đã từng thương yêu và gầy dựng cơ nghiệp cho tôi những năm trước 1975, vừa qua cơn phẫu thuật trong cái tuổi trên tám mươi, gần đất xa trời. Người em gái kế đã từng ham mê về âm nhạc, trời phú cho cô có một giọng hát truyền cảm. Cậu em trai say sưa với công việc thiết kế xây dựng. Tôi và vợ chồng Trương Văn Dân - Elena được sống cùng chung trong những ngôi nhà người thân đó.

Từ San José đến Sacramento. Từ nhà cô em gái đến nhà người chị đầu mất cả hai tiếng đồng hồ đi xe. Có thêm Lữ Quỳnh, Lữ Kiều, là hai người bạn thân từ thời học Quốc Học của tôi và đã từng được chị tôi thương mến.

Anh chị đãi chúng tôi một buổi buffet trong casino, sau một thủ tục nhiêu khê để được cấp một thẻ ăn và mua hàng giảm giá. Tôi và cậu em từ một thành phố nhỏ ở Việt Nam qua, ngao ngán trước những cái xa lạ của cuộc chơi này. Riêng tôi, chỉ cần lấy một chén súp nhỏ là đủ rồi, đâu cần phải đi vòng lỉnh kỉnh mang nhiều món ăn như người khác. Ăn nhiều cho "bõ ghét".

Tôi biết ý định của chị muốn cho chúng tôi biết thế nào là đời sống ở Mỹ. Xếp hàng. Tự phục vụ mình.

Những lần chúng tôi vào những nhà hàng của người Việt Nam, nhìn những tô phở quá to, những dĩa cơm sườn quá lớn... Ăn không hết thì "to go" bỏ vào hộp nhựa mang về. Tính tiền tại quầy rồi lấy tăm cho mọi người xỉa răng. Nhớ bỏ lên bàn tiền bo. Như một điều tất nhiên.

Sau gia đình mới đến bạn bè. Mà bạn bè ở đất nước này chúng tôi chỉ có những người làm văn chương và độc giả của *Quán Văn* mà thôi.

Từ San José chúng tôi đi xe đò Hoàng, mất 6 tiếng đồng hồ trên xe. Đường sá rộng rãi nhiều *lane*, bằng phẳng, sạch sẽ. Xe chạy tốc độ trên 100 cây số mà êm ru. Đến Nam Cali, chỉ có tôi và vợ chồng Trương Văn Dân. Những ngày ở nhà Đặng Phú Phong, ngồi nơi hiên sau nhà, một khoảng không gian nhỏ, một dãy chậu kiểng sát tường đầy những bông hoa, và đặc biệt thoang thoảng mùi thơm ổi chín trên cành cây nặng trĩu những trái. Phong châm những tách trà độc ẩm bằng đất nung, nhỏ xíu, hớp từng ngụm trà đặc quánh, nói với nhau những ước mơ về một nền văn hóa mang đầy dân tộc tính.

Chẳng cần gọi điện hẹn hò gì, cứ ra quán cà phê thì sẽ gặp nhau thôi. Đâu có nhiều gì như ở Sài Gòn. Trịnh Cung ngồi đó, một mình. Đốt thời gian. Đợi chờ cuối tuần đón vợ con qua. Thành Tôn mang mấy tập thơ "Miếu đền..." của Mai Thảo, sách viết về Võ Phiến. Nguyễn Đình Thuần đi photo những bài viết của Du Tử Lê và vài anh em khác viết bài về các phòng tranh của anh đưa cho *Quán Văn* qua tôi.

Những buổi tiệc mừng nơi nhà Trần Yên Hòa. Nâng ly rượu, ngày hội ngộ lần thứ hai, sau ba năm gặp lại. *Quán Văn* với trên 30 đầu báo. Anh Trần Văn Nam, chuyên viết tiểu luận và phê bình văn học ở nước ngoài, ở xa phải mất hơn một tiếng đồng hồ mới đến, các bạn khác gần hơn như Trần Văn Sơn, Thành Tôn, Nguyễn Đình Thuần, Đặng Phú Phong mang theo rượu vang, vài món gỏi tự biến nấu. Tiếng cười giòn tan. Cùng cầm ly cụng vào nhau. Miệng hô: Zô. Zô theo giọng nói lờ lợ của người bạn Ý Elena.

Ra về cả bọn đều mang sách tặng, những tác phẩm văn học được xuất bản trong và ngoài nước. Những đứa con tinh thần của người này được người kia nâng niu như một món quà quý giá.

Riêng cặp vợ chồng Trần Dạ Từ và Nhã Ca, chúng tôi phải gọi điện hẹn trước. Gặp nhau tại tòa báo. Chị Nhã ôm choàng lấy tôi, vui mừng. Làm sao nghĩ được có ngày sau gần bốn mươi năm chúng tôi lại giáp mặt nhau. Chị Nhã là bạn của chị kế tôi. Trần Thy Nhã Ca là người rủ tôi bỏ Huế vào Sài Gòn làm báo với chị. Tôi nghe lời, vào Sài Gòn, mới bật ngửa, chị cùng Trần Dạ Từ sống trong một phòng nhỏ của một building Everet. Trần Dạ Từ nói với tôi: Tụi mình là đàn ông, ngủ dưới đất, nhường cái giường độc nhất cho bà Nhã nhé. Tôi nhắc lại kỷ niệm đó với mọi người. Trần Dạ Từ đưa tay vỗ vai tôi như phân bua: Nguyên Minh với bà Nhã như chị em, nhưng với Trần Dạ Từ này là bạn bè.

Đúng vậy. Sau đó vài năm. Chính nhờ cặp vợ chồng này tôi mới khởi nghiệp về báo chí, xuất bản. Tôi học nghề in tại một nhà in riêng của họ trước khi tôi trông nom một nhà in tối tân bằng những máy offset của người chị đầu đầu tư. Tôi thực hiện tạp chí Ý Thức khổ vuông cũng từ ý tưởng của Trần Dạ Từ.

Tôi không biết làm thơ. Tôi không thuộc thơ ai bao giờ ngoài mấy câu của Trần Thy Nhã Ca đăng trên tạp chí Hiện Đại năm 1960.

Tôi làm con gái
Buồn như lá cây
Chút hồn thơ dại
Xanh xao tháng ngày.

Tôi lại không đồng ý câu thơ của Trần Dạ Từ: *Người đi qua đời tôi, không nhớ gì sao người.* Với tôi: người sống mãi đời tôi. Nên làm sao tôi quên được người. Vui thôi nhé! Trần Dạ Từ.

Trước khi từ giã miền Nam Cali, tôi và vợ chồng Trương Văn Dân - Elena còn gặp Du Tử Lê, Nguyễn Lương Vy, Nguyễn Thị Ngọc Lan tại một quán cà phê người Việt hứa hẹn gặp nhau trong buổi ra mắt Quán Văn tại Sài Gòn trong một ngày không lâu.

Về lại San José, nghỉ vài hôm, tôi và vợ chồng Trương Văn Dân lại lên máy bay qua Washington DC. Có Phạm Cao Hoàng và Nguyễn Minh Nữu đón rước. Buổi sáng trời se lạnh. Hai bên đường là rừng cây khoe đủ sắc màu, xanh, tím, vàng, đỏ. Tôi mải mê nhìn cảnh rừng mùa thu ở thủ đô nước Mỹ. Lạ lẫm.

Ngày hôm sau, Đoàn Văn Khánh từ Utah mới bay qua, đúng hẹn cho buổi họp mặt anh em văn nghệ vùng Virginia tại nhà họa sĩ Trương Vũ.

Tại đây, trong một biệt thự rộng lớn, sang trọng, bề thế, dưới một tầng hầm rộng rãi treo đầy tranh hội họa của chủ nhân. Khách mời, có người chúng tôi quen biết thân tình đã lâu, có người chúng tôi chỉ biết qua những tác phẩm văn học từ những mấy mươi năm trước hoặc mới xuất hiện trên những trang mạng văn chương. Nguyễn Minh Nữu với giọng nói ấm áp và truyền cảm giới thiệu từng khuôn mặt đã từng đóng góp cho văn học trong cũng như ngoài nước. Không khí buổi họp mặt trở nên thân mật, ấm cúng, đầy tình nghĩa anh em sau khi tôi nói như một lời tâm sự. *Quán Văn* là tâm huyết của những người lỡ mê văn chương, xem như một cái nghiệp phải trả. Thế thôi.

Đã qua được nước Mỹ, đã qua được Virginia mà chưa đi về New Jersey để thăm vợ chồng Trần Hoài Thư thì trong lòng tôi ray rứt, khó chịu. Phạm Cao Hoàng và Nguyễn Minh Nữu hiểu được tình cảm sâu xa giữa chúng tôi nên bỏ một ngày Chủ Nhật, chị Kim Mai, vợ của Nữu cùng chồng thay phiên nhau lái xe. Sáng đi tối về phải mất 12 tiếng đồng hồ.

Đến nhà Trần Hoài Thư trước giờ hẹn một tiếng. Nhìn chiếc xe đậu trong sân tôi nhận ra ngay vì cách đây ba năm vợ chồng Trần Hoài Thư đã từng chở tôi đi đây đi đó. Nhìn vào trong xe vẫn thấy những tập báo *Thư Quán Bản Thảo* vất bừa sau hàng ghế như báo hiệu chủ nhân đang có mặt trong nhà.

Mở cánh cửa không khóa, bước vào nhà, tôi như đang trở về ngôi nhà thân yêu của mình, tôi gọi to: *Thư ơi. Tao về đây.* Không ai trả lời. Tôi đi vội vàng, bước xuống căn hầm ngổn ngang máy móc, đèn vẫn sáng chói. Máy vi tính vẫn mở. Máy in vẫn hoạt động. Tôi đâm hoảng, leo lên tầng trên, vào căn phòng mà ngày nào tôi với hắn đã từng trùm chăn ngủ ấm. Mền gối vất tung. Nhìn vẻ lo lắng thể hiện trên đôi mắt tôi, Nguyễn Minh Nữu hốt hoảng kéo mọi người ra khỏi nhà, vội vàng lên xe chạy đến một nơi nào đó. Theo Nữu cho biết, ở Mỹ không như ở Việt Nam. Coi chừng bị khép vào tội xâm nhập gia cư bất hợp pháp.

Gọi lại điện thoại cho Trần Hoài Thư vẫn không ai bắt máy. Để lại tin nhắn vẫn không hồi âm. Tôi phải gọi về Phạm Cao Hoàng nói rõ sự tình.

Một tiếng đồng hồ, anh em chúng tôi lang thang quanh ngôi nhà thờ, không khí trở lạnh, Phạm Cao Hoàng mới báo tin. Hắn mới về nhà sau buổi trưa, đúng giờ chăm sóc bệnh nhân. Y. người vợ yêu dấu của Trần Hoài Thư sau những lần tai biến đang nằm trong một viện chăm sóc người già.

Mới ba năm gặp lại, tôi nhìn thân xác anh bây giờ, tiều tụy, tóc bạc phơ, đôi mắt không mang kính leo nheo, răng cỏ rụng hết chỉ còn lưa thưa. Anh không còn đủ sức lo cho bản thân mình.

Gặp tôi, anh khoe những công trình in ấn cũng như những số chủ đề về văn học miền Nam của một thời vang bóng. Tôi cũng khoe với anh những tập *Quán Văn* đầy màu sắc được in ra từ những máy móc đơn sơ. Mấy anh em, đặc biệt là Trương Văn Dân, Elena cùng chia sẻ niềm đam mê về báo chí văn học và ngành in ấn của hai chúng tôi.

Có những sự việc mà tôi không bao giờ nghĩ ra. Làm sao tôi có thể biết được một người mà ngày xưa chỉ biết viết văn trên những trang giấy trắng sau buổi hành quân xa, trong buổi gặp anh em trong một quán cà phê bên đường, sau một cơn say, ngà ngà nguệch ngoạc viết vài câu thơ trên bao thuốc lá. Ngày đó anh phục lăn khi nhìn chúng tôi chăm lo tờ *Ý Thức* từ bài vở đến trang in. Vừa chủ báo. Vừa đứng máy làm thợ chạy máy in. Vừa đóng gói từng kiện chở đi phát hành. Anh chỉ biết nhìn. Bây giờ tôi nghiêng mình phục anh. Chỉ một mình, đơn thân độc mã, với những cái máy in cá nhân đã cũ mua từ cửa hàng bán đồ cũ, mang về tự sửa chữa. Suốt ngày anh lục đục đứng máy, vừa chăm lo tập san *Thư Quán Bản Thảo* mà khởi đầu từ năm 2000 chúng tôi gởi qua tặng anh số báo *Ý Thức Bản Thảo* (chỉ giới hạn trong thân hữu) đã gợi ý cho anh thực hiện một tập san văn học cùng một nhà xuất bản tự in và phát hành.

Đứng trước giường bệnh, nhìn chị Y. Nằm bất động, trên phủ tấm chăn, nhưng chị vẫn còn nở nụ cười dù không tươi lắm, miệng vẫn còn đọc được mấy câu thơ, như chào mừng chúng tôi.

Trên đường đến New York, tôi kể cho các bạn nghe về nhân duyên giữa Trần Hoài Thư và Ngọc Yến. Đám cưới của họ mà nhà trai đại diện là Tạp chí *Ý Thức* và nhà gái đại diện tạp chí *Bách Khoa*. Cách đây ba năm, sau mấy chục năm xa cách, chính vợ chồng Trần Hoài Thư bay từ New Jersey qua San José đón tôi về nơi anh sống. Trong một chuyến ghé thăm một casino, ngồi ngoài hiên, lộ thiên, trước mặt chúng tôi là bãi biển rộng bao la, gió lạnh từ ngoài khơi thổi vào làm tôi đủ run rẩy, co ro. Những con chim bồ câu hiền lành, dạn dĩ, thản nhiên dạo quanh dưới chân chúng tôi, mổ từng mảnh vụn thức ăn thừa rơi rớt. Trần Hoài Thư đưa tôi một phần bánh pizza mà anh mới mua từ quầy hàng bên trong. Tôi đặt lên chiếc bàn sắt nhỏ, chưa kịp xắn ra từng miếng nhỏ, bỗng đâu từ ngoài biển kia cả chục con hải âu bay vào sà xuống đậu trên bàn rồi chụm đầu thi nhau mổ lia lịa phần bánh của tôi. Chúng không sợ gì chủ nhân, như một gã người khổng lồ, trong cái thân xác nhỏ nhoi của loài chim chúng nó. Lạ lùng thay, những con chim bồ câu, hiền lành kia, con người đã từng gắn cho danh nghĩa biểu tượng của hòa bình, vội vàng phóng lên bàn của tôi, cùng nhau mổ tới tấp vào đầu mấy con hải âu làm chúng trở tay không kịp, nhưng cũng phản ứng lại, sau một hồi cắn đá nhau, lũ hải âu tan tác, bay ra ngoài biển lại. Tôi cứ tưởng phần ăn còn lại lũ bồ câu sẽ tiếp tục hưởng xái. Nhưng không, chúng bay xuống đất, thanh thản, tiếp tục tìm mồi. Chị Yến đang cầm chiếc máy ảnh vội vàng chụp lại cảnh tượng đó. Rồi chị cười thích thú. Trần Hoài Thư ví von giữa chim và người. Tôi nghĩ đến: Chiến tranh và hòa bình.

Những ngày sống ở miền Đông nước Mỹ tôi mới nhận ra giữa thiên nhiên và con người hòa hợp như thế nào. Khi tôi ngồi viết những dòng chữ này tôi vẫn còn mang niềm cảm xúc những cảnh vật từ đó đã để lại trong tôi.

Những rừng cây bao quanh những ngôi nhà gỗ. Những thảm cỏ xanh thẫm trước nhà. Những lá vàng rơi đầy nằm la liệt như những cánh bướm trên nền xanh của cỏ non. Những màu đỏ cam, đỏ bầm, tím rịm của rừng cây đổ lá.

Một buổi chiều chúng tôi đứng ngoài hiên nhà của Phạm Cao Hoàng, sát nhà anh là khu rừng bao la. Tôi quấn lại chiếc foula vào cổ chặt hơn cho đủ ấm. Trên đầu phải đội chiếc kết nỉ, tay chống lên cằm, tựa vào thành lan can. Đôi mắt tôi chăm bẳm nhìn về phía dưới đồi, lá rụng từ lâu đã thành màu nâu, rũ mục, rừng cây chi chít, một khe suối nhỏ chạy dài. Tiếng nhạc hòa tấu từ một laptop ngoài sân, những bản tình ca bất hủ của Trịnh Công Sơn. Chiếc lá thu phai. Sao bỗng dưng tôi xúc động, khi tôi nhận ra những con nai vàng đang ngơ ngác, bước từ bụi rậm, đạp trên lá vàng, đến khe suối, cúi đầu xuống uống nước. Anh

Đặng Đình Khiết, người bạn tôi mới quen, vội vã đưa máy ảnh chụp cảnh tôi đứng phía xa có cặp nai vàng.

Trên đường nhựa tôi thấy vài nơi có gắn tấm bảng nhỏ hình con nai. Nguyễn Minh Nữu cho biết khu rừng này có rất nhiều bầy nai đang sống. Thỉnh thoảng vẫn xảy tai nạn, những con nai bị xe cán nằm bên vệ đường, chỉ chờ xe kiểm lâm xúc đi mà thôi.

Những hồ ao, nước trong xanh, giữa rừng hoặc ngay thành phố, những bầy thiên nga, như trong truyện cổ tích, từ đâu bay về vẫn thản nhiên đáp xuống, tung tăng bơi lội giữa dòng nước trong xanh. Tôi nhìn những đàn cá vung vẫy búng lên mặt nước như trẻ con đang đùa giỡn.

Một hình ảnh khác về một con chó nhỏ xinh xắn của nhà ai đó chạy lạc ngay giữa đường cái mà xe cộ đang chạy vùn vụt. Về lại Sài Gòn, tôi kể lại cho vợ tôi nghe. Nàng cứ thấp thỏm hỏi tôi kết quả con chó đó có bị tai nạn gì không. Chính tôi cũng hồi hộp vô cùng, con chó nhỏ cứ ngơ ngác chạy qua chạy lại giữa vạch đường làm Nữu lái xe phải tránh né mới vượt qua nó. Tôi cứ nhìn lui, cầu mong cho nó thoát cơn hoạn nạn. Trên xe Nữu để âm thanh dĩa nhạc lớn lên một chút lại càng làm tôi xúc động. Những bản nhạc kinh Nam Mô A Di Đà Phật. Hình ảnh đó lại làm vợ tôi thao thức, trong đêm khuya thanh vắng tôi nghe tiếng thở dài. Bấy giờ tôi chợt hiểu nàng nhớ lại chuyện cũ. Về một con chó kiểng. Trời sinh ra nàng có một tấm lòng thương yêu loài vật. Con chó được mang về từ nhà một người bạn thân của tôi. Con chó có lông màu xám, nhỏ nhắn, được vợ tôi chăm sóc, nâng niu, như một đứa con. Để giữ một mối liên hệ tình cảm với một sui gia ở cạnh nhà, chặt đứt cái cớ để mỗi lần uống rượu say sưa ông ta cứ chửi cha mẹ chồng của con gái mình là không biết nuôi chó để nó cứ sủa inh ỏi mỗi lần thấy ông ta đang nghiêng ngửa, xiêu vẹo trong cơn say. Vợ tôi đành nghe lời khuyên của tôi, đem nó cho một người bạn khác. Tưởng đã dứt tiếng chửi bới đó, nhưng vẫn còn bởi những lý do khác. Những ngày thiếu vắng con Mina – tên vợ tôi đặt – vợ tôi buồn rầu, đôi mắt nàng cứ rơm rớm, những đêm mất ngủ. Cuối cùng tôi chiều theo ý nàng, gọi điện người bạn xin lại. Anh ta chở con Mina trả về chủ cũ, với lời kể lại. Con Mina suốt mấy ngày không ăn uống gì cả dù anh tìm mọi cách. Nó cứ tìm một góc xó, nằm ủ rũ, và nước mắt cứ chảy ra. Lần đầu tiên anh ta mới thấy một con vật biết khóc. Gặp lại vợ tôi, con Mina mừng rỡ, cứ quấn quít bên chân nàng. Còn vợ tôi, nàng vui hẳn lên. Nhưng đến một ngày con Mina bị mất tích. Không biết có phải một trong những người thợ đang sửa chữa ngôi nhà của chúng tôi bắt đi, hay con chó hoảng sợ vì bị họ xua đuổi mà hoảng hốt phóng từ cái khoảng trống sau nhà rơi xuống đất của bãi đáp phi trường. Cả vợ tôi và các con thi nhau tìm kiếm. Vẫn bặt tăm. Sáng nào vợ tôi cứ ngồi bên cửa sổ nhìn xuống như tìm lại một vật gì quý giá.

Cuộc hội ngộ nào rồi cũng đến lúc phải chia tay. Trong bùi ngùi. Trong nghẹn ngào. Để rồi ngồi nhớ lại những kỷ niệm đã qua. Và, cũng chính từ kỷ niệm đó đã nuôi nấng tâm hồn mình đẹp hơn, phải không các bạn tôi. Đinh Cường. Dù phải đi hóa trị, tóc không còn một sợi, trọc lóc như một thầy tu, thân xác đau đớn. Ê chề nhưng sau đó anh vẫn làm thơ mỗi ngày, vẫn có mặt trong những buổi họp mặt, chiêu đãi chúng tôi ở nhà hàng, nhà các bạn Trương Vũ, Phạm Cao Hoàng, Nguyễn Quang, ngồi hàng ghế cao trong quán cà phê nước Mỹ. Món quà anh tặng tôi là một chiếc foulard với lời nhắn nhủ: *Thỉnh thoảng ông thay vào chiếc của T. đang quấn quanh cổ chiếc foulard này như để nhớ về một người bạn.*

Trước khi về lại Việt Nam, T. đãi tôi một bữa cơm chay tại một nhà hàng. Có thêm vài người bạn khác nữa. T. nhắc nhở tôi: *Thôi anh đừng viết về em nữa nghe.* T. trong văn chương, như một nhân vật huyền thoại. Nửa hư. Nửa thực.

Với tôi ranh giới giữa tình yêu, nghĩa vợ chồng và bạn hữu rất mong manh. Mỗi thứ tình đều thiêng liêng, hòa lẫn với nhau.

Tôi cảm ơn đời đã cho tôi những thứ tình yêu đó.

Như một hạnh phúc.

Về đến Sài Gòn tôi bắt tay làm *Quán Văn* số đặc biệt: *Bên dòng sông Potomac*, như trả nợ những ân tình mà anh em, bạn bè dành cho chúng tôi. Chúng tôi đều mang một hoài bão. Phải có một nền văn học nhân bản. Không còn biên giới.

Nguyên Minh

Trương Văn Dân – Lữ Quỳnh – T. – Nguyên Minh
Nga – Elena – Nhung– Lữ Kiều
tại nhà Lữ Quỳnh San José – Hoa Kỳ

LUÂN HOÁN
Vui Nhìn Nguyên Minh

không nhìn vào nội dung
hồn vía ông loáng thoáng
bởi nghe khen lung tung
từ rất nhiều bè bạn

họ vịn Căn Nhà Hoang
thâm trầm những truyện ngắn
đến Đám Tang Đa Đa
phơi lên niềm sâu lắng

tôi, bạn già từ xa
ngộ ông qua hình thức
không hẳn thiếu đậm đà
hư ảo có chừng mực

tôi khoái tôi giống ông
những con người thiếu thước
chỉ vừa đủ tang bồng
cùng với vài loại súng

thứ nhất thứ súng nằm
biết thẳng khi phản ứng
đối đầu chuyện trăm năm
nhiệm vụ luôn tương xứng

thứ hai loại súng cầm
đạn nhả ra thành chữ
trí tuệ lẫn chân tâm
luôn theo chân cuộc lữ

thứ ba súng bình dân
đúng nghĩa đen tên gọi
dù trực tiếp hay không
vì tổ quốc biết nói

ông ròm ròm như tôi
ai bảo thiếu sức khỏe
năm tháng vác đã cừ
sơ sơ tám chục bó

những bonus lẻ sau
trời cho sao chơi vậy
tôi ông ai chẳng đau
bệnh nặng nhẹ thường thấy

nhưng lâu nay cùng chơi
một trò giàu văn hóa
(nói nhỏ, khiêm nhường thôi
bởi chắc chi như đã)

từ Ý Thức ông qua
giữ chân người buôn bán
bán gì trong Quán Văn
khách mua toàn hảo hán

kẻ viết người đọc chơi
thơ văn giữ chừng mực
tâm trí của con người
luôn cận kề trí thức

ông lót tình nâng hoa
gởi hương thơm lừng cõi
gọi hoa hơi ba hoa
(bí chữ dùng để nói)

ông quý bạn bè xưa
thân vui bạn sát cánh
tạp chí như ngồi nhà
mỗi ngày sắc sảo mạnh

thật lòng tôi quá vui
được ông và bè bạn
cho một chặp rung đùi
uống gió ngoài hữu hạn

bầu không khí quê hương
một thủ đô lấp lánh
nguồn cội lớn văn chương
vẫn tiếp tục lớn mạnh

vẽ ông không vẽ tâm
chân tình đồ lại dáng
nôm na vóc nhà văn
mong rằng không quá nhảm

chúc ông là chúc tôi
lững thững chơi thêm nữa
xin đội lượng đất trời
cùng tôi vui bạn nhé

Luân Hoán

TRẦN HOÀI ANH

NGUYÊN MINH VỚI NỖI ÁM ẢNH CỦA CẢM THỨC CÔ ĐƠN VÀ TÂM THỨC LƯU ĐÀY TRONG HÀNH TRÌNH SỐNG VÀ VIẾT...

1. Không phải ngẫu nhiên trong truyện *Dĩ vãng ôm đầy*, khi nghĩ về những tháng năm đã qua trong cuộc đời, nhân vật xưng Tôi đã xác quyết về sự hiện hữu của mình: "Tôi sống một mình, viết văn, đọc sách và lang thang (...) vẫn chạy theo những đam mê nhất thời".[1] Và trong truyện *Bàn tay*, lại khẳng định: "Ngôi nhà to lớn sừng sững trước mặt tôi. Tôi mở cửa bước vào (...) Tôi đi từ căn phòng này sang căn phòng khác. Tất cả đều trống trải và im vắng. Thứ im vắng này làm tôi dễ chịu vô cùng. Thà một mình tôi trong căn nhà không người, không một đồ vật còn hơn bao quanh tôi những người thân quyến của tôi: cha tôi, mẹ tôi, anh tôi, em tôi, nhưng tất cả đều xa lạ với tôi. Hai mươi năm trời tôi sống như vậy. Tôi sống mà như đã chết rồi đối với người thân. Tôi đưa

---

[1]Nguyên Minh, *Dĩ vãng ôm đầy*, *Căn nhà hoang*, Ý thức, 2005, tr. 35

tay sờ lên mắt, lên tai, lên mũi, lên tóc tôi. Thân thể tôi đây. Tôi đưa tay che miệng và la lên: Hoàng ơi! Hoàng ơi! Những tiếng vọng lại và nhỏ dần chạy từ phòng này sang phòng khác, thành một điệp khúc. Hoàng ơi! Hoàng ơi!".[2] Như vậy, cảm thức cô đơn và tâm thức lưu đày được đẩy đến tận cùng khi Tôi trở thành kẻ xa lạ trong chính ngôi nhà của mình. Còn gì đau khổ hơn khi trong tâm thức người thân "Tôi sống mà như đã chết rồi". Nghĩa là, tôi không hiện hữu trong ý thức của họ. Tôi trở thành một sự vô nghĩa trên cõi nhân gian này. Phải chăng, đây là căn nguyên để nhân vật Tôi tìm đến với văn chương như một sẻ chia và trên cả sự sẻ chia còn là để khẳng định sự hiện hữu của bản thể cho dù là một bản thể luôn bị ám ảnh trong cảm thức cô đơn và tâm thức lưu đày. Theo tôi, đây chính là chìa khóa mở cánh cửa trong hành trình sáng tạo, để giải mã thế giới văn chương của Nguyên Minh mà anh xem là sự đặt để của số phận, như chính anh đã xác quyết: "Những ngày còn lại cuối đời, tôi không có thì giờ để tự vấn mình nữa, mà tôi phải viết ra những gì tôi ấp ủ trong lòng từ bao nhiêu năm của cuộc đời tôi về những người đã đi qua đời tôi như một món nợ cần phải trả. Nếu không, như có một vật gì nặng nề đè lên trái tim tôi làm tôi ngạt thở. Và tôi sẽ chết"[3]. Và để không thể chết, cả về phương diện thể xác lẫn tinh thần, sau hơn hai mươi năm lặng im, đến khi tình yêu đầu đời cùng những hoài niệm tuổi trẻ ở một thời viễn du trong cõi văn chương đầy đam mê, và khát vọng thức dậy, khiến anh không thể ngủ yên, để thời gian trôi qua một cách vô nghĩa, nên anh đã cầm bút trở lại và tác phẩm *Tưởng chừng đã quên* (Nxb. Thanh niên, 2007) đã ra đời như đánh dấu sự "phục sinh" trong hành trình sáng tạo của Nguyên Minh. Rồi, trong một lần đi duyệt bản thảo cuốn *Tưởng chừng đã quên*, biên tập viên nhà xuất bản Thanh Niên, có hỏi Nguyên Minh - nhà văn: "Đây là tập truyện ngắn hay hồi ký?". Anh trả lời: "Truyện ngắn thì có hư cấu. Hồi ký thì phải đúng sự thật. Ở đây thật hư lẫn lộn. Tốt nhất không để thể loại gì cả". Sau này cuốn *Ngôi nhà số 11* cũng thế, có người gọi là tiểu thuyết, truyện dài, tập truyện ngắn đều có lý cả".[4] Nói như anh, đó là cách nói "hàm hồ" của một nhà văn, người chỉ chuyên tâm sáng tác mà không quan tâm đến vấn đề lý thuyết về thể loại văn học. Điều này, chúng ta có thể cảm thông và chia sẻ với anh. Bởi, vấn đề nhà văn quan tâm khi viết không phải là sự định danh cho tác phẩm thể loại gì mà cái chính là họ muốn gởi thông điệp gì đến người đọc. Song, khi đã sinh ra một đứa

---

[2]Nguyên Minh, *Bàn tay*, Căn nhà hoang, Ý thức, 2005, tr. 50

[3]Nguyên Minh, *Ông bạn già*, Màu tím hoa mua, Nxb. Thanh niên 2014, tr. 31

[4]Nguyên Minh, *Màu tím hoa mua*, Nxb. Thanh niên 2014, tr. 199

con, dù là đứa con tinh thần như tác phẩm văn học thì cũng cần định danh cho nó, nghĩa là phải xếp nó vào một "thể loại" nhất định mà xưa nay con người đã quy ước. Chính vì vậy, khi đọc các tác phẩm của Nguyên Minh, từ những tác phẩm viết trước 1975 như *Đám tang Đa Đa* (Ý Thức xuất bản, Sài Gòn, 1971, Nxb. Hội Nhà văn, TB, năm 2019); *Căn nhà hoang* (Ý Thức xuất bản, Sài Gòn, 1975) và các tác phẩm viết sau 1975 như: *Tưởng chừng đã quên* (Nxb. Thanh niên, 2007); *Ngôi nhà số 11*, (Nxb. Thanh niên, 2009); *Màu tím hoa mua* (Nxb. Thanh niên, 2014); *Dòng sông trong trí nhớ* (Nxb. Hội Nhà văn, 2018), tính chất tự truyện hầu như chi phối khá sâu sắc các tình tiết, nhân vật, bối cảnh, được anh nói đến trong các tác phẩm, nên theo tôi có thể gọi tác phẩm của anh là những tự truyện, một thể loại mà hiện nay đang có sức lan tỏa trong đời sống văn học cũng như trong sự tiếp nhận của công chúng. Có hiểu được điều này, chúng ta mới thấu cảm được thế giới tâm trạng của nhân vật Tôi được tác giả xây dựng trong tác phẩm như một "cái loa" phát ngôn cho những suy tư, những nỗi niềm, những hoài niệm của nhà văn về tình yêu, về tuổi trẻ, về cuộc sống, về thân phận con người trong chiến tranh cũng như trong thời hậu chiến ở một đất nước mà những biến thiên của lịch sử, xã hội đã làm đổi thay bao phận số con người. Và bao trùm lên những bình diện này của đời sống thể hiện trong văn chương của Nguyên Minh là sự ám ảnh của cảm thức cô đơn và tâm thức lưu đày của chính anh và phận số các nhân vật mà anh đề cập đến trong tác phẩm.

2. Đọc *Căn nhà hoang*, những câu chuyện Nguyên Minh viết từ những thập niên sáu mươi, bảy mươi ở miền Nam trước 1975, ta thấy ở đó rất rõ dấu ấn cảm thức cô đơn và tâm thức lưu đày của những người thanh niên khi bước vào đời, phải sống trong cảnh loạn lạc của chiến tranh, khi cái chết, sự chia ly, mất mát luôn rình rập phận số của họ mỗi ngày, còn tương lai chỉ là một bầu trời xám xịt, mờ sương của một "miền hoang vu" ngập tràn hư ảnh. Đó là một cuộc sống hoàn toàn vắng lạnh, chỉ có những con người hiện hữu với nỗi cô đơn chất ngất, mang thân xác lưu đày trong một thế giới rỗng không, vô nghĩa: "Tôi bước vào quán, treo mũ trên móc. Quán vắng, không có một người khách nào khác tôi. Đứa con gái chiêu đãi uể oải tiến lại. Khi nàng đặt phin cà phê trước mặt tôi, nàng xem vẫn như không có ai trong quán này, nàng ngồi dựa ngửa vào một ghế ở góc tường và hát mấy câu vọng cổ: *"Anh ơi! Anh nào nỡ bỏ em bơ vơ một mình nơi xứ lạ quê người..."*.[5] Rõ ràng, sự ám ảnh của cảm thức cô đơn và tâm thức lưu đày đã chảy qua từng ngữ ngôn, qua cái nhìn của nhân vật Tôi, để rồi nhân vật Tôi / Nhà văn đã thốt lên một cách xa xót khi nhận ra đó không chỉ là cuộc

---

[5]Nguyên Minh, *Miền hoang vu, Căn nhà hoang*, Ý Thức 2005, tr.25

đời của cô chiêu đãi viên mà đó cũng là cuộc sống của chính mình: "Vẻ mặt người con gái mang nỗi đau thương giống như một cô đào cải lương đóng vai trò đó trên sân khấu. Tôi nhìn tôi qua người chiêu đãi đó".[6] Và trên sân khấu cuộc đời ấy, nhân vật Tôi / Nhà văn và bè bạn đã sống những tháng ngày đau thương, buồn chán, mất cả tuổi trẻ, tình yêu và thân xác mình trong cuộc chiến tranh vô nghĩa. Chúng ta có thể cảm nhận điều này qua lời than xé ruột của cụ già bị điên loạn vì mất con trong một tình cảnh rất trớ trêu ở truyện *Chuyến xe khắc nghiệt* mà nhà văn đã tái hiện khá tinh tế với những chi tiết vô cùng cảm động qua lời kể của người bạn: "Mỗi buổi chiều tắt nắng một lão già, áo quần rách tả tơi, tóc bạc phếch, vai mang cái đòn gánh, mỗi đầu treo lủng lẳng thân cây chuối mục, chân bước xiêu vẹo, còn hai bẹ chuối đập vào sau lưng, đập vào trước ngực, và lão kể lể, khi cười khi khóc: "Ngủ yên đi con, ngủ yên đi hai con, sao cứ đụng cha hoài vậy, ái đau, để cha cõng thằng Hòa đã chứ, rồi mới đến lượt thằng Hữu, tụi bay không chịu hả, làm gì cũng cùng cả hai, đúng là anh em sinh đôi, thôi thì để cha cõng hai đứa một lượt. Hai thằng con cười đùa thích thú chưa". Lão đứng sựng, nét mặt thay đổi quá đột ngột, đang cười đó lại khóc sướt mướt đó. "Trời đọa đày tôi sao, cả hai đứa đều chết, mà anh em ruột thịt bắn giết lẫn nhau". Tuân kể lại chuyện mà tôi cứ ngỡ ông già điên ấy là Tuân, đôi mắt Tuân rơm rớm giọng nói thật trầm:

- Hai anh em Hữu đều là bạn tao, tên Hòa theo bên kia, Hữu ở nhà nuôi cha đi dân vệ để được ở trong xóm làng. Một cuộc tấn công quận ly, sau một đêm kinh hoàng, buổi mai xác chết đôi bên nằm đầy trong sân quận. Hai xác chết mà mọi người trong xóm làng rúng động đó là anh em Hòa Hữu, hai tay nắm chặt lấy nhau, hai tay còn lại cầm súng và hai lưỡi lê cắm vào bụng nhau, bốn mắt mở to trừng trừng, ông già nhận được xác con vuốt mắt cho lũ con nhắm khép lại. Khi hai đứa nhận được nhau thì đã trễ phải không?"[7]. Những điều tưởng chừng như oan nghiệt ấy lại là sự thật trong chiến tranh mà sự phi lý của nó không một lời biện minh nào có thể khỏa lấp được!? Vì vậy, lời nguyện cầu cho đất nước hòa bình của nhân vật Tôi/ Nhà văn trong câu chuyện đã sáng lên một giá trị nhân văn sâu sắc: "Đêm nay, mọi người sẽ trải qua một giấc mộng đẹp? Giấc mơ thiếu bóng dáng khuôn mặt chiến tranh, hận thù. Tôi cầu mong như vậy"[8]. Nhưng trong chiến tranh, tuổi trẻ có khi nào được sống bình yên, an lành với những giấc mơ hồn nhiên, mà họ đã bị ném vào chảo lửa của cuộc chiến và sau lưng họ là những nỗi cô đơn, lo

---

[6]Nguyên Minh, *Miền hoang vu, Căn nhà hoang*, Ý Thức 2005, tr. 25

[7]Nguyên Minh, *Chuyến xe khắc nghiệt - Căn nhà hoang*, Ý Thức 2005, tr. 81

[8]Nguyên Minh, *Chuyến xe khắc nghiệt -Căn nhà hoang*, Ý Thức 2005, tr.81

sợ của người thân. Đây cũng là tâm trạng của Điệp, người con gái, chồng vừa cưới lại phải ra chiến trường: "Tôi không muốn phải nhìn thời gian trôi đi chậm chậm mang theo nỗi buồn, nỗi lo sợ về tính mạng của Thơ cùng sự cô đơn của tôi trong lúc này".[9] Và "mỗi lần nghe tin người quen vừa tử trận, mẹ thường cầu nguyện cho anh. Em không dám để một giây phút rỗi rảnh, em tìm việc làm liên miên. Em chờ anh về. Em sợ những giây phút chợt thức giấc thấy vầng trăng chiếu qua khung cửa sổ, và mình thì cô đơn. Những bạn gái của em lần lượt chít khăn tang, theo sau một đàn con dại. Em không dám nghĩ rằng một ngày nào đó em cũng phải như thế. Tất cả đều do định mệnh phải không anh?".[10] Dẫn lại các diễn ngôn viết về chiến tranh này, tôi không có ý muốn gợi lại nỗi mất mát đau thương của những ngày chinh chiến đã qua mà chỉ muốn các bạn trẻ sau này, những người không phải trải qua chiến tranh chia sẻ với những mất mát không nên có của thế hệ thanh niên ngày trước, để càng quý hơn cuộc sống bình yên mà chúng ta đang có, cho dẫu vẫn còn những điều bất cập, không được như mong ước. Nhưng dẫu sao, hôm nay không còn tiếng "đại bác đêm đêm dội vào thành phố", không còn những nỗi đau "người chết hai lần, thịt da nát tan" mà Trịnh Công Sơn đã nói đến trong di sản nhạc phản chiến của anh cũng là điều đáng quý. Mặt khác, những câu chuyện trong tập truyện này của Nguyên Minh cũng cho thấy khát vọng hòa bình, tình yêu thương và sẻ chia với nỗi khổ của phận số con người là những giá trị nhân bản cần được ghi nhận từ những trang văn của Nguyên Minh cũng như của những nhà văn, nhà thơ thế hệ anh ở các tác phẩm viết về chiến tranh trong văn học miền Nam trước 1975 như: Trần Hoài Thư, Nguyễn Bắc Sơn, Linh Phương, Vũ Hữu Định, Luân Hoán, Trần Vàng Sao, Thái Ngọc San, Lê Văn Ngăn… mà những lời thơ đầy bi thiết của nhà thơ Linh Phương trong bài thơ *Một nửa cuộc đời của tôi* trong tập thơ *Kỷ vật cho em* do Thư Ấn Quán tái bản, 2006 là một xác chứng: *"Tôi đánh mất một nửa cuộc đời/ vào cuộc chơi khắc nghiệt/ có người yêu và bạn bè thân thiết/ Ở Sài Gòn/ Một nửa cuộc đời như sợi chỉ mỏng manh/ Cột chặt số phận tôi trên giá treo cổ/ Của chiến tranh/ Ôi! chiến tranh/ Giống như que diêm bùng lên ngọn lửa rực rỡ/ Ngọn lửa bạo tàn thiêu đốt lòng nhân/ (….) Trong chiến tranh tôi còn lại nửa cuộc đời/ Nửa cuộc đời tôi nâng niu - trân trọng/ Bằng trái tim nóng bỏng/ Tôi khao khát được sống với những gì đáng sống/ Tôi khao khát được yêu với những gì đáng yêu/ Tôi khao khát được quên với những gì đáng quên/*

---

[9]Nguyên Minh, *Từ quân y viện Nguyễn Huệ - Căn nhà hoang*, Ý Thức 2005, tr. 137

[10]Nguyên Minh, *Từ quân y viện Nguyễn Huệ - Căn nhà hoang*, Ý Thức 2005, tr. 137

Tất cả sẽ chìm vào quá khứ/ Khi tôi đặt giữa trái tim mình/ Một đóa hồng tin yêu và hy vọng/ Ngày mai đất nước hòa bình".[11]

Song, ở những trang văn của Nguyên Minh, không chỉ có sự mất mát đau thương của tuổi trẻ trong chiến tranh mà tình yêu của họ cũng chìm sâu trong những vỡ tan, chỉ còn lại cảm thức cô đơn với một cuộc đời vô định trong một tâm thức lưu đày: "Uyên ra bến tiễn tôi đi. Tôi nhìn Uyên lần cuối của một cuộc tình vừa tan. Bao nhiêu kỷ niệm xót xa, êm ái đã qua (...) Và tôi trong những ngày sắp tới vẫn mãi mãi đi trên con tàu vô định" của kiếp sống lưu đày.[12] Và trên con tàu vô định ấy, nhân vật Tôi/ Nhà văn, còn gặp những người tình dù đã đem đến cho mình những cảm xúc yêu thương thánh thiện, đáng yêu của tuổi trẻ nhưng rồi, những người tình ấy cũng "bỏ ta đi như những dòng sông nhỏ" (TCS) để lại trong tâm hồn người con trai ấy những nỗi đau, sự trống vắng và cô độc: "Nga đến bất chợt và Nga cũng ra đi vội vàng. Buổi chiều nhận được tin, tôi bàng hoàng xúc động. Buổi sáng sớm, tôi chạy đến gặp Nga lần cuối. Kẻ đứng ngoài thành tường, người bên trong vườn. Những lời nói dự định từ trước bỗng trở thành sự im lặng... Nga như con chim đã bay và bay đi mất. Nga như nàng tiên trong giấc mơ một lần hiện đến trong đời rồi biến tăm mất dạng... Gọi tên Nga như một lời thảng thốt. Gọi tên Nga như gọi về vùng tuổi thơ mình đã đánh mất".[13] Và trong lòng của người con trai – nhân vật Tôi, chỉ còn lại một nỗi đơn côi, trôi trong một tâm thức lưu đày mà phận số đã dành cho mình, để rồi trải qua những tháng năm phiêu bạc, người con trai ấy đã tự vấn: "Ôi hai mươi bảy năm trôi qua tôi đã sống, đã yêu đã ghét, đã ước mơ và đã thất vọng ê chề, hai mươi bảy năm qua bao khuôn mặt người thân khắc sâu trong tim giờ đã chết đã đi xa. Còn lại ai?"[14]. Và bữa tiệc trong đêm sinh nhật 27 tuổi của nhân vật Tôi đã miêu tả trong tác phẩm là câu trả lời cho những điều tự vấn này và cũng là biểu hiện của cảm thức cô đơn và tâm thức lưu đày trong cuộc sống mà sự hiện hữu chỉ là một *cõi hoang vu*: "Tôi đưa ly rượu lên một mình giữa khoảng không như chia buồn những người thân đã mất: mẹ tôi chết vì bệnh ung thư, Tân gục ngã trên chiến trường, những người đã trốn đi biệt tăm như anh Phú, chú Linh, những bạn bè bỏ xa thành phố và đã

---

[11]Linh Phương, *Một nửa cuộc đời của tôi - Kỷ vật cho em*, Thư Ấn Quán tái bản, 2006 tr. 76

[12]Nguyên Minh, *Chuyến xe khắc nghiệt - Căn nhà hoang*, Ý Thức, 2005, tr. 82

[13]Nguyên Minh, *Những khuôn mặt tình - Căn nhà hoang*, Ý Thức, 2005, tr.169

[14]Nguyên Minh, *Những Khuôn mặt tình - Căn nhà hoang*, Ý Thức 2005, tr.170

thể không bao giờ trở lại. Thanh. Bữa tiệc sinh nhật thứ 27 của tôi diễn ra trong im lặng nói với nhau bằng cử chỉ như một đoạn phim câm".[15] Và sự câm lặng trong đêm sinh nhật lần thứ 27 ấy như một dự cảm định mệnh cho sự im lặng trong cuộc đời cầm bút của nhà văn Nguyên Minh – hình hài của nhân vật Tôi / Nhà văn trong các tác phẩm của anh hơn hai mươi năm sau đó, để rồi khi tiếp tục hành trình sáng tác của mình từ năm 2007 với tập truyện *Tưởng chừng đã quên*, những ám ảnh về cảm thức cô đơn và tâm thức lưu đày vẫn đầy ắp trong trang viết của anh như sự tiếp nối từ những trang viết thời tuổi trẻ.

Có thể nói, cảm thức cô đơn và tâm thức lưu đày là cảm hứng chủ đạo ám ảnh hành trình sống và viết của Nguyên Minh, để rồi, bây giờ, dù trải qua bao nhiêu biến động của cuộc sống, cảm thức cô đơn của thời trai trẻ trong anh vẫn còn đó nên khi cầm bút, tất cả đã ùa về như những tiếng gọi thao thiết từ vô thức. Điều này, ta thấy rõ ở sự hồi tưởng về tiệc cưới của Hà, cô bạn "láng giềng xinh xinh Bắc kỳ" ngày xưa ở Sài Gòn qua lời tự thú thật đáng yêu: "Ra khỏi cái ồn ào náo nhiệt và ngộp ngàng hơi người tôi nhẹ hẳn người, nhưng sau đó một nỗi bơ vơ chợt đến choáng ngợp hồn tôi. Tôi chơ vơ ngã xuống vực sâu. Trọng kéo tôi và Hân vào vũ trường ở sân thượng của nhà hàng… Trọng mời Hân ra sàn nhảy, còn tôi ngồi uống rượu một mình. Dưới ánh đèn mờ ảo, từng cặp trai gái ôm nhau nhảy điệu Boston tình tứ. Tôi vẫn ngồi một mình và uống rượu cùng với nỗi cô đơn tràn ngập".[16] Còn đây là lời tự thú đối với T. người con gái "đã đi vào đời anh và mãi mãi vẫn ở tận đáy lòng" và khi nhớ lại vẫn thấy một nỗi cô đơn ngập tràn: "Thuở ấy, tình yêu đã làm tôi nếm đủ mùi vị. Đắng cay. Ngọt bùi. Đau khổ. Hạnh phúc. Giận hờn. Tha thứ. Hẹn hò. Thất hứa. Thất tình, chưa uống hết một cốc rượu nhỏ mà đã say túy lúy. Những đêm lang thang ngoài phố nửa đêm ôm trụ điện khóc ròng như trẻ con đánh mất đồ chơi. Những sáng thức dậy vẫn còn ngái ngủ lơ mơ những giấc mộng vàng. Những lần đợi chờ em đến với tôi, khoảng thời gian đó cũng đủ làm tôi bồn chồn lo lắng".[17] Nhưng dường như, trong vũ trụ của tình yêu này, anh và T. mãi mãi là hai ngôi sao cô đơn lập lòe ở chân trời xa thẳm vì "mãi đến cuối đời tôi cũng không đưa em về tận nhà". Hay trong lần "Loanh quanh lòng phố cũ", sau bao nhiêu năm xa cách, nay gặp lại nhau, vậy mà, khi chia tay, mỗi người vẫn đi về trên mỗi chiếc taxi, từ hai hướng

---

[15]Nguyên Minh, *Những Khuôn mặt tình - Căn nhà hoang*, Ý Thức 2005, tr.172

[16]Nguyên Minh, *Tiếng hát dưới trăng - Tưởng chừng đã quên*, Nxb. Thanh niên, 2008, tr. 153

[17]Nguyên Minh, *Chốn xưa, Màu tím hoa mua*, Nxb. Thanh niên, 2014, tr. 101

ngược chiều như một sự sắp đặt trớ trêu của nỗi cô đơn định mệnh, dẫu rằng anh khao khát: "Như ngựa đã xuống chuồng. Cánh đồng rộng mênh mông. Khung trời bao la. Những dòng sông nước trong. Những ngọn đồi xanh cỏ mọc. Tôi thoát khỏi nỗi cô đơn đã từng nhấn chìm mình trong bao nhiêu năm".[18] Tuy có lúc, con người cơ học của anh thấy mình vơi bớt nỗi cô đơn khi gặp lại người tình xưa, gặp lại những bạn văn ngày trước nhưng con người tinh thần, con người nhà văn thì vẫn luôn sống trong sự ám ảnh của cảm thức cô đơn và tâm thức lưu đày của kiếp nhân sinh. Đây là căn tố làm nên "hồn cốt" trong những trang viết của Nguyên Minh trong hành trình sáng tạo, cho dù có trải qua những thăng trầm, những được mất trong cuộc sống. Và chính điều này đã đưa anh trở về với thế giới văn chương như anh chia sẻ: "Tôi viết trong cơn mê đồng bóng. Cuộc đời đã cho tôi biết bao điều khổ đau cũng như hạnh phúc cận kề. Tôi đón nhận cả hai và tôi xin cảm ơn đời. Tôi đã trải nghiệm qua cuộc sống. Tôi viết ra như trả nợ người. Tôi viết ra như trả nợ đời. Thế thôi".[19] Có thấu cảm được điều này mới thấy được ý nghĩa của sự dấn thân trong hành trình sáng tạo văn chương của Nguyên Minh, một nhà văn luôn xem văn chương như một món nợ, một nghiệp chướng mà số phận đã đặt để cho anh trên cõi đời.

3. Quá trình sáng tác của nhà văn, theo Nguyên Sa là một hành trình sáng tạo *trong cô đơn của thân phận không ai có thể sẻ chia*. Đây là sự khởi đầu cũng là sự kết thúc quá trình sáng tạo của người nghệ sĩ mà Nguyên Sa đã chỉ ra: "Tôi vẫn nói là, trong văn nghệ không ai thực sự giúp đỡ ai được cả. Chỉ có tác giả một mình trước tờ giấy trắng như lão ngư ông và biển cả, tay đấu bò và con bò rừng. Tiền bạc và uy quyền, bằng hữu và gia đình, đàn anh và đàn em chẳng thể nào võ trang cánh tay nhà văn để biến tập giấy trắng thành tác phẩm".[20] Như vậy, quá trình sáng tạo của nhà văn là hành trình tự thân vận động, tích lũy vốn sống, vốn văn hóa, vốn tri thức để sinh thành đứa con tinh thần đó là tác phẩm. Đây là nguyên lý của sáng tạo văn học. Điều này rất đúng với hành trình sống và viết của Nguyên Minh, một nhà văn mà sự ám ảnh của cảm thức cô đơn và tâm thức lưu đày như một yếu tính thôi thúc anh cầm bút để được chia sẻ, để được cảm thông, để được sáng tạo. Vì vậy, cảm thức cô đơn và tâm thức lưu đày như một động lực, một tiếng gọi thao thiết đối với hành trình sống - viết của Nguyên Minh và thể hiện rõ trong thế giới văn chương của anh, đúng như Trần Nhựt Tân đã xác quyết: "Nếu ta xem cô đơn là chủ đề chính (thème principal) thì mỗi truyện đều mang chở một phần, xem như biến đề (variations d'un

---

[18]Nguyên Minh, *Màu tím hoa mua*, Nxb. Thanh niên, 2014, tr. 199

[19]Nguyên Minh, *Màu tím hoa mua*, Nxb. Thanh niên, 2014, tr. 200

[20]Nguyên Sa, *Một bông hồng cho văn nghệ*, Nxb. Trình Bầy, 1967, tr. 15

thème). Nói khác, cô đơn là hệ số của những trầm tư u uẩn, của nỗi hoài hương vần vũ trong tất cả các truyện của NGUYÊN MINH. Có bao giờ tát được hết cô đơn cho hiện hữu! Ta chờ xem những NGUYÊN MINH mới".[21] Tôi đồng ý với suy niệm của Trần Nhựt Tân về chủ đề cô đơn trong sáng tác của Nguyên Minh. Và như đã nói ở trên, điều này đã trở thành một nỗi ám ảnh trong hành trình sống và viết của Nguyên Minh từ những ngày đầu cầm bút, khi còn rất trẻ cho đến hôm nay, anh đã thuộc hạng người "xưa nay hiếm". Bởi, theo tôi, viết văn với Nguyên Minh không chỉ là để trả nợ đời, nợ người như anh chia sẻ mà viết văn còn là cách để khỏa lấp, để chạy trốn nỗi cô đơn và tâm thức lưu đày đã ám ảnh hành trình sống và viết mà những sáng tác của anh là một minh chứng. Nhưng càng chạy trốn, dường như anh càng lún sâu vào trong những ám ảnh đó và như thế anh không thể nào không sáng tạo. Vì vậy, tôi tin rằng, khi cảm thức cô đơn và tâm thức lưu đày còn réo gọi thì anh vẫn còn tiếp tục hành trình sáng tạo. Bởi, với anh văn chương là lẽ sống như lời tâm nguyện của anh với người bạn đã mất: "Trước ngôi mộ anh, tôi tự nguyện với lòng mình, trước sau tôi vẫn một lòng với văn chương chữ nghĩa. Chính niềm say mê này tôi đã đánh mất một người yêu. Một đánh đổi mất mát quá lớn đối với tôi. Tôi phải sống bằng văn chương chữ nghĩa như tôi phải ăn phải uống, phải thở hằng ngày. Nếu một ngày tôi không còn cầm bút nữa thì tôi không còn là Nguyên Minh".[22] Tôi tin vào lời thề nguyện thiêng liêng ấy và chờ mong những sáng tạo mới của anh...

Xóm Đình An Nhơn, Mười hai, Tháng Giêng, Canh Tý
Gò Vấp, Sài Gòn, 05/ 02/ 2020

Trần Hoài Anh

Nhà Lý luận – Phê bình văn học. Sinh năm 1958 tại Quảng Ngãi
Hiện sống ở Sài Gòn

---

[21]Trần Nhựt Tân, lời tựa tập truyện *Căn nhà hoang*, Ý Thức 2005, tr. 20
[22]Nguyên Minh, *Chốn xưa, Màu tím hoa mua*, Nxb. Thanh niên, 2014, tr.97

TRƯƠNG VĂN DÂN
Nguyên Minh, trang viết và đời văn

"Có một số nhà văn nhà thơ qua một giai đoạn lịch sử nào đó lại chối bỏ những sáng tác cũ của mình. Họ phủ nhận hoặc ngượng ngùng nếu ai nhắc lại. Tôi nghĩ những tác phẩm đó họ không viết từ con tim, từ những suy nghĩ thật lòng, nên nó không tồn tại."

Nguyên Minh

1. Một cành hoa dại

Nếu nhà thơ/nhà biên kịch Lưu Quang Vũ đã từng nói "*đôi khi ta chán cả bạn bè, ba năm không nói được gì mới*" thì hãy nghe Nguyên Minh giãi bày: "*Trong những lần họp mặt bạn bè tôi rất bực mình nghe Phan kể những thông tin chẳng ăn nhập vào không khí văn nghệ…/… Đời sống khắc nghiệt đã làm tôi vắng đi những nụ cười. Tìm đến bạn bè, một chút men say trong không khí thân tình êm ái, cùng nhớ lại một thời đã qua, thì nói làm gì những chuyện vô vị của cuộc sống*" ("Hình như trời đang mưa").

Với một con người yêu văn chương hơn mọi thứ trên đời thì lời tâm sự đầy xót xa sau đây không làm cho ai phải ngạc nhiên: *"Sau biến cố 1975, lịch sử đã cuốn chúng tôi chìm dập như cơn bão dữ, làm tan nát cả một thời vang bóng. Trong những năm đầu chúng tôi điêu đứng vì nghèo đói, cùn mòn về tâm hồn, không có thì giờ để nghĩ đến nhau, bạn bè tan nát đâu cả. Muốn biết tin nhau không phải là dễ, nói gì đi tìm đến nhau, để ngồi nói chuyện văn chương chữ nghĩa."* (*"Chạnh lòng"*)

Thế nhưng trong thời điểm 1975 mà nhiều bạn bè chạy ra nước ngoài thì dù đã mất mát rất nhiều, xưởng in, tòa soạn, không còn Ý Thức, không còn cơ sở phát hành, bè bạn văn chương, anh vẫn bình thản ở lại quê nhà, chấp nhận cuộc đổi đời như đi qua một khúc quanh của đời mình. Anh đón nhận mọi thứ nhẹ nhàng, không oán than hờn giận. Những trang viết nhắc lại quãng thời gian này, người đọc anh tinh ý sẽ nhận thấy lòng anh rất bình yên, xem sự đời như nước chảy hoa trôi. Mọi chuyện, kể cả lịch sử rồi cũng sẽ trôi qua:

"Trong buổi tiệc sum họp tại nhà từ đường, lũ cháu nội của anh họ tôi nói thẳng thừng với chúng tôi:

- Thế hệ chiến tranh đã qua. Hận thù là của chế độ đó. Còn bây giờ, thời bình là của chúng con. Biết yêu thương. Và, tha thứ.

Tôi lặng lẽ bước ra vườn ngắt vội một nhánh hoa dại cắm lên bàn thờ tổ tiên."

2. Con đường độc đạo với hai tình yêu lớn

Nếu suốt đời nhiều người cứ mãi loay hoay đi tìm lẽ sống, không bao giờ bằng lòng với chính mình thì hình như đối với Nguyên Minh chỉ có một con đường để phải đi. Con đường ấy chính là viết văn và làm báo.

Khi nghe tôi nói thế, bạn Vũ Thế Thành không đồng ý. Anh cho rằng *"Lão già Nguyên Minh không phải sinh ra để làm văn chương đâu. Lão đó sinh ra để làm báo, báo tuần, báo tháng, báo năm, … miễn là làm báo. Viết văn còn có thể bỏ được, chứ làm báo là bị nghiệp chướng ma ám…"*. Anh Đặng Châu Long cũng phụ họa: *"Anh nói đúng quá. Cái "chuồng cu" của anh đang bị mấy cái máy in xâm lấn chỉ do tội ghiền làm báo…"*. Nhưng tôi vẫn cho rằng Nguyên Minh yêu cả hai thứ. Tôi biết ông này "ghiền" viết đến đâu. Thèm lắm… nhưng làm báo chọn bài, biên tập, in ấn, phát hành… chiếm rất nhiều thời gian nên viết không nhiều. Anh như lơ lửng giữa vợ và người tình, như trong cuộc đời mình, yêu mỗi người một cách và không muốn ai phải phiền lòng.

Hãy nghe cuộc đối thoại giữa Nguyên Minh và Thân Trọng Minh gần mấy mươi năm trước để hiểu tâm tình anh:

"Ông là bác sĩ tim mạch, ông có cần giải phẫu xem quả tim tôi như thế nào không?", Trọng cười: *"Quả tim có bốn ngăn. Ngăn thứ nhất ông dành cho cha mẹ. Ngăn thứ hai ông dành cho vợ con. Ngăn thứ ba cho tình yêu mà T. đã chiếm hết chỗ. Ngăn thứ tư là của bạn bè"*. Tôi ngạc nhiên hỏi: *"Còn văn chương?"*- *"Cái bọc bao quanh bốn ngăn của quả tim chính là niềm đam mê của ông về văn chương."* (NM, Tưởng chừng đã quên).

Nhà văn Đặng Châu Long còn kể lại chuyện Nguyên Minh nhờ văn chương mà vượt qua một trận đau sinh tử trong cơn giải phẫu túi mật. *"Lúc đó anh rất ốm yếu. Các bạn Ý Thức thân thiết của anh, hai bác sĩ là Đỗ Hồng Ngọc và Thân Trọng Minh đều biết là vô vọng. Các anh gọi điện thoại cho những người thân xa để báo trước tin xấu và chuẩn bị hậu sự. Thời may, chị Kim Quy, vợ nhà văn họa sĩ Lê Ký Thương, chạy vô thăm và mang đến cho anh liều thuốc hồi sinh. Đang thoi thóp mê mệt giữa lằn ranh sinh tử, anh Nguyên Minh thấy chị Kim Quy photocopy lại được tạp chí Ý Thức số 21 năm xưa (mà Huỳnh Như Phương vừa cho mượn) để tặng anh. Anh chợt hồi sinh, hơi thở và khí sắc hồng hào trở lại, cầm tờ Ý Thức lâu nay anh trở trăn tìm kiếm, giờ cầm nó trên tay anh thấy mình sống lại. Sống lại với cả hai ý nghĩa đen và trắng!"*

3. Ngọn Gió (Mai) định mệnh

Nhắc lại những điều trên để thấy là suốt cuộc đời Nguyên Minh gắn liền với viết văn và in báo. Ngày chàng học sinh ấy viết lên truyện ngắn đầu tiên rồi cùng vài người bạn và đem quay ronéo trong tập Gió Mai có thể gọi là định mệnh. Định mệnh ấy giống như hai thanh sắt của đường ray, cứng ngắt, kềm, không cho anh lối rẽ, để anh đi trọn cuộc đời mang trên vai hai niềm đam mê ăn sâu trong máu thịt: In báo và viết văn. In báo có thể gọi là nghề, còn viết văn là nghiệp. Cái này, cái kia tương tác, hỗ trợ cho nhau. Anh say mê cả hai công việc và rất vui khi thấy những trang viết của mình hay của bạn bè in lên trang giấy.

Suốt một đời Nguyên Minh là một người điều hành toàn tâm toàn ý cho các tờ báo văn chương. Từ Gió Mai - Ý Thức đến Quán Văn. Anh luôn luôn bận rộn. Chủ báo, Nguyên Minh, chủ bút, Nguyên Minh, thợ in, thư ký tòa soạn, người phát hành, Nguyên Minh... nhà văn. Nguyên Minh như Tề Thiên nhổ nhúm lông, hô biến, và phân thân. Có lẽ mất khá nhiều thời gian cho việc làm báo nên anh viết không nhiều vì không có thời gian lo cho mình. Chắc cũng có khi tiếc nuối, nhưng chỉ một thoáng. Anh lại trở về với việc in ấn, làm báo. Theo tôi thì đó là một hy sinh lớn của anh. Chấp nhận thua thiệt để tạo cho bằng hữu một mái nhà chung, dẹp bỏ mọi thành kiến cá nhân để cùng đi tìm cái đẹp. Nhiều lần tôi nói anh phải giao bớt việc, để dành thời gian viết, vì "những điều muốn viết" trong anh còn nhiều. Nội lực phong phú. Thế nhưng...

Không viết nhiều, có thể vì bận nhưng cũng có thể vì muốn công bố những gì mà anh tin là đọc "được" chứ không ôm đồm, viết hay in những truyện chưa ưng ý để làm thấp giá trị trang viết của mình.

Đó là tính cách của Nguyên Minh người luôn thao thức với việc viết lách và in ấn sách báo: *"Cả một khoảng đời dài, một phần tư thế kỷ, chúng tôi đã ngừng bút. Trong những buổi họp mặt đó, tôi chỉ ngồi lặng câm, không nở nổi một nụ cười. Những mộng ước văn chương còn dang dở. Sao không ai nhắc đến món nợ phải trả. Cuộc chơi cay nghiệt của thời tuổi trẻ đã từng làm tôi đam mê đến nỗi đã đánh mất đoạn kết tốt của một mối tình."* (Tưởng Chừng Đã Quên, trg 15).

Ngưng bút, nhưng chỉ là tạm. Vì đam mê trong anh thời đó tuy không bùng lên như ngọn lửa, nhưng nó cháy âm ỉ không bao giờ tắt. Chẳng những thế anh còn thắp lửa cho bạn bè. Dòng máu chảy trong người anh luôn đi theo những mạch máu có hình con chữ. Nó luôn viết... trong 30 năm lặng lẽ đó, về sau, khi bắt gặp những người tha thiết với văn chương, tờ **Quán Văn** xuất hiện thì mới biến thành nét mực rồi in ấn, khâu chỉ, dán keo... đóng bìa thành những trang sách.

Tình yêu văn/sách của anh chung thủy trọn đời. Biết thế nên nhà văn Nguyễn Lệ Uyên đã viết về anh: *"Cả cuộc đời Nguyên Minh không thể thiếu mùi mực in, mùi giấy và kim chỉ. Vắng chúng chừng như anh không thể nào sống nổi thêm giây phút nào nữa, như một Trần Hoài Thư ở New Jersey vừa khâu sách trên bàn ăn tối vừa tiếp bạn xa!"*

Hãy nghe Nguyên Minh kể lại ngày anh tìm kim chỉ để khâu sách: *"Ba may cái gì vậy?/ Tôi trả lời nhát gừng/ Sách/ Hồi giờ con không thấy ba may. Bộ ba biết đóng sách hả?/ Đừng hỏi, để ba yên/ Một vài lần mũi kim châm vào đầu ngón tay tôi, đau nhói. Ba mươi năm tôi không sử dụng tới. Công việc tôi làm đâm ra vụng về. Nước mắt cay cay. Ừ. Mình đã già. Tôi lục đục tìm mãi hộp hồ mới đây thợ dùng còn bỏ dở. Vợ tôi moi nó ra từ một góc kệ. Nàng cũng ngạc nhiên hỏi: Sao anh không đưa xuống bảo thợ dán gáy cho?/ Tôi cầm lấy hộp hồ, trả lời vội rồi bỏ vào phòng/ Anh thích tự làm lấy.../ Ba đưa thợ làm vừa nhanh vừa đẹp mà ba đỡ mệt/ Tôi bực dọc/ Mày biết gì, tao thích vậy!".* (*Tưởng chừng đã quên*, trg 10-11). Khi đọc đoạn văn này tôi đã xúc động đến ứa nước mắt. Elena tưởng có chuyện gì buồn, hỏi, tôi buông tập sách: Thương Nguyên Minh quá!

Tuy hiền lành, nhỏ nhẹ nhưng khi làm tờ báo nào anh cũng có sức ảnh hưởng rất lớn đến bạn bè. Thời Ý Thức có những cộng tác viên theo nhiều khuynh hướng chính trị khác nhau... nhưng chẳng ai gây được sức ép lên chủ trương mang tính nhân văn, mà anh đã vạch ra. Anh cũng kiên quyết tránh tranh luận những vấn đề như viết cho ai, viết để làm gì... Có lúc bực mình anh nói: Viết để Chơi, thế thôi. Nói "chơi" nhưng anh viết rất nghiêm túc dù bản chất là người gan góc, dám làm dám chịu và luôn đứng mũi chịu sào, che chở cho anh em. Một lần họp mặt ở tòa soạn "chuồng cu" của Quán Văn có người đưa ra nhận xét: Nguyên Minh chỉ cân nặng 45 ký, nhưng lá gan nặng ít nhất 10 ký.

4. Nước mắt và những trang văn

Trong các bạn văn của Nguyên Minh tôi có gặp hai người rất "lạ". Một Kiệt Tấn vô cùng nhạy cảm mà bất cứ lúc nào cũng khóc được. Còn người khác là Trần Hoài Thư, có lẽ là nhà (mê) văn và yêu sách nhất hiện đang sống ở New Jersey. Tên anh là Trần Quí Sách và cái tên đó đã vận vào người. Đã ấn hành trên 20 tác phẩm thơ, văn, một người trước đây chỉ biết viết, chưa hề biết in ấn thế mà sau khi sinh sống ở New Jersey, Hoa Kỳ anh cùng các bạn chủ trương tạp chí Thư Quán Bản Thảo, thực hiện các chuyên đề sưu tầm, giới thiệu văn chương miền Nam. Đặc biệt, tạp chí này chỉ dành để tặng theo yêu cầu, không bán, không nhận quảng cáo. Tính đến tháng 8.2016, tạp chí Thư Quán Bản Thảo đã ấn hành được 71 số!

Vì công việc này, nên nhà thơ Nguyễn Lương Vỵ đã gọi anh là "Người ngồi khâu di sản văn chương":

... sống chết như trò đùa số mệnh
nhưng văn chương ngấm hết ân tình
...
... người ngồi khâu bao nhiêu kỷ niệm
không oán than chỉ biết ân cần
sợi chỉ luồn kim khâu chầm chậm
như thời gian rưng rưng tháng năm..

Trong truyện ngắn "Chạnh lòng" Nguyên Minh đã viết về người bạn thân thiết của mình: "... hiện tại hắn còn có một nhà in nhỏ, kể cả máy xén, máy đóng sách. Hắn lục đục suốt thời gian rỗi rảnh để in một tạp chí văn học, tụ hội lại những bạn văn còn sống ở hải ngoại cũng như còn lại ở trong nước. Hắn say mê công việc in ấn mà từ trước tôi không bao giờ nghĩ tới hắn có thể làm được. Ngày xưa, mỗi lần ghé thăm tòa soạn, nhìn anh em cặm cụi làm việc trong nhà in, hắn chỉ đứng nhìn mà cười rồi nói: - "Mình chịu thua. Mình chỉ viết văn, làm thơ. Còn cậu lại thêm đam mê nghề in này, để in ra những tác phẩm của anh em ngày mỗi đẹp và trang trọng lên. Mình chịu." Thế mà giờ đây trên đất Mỹ hắn có được cái mà ở quê nhà tôi đã mất...".

5. Đôi mắt màu xanh dương

Nếu đôi mắt đẹp là đôi mắt chỉ nhìn thấy phần tốt trong đời sống thì đôi mắt màu xanh dương của Nguyên Minh là một trong số đó. Bằng tâm hồn nghệ sĩ tràn đầy mộng mơ, cái nhìn của anh trong trẻo hồn nhiên đến kỳ lạ. Anh nhìn cái gì cũng thấy tươi, thậm chí nhìn cái cũ cũng vẫn thấy mới. Và cảm xúc của anh tuôn trào, tất nhiên qua ngòi bút, nhưng nhiều khi cũng theo dòng nước từ đôi mắt xanh ứa xuống, khóc tự nhiên như đó là một chuyện rất bình thường.

Trong đời tôi, có lẽ đã gặp được hai người cầm bút sống bằng cảm xúc mạnh mẽ, mỗi khi "cần", tiếng ồ ồ của họ bất ngờ vang lên giữa yên lặng và hoảng hốt của bạn bè. Người đó là Kiệt Tấn. Bỗng dưng khóc. Tự nhiên cười. Lần gặp ở Paris, sau tiếng khóc của bạn, Nguyên Minh đã rót một ly Bordeau đưa cho Kiệt Tấn:

- Nè anh bạn, khóc được là sướng lắm. Uống cạn ly rượu này là sẽ quên hết. Tôi biết mà!

Kiệt Tấn chẳng nói gì nhưng ngửa cổ uống một hơi rồi nín khóc. Đôi khi Nguyên Minh cũng nói là mình… thèm khóc như vậy… nhưng có lúc không làm được.

Cái khác của Kiệt Tấn là nhà văn độc lập, tự do viết về cái "tôi" và can đảm chịu trách nhiệm bài viết của cá nhân mình, còn Nguyên Minh phải đại diện cho một tờ báo văn chương. Và có lẽ chính ở sự khác biệt này mới làm nổi bật tính cách của anh: biết lắng nghe và dung hợp mọi tiếng nói, khéo léo tách riêng phần tử số đặc thù của mỗi cá nhân, chỉ chú tâm đến mẫu số chung là tình yêu văn chương để xây dựng một mái nhà chung. Nhờ không cố chấp nên anh kết hợp được những người cầm bút có cá tính khác nhau để cùng nhau đi trên một chặng đường. Con đường ấy là con đường dùng chữ nghĩa để làm đẹp cuộc đời và những tờ báo của anh điều hành càng ngày càng phát triển. Trong một lần hội ngộ ở Sài Gòn, Giáo sư Trương Đăng Dung (Viện Văn Học) tuy gặp lần đầu mà đã trao đổi với Nguyên Minh thật say sưa. Đúng là những tâm hồn đồng điệu gặp nhau… Quyến luyến chia tay, anh nói với tôi và Hoàng Kim Oanh: "Anh ấy đúng là một trí thức có tâm hồn nghệ sĩ…".

Trong truyện ngắn "Ước mơ vẫn là ước mơ" có viết một ý mà khi nào đọc lên cũng làm tôi bần thần suy nghĩ: *"Có một số nhà văn nhà thơ qua một giai đoạn lịch sử nào đó lại chối bỏ những sáng tác cũ của mình. Họ phủ nhận hoặc ngượng ngùng nếu ai nhắc lại. Tôi nghĩ những tác phẩm đó họ không viết từ con tim, từ những suy nghĩ thật lòng, nên nó không tồn tại."*.

Còn Nguyên Minh, anh viết bằng tấm lòng chân thật nên vững vàng và không có điều gì để hổ thẹn với lương tâm: *"Phải, viết như một ăn năn. Viết như một thú tội. Nhưng viết cũng như đi tìm hạnh phúc. Sau*

6. Ký ức chìm sâu

Sau 25 năm vắng bóng trên văn đàn, anh buông bút, trú thân vào vai trò nông dân, cuốc đất, trồng rau, làm thợ may, buôn bán thuốc tây... việc nào cũng ê chề thất bại, vì anh không sinh ra để làm những công việc đời thường. Tôi không hiểu rõ đời sống của anh lúc đó cơ cực như thế nào nhưng tin chắc là mỗi lần dừng tay lau giọt mồ hôi... đôi mắt xanh lặng buồn của anh không ngớt kiếm tìm những người đồng cảm, những người biết lắng nghe và nói chuyện văn chương. Mất gì anh cũng chịu được, vật chất phù du nên anh rất dửng dưng, nhưng thiếu bạn văn... thì khoảng trống trong lòng anh chắc là mênh mông lắm..

Rồi còn những trang văn? Một người sống bằng xúc cảm và có một nội tâm như ngọn núi lửa như anh, có thể nào buông bút? Và câu hỏi này cứ xoáy vào đầu tôi, từ lúc quen biết anh, tôi đã hỏi đi và hỏi lại rất nhiều lần. Vì câu trả lời của anh cũng sẽ là cho tôi, dù hoàn cảnh có khác vì tôi phải sống ở nước ngoài, nhưng khoảng thời gian hơn 25 năm đẳng đẵng của những người "nghiện" viết, thì kéo dài như bất tận.

Và cát bụi thời gian bất ngờ bị thổi bay, những con chữ âm thầm giấu kín dưới đáy vực âm u bật dậy. Chúng tung tăng chạy trên trang giấy sau một cuộc gặp gỡ người xưa, cảm xúc dâng lên như thác lũ... và món nợ một đời giục anh phải trả:

*"Tôi **tập sử dụng vi tính**. Như ngày nào gõ lọc cọc trên bàn máy chữ, giờ thì gõ mấy ngón tay lên bàn phím, tiếng lạch cạch êm ái chỉ phát ra trong sự tĩnh lặng buổi sáng sớm. Từng ý nghĩ tuôn trào trên trang chữ. Bao nhiêu năm tôi không viết được dù một đôi lần tôi cố sức cầm bút viết lên trang giấy trắng, chỉ đôi ba hàng thì tịt ngòi. Con suối văn chương của tôi như bị lấp cạn, chôn vùi trong ghềnh đá lớn. Tôi đau khổ, sống như một kẻ vô hồn. Bỗng một hôm nằm nghe con suối róc rách chảy trong hồn, luồn khắp cơ thể làm hồi sinh. Người đến khơi cát bụi của thời gian, bật đi sự chai lì của cuộc sống, vực tôi dậy tiếp tục bước, không ai khác ngoài T. Tôi như người trong mộng, gặp lại người yêu xưa, sau ba mươi năm xa cách. Những ngày nàng trở về thăm quê hương, đi bên cạnh nàng, qua những hàng cây me trên những con đường tỏa đầy bóng mát mà hồn mình thì lênh đênh, như lạc vào cõi thiên thai. Con suối trong tôi bắt đầu reo vui tuôn chảy vượt qua bao nhiêu ghềnh đá, trở thành những thác nước lớn."* (Chạnh lòng).

Vì cảm xúc yêu thương sống lại nên không gian khi cầm bút cũng rất nên thơ và lãng mạn: ... *"Mặt trời lặn dần sau chân đồi. Rừng thông trước mặt tôi cũng đã đổi màu. Xám lại. Một màu lãng đãng không còn phân biệt, đâu là cành lá... thân cây, đâu là màu tia nắng vàng óng ánh... Đâu đó còn một vài điểm chấm nhỏ li ti đỏ bầm của những mái nhà ngói đỏ bên kia đồi... Màu khói lam chiều ai đốt lửa xa xa dưới thung lũng... Tất cả những màu sắc đó đã hòa lẫn với nhau thành một màu duy nhất. Màu của bóng đêm. Cảnh vật đã chìm mất.* (TCĐQ, tr. 28).

Một cơn gió thoảng, giọng nói phụ nữ... ba mươi năm tôi mới nghe lại được.... Như một nhắc nhở.... Vâng, văn chương là cái nghiệp mà khoảng đời còn lại tôi phải trả. Thời gian trôi đi. Tuổi già kề cận. Nhận dạng lại những người thân yêu đã đi qua đời tôi. Tưởng chừng như đã quên. (TCĐQ, tr. 28)

7. Món nợ trọn đời

Trong ca khúc "Anh còn nợ em" nhạc sĩ Anh Bằng đã dẫn dắt người nghe đi tìm lại cuộc tình đánh mất còn lẩn khuất nơi nào đó trong trái tim mình... Tình yêu mất nhưng lòng người trong cuộc vẫn còn vương vấn, suốt đời đau đáu ngóng trông về phương ấy với một câu hỏi chạnh lòng... "Em có hạnh phúc ?"...

Không dưới một lần, mỗi lần nghe ai hát bài "Anh còn nợ em" là mắt Nguyên Minh rơm rớm! Nhìn khuôn mặt anh lúc ấy lòng tôi cũng cảm thấy bùi ngùi. Biết là anh có tâm sự riêng nên thường tự hỏi là anh còn nợ ai? Nợ cái gì? Anh nợ tình hay nợ nghĩa? Trong cuộc sống rõ ràng là chúng ta nợ nần quá nhiều người. Không chỉ nợ công ơn sinh và dưỡng của cha mẹ mà ta còn nợ nần những người làm cho cuộc sống ta tốt đẹp hơn, có ý nghĩa hơn. Đó là ý nghĩ thường thoáng qua đầu tôi, sau mỗi lần họp mặt với bè bạn và sau mỗi chuyến đi với bằng hữu Quán Văn. Tuổi đời càng chồng chất, món nợ ân tình bè bạn, chia sẻ với nhau từng cảm nhận, từng vẻ đẹp văn chương và tình người lại càng sâu đậm.

Còn Nguyên Minh, anh mắc nợ ai? Nợ cô T. về mối tình đầu không thành? Về lần hẹn đi ăn trưa với nàng rồi thay vì chở nàng đến nhà hàng, anh như ma ám, tạt ngang qua nhà in, sẵn tay sửa lại bản in, có báo rồi anh quên hết trời đất, bỏ nàng chông chênh giữa vệ đường với chiếc xe chết máy, trời đang mưa: *"... tôi đã bỏ T. bên lề đường, núp dưới mái hiên gần cột đèn, cùng chiếc xe gắn máy hết xăng, còn tôi thì ôm trong lòng mấy tập báo Ý Thức đầu tiên, đón taxi đến nhà Ngân, nơi bạn bè văn nghệ đang chờ... "* (TCĐQ, tr. 12), Và khi người bạn hỏi nàng ở đâu để đón về, thì câu trả lời: – Khúc nào đó trên đường Phan Thanh Giản/... - tóc thề hay tóc uốn, mặc áo màu gì?/ – hình như tóc thề, áo dài màu vàng...

Hình như? Hai người yêu nhau đã hơn 5 năm... nhưng anh đang ngập trong mùi mực và tờ Ý Thức mới ra lò. Khi một người bạn hỏi, –

chữ Ý Thức của tờ báo số 1 màu gì? - Thì không đầy một giây anh đáp ngay *màu đỏ bầm!* Bó tay thật! Hôm ấy nàng mặc áo tím mà anh không nhớ!

Những chuyện kiểu này với T. nghe đâu không phải một lần... thế thì ai mà *chịu nổi một người tình như vậy? Anh mất T. là phải, là ... "đáng đời"* nên phải mang nợ, ăn năn như một cách tự trừng phạt suốt đời để lương tâm nhẹ nhõm.

Ngày biết T. lấy chồng, anh buồn. Uống thuốc ngủ để quên đi nỗi buồn, nhưng quá liều, ngủ li bì một ngày một đêm, suýt chết. *"Giấc ngủ đầy mộng mị, vừa đẹp vừa buồn, vừa hạnh phúc (?) vừa đau khổ".* Bạn bè đều tưởng anh tự tử (tn Người viết kịch).

Mãi 30 năm sau họ mới gặp lại. Lúc này chồng của T. chết nhiều năm, ¼ thế kỷ, nhưng *nàng không đi bước nữa.* (Loanh quanh lòng phố cũ). Gặp nhau có lẽ vì muốn biết anh có còn mê viết văn làm báo nữa không? Hay ngày bỏ rơi, quên hẹn với mình chỉ là một đam mê nhất thời... và chính tác động này làm Nguyên Minh cầm bút trở lại.

Thời gian trôi đi... 50 năm sau gặp lại nhau trái tim Nguyên Minh thình thịch, chân tay còn run như thanh niên 18. Đó là ý nghĩ khi tôi ăn cơm ở nhà của nhà văn Lữ Quỳnh tại Mỹ, tôi quan sát anh và T. ngồi quanh bàn ăn, họ nhìn nhau, e thẹn. Trước bữa đó còn có cả những giận hờn vu vơ. Là người nhạy cảm, trái tim mệt mỏi sau 50 năm vẫn còn rung động, tuy nhịp đập có chậm đi, nhưng cảm xúc dường như chưa hề thay đổi. Vẫn là mối tình trinh nguyên như thuở mới yêu. Vật đổi sao dời là chuyện của đời, còn tình cảm mà họ dành cho nhau như bất biến với thời gian.

Ngoài T., nước mắt anh còn chảy xuống cho ai? Mẹ, cha? Anh em bạn bè? Những con người kỳ lạ đã đi qua đời anh, từ anh thủ môn đến hậu vệ trong đội bóng của ba mình? Đâu đó, trong tất cả chúng ta còn bao nhiêu món nợ vì ước vọng không thành. Tuổi trẻ đi qua trong đau thương. Hay anh nợ chị Lan, người vợ cả đời chăm sóc anh như con trai. Lo lắng mọi chuyện... cái nghĩa nặng... nhưng chỉ là ân nghĩa. Vì dù sao, cuộc hôn nhân bình an, không hề xáo trộn ấy cũng có nhiều mất mát, vì cái "Tình" duy nhất đã bay theo cái cô T. ngàn trùng xa cách...

Nhưng nói chung nợ gì cũng chỉ là nợ tình, nợ nghĩa, nợ văn chương chứ không phải nợ áo cơm dù sau 75 anh mất mát nhà cửa, xưởng in, tờ báo... vì vật chất với anh, tuy cần thiết nhưng thực ra chỉ là thứ yếu trong đời. Tinh thần, cảm xúc với anh mới là quan trọng.

Trong phần cuối truyện "Tưởng chừng đã quên", anh viết: *"Văn chương là một cái nghiệp mà khoảng đời còn lại tôi phải trả. Thời gian trôi đi. Tuổi già kề cận. Nhận dạng lại những người thân yêu đã đi qua đời tôi."*

"Những nhân vật của tôi sau này đều là những người thân yêu. Người yêu cũ. Người vợ hiền. Cô bạn láng giềng ngây thơ thời thơ ấu. Người mẹ bao dung. Người cha khắc nghiệt. Những người bạn cùng say mê văn chương... Tất cả những người thân yêu đó bấy lâu tưởng đã hóa đá trong tâm hồn tôi. Sau bao nhiêu năm tháng, một hôm bỗng rủ nhau trở lại thành người, đánh thức tôi, gợi lại những xúc cảm mới... họ đã cho tôi biết bao điều muốn nói. Tất cả những người thân yêu đó đã quyện vào tôi như nhập thành một. Tại sao tôi phải im lặng." (Sợi tóc mong manh).

Có thể nói Nguyên Minh là một người can đảm. Dám sống. Dám viết về những gì mà nhiều người chỉ muốn chôn sâu, cất kỹ. Tất cả được kể lại bằng giọng kể chân thành. Chỉ cần đọc những gì anh viết là hình dung được cuộc đời anh: *"Tôi phải tìm lại dấu vết ngày xưa như nhà khảo cổ đào bới dưới mấy tầng đất cát đã chôn vùi một thành phố cũ..."* (Ngôi nhà số 11).

Chính vì anh nghĩ viết về người cũng là viết về mình. Khó thể tách rời. Dù có thêm phần hư cấu, chất liệu không thể thiếu của một người cầm bút.

Nhưng theo thiển nghĩ của tôi thì anh thích "tận dụng" tối đa nhân vật, chi tiết có thật ngoài đời, các truyện phần lớn được xây dựng từ những nguyên mẫu có thực và đầy ắp những buồn vui, đau đớn của thời đại, của kiếp nhân sinh. Anh viết tự nhiên, không quá câu nệ trau chuốt chữ nghĩa, và trong cốt truyện thường có dụng ý cho người đọc thấy những cảnh ngộ của con người trong cuộc sống.

Tưởng chừng đã quên có thể chưa phải là tập truyện ngắn hay nhất của Nguyên Minh, nhưng với tôi, nó là tập truyện tiêu biểu nhất khi anh cầm bút trở lại sau 25 năm vắng bóng do biến động thời cuộc. Nó phảng phất tư tưởng, hoài niệm và chiêm nghiệm sau những vật đổi sao dời.

Và cũng thật tình cờ: *"Trong buổi ra mắt tập truyện "Tưởng chừng đã quên" có T. từ Mỹ về, vợ tôi ngồi bên cạnh, còn tôi sau cơn đau bao tử hành hạ, mà cảm thấy chưa bao giờ mình hạnh phúc như thế."*

8. Một vài trang viết

Nguyên Minh nói viết cho vui. Nhưng những câu chuyện của anh viết đều buồn, nhưng tuy buồn mà không hề thất vọng. Có lẽ cũng như tôi, anh "vẫn" còn tin ở cuộc đời, mặc dù...

Tôi không phải, và cũng không muốn làm nhà phê bình, nhưng trong bài viết này về anh nên cũng muốn đọc lại vài truyện ngắn tiêu biểu và đưa ra vài nhận xét. Có thể đây chỉ là những nhận định chủ quan, nhưng dù sao cũng đem lại chút ánh sáng cho những trang viết ấy.

Nguyên Minh viết văn với bút pháp đơn giản nhưng khi kể chuyện anh sắp xếp bố cục giàu kịch tính từ mở đầu dẫn đến kết thúc bất ngờ nên tạo cảm xúc và buộc người đọc phải suy nghĩ. Có thể nói trong những câu văn hiền hòa nhưng đậm chất cuộc đời nên truyện anh khá sinh động. Đọc anh ta không chỉ thấy những mặt phải, mà ta còn thấy được cả mặt trái của xã hội của một thời đã qua trên từng trang viết. Cái tính hiện thực đó làm cho văn của anh giá trị và chân thật.

Trong Ngôi Nhà Số 11 anh kể về người anh ruột tên Thương, sau khi đi tập kết trở về, đã phủ nhận những kỷ niệm thời xa xưa mà mẹ đã chắt chiu gìn giữ. *"Mà mẹ giữ nó lại làm gì? Sao không hủy đi những thứ nhạc vớ vẩn này?... Anh Thương vất tập vở chép nhạc đó xuống đất. Tôi, hình như nghe tiếng kêu, từ một cõi xa xôi nào đó, vọng vào tim mình. Thảng thốt. Rên rỉ. Đau đớn. Khuôn mặt buồn phiền, thất vọng. Đôi mắt ngẩn ngơ. Rớm lệ. Từng giọt nước mắt rơi xuống. Của mẹ tôi. Theo từng trang giấy lật tung lên"* (Ngôi Nhà Số 11, trg 111). Tập nhạc ấy chính là của anh thời trẻ đã cẩn thận ghi chép các bản nhạc yêu thích mà giờ không nhớ. Nhưng, qua thời gian và trên giường bệnh, cuối đời anh Thương cũng nhận ra những sai lầm của mình ngày trước về những kỷ niệm: *"Một giọt nước nóng hổi của anh rơi xuống vai tôi. Rồi tiếng nấc nghẹn ngào từng hồi tuôn ra/ Cuối cùng anh mới mấp máy: tập vở chép nhạc..."* (Ngôi Nhà Số 11, trg 116).

Nhưng truyện ngắn Có Một Thời của anh theo tôi là truyện để lại nhiều ấn tượng nhất.

Câu chuyện viết về những năm tháng khốn khó, người ta phải nuôi lợn làm kế mưu sinh... nhưng bằng giọng văn điềm tĩnh Nguyên Minh kể lại làm người đọc vẫn thấy cảm giác rờn rợn, chi tiết cộc cằn khiến người đọc thấy buồn nôn vì cảnh con người đã biến chất, mất hết nhân tính. Đọc xong người đọc không khỏi đặt ra một cật vấn đau đáu về cái chất người, và nỗi lo âu con người sẽ đi về đâu, khi cái "chất lợn" ấy lây lan ô nhiễm xã hội.

"Thím khoe với tôi cái chuồng heo thím mới sửa. Nhìn mặt nền lát bằng những phiến đá xanh, khít khao với nhau bằng đường kẽ rất nhỏ. Tôi ngạc nhiên và thắc mắc không biết những tảng đá xanh này thím mua từ đâu, thì thím đã nói: Chú thấy chưa, công trình xây dựng của tôi đó. Cái nền này chắc chắn vô cùng... Mấy nhà bên cạnh, trong cư xá này đều bắt chước tôi đó."

Người đọc sau đó sẽ hiểu những tảng đá xanh vững chắc kia là những bia mộ người chết sau khi nghĩa trang bị giải tỏa. Trước ánh mắt kinh hoàng của tôi thì: *"Thím tôi nhìn vẻ mặt đỏ ngầu của tôi, trả lời tỉnh bơ: "Có gì lạ đâu cậu, những tấm bia của người chết toàn là ngụy quân* ngụy quyền, lại còn cả những ông tây bà đầm thời Pháp thuộc, lật úp nó xuống, những tên những tuổi nằm xuống mặt đất, đưa lưng đá xanh còn tốt, mình nuôi heo, bán ra có tiền nuôi sống biết bao nhiêu con người, như gia đình chú ruột của cậu đây. Cậu bỏ tư tưởng tiểu tư sản ấy đi.”

Nhưng dã man hơn cả, táng tận lương tâm hơn cả là chuyện mang những thai nhau về làm thức ăn cho heo hay ngâm làm rượu bổ!

Tôi không muốn nghe những lời của thím nữa. *“Thời đó tất cả mọi người đều phải ăn độn, lúa mì hoặc bo bo. Huống chi là súc vật chăn nuôi, nhất là giống heo ngoại quốc này, muốn mau lên cân, giảm ngày nuôi, thím tôi thúc chúng bằng một thức ăn thật là kỳ lạ. Ban đầu, cũng như những tấm bia kia, tôi mù tịt, cứ ngỡ những nắm thịt bầy nhầy được bằm nát bằng con dao phay to tướng và nặng trịch, nổi lên lềnh bềnh trong nồi nước sôi sùng sục, là những mớ thịt dư thừa thím xén bớt từ nhà bếp tập thể của cơ quan. Thím trộn những mớ thịt đó chung với cám tổng hợp làm lũ heo thích thú giành nhau ăn”...*

“Tôi mang máng nhận ra có gì rất lạ đến kỳ quái từ những mớ thịt làu nhàu đó cho đến một hôm thím vội vàng đi đâu đó liệng vội vào chuồng heo một miếng thịt sống, lũ heo như bầy quỷ dữ nhào vào cắn xé giành giật, mỗi con mang một miếng nhỏ vào riêng từng góc mà nhai ngấu nghiến. Hình ảnh đó làm tôi rợn người tưởng chừng trước mặt mình là bầy cọp đói đang xâu xé một con người.”

Những miếng thịt đó là những thai nhi. Nạo thai.

“Đêm đó tôi ngủ ngoài hiên. Tôi cứ trằn trọc mãi đến nửa khuya mới thiếp đi. Và một cơn ác mộng làm tôi nghẹt thở. Lũ trẻ con đông như kiến, những mái tóc đen óng ả uốn quăn, miệng nở nụ cười rạng rỡ... Nhưng, bỗng dưng có tiếng gầm thét như của loài hổ dữ, rồi hiện ra những khuôn mặt đàn bà, miệng méo mó, đưa ra những hàm răng nanh nhọn hoắt, nhào tới chụp lấy một vài đứa trẻ, xé nát nó ra từng mảnh nhỏ như người ta thường xé thịt gà luộc làm gỏi. Lũ trẻ hoảng hốt bỏ chạy, té lên té xuống, u đầu, trật chân. Chúng kêu la thảm thiết. “Ông ơi cứu chúng con với”. Tôi hỏi tên chúng. Chúng lắc đầu bảo: “Tụi con chưa có tên.” “Vì sao?” “Chúng con là những bào thai chết.”

“Tôi kể lại giấc mơ đó cho thím... Thím nói tỉnh bơ: “Chỉ là giấc mơ. Vớ vẩn.” Tôi tò mò hỏi tiếp: “Hình như gần đây thím đã vài lần nạo thai.” Khuôn mặt thím tôi biến sắc nhưng sau đó trở lại bình thường, thím gật đầu. “Chuyện thường tình mà cậu!”. Còn tôi, tôi cảm thấy lạnh, lạnh từ xương sống lạnh ra.”

“Từ giấc mơ này tôi mới nhớ chuyện xưa... ngày ấy tôi chỉ là một đứa bé con, bị trật chân suýt té xuống bậc thang, mẹ tôi đưa tay níu kéo cứu tôi... bị trợt chân té lăn cuộn xuống cầu thang, bất tỉnh trên thềm xi măng. Máu từ ống quần chảy ra lênh láng... Mẹ tôi bị sẩy thai. Cái bào

thai 5 tháng đổi mạng thằng bé 5 tuổi. Mẹ tôi bỏ bào thai đó vào một cái lu sành nhỏ và đem chôn..."

Những liên tưởng làm người đọc rợn người. Cảm giác như thân xác mình đang bị băm vằm như những bào thai bị xé phanh thây để lũ heo ăn cho chóng lớn!

Chưa hết. Trên chuyến xe đò vào lại Sài Gòn anh còn nghe bác tài kể lại *"Chuyện tượng người lính cầm súng bằng đồng, dựng trước cổng nghĩa trang chảy nước mắt. Những thiếu phụ ra thắp nhang cho chồng thấy lạ, lấy chiếc khăn tay lau những dòng nước đang tuôn lệ từ khoé mắt bằng đồng. Khăn ướt dầm mà nước mắt vẫn tuôn trào."*

"Người lơ xe kể tiếp... một buổi sáng mùa đông... người phu quét đường bỗng phát hiện ra những tấm bia từ các nghĩa địa bị bốc dỡ không cánh mà bay đến, dựng đứng từng hàng, trước mặt những tiệm buôn ngày xưa tấp nập giờ đã vắng tanh. Những người đi bán hàng rong buổi sáng sớm ở khu phố đó, dừng lại đứng xem. Những tiếng khóc than phát ra từ tảng đá xanh đó, buồn thảm, ai oán. Tiếng Tây có. Tiếng Mỹ có. Tiếng Việt có. Cùng tiếng bom rơi, đạn nổ. Tất cả trộn lẫn với nhau, làm những người trông thấy đều rùng mình..."

"Tôi giật mình... linh cảm những tấm bia kia phát xuất từ khu cư xá của thím tôi là có thật.... Trước khi mở cửa vào nhà thím tôi ngạc nhiên thấy ở một góc sân hẹp dựng lên một trang thờ nhỏ có một lư hương cắm đầy nhang đã cháy tận gốc. Xuống nhà bếp, đúng là những tấm bia lót nền chuồng heo đã bốc lên, còn lởm chởm những tảng xi-măng lở lói. Cái máng ăn cũng đã đập vỡ. Thành chuồng cũng trống trơn. Thím bảo: "Không bao giờ tôi nuôi heo nữa cậu ạ. Tất cả vốn liếng tôi đều mất sạch." Thím cho biết bầy heo chóng lớn kinh khủng, tưởng rằng bán mấy tạ heo này sắm được vài cây vàng, ngờ đâu trước ngày xuất chuồng, chúng bỗng dưng ngã đùng ra giãy chết. Bệnh gì mà kỳ lạ chưa bao giờ thấy cả. Những hạt như hạt gạo, màu đỏ như máu, nổi lên khắp thân thể chúng, và toát ra một mùi hôi thối như mùi xác người chết đã thối rữa. Bán không ai dám mua, cho không ai dám nhận. Không biết đâu mà chôn. Nửa đêm, vợ chồng con cái bịt mũi, xúm nhau khiêng liệng xuống con kênh nước đen. Cả xóm, những gia đình mà thím tôi đã bày vẽ kiểu nuôi heo quái đản đó đều gặp phải cảnh tượng như vậy. Không chỉ mấy chục con heo ngã đùng ra chết mà những người nuôi chúng đều gặp những tai nạn bất ngờ... Người bị xe đụng gãy chân mặc dù họ đi bộ trên vỉa hè. Kẻ bể đầu khi choáng váng mặt mày tông vào cột điện... Họ kể cho nhau nghe những giấc mơ kinh hồn về những oan hồn của những bào thai đó, chúng như những nhân sâm cao ly, chân tay ngắn ngủn, rủ nhau đè lên thân xác họ mà cắn xé, như lũ heo đã từng ăn xác chúng. Sợ quá, thím tôi và những người láng giềng, mỗi nhà lập một cái am nhỏ, hằng đêm thắp nhang cầu xin những oan hồn bé nhỏ vất vưởng và khôn thiêng

đó tránh xa họ. Lại nữa, những bóng ma của những người đã chết từ những tấm bia kia hiện ra trong đêm tối mịt mù rên khóc thảm thiết, than đói, rên lạnh."

Sau đó anh còn nhắc đến cái thẩu thủy tinh chứa rượu màu vàng sánh của ông chú mà bà thím bảo là rượu bổ, do thím đặc chế. Quý hiếm lắm, không phải ai cũng có. Chú tôi gọi là thuốc trường sinh. Bấy giờ: *"Chú tôi kéo tôi ra trước nhà nói nhỏ: "Thím mày đập bể rồi. Thôi đừng nhắc đến nó nữa làm thím mày hoảng sợ."… "Cậu biết thím cậu ngâm thứ gì trong rượu không?" Không đợi tôi trả lời, chú nói tiếp: "Cái nhau."… Thím nói với tôi: "Thím không muốn chú ngã đùng ra chết như lũ heo kia với một căn bệnh quái đản, bỏ cả vợ con."*

"Tưởng rằng mọi chuyện đã chấm dứt. Tôi đâu ngờ, sau thất bại ê chề về nuôi heo với thực phẩm mà thím tôi đã chế biến kia, thím tôi quay qua làm thuốc giả và tôi vô tình là kẻ tiếp tay. Tình cờ, có một hôm trời nóng quá, nửa đêm tôi thức giấc, ngang qua phòng thím còn thắp ngọn đèn ngủ, nhìn vào, tôi thấy thím lom khom mở những viên thuốc thật, trộn vào một thứ gì đó. Sáng dậy tôi hỏi thím sự việc, Thím trả lời tôi một cách thản nhiên: "Có chết chóc đâu mà sợ, chỉ thêm một nửa bột mì." Từ đó, tôi không dám đi buôn thuốc tây nữa. Tôi không vào Sài Gòn. Ở quê cùng vợ cuốc đất, trồng rau."

"Mãi đến mấy năm sau, tôi ghé thăm chú thím. Đúng ngay ngày liệm xác thím. Đêm đó, không biết từ đâu lũ mèo hoang kéo nhau về, tụ tập trên mái nhà, chúng rượt đuổi nhau, cắn xé nhau, và cất lên những tiếng kêu như tiếng khóc của những đứa trẻ sơ sinh.

Tôi không hiểu những ngày nằm trên giường bệnh, với nỗi đau đớn về thể xác của căn bệnh ung thư tử cung trong giai đoạn cuối, thím có còn bị dằn vặt, ám ảnh về những bào thai mà ngày đó thím không công nhận đó là những con người. Chú tôi kể lại, trước khi trút hơi thở cuối cùng, thím khóc. Tiếng khóc như tiếng mèo gào."

Đó chỉ là một trong những câu chuyện "bình thường" trong một giai đoạn lịch sử, của một thời đã qua. Nhưng, theo tôi, câu chuyện "Có một thời" này của Nguyên Minh viết nhân bản mà kinh khủng hơn truyện ngắn tương tự của Nguyễn Huy Thiệp về hoàn cảnh một ông "tướng về hưu". Hai mẫu người, do ảnh hưởng hai nền giáo dục khác nhau nên tính cách làm người cũng khác nhau. Đã đành cuộc sống ai cũng phải mưu sinh để tồn tại, nhưng bà thím đã mang những tấm mộ bia về lót nền nuôi heo là sự báng bổ và chà đạp lên những vong linh của người thua cuộc và việc mang thai nhi về băm nhỏ, trộn với cám cho heo ăn thì đó là hành động cực kỳ dã man.

Truyện ngắn *Có Một Thời* nhân bản hơn vì không chỉ kể lại cái ác, cái phi nhân mà còn mang tính triết lý giáo dục, gợi đến thuyết nhân quả và chiều sâu tâm linh. Một truyện ngắn hay không thể chỉ là một câu chuyện kể, mà phải được nâng cấp nhờ màu sắc tâm linh, chứa đựng nội dung nhân bản và có tính phê phán, răn đe... để làm đẹp cuộc đời.

9. Tình, Nghĩa rạch ròi

Về tình yêu và gia đình thì Tình và Nghĩa của Nguyên Minh là hai khái niệm rạch ròi. *"... tình yêu tôi chỉ dành cho một người"*. Trong tiểu thuyết *Bàn tay nhỏ dưới mưa* tôi viết về nhân vật Gấm và anh nhà báo: *"Sự hòa hợp về thể xác và tinh thần là điều kỳ diệu nhất của cuộc đời. Nó thỏa mãn bản năng lớn nhất và thiêng liêng nhất của con người. Đó là đỉnh điểm của những gì mà con người có thể hy vọng nhận được trong sự tồn sinh"* nhưng có lẽ Nguyên Minh không nghĩ thế. Trong anh không có cảm xúc mãnh liệt hay dòng máu nóng để đam mê cháy bỏng vì tình yêu. Tình yêu duy nhất ấy không thành. Anh cũng... *thôi* yêu. Có lẽ là do duyên nghiệp, tình yêu sách đã quá choáng ngợp và thay thế mọi thứ cảm xúc. Mực in, chính là nhiên liệu để anh thắp sáng niềm đam mê, nghe mùi mực hóa thân thành những con chữ trên trang giấy. Tình yêu anh dành cho "người ấy" là tuyệt đối và cả đời anh không hề yêu ai nữa. Còn vợ anh, gặp nhau tình cờ, nhưng anh đã sống hết mình với gia đình, trọn vẹn ân nghĩa.

"Tình" của Nguyên Minh rất riêng biệt và rất khác với tình yêu thường gặp... nhất là trong giới văn nghệ sĩ. Đa tình. Đa cảm. Quan hệ nhập nhèm. Còn anh, suốt đời chỉ yêu có một người, yêu một lần là yêu mãi và dù chẳng bao giờ còn gặp người xưa, nhưng trong đáy lòng anh, tiếng vọng của vô thức luôn luôn hiện diện. Hình như không có trang viết hoài niệm nào mà không xuất hiện nhân vật T. như một phần không thể thiếu. Nó là máu thịt. Có thể nói sự si tình của anh không bao giờ hết.

Chuyện vợ con, trong truyện ngắn **Chạnh lòng**, anh kể: *"Cậu tôi cũng hối thúc: "Sao cháu chưa lấy vợ?". Tôi chỉ cười trừ. Tiếng ai hát, vọng từ nhà hàng xóm, bên kia đường. Giọng thanh cao, tự nhiên... Tôi hướng mắt về phía đó, một dáng người con gái, trong bộ đồ bà ba trắng, vừa đi vừa hát, băng qua đường... Tôi hỏi cậu: "Cô bé nào vậy cậu?" – "Cháu ruột của mợ đó." Rồi tôi nói như một người trong cơn mộng du: "Không hiểu sao lần về quê ngoại này con có cảm tưởng có một cái gì đó lôi cuốn con, cuốn chặt con, hay mẹ con dẫn đường cho con đây." – "Để làm gì?" – "Lấy vợ?" – "Ai vậy?" Tôi chỉ về cô gái đang vui cười với bạn bè kia: - "Cô bé đó!" Cậu tôi reo lên: - "Thật không con?" .... Cô gái có khuôn mặt phúc hậu ... Đôi mắt to và sáng. Khuôn mặt trái xoan. Môi mỏng và đỏ tươi. Lòng tôi gợn lên một chút xao xuyến, như những ngày đầu gặp T. ...*

... Vào Sài Gòn tôi báo tin với chị Mai là tôi muốn cưới vợ. Chị vui mừng hỏi tới: - "Ai thế? Tên gì. Gốc gác ra sao?" Giựt mình khi nhận ra tôi vẫn chưa hỏi cậu tôi về cô gái, ngay cả tên họ tôi cũng chưa biết. Tôi thú thật: - "Em mới thấy lần đầu, cô ta còn trẻ lắm. Cháu của vợ cậu." Chị cười như không tin quyết định vội vàng của tôi: - "Thôi đi cậu ơi, đã nhiều lần tôi chuẩn bị nhẫn cưới cho cậu, thế mà cậu lại quên đi, sau một tuần xa cách!" Nhưng rồi chị xuống nước nói nhỏ: - "Biết đâu duyên số của em như thế. Em về thưa chuyện với dì để dì ra ngoài đó cùng cậu lo toan việc dạm hỏi?" Tôi cũng nghĩ là tôi nói đùa. Cô gái mang dáng dấp của một người tôi yêu tha thiết. T. đã vụt khỏi tầm tay. Có phải tôi bắt cô gái kia thế chân vào không?"

10. Bao năm mải miết đi tìm...

Gần năm mươi năm trôi qua, từ những thanh niên mang trong mình một hoài bão văn chương, giờ đây, Nguyên Minh và các bạn cùng thời đã bắt đầu trở thành những ông già chậm rãi, mỏi mệt, cuộc vui hàng ngày không phải là những trận cười thâu đêm suốt sáng mà là những lúc ngồi lặng bên đống sách cũ, bùi ngùi nhớ lại thời trai trẻ, bồi hồi đọc lại những ước vọng thuở nào. Họ không còn nhiều niềm tin ở tương lai, không sống bằng hiện tại mà phần lớn sống bằng hoài niệm! Khoảng trống và nỗi đau trong lòng họ là một cái thú đau thương của những người đang lật từng trang đời thời trẻ để vui buồn một mình.

Nhưng, khác các bạn đồng niên, Nguyên Minh là một lão tướng chịu chơi. Anh không ngồi lần giở những trang sách cũ mà muốn làm sống lại những hoài niệm trên những trang báo mới. Ở tuổi 70, nhiều người buông bỏ để vui thú điền viên. Còn anh, thì cơ duyên gặp những người đồng điệu, từ tháng 10-2011 anh can đảm đứng ra làm tờ **Quán Văn**, một tờ nguyệt san thuần văn chương nghệ thuật. Tính từ ngày ấy đến nay (11/2016) đã hơn 5 năm, ra mắt 42 số báo.

Năm năm là thời gian có thể ngắn trên con đường tôn vinh vẻ đẹp văn chương nhưng đó là một bước đi dài với nhiều nỗ lực của chủ biên Nguyên Minh cùng tất cả những người chung tay góp sức xây dựng để hình thành một tờ báo trong điều kiện không có nhiều người đọc và trên thị trường tràn ngập sách báo vớ vẩn. Tuy không thuận lợi, người đọc sách ngày nay không nhiều... nhưng Quán Văn đã trở thành một món ăn tinh thần không thể thiếu cho những người yêu thích văn chương.

Hằng tháng, trong những buổi ra mắt sách trong các quán cà phê đã trở thành một nơi hò hẹn đậm tình bè bạn cho những người quan tâm đến Quán Văn. Để đáp lại tâm tình đó, chủ biên Nguyên Minh và nhiều người cộng tác trong thầm lặng đã không ngừng trau chuốt hình ảnh, biên tập để tờ báo đến với bạn đọc với hình thức đẹp và nội dung phong phú.

11. Niềm vui... còn một chút này

Giờ đây, ở tuổi 76 Nguyên Minh đã cùng những người đồng cảm, những bạn đọc bạn viết đang cùng đứng dưới bóng mát của Quán Văn để khỏa lấp nỗi bơ vơ. Ngô Thị Mỹ Lệ cho rằng, *"Mỗi số báo là một lần được tắm lại trên cùng một dòng sông"*; còn Phan Nguyễn Châu Uyên thì mới đây viết trên FB: *"Tôi nghĩ Quán Văn ra đời cũng tái sinh tôi. Tôi được đọc những tác giả mình yêu kính, trong niềm hân hoan, cảm thụ và chia sẻ. Đến Quán văn số 20 đã lung linh những "sắc màu", những phụ bản, những trang văn, thơ đã kèm theo dung nhan tác giả"*. Còn Vũ Thế Thành thì nói, trong điều kiện thế này mà Nguyên Minh vẫn nhẫn nại làm Quán Văn được tới mấy chục số, thì phải hiểu Nguyên Minh lên cơn *vã* làm báo đến cỡ nào. Và anh tin là Quán Văn cũng sẽ ghi lại dấu ấn vào văn học Việt Nam.

Trong bài viết này tôi cố gắng khắc họa chân dung văn học Nguyên Minh, có lẽ dưới đôi mắt chủ quan của mình, và xem đó là một cách thể hiện lòng yêu mến và cũng để cảm ơn anh đã tạo dựng cho những người cầm bút chúng tôi một mái nhà Quán Văn ấm cúng và chân tình. Để thay lời kết tôi xin nhắc lại câu chuyện cà kê mà trong một lúc cao hứng Vũ Thế Thành đã kể về anh: "Diêm Vương nửa đêm đến gặp Nguyên Minh, "Nhà người tới số rồi. Đi theo ta...". Nguyên Minh lắp bắp: *"Dạ, tới số thì con không dám cãi, xin ngài chờ con một chút để con làm cho xong Quán Văn số 1.000 cho... chẵn, rồi chạy theo liền, khỏi phiền ngài dẫn độ..."*.

Con đường văn chương trước mắt vẫn còn hun hút xa không ai biết khi nào chạm tới đích nhưng xin chúc Nguyên Minh nhiều sức khỏe để đi hết con đường mà anh đã chọn suốt một đời.

Sài Gòn 12-2016

Trương Văn Dần
Nhà văn – Sinh năm 1952
Tại Bình Định – Hiện sống ở Italia

NGUYỄN VY KHANH
NGUYÊN MINH VÀ NHỮNG HOÀI NIỆM

Nguyên Minh và Nguyễn Vy Khanh
chụp tại toà soạn Quán Văn, 2014

Nhà văn tên thật Nguyễn Chí Minh, sinh năm 1941 tại Phan Rang, nguyên quán Thừa Thiên. Xuất thân làm nghề dạy học và vào đầu thập niên 1960, Nguyên Minh là người phụ trách in ấn cho tạp chí *Ý Thức* ở Phan Rang - sau số 6, báo dời về Sài-Gòn - tòa soạn đặt tại 666 Phan Thanh Giản Sài Gòn, được cấp giấp phép của Bộ Thông-tin, ông làm tổng thư-ký tòa-soạn (chủ-nhiệm đứng tên DS Nguyễn Thị Yến, một người bạn của ông), được 24 số, báo tự đình bản năm 1971. Sáng-tác và sách xuất-bản của ông không nhiều nhưng nếu không có ông phụ trách in ấn và kỹ thuật thì nhóm Ý Thức đã không trở nên đáng kể vào giai đoạn văn-học của những năm cuối trước biến cố 30-4-1975. Nguyên Minh đã xuất-bản tập truyện *Miền Hoang Vu* (Gió Mai, in ronéo), *Căn Nhà Hoang* (Ý Thức, Sài Gòn, 1975) và truyện thiếu niên *Đám Tang Đa Đa* (Ý Thức-Tủ sách Hoa niên, Sài Gòn, 1970). Sau 1975, ông đã xuất-bản các tập-truyện *Căn Nhà Hoang* (2000), *Tưởng Chừng Đã Quên* (Thư Ấn Quán Hoa-Kỳ; NXB Thanh Niên, 2007), *Ngôi Nhà Số 11* (NXB Thanh Niên; Thư Ấn Quán, 2009); *Màu Tím Hoa Mua* (Thanh Niên, 2014); *Dòng Sông Trong Trí Nhớ* (NXB Hội Nhà văn, 2018), *Như Khói Như Sương* (NXB Hội Nhà văn 2019), Tuyển tập *Nguyên Minh - Tác giả và Tác phẩm* (NXB Hội Nhà văn, 2020) và *Dòng Đời* (NXB Hội Nhà văn, 2021).

Thế giới văn-chương thời đầu của Nguyên Minh là chiến-tranh, ngoài mặt trận, ở hậu phương và nơi các thị trấn. Truyện **Từ Quân Y Viện Nguyễn Huệ** (*Ý Thức*, số 3, 1-11-1970) là chuyện Điệp, vợ mới cưới của Thơ, một thương binh, vào Quân Y Viện ở Nha Trang tìm chồng đang trong tình trạng nặng nề thương tích. Nơi đây, Điệp sống với chuyện của các thương binh từ đủ quân chủng và vết thương nặng nhẹ khác nhau. Thơ bị ở chân, trong "*tủy xương ống chân chàng vẫn còn một viên đạn đồng ... nếu mổ sẽ nguy đến tính mạng*". Ngày xuất viện, "*đi ra khỏi quân y viện chàng chỉ xin một cặp nạng gỗ làm người thương binh trở về. Trở về với gia-đình, với người vợ trẻ mới cưới, chưa đầy một tuần sống chung vui (...)*". Thơ muốn chào hết anh em đồng hoàn cảnh, chưa muốn rời bỏ họ. Dù sao thì "*nhanh hay chậm tụi mình cũng về được quê nhà*" (trích từ *Một Thời Ý Thức*, Thư Ấn Quán, 2006, tr. 22-35).

Chuyến Xe Khắc Nghiệt kể chuyện chuyến xe từ một thị trấn miền Trung vào Nha Trang mà như đi vào cõi vô định; nhân-vật Tôi cùng bạn tên Tuân và người đi cùng chuyến gặp đủ trắc trở của thời chiến - đường đi bị "gò đắp mô chôn mìn" - nếu xe không "nằm vạ" ("*vận mệnh hành khách trên xe bây giờ chỉ lệ thuộc vào máy móc của xe?*"), và vì trong khách đi có những tình huống nghiệt ngã và những tâm sự và hoạt cảnh chiến-tranh bi hài. Xuyên qua là chuyện ông lão trở nên điên cuồng vì mất hai đứa con trai ở hai chiến tuyến, một sự điên loạn hình như chỉ xảy ra trên đất nước Việt một thời... điên loạn chinh chiến. Nhân vật Tuân "*kể lại cho chúng tôi nghe những nỗi bi thương, những trận chiến ác liệt xảy ra ngay hai bên lộ này, trong ruộng đồng mênh mông, trên đồi cát trắng, và người nằm chết ngoài lộ, trên bờ sông, dưới gầm cầu, trong lều tranh, những xác chết của bên này bên kia không ai xa lạ, cùng là một dân làng, cùng là giòng họ bà con, cùng những tâm sự người điên lêu nghêu ngoài xóm làng. Mỗi buổi chiều tắt nắng một lão già, áo quần rách tả tơi, tóc bạc phếch, vai mang cái đòn gánh, mỗi đầu treo lủng lẳng thân cây chuối mục, chân bước xiêu vẹo, còn hai bẹ chuối đập vào sau lưng, đập vào trước ngực, và lão kể lể, khi cười khi khóc:*

"Ngủ yên đi con, ngủ yên đi hai con, sao cứ đụng cha hoài vậy, ái đau, để cha cõng thằng Hòa đã chứ, rồi mới đến lượt thằng Hữu, tụi bay không chịu hả, làm gì cũng cùng cả hai, đúng là anh em sinh đôi, thôi thì để cha cõng hai đứa một lượt. Hai thằng con cười đùa thích thú chưa."

Lão đứng sựng, nét mặt thay đổi quá đột ngột, đang cười đó lại khóc sướt mướt đó. *"Trời đọa đày tôi sao, cả hai đứa đều chết, mà anh em ruột thịt bắn giết lẫn nhau."*

Tuân kể lại chuyện mà tôi cứ ngỡ ông già điên ấy là Tuân, đôi mắt Tuân rơm rớm giọng nói thật trầm:

– Hai anh em Hữu đều là bạn tao, tên Hòa theo bên kia, Hữu ở nhà nuôi cha đi dân vệ để được ở trong xóm làng. Một cuộc tấn công quận lỵ, sau một đêm kinh hoàng, buổi mai xác chết đôi bên nằm đầy trong sân quận. Hai xác chết mà mọi người trong xóm làng rúng động đó là hai anh em Hòa Hữu, hai tay nắm chặt lấy nhau, hai tay còn lại cầm súng và hai lưỡi lê cắm vào bụng nhau, bốn mắt mở to trừng trừng, ông già nhận được xác con vuốt mắt cho lũ con nhắm khép lại. Khi hai đứa nhận được nhau thì đã trễ phải không?". Còn người cùng xe ban đầu nghi ngờ, dòm ngó nhau thì đến khi tai nạn sắp qua hết đã trở nên thân thiết vui vẻ với nhau. Và Tôi cũng được nhìn thấy Uyên, người yêu đã sang ngang ra tiễn Tôi *"mãi đi trên con tàu vô định"*. Tôi vẫn mong *"Đêm nay, mọi người sẽ trải qua một giấc mộng đẹp, giấc mơ thiếu bóng dáng khuôn mặt chiến tranh, hận thù. Tôi cầu mong như vậy."* (Trích từ *TQBT*, số 1, 10-2001, tr. 100, 101).

Căn Nhà Hoang (1967) "cổ kính, hoang liêu", là nơi nhân-vật Tôi từng ở trọ với nhiều bạn bè khi theo học Trường Sư phạm Quy Nhơn mà nhiều đêm nhiều người đã có những cơn vật vã, những cơn mơ cơn mê như sống trong cõi không thật; nay chàng trở về thăm, kề bên nhà gia-đình Uyên và toàn cảnh nhà cổ lợp ngói âm dương gợi ký ức ngôi nhà từ đường ở Huế mà chàng đã bỏ đi. Cảm xúc kèm toàn bộ giác quan, chuyện quá-khứ cũng như hôm nay. Nhìn trong mắt cô cháu tên Uyên, *"Chú thấy tuổi thơ chú ở đó. Tuổi thơ chú có dòng suối cạn chảy qua. Tuổi thơ có những tiếng súng vang đêm. Chú theo gia-đình tản cư đến một vùng mà mãi đến bây giờ chú cũng không biết rõ tên và ở đâu. Nơi ấy, những buổi chiều, mấy chị em dắt nhau lên những đồi cát trắng xóa. Tiếng hát trẻ thơ cất lên. Tiếng cười ròn rã. Chiến-tranh không có ở đây. Thôi, không nghe tiếng súng rền trời. Thôi, không nhìn khói lửa tàn phá thị thành. Những buổi sáng trời trong xanh, tung tăng, chạy nhảy nơi dòng suối cạn. Soi mặt mình dưới nước rung rinh. Ngôi nhà cả nhà sum họp..."*. Rồi chia xa, lưu lạc, và trở về đây, ngôi nhà hoang. Tôi cuối cùng đã rủ Uyên đi vào nơi mà từ lâu cô đã *"sợ vẻ hoang tàn, sự cô liêu, nỗi lạnh lùng đó"*. *"Mùi hương cỏ dại ngây ngất. Đêm* *khuya tĩnh mịch. Tiếng côn trùng réo rắt. Tiếng chân hai đứa bước nhẹ trên cỏ cây, như bước vào cõi thế-giới thần tiên. Uyên đã hát, tiếng hát ru tôi vào giấc mộng.*

Tôi đi đâu đây. Lâu đài này rộng quá. Hết phòng này sang phòng khác, cứ thế mãi. Không một bóng người. Không một đồ vật. Tất cả đều trống không. Tôi đâm đầu chạy. Chạy mãi. Đường nào đưa tôi ra đây. Tôi gọi tên mình. Tiếng dội vang vang vọng lại. Tôi gọi tên Uyên. Uyên mất hút. Tôi dừng chân nghỉ mệt. Sờ lên tóc, tóc mình dài ra. Sờ lên cằm, râu ra đầy cả. Tôi đâm đầu chạy nữa. Chạy mãi, càng chạy càng lạc trong lâu đài hoang liêu này. Cuối cùng, tôi ôm lấy mặt khóc nức nở." (TQBT số 31, 4-2008, tr. 76, 77-78). Bóng ma có thể hiện diện trong căn nhà hoang, có thể là hồn của những con người từng sống thật sự ở đó, mà những người hàng xóm đặc biệt bên cạnh cũng sinh tồn như những bóng ma.

Chuyện tình-yêu còn được Nguyên Minh "trau chuốt", "nâng niu" trong một số truyện ngắn khác, như **Khu Vườn Tuổi Thơ** (1966) là chuyện tình đẹp với chị Lê trong khu vườn mộng mơ tuổi nhỏ. Trong khi truyện **Côi Cút Tuổi Già** đưa người đọc đến thế giới buồn thảm của cha mẹ già, khi hai con trai lớn tử trận, cậu Út có vợ có con nhưng lại mất sớm, con dâu Bích bỏ đi tái giá rồi sau khi sinh thằng Jack thì tử nạn vì đi xe đò trúng mìn. Nay bà Cả chỉ còn thằng cháu Jack sống với bà – bà ôm ấp vỗ về nó ngủ: "*Còn bà Cả trong bóng tối mênh mông, bà vẫn nằm yên trên giường, mắt thì nhắm lại nhưng cơn ngủ đã đi xa. Bao nhiêu hình ảnh của ngày qua trong đời cùng những khuôn mặt thân yêu chập chờn trong trí óc. Cha mẹ, chồng con, cháu chắt đều bỏ bà mà đi...* " (Ý Thức, số 3, 1-11-1970, tr. 55-56).

oOo

Sau biến cố 30-4-1975, gia sản xuất-bản và báo-chí của ông bị tịch thu, ông rút về miền quê Phan Rang rồi trở lại Sài-Gòn và cho tái xuất *Ý Thức Bản Thảo* vào đầu thiên niên kỷ mới, rồi *Quán Văn* (số 1, tháng 10-2011) –"Tập san Sáng tác - Tư liệu - Nghiên cứu Văn học", một tạp-chí đặc-biệt là nơi quần tụ văn-chương của văn hữu trong-ngoài và trước-sau-1975 và là nguồn hy vọng cho một nền văn-chương nghệ thuật nhân bản đúng nghĩa. Và sau gần ba thập niên, năm 2005, Nguyên Minh đã tái xuất sáng tác văn chương với tập truyện *Tưởng Chừng Đã Quên* do Thư Ấn Quán ở Hoa-Kỳ in ấn (NXB Thanh Niên Sài Gòn in lại cùng năm 2007) thực sự là một ký ức văn-học và tự sự đặc sắc cho thấy bản lĩnh và văn tài của nhà-văn-nhà-báo-nhà-xuất-bản lưỡng gốc miền Thần kinh đầy bí ẩn và Phan Rang đất khô cằn và khí hậu nghiệt ngã.

Trong **Tưởng Chừng Đã Quên** của thời hậu-chiến, ngòi bút Nguyên Minh tiếp tục con đường sáng tác tự nguyện, như một mình, chăm chút từng kỷ niệm; những truyện và hoài cảm ít nhiều ẩn chứa tính tự truyện làm sống lại những ký vãng đẹp như bài thơ mà cũng mang nỗi u uất của phận người khi nhớ lại hoặc nhắc đến một thời loạn lạc, chiến tranh và những người đã khuất.

Phan Rang thành phố biển rất nhỏ - ông gọi là rất "hiền hòa" đó luôn sống động trong ký ức. Nơi đó đã có một thời với những khuôn mặt bạn bè, những Trần Hoài Thư, Lữ Kiều, Lữ Quỳnh, Vô Thường, Trịnh Công Sơn, Ngy Hữu, Đỗ Quang Em, v.v... và những người yêu, được ghi lại trong phần lớn các truyện.

Người Viết Kịch gom nhiều kỷ niệm về Lữ Kiều, người bạn của những kịch nói góp *"tư tưởng phản kháng cuộc chiến tranh tàn bạo mà lịch sử đã chọn chúng tôi, đặt chúng tôi vào vị trí, ở đó, chúng tôi vui buồn, hạnh phúc và đau khổ, thành công và thất bại. Chiến tranh không chừa một ai. Cuộc sống thì của riêng nhưng tai ương là định mệnh chung. (Lữ Kiều)"* (bản Thư Ấn Quán, tr. 253). Nhiều vở kịch và truyện ngắn khác ít nhiều mang tính thời sự - xã hội cũng như tâm thức, được tiếp nối ở nhiều giai đoạn khác nhau cho đến ngày nay.

Nguyên Minh còn là người đam mê in ấn sách báo: *"... Đáng lẽ tôi chở T. thẳng đến nhà hàng, tôi lại ghé tạt nhà in - như ma dẫn đường - định xem qua công việc tiến triển ra sao, và phân công cho anh em thợ làm đêm. Cô thư ký vẫn chưa đến. Tôi bắt T. thế chân, ngồi sửa lỗi bản in thử. Còn tôi hì hục gắn bản in thử lên ma-két. Đói bụng, tôi nhờ nhân viên đi mua cơm phần. Nghỉ tay một lát, tôi và T. vội ăn cho xong để tiếp tục công việc. Mãi đến tối, mấy cô thợ may sách mới hoàn tất một số ít báo Ý Thức số đầu tiên. ..."* (**Tưởng Chừng Đã Quên**, tr. 14). Say mê in ấn nên *"... ngày xưa T. bỏ tôi đi lấy chồng, tôi chỉ buồn đôi chút rồi qua đi. Vì bên cạnh tôi còn có tờ báo Ý Thức, còn nhà xuất bản Tiếng Việt, còn văn chương chữ nghĩa, còn anh em bạn bè văn nghệ. ..."* (tr. 16).

Hình Như Trời Đang Mưa hoài niệm về thời tuổi thơ, có Vô Thường: *"Tuổi thơ của chúng tôi, tên trong giấy khai sanh ít được gọi tới, chỉ kêu nhau bằng biệt danh, không hiểu xuất xứ từ đâu, hồi nào. Bạn nối khố gọi tôi là Minh Bui, Vô Thường là Bảy Rìu. Ở hai con đường khác nhau. Nguyễn Thái Học, Trần Hưng Đạo nhưng nhà hai đứa kế hông nhau. Căn gác của tôi, cửa sổ mở nhìn qua là căn gác suốt của hắn. Chỉ cần tín hiệu huýt gió là chúng tôi xuống gác ra khỏi nhà gặp nhau mà chẳng ai biết. Thường vào những đêm trời có trăng khi những ngọn đèn nhà trong phố tắt hẳn, lũ chúng tôi ba đứa, Minh Bui, Bảy Rìu và Tín Chả, rủ nhau ra ngồi ở sân quần vợt mà đánh đàn guitar, mà ca hát. Suốt cả đêm, có khi thiếp ngủ luôn tại đó, giật mình thức giấc, tưởng rằng sương khuya sẽ ướt mất cây đàn, mới hay ai đó trong ba đứa đã lấy tấm chăn phủ kín cây đàn, đánh thức nhau dậy, chạy về nhà chui vào ghế bố đã để sẵn từ đầu hôm trước hiên, ngủ tiếp..."* (tr. 48).

Nơi đó dĩ nhiên có song thân, ông nhớ về người cha: *"... Ba tôi, trong những ngày cuối đời chỉ còn là một ông già gầy nhom, mặc quần áo lụa trắng, tay chống gậy, mỏi mệt lần bước chân đi. Tuổi tác ba tôi bấy giờ cũng bằng tôi lúc này. Sáu mươi, nhưng cơn bệnh lao kéo dài phá nát hai buồng phổi, những cơn ho kéo dài và tuôn máu đỏ tươi, trông ba tôi như một cụ già tám mươi. Muốn lên gác, tôi phải đi ngang qua ba tôi. Nơi ông nằm vào ban ngày là chiếc ghế xích đu bằng vải bố, trước bàn thờ leo lét một ngọn đèn dầu hột vịt, một lư hương luôn luôn có cây nhang được đốt lẻ loi, phảng phất mùi thơm, phía sau là tấm hình hoen ố của mẹ tôi. Ba tôi như người giữ mồ. Ban đêm ông cũng không cho bật đèn điện, ông không chịu được ánh sáng. Chỉ bao nhiêu bước chân đi qua là thoát cõi tối tăm, ma quái, ngang qua dáng ba tôi nằm như xác chết, để lên được căn gác tôi đã làm T. run sợ biết bao ..."* (tr. 52-53).

Tưởng Chừng Đã Quên vì làm sao quên được những bạn văn thuở vào đời văn. **Chạnh Lòng** là hoài niệm về Trần Hoài Thư trước và sau khi anh lập gia đình cùng xuất bản hai tập truyện *Nỗi Bơ Vơ của Bầy Ngựa Hoang* và *Những Vì Sao Vĩnh Biệt* (mà chúng tôi đã ngạc nhiên nhìn thấy trên kệ sách của Thư viện Đại học Cornell vào đầu thập niên 1990). Một chuyến đến Phan Rang bất ngờ của Trần Hoài Thư, sơ ngộ mà như đã tri kỷ: *"Tôi nói đến ước mơ hình thành một tạp chí văn học nghệ thuật. Hai thằng cùng lấy chăn mền đắp lên thân thể ba thằng bạn còn vùi say trong giấc ngủ. Tôi xuống gác lấy bình nước sôi mà chị Hồng thường thức dậy sớm nấu sẵn cho tôi để pha trà và cà phê. Hai thằng bạn hút thuốc, khói tỏa lên mặt nhau, cùng nói lên một ý tưởng. Làm nhà văn trước hết phải là một chứng nhân của thời đại. Phải sống. Phải viết. Không chần chờ. Sau khi ba tên kia thức dậy, thì Kim đến. Sáng nay Kim thướt tha trong chiếc áo dài lụa trắng, dáng nàng gầy gầy. Hắn nhìn Kim rồi nhìn sang tôi như thầm hỏi: " Có phải T. đó không? " Tôi như hiểu ý nên trả lời: " T. như con chim họa mi đã bay xa, rất xa! " Kim hỏi nhỏ tôi: "Ai vậy?" - " Một con ngựa hoang vừa mới lạc bầy, đang bơ vơ." - "Sao già vậy?" - "Bơ vơ, lạc loài trong cuộc chiến nên tóc bạc sớm." Thư cười gật đầu chào Kim. Tôi nói với Thư: "Tờ báo tụi mình chữ đẹp hay không là nhờ bàn tay của Kim đó. Cả hai vợ chồng Kim là bạn của mình. Lát nữa ông sẽ thấy tòa soạn báo và cả nhà in của mình ".*

Nhà văn là nhà binh rồi cũng phải *"tìm về đơn vị, mình nhớ những thằng lính của mình. Cậu chưa vào quân ngũ nên cậu không cảm nhận được tình đồng đội. Giữa cái sống và cái chết mỏng manh như sợi tóc vẫn thể hiện qua ánh mắt nụ cười cho nhau. Mình đang mang theo những cuốn truyện Nỗi bơ vơ của bầy ngựa hoang ra chiến trường. Cám ơn cậu rất nhiều. Hẹn ngày gặp lại... "* (tr. 217-218, 221).

Trong **Mây Trôi**, quán cà phê Tao Nhân (*"Thời ấy tại thị xã bé nhỏ mà phố xá chỉ là một con đường độc nhất, mọc lên một quán cà phê* *văn nghệ của chúng tôi là một điều lạ*") được mở ra để sinh sống mà cũng là nơi gặp gỡ và tái ngộ những người bạn khác, như Vân Phi – "*người con gái dáng mảnh khảnh, mắt mí lót, tóc đen mướt xõa quá lưng. Nàng có một giọng ca trầm trầm, ấm áp*". Người bạn nữ sinh dịu hiền học chung ngày nào nay gặp lại, bất ngờ - một "nữ tặc": "*... Giây phút gặp nhau làm tôi ngỡ ngàng, không biết thật hay hư. Chẳng lẽ đang đứng trước mặt tôi là người con gái dịu hiền năm xưa, dáng yếu đuối, xanh xao mang vẻ đẹp liêu trai. Người con gái giờ đây, mặt trét đầy phấn trắng nham nhở, môi như sưng vù bầm máu, tóc dựng lông nhím, mặc chiếc quần tây bằng kaki vàng đã bạc màu và hai đầu gối vá hai miếng vải đậm màu, cùng chiếc áo thun đỏ hở nách ôm sát thân thể nàng. Bộ ngực căng đầy sức sống. Tôi tưởng nàng đang cải trang sắm một vai bụi đời trong một vở kịch nào đó mà sân khấu là quán cà phê, diễn viên và khán giả lẫn lộn bên nhau ....*" (tr. 139-140). Nay "*hết Phật Bà rồi giờ thành nữ tặc*", bụi đời, Vân Phi tâm sự, khi ngồi trước mặt người bạn cũ: "*... Nhi nữ thường tình chỉ âm thầm biết khóc. Còn tôi khi những người tình đã bị chiến tranh cướp mất, tôi phải làm sao?*" (tr. 144). Một đêm Trịnh Công Sơn đã đến quán Tao Nhân ở Phan Rang, cùng ca hát những Ca khúc Da Vàng, và có cả Vân Phi.

Sống với quá khứ, cái đã qua mà như vẫn quẩn quanh không xa, dĩ nhiên có những hồn ma thân thiết. **Những Linh Hồn Đứng** đã đưa người đọc trở lại những vùng chiến tranh như ở Huế. Bạn bè tác giả người ở bên này, kẻ bên kia, cuối cùng cũng kết thúc với những cái chết. Và bạn văn thời Gió Mai. Hồn ma của bạn ông chắc đã nhập vào những cây đoác hoặc của những người dân Huế vô tội trong thời gian bị thực dân Pháp giết vào đêm 23 tháng 5 năm Ất Dậu. Hồn ma như chưa bỏ đi được, trong "*những ngôi nhà biệt thự ở Hàng Đoác cất theo kiểu Tây vì đó là của người Pháp để lại sau hiệp định Giơ-neo ký kết. Công chức người Việt được phân phối đến ở. Biệt thự hai tầng. Gia đình anh chị tôi ở tầng trên. (...) Để có bạn cùng học, tôi rủ Phan về ở chung cho vui. Anh em bạn bè trong nhóm thường tụ họp nơi đây, say mê nói chuyện văn chương*". Bạn bè thường đi dạo vào những đêm trăng tỏ: "*Con đường thật vắng vẻ, không một người qua lại. vắng tiếng người. Rỉ rả tiếng côn trùng, ếch nhái, từ những đám ruộng sau nhà vọng lại, tưởng như mình đang ở chốn nông thôn. Mỏi cả chân, sau khi đi từ đầu đường đến cuối đường, rồi quay lại. Cứ thế tiếp tục. Đêm đã khuya trời vẫn nóng nực. Không một chút gió. Thả người ngồi xuống giữa lòng đường nhựa, nhìn những cây đoác vẫn trơ trơ, bất động giữa đất trời, Phan thốt lên rất khẽ nhưng cũng đủ cho tôi nghe: "Như những linh hồn từ đâu đó vất vưởng nhập vào những hàng đoác này đứng sững sờ giữa đêm trăng*". Tôi rợn cả người, như có một luồng khí lạnh buốt xuyên thấu vào tim. Hình như tôi cũng cảm nhận như Phan nói, có một bóng người trùm áo dài trắng mỏng dính, khuôn mặt người đàn bà sao tôi thấy quá quen thuộc, chân lướt đi không chạm mặt đất, cứ thẳng đến gốc cây đoác đầu đường, và chạm vào đó rồi tan biến mất. Tôi nhận ra bóng dáng của mẹ tôi. Còn Phan linh cảm điều gì? Sau một đêm thao thức, trên bàn viết ở một góc phòng của chúng tôi, Phan xếp đầy những trang bản thảo của một truyện ngắn. Phan đưa cho tôi đọc. Bấy giờ tôi mới hiểu, cũng như tôi, Phan mơ hồ chợt nhận ra cái bóng người đàn ông mặc một bộ đồ bà ba đen vất vưởng từng bước chập choạng nhập vào thân cây đoác và tan lẫn mất. Phan không nhận được khuôn mặt đó quen hay lạ vì nơi màng tang người đó tuôn ra một dòng máu chảy. Loang lổ một màu đỏ cả châu thân. Nhưng Phan lại nghĩ bóng ma đó là cha của mình. Phan không kể cho tôi về cái chết của cha anh, nhưng tôi đọc bài tùy bút anh viết lấy tựa "Linh hồn đứng" tôi hiểu một phần nào nỗi buồn của một cậu bé lên năm ngẩn ngơ thấy mẹ mình ấm ức khóc trong đêm giao thừa, trời tối đen như mực, tay cầm chiếc ảnh đã hoen ố của một người đàn ông mặc bộ đồ bà ba đen, đầu đội bê-rê nâu, dựa mình vào một thân cây cao, chân đạp trên lá vàng khô."

Bao nhiêu năm qua tôi vẫn tự hỏi: "Tại sao Phan lại đặt cái tên Những linh hồn đứng cho một con đường nên thơ. Những linh hồn đứng đó là ai? Tại sao lại đứng? Có phải đó là những linh hồn của những người thân yêu chết tức tưởi trong cuộc chiến tranh thế hệ chúng tôi phải gánh chịu?" (tr. 191, 192, 204).

Sau *Tưởng Chừng Đã Quên*, Nguyên Minh viết *Chuyện Tình* (*Thư Quán Bản Thảo*, 31, 4-2008; sau đổi tựa là **Ngôi Nhà Số 11**), hoài niệm về Phan Rang sống động khi Nguyên Minh viết về đội bóng thời trẻ và ngôi nhà tuổi thơ nhà văn trở lại tìm "tro tàn", "hương xưa", "đời sống" cũ: *"Tôi phải đi tìm lại dấu vết ngày xưa, như nhà khảo cổ đào xới dưới mấy tầng đất cát đã chôn vùi một thành phố cũ. Tôi lang thang qua những con đường ngày xưa có những hàng cây me tây cổ thụ. Giờ trơ trụi, chúng đã bị chặt đi nhưng chưa có cây gì thế chân. Tôi đứng ngẩn ngơ trước ngôi chùa cổ đã được tân trang, hàng rào bằng tường gạch xây cao, cổng vào bằng cánh cửa sắt. Sân chùa lát gạch hoa láng trơn. Tôi nhìn vào tận sâu như tìm kiếm ai. Người tình 50 năm về trước. Tôi đứng lặng người rất lâu. Hồn tôi như lạc vào cõi xưa ..."* (TQBT, 31, tr. 80). Một số truyện khác thời này hoài niệm một thời cùng bạn hữu: Vô Danh, Kẻ Lạ Mặt, Người Hậu Vệ, Trung Vệ, ...

Và với **Sợi Tóc Mong Manh**, Nguyên Minh cho biết lý do sáng tác trở lại: *"Đã 25 năm tôi gác bút, tưởng như không còn gì nữa để phải viết lên trang giấy, trải lòng mình vào chữ nghĩa văn chương, dù đời tôi biết bao nhiêu khổ đau, ê chề sau một cơn biến động lịch sử kinh hồn đã quăng tôi và bạn bè ra tứ phía."*

"Những nhân vật trong truyện của tôi sau này đều là những người thân yêu. Người yêu cũ. Người vợ hiền. Cô bạn láng giềng ngây thơ ngày thơ ấu. Người Mẹ bao dung. Người cha khắc nghiệt. Những người bạn, cùng say mê văn chương. Thời thanh xuân chúng tôi cùng nhau làm một tạp chí văn học nghệ thuật mang tên Ý Thức. Tất cả những người thân yêu đó, bấy lâu tưởng đã hóa đá trong tâm hồn tôi. Sau bao nhiêu năm tháng, một hôm bỗng rủ nhau trở lại thành người, đánh thức tôi, gợi lại những xúc cảm mới. Tôi nghĩ về họ. Tôi nghiệm ra rằng, từ thuở ấu thời đến tuổi xế chiều, họ đã cho tôi biết bao nhiêu điều muốn nói. Tất cả những người thân yêu đó đã quyện vào tôi như nhập thành một. Tại sao tôi phải im lặng...".

oOo

Trong *Văn Học Miền Nam 1954-1975*, khi viết về nhóm văn nghệ Ý Thức, chúng tôi đã ghi lại "tuyên ngôn" trên trang bìa *Ý Thức* số 1 (1-10-1970): *"Phải dành cho văn-học nghệ-thuật một chỗ đứng vượt lên trên những tranh chấp chính-trị giai đoạn. Chỗ đứng ở ngay trong lòng tập thể quần chúng, hòa mình với tình tự chung để vận động trở thành sức mạnh văn-hóa nuôi dưỡng truyền thống Việt-Nam trước những đe dọa từ mọi phía ..."*. Trong "Đoạn Mở Đầu", tạp chí cho biết thêm lý do góp mặt: *"Cùng một khoảng sống trong một tình trạng chung của đất nước, chúng tôi, mỗi người mang trong mình một tình tự, hòa mình trong một cộng đồng, sống hết cái khoảng sống đó, như một kiên trì vững chí, bước những bước mạnh, trầm hùng và đắm say. Đời sống mọi mặt. Cái vẻ bề thế muôn chiều của nó đủ để khêu gợi lòng sắc bén của người chịu cuộc. Người văn nghệ trong hoàn cảnh đó, sẽ vẽ lại cái lòng sắc bén trên như một thủ khí lợi hại để hoàn tất sứ mạng vốn mang nặng từ muôn kiếp trong đời họ. Người văn nghệ từ đó đã ý thức được trách nhiệm của mình trong cuộc hiện sinh"* (tr. 1). Tiêu biểu và đặc trưng cho văn chương thời thế, rời bỏ những sáng giá, ổn yên của thủ đô. Một hiện thực văn-chương của các nhóm và cá nhân người viết trẻ phần lớn nhập ngũ, nhập vào cuộc chiến "gia tài của mẹ" không do họ gây ra, nhắm đến, và đa số các thành viên và cộng tác của *Ý Thức* trước sau đã có những thành quả về tác-phẩm cũng như xuất-bản, so với những nhóm văn nghệ cùng thời khác. *Quán Văn* thời hậu chiến dần dà tiếp nối cuộc hành trình đó, nhân sự cũ mới và với "lèo lái" của "đầu đàn" Nguyên Minh đã không thể gọi khác hơn là thành công trong mạch sống mới, khác. Nguyên Minh từng xác nhận: *"Quán Văn bây giờ chỉ một mình tôi là chủ biên, và tôi đã một mình kết hợp những người cầm bút không phân biệt ranh giới địa lý, giới tính, đã thành danh hay chưa thành danh, cùng mẫu số chung là mê văn chương, bỏ qua những dị biệt từng đời sống cá nhân. Đến với nhau như một cơ duyên. Cùng một ước mơ để đến thành sự thật cho một nền văn học Việt Nam đầy tính Nhân Văn mà thôi.*" ("Xin cám ơn đời". *Quán Văn,* 71, 1-2020, tr. 12).

Sáng tác của Nguyên Minh ngoài phần "tác giả" kể, làm văn, thì thường ông để một nhân vật kể lại, nhớ lại, độc thoại, cả giấc mơ, khi dài khi ngắn, kỹ thuật khiến câu chuyện trọn vẹn và thêm chiều sâu và "lịch sử". Văn Nguyên Minh không giản đơn, thường chở khẳm ý thức, suy tư, với những nỗi ám ảnh, trăn trở, với những hình bóng cũ chợt mất chợt hiện và trong tận cùng là tâm thức của một nhà văn thời chiến và hậu chiến sống giữa những sóng gió và giữa những thế lực phải dùng đến bản lĩnh, thâm tình mới vượt được những tình huống đó. Từ nhóm *Gió Mai* ở đất Thần-kinh, chủ trương tạp chí *Ý Thức* rồi nhà xuất bản *Ý Thức,* Nguyên Minh luôn đồng hành cùng các nhà văn trong nhóm, con đường văn nghệ không thể cô độc, tuy nhiên trong tác phẩm ông thường toát ra nét cô đơn, độc hành, với các nhân vật thường cũng "một mình" trong nếp sống, suy tư, ở cách hành xử hoặc con chữ, ý tại ngôn ngoại của tác giả. Mặt khác, về tác phẩm, có những nhà văn mở đầu sự nghiệp sáng tác với những tác phẩm mang tính tự thuật, lấy đời sống và kinh nghiệm bản thân làm chất liệu, rồi với thời gian tính chất này sẽ loãng dần, thì với Nguyên Minh, chỉ từ sau cuộc đổi đời, ông mới "chuyên sâu" khai thác ký vãng riêng chung với những hoài niệm và chiêm nghiệm đời tư, đời văn, cũng là chất liệu quý báu cho văn học sử.

Nguyễn Vy Khanh

KHUẤT ĐẤU
VIẾT NHƯ TRẢ NỢ

Đọc: ***Tưởng chừng đã quên*** và ***Ngôi nhà số 11*** của Nguyên Minh

Trong bài "bạt" in ở tập *Thử Bút* của Lữ Kiều, Nguyên Minh viết: "Sau 25 năm, giờ tôi viết như trả nợ. Món nợ mà tôi đã mang nặng trong lòng về những người đã đi vào đời tôi."

Chân thật như vậy đó. Hiền từ như vậy đó. Mỗi sáng bên cạnh ly cà phê nguội, trước màn hình trắng đục như màu thời gian của tuổi già, anh lẩm nhẩm: viết, phải viết thôi, mình mang nợ nhiều quá mà!

Nợ gì đây? Nợ tiền ứng trước của nhà xuất bản như Dost chăng, hay nợ cô bán hàng tạp hóa như Bùi Giáng? Không, anh không nợ tiền mà là nợ tình! Thế mới khổ.

Nợ tình đương nhiên phải trả bằng tình.

Hai mươi năm xin trả nợ người
Trả nợ một thời em đã phụ tôi.

Trịnh Công Sơn trả nợ bằng nhạc. Hàn Mặc Tử trả nợ bằng thơ. Đỗ Quang Em bằng họa. Còn anh, bằng hai tuyển tập ***Tưởng chừng đã quên*** và ***Ngôi nhà số 11***.

Ta hãy xem Nguyên Minh tính sổ như thế nào.

Trước hết là ngôi nhà ở thị trấn khô Phan Rang. Qua bao nhiêu năm, ngôi nhà vẫn như cũ, cả số nhà và tên đường. Nó già đi theo năm tháng nhưng không vì thế mà bớt đi những kỷ niệm. *Ở đó, chập chờn những bóng ma thân yêu là mẹ tôi, ba tôi, chú Vĩnh, anh Chín, Tân đang nắm tay nhau xoay tròn quanh tôi.* Anh gọi họ là những bóng ma thân yêu, vì họ đã chết, nhưng qua cách gọi ta thấy ngôi nhà bây giờ đối với anh như lăng mộ các Pharaon ở Ai Cập. Rất thiêng liêng và huyền bí. Trong bóng tối sâu thẳm của ký ức, ngòi bút anh chậm rãi thắp lên những vệt sáng nâu đỏ như ánh lửa mùa đông, giúp ta thấy được cái nhíu mày của người cha khi biết được con gà chiến của mình thua độ vì cậu con đã thả cho đi đạp mái. Ta cũng thấy được lòng bao dung từ ái của người mẹ khi bảo bọc người vợ thứ của cha, nghe được tiếng gió rít của ngọn roi khi bà trừng phạt đứa con trai lớn vì tội phụ tình.

Và, không thể nào quên là những bạn bè. Một Vô Thường chơi guitar tay trái đã làm thổn thức trái tim của một ông già thương vợ. Một Đỗ Quang Em mê vẽ thành họa sĩ. Một Trịnh Công Sơn chỉ trong một đêm nhạc đã thay đổi hẳn cuộc đời của một nữ tặc. Một Lữ Kiều nhà viết kịch cho người khác diễn, sau cùng vẫn phải diễn một vai khó diễn do cuộc đời dàn dựng cho mình. Rồi những tiền vệ, hậu vệ, trung phong, thủ môn... những câu chuyện thực, những con người thực được anh kể lại với một giọng buồn buồn, không đẩy lên quá cao mà cũng không đưa xuống quá thấp.

Tỉ mỉ, từng chút một tác giả viết về họ như một ông già coi giữ từ đường đang chậm rãi cẩn trọng lau từng món cổ vật. Anh thổi bay lớp bụi thời gian để chúng ta cùng thấy những người, cả sống và chết, vây quanh anh đều là những người tốt, là những ân sủng mà anh may mắn lắm mới được gặp trong đời.

Những câu chuyện anh kể nhân hậu quá, vì thế nó tròn trịa như những giọt nước rơi xuống bên thềm nhà, trong khi *người ngồi im bóng lắng nghe tháng ngày qua.* Bọn họ là cái cội nguồn *buồn ít hơn vui* của cuộc đời anh. Không có chỗ cho một người viết ưa nhiễu sự như tôi chen vào. Cũng không có những câu hỏi lớn hay những vấn nạn đặt ra như bí kiếp. Chỉ có lặng nghe anh kể, lẽo đẽo theo anh sống lại những năm tháng trước 1975, nhìn lại tuổi thơ và tuổi trẻ, tuy bầm dập bất định trong chiến chinh nhưng vẫn sáng trong và rất đẹp.

Cái thời đẹp nhất của anh là thời bẻ phấn đi làm báo. Rất liều và lãng mạn. Làm báo như căng buồm ra khơi mà buồm là những trái tim hai mươi thắm đỏ. Từ Gió Mai tuổi học trò, đến Ý Thức, rồi nhà xuất bản, nhà in... phơi phới đi lên giữa lửa đạn, đạp lên sóng, cỡi lên gió mà đi. Nhưng, tất cả đã bị nhấn chìm trong cơn bão bảy lăm. Những ngày buồn nhất trong đời là lúc phải làm đơn xin giao nộp toàn bộ máy móc một nhà in offset tân tiến nhất cho những người không hiểu đây là cái máy quái quỷ gì của Mỹ Ngụy để lại. Buồn không vì mất của, mà vì, như Lữ Kiều nói, không được viết nữa cho dù là viết như Kinh Kha buồn.

Hai mươi lăm năm, một góc tư của một đời người tưởng chừng đã quên, vì cơm áo nhọc nhằn, vì cuộc đổi đời kỳ lạ như bị ai lộn da từ bên trong ra bên ngoài. Hai mươi lăm năm, tưởng rằng cơn sóng dữ đã cuốn sạch bao nhiêu nợ, không ngờ lại đầy thêm chất ngất.

Người ngỡ đã đi xa nhưng người vẫn quanh đây!

Thấp thoáng trên mấy trăm trang bản thảo là hình bóng một người con gái tên T. Khi tóc gió bay bay, khi ướt lạnh trong mưa, khi lang thang qua những nhà sách. Rồi lặng lẽ lên xe hoa, rồi vượt biên, rồi lại về xem tranh Minh - Hằng, lại đến thăm vợ con anh.

Mối tình của tuổi học trò. Chàng cắt những mẫu tự để ghép tên hai người. Nhưng chỉ ghép được chữ MINH T... thì một cơn gió đã thổi bay tất cả. Chỉ vậy thôi, chưa được hôn nhau một lần chứ nói gì đến trao xương gửi thịt. Một mối tình đến những hơn 50 năm tưởng đã vơi đã cạn không ngờ vẫn còn đầy. Hơn 50 năm nàng vẫn đi về ngôi nhà số 11, vẫn ngồi sau chiếc xe mà nắp bình xăng thay bằng nắp bình thủy, ôm cả một chồng tạp chí Ý Thức đi ra mắt bạn bè. Và vẫn đứng đâu đó. Ở một góc đường nào đó. Dưới mưa. Chỉ nhớ vậy thôi chứ không nhớ áo màu gì, tóc dài hay tóc ngắn!

Chính vì *bỏ em bên đường* trong một chiều mưa, mà dù nàng đã đi lấy chồng, anh vẫn xót xa. Tôi phụ em chứ không phải em phụ tôi! Anh chưa bao giờ đưa em đi hết một con đường, anh nói giọng ngậm ngùi. Đó là con đường về nhà em mà cũng là đường đời.

Tóc mai sợi vắn sợi dài

Lấy nhau chẳng đặng thương hoài ngàn năm

Với anh, tôi tin, nếu trời cho anh sống đủ một ngàn năm thì anh cũng thương đủ một ngàn năm.

Anh là kẻ chung tình, đúng vậy. Nhưng còn vợ anh thì sao, chị được gì khi anh nghiêng hết về bên ấy, rót tất cả chỉ cho một người. Anh bảo tôi không được *hai trong một* như ông. Người tôi yêu, rõ ràng minh bạch không việc gì phải giấu giếm. Mối tình đầu như một mùi hương chỉ làm đẹp cho đời mà thôi. Còn Lan, đó là tình nghĩa vợ chồng. Rồi ông xem, tôi sẽ viết một tập truyện thứ ba về Lan. Tôi đã hết nợ đâu.

Vậy thì được. Phục anh quá. Một người trọn tình trọn nghĩa. Với quê hương. Với bằng hữu. Với tình đầu và tình cuối. Tôi tin, tuyển tập đó còn chân thực hơn nữa, cảm động hơn nữa, đó không phải là tiếng chim hót trong bụi mận gai mà là tiếng chim sẻ líp chíp trong nhà tắm, dưới cái nhìn chăm chút của vợ anh.

Thành thực mà nói, đọc truyện của Nguyên Minh, người viết dẫu có muốn cũng không thể viết thêm được điều gì, vì mọi sự đã được anh sắp đặt cẩn thận, lý giải từng gút mắc, anh viết với lòng biết ơn nên để lại trong lòng người đọc một niềm quý trọng.

Viết như trả nợ. Mà nợ tình nên lại láng không bao giờ cạn. Một ông già bảy mươi, bụng không còn mật, còm cõi bên chiếc máy vi tính, ngồi gõ từng chữ như con chim gõ kiến. Anh gõ vào cánh cửa đóng kín của ngôi nhà kỷ niệm, quay lưng lại với tương lai, với tôi, đó là một con người dũng cảm đang làm một công việc tưởng chừng lẩn thẩn nhưng thực ra là bổ ích và quá đẹp.

Thất thập cổ lai hy. Xưa nay hiếm người sống đến bảy mươi. Lại càng hiếm hơn nữa khi tuổi đã bảy mươi mà còn viết truyện tình. Cả hai tập truyện đều là truyện tình. Nếu không có một người tên T. chắc anh đã không phải trả nợ một cách thanh cao và đáng yêu như vậy.

Chúc mừng anh.

cuối năm 2009

Khuất Đẩu
Nhà văn – Sinh năm 1940
Tại Bình Định – Hiện sống ở Ninh Hòa

NGUYỄN THỊ KHÁNH MINH
NGUYÊN MINH - CHÂN KIẾN DẶM TRƯỜNG

Trước khi nói dài hơn, tôi xin tặng nhà văn Nguyên Minh ba câu trong bài thơ này,

Nỗi đường trường ứa lệ
Bước chân tôi con kiến bé u buồn
Đêm vực sâu ngày dồn sóng bể
Bước chân mù con kiến bé tăm phương
(*Chân Kiến*, 2008)

Nguyên đây là bài thơ tôi viết cho mình. Nay thấy ba câu đầu lọt vào hình ảnh nhà văn Nguyên Minh (NM), nên xin tặng anh, sao chỉ ba câu trên thôi, vì, tôi thì thấy cái nỗi sương khói mù tăm của đường trường, chứ với anh thì không dám đâu. Anh lạc quan có thể là thấy mặt trời đang mọc lên ở phương đông kia. Mà tại sao khi nói đến nhà văn NM thì tôi lại kết nỗi miệt mài theo đuổi việc văn chương vào những bước kiến chăm chỉ, kiên khổ? Ẩn dụ này thật đúng với anh, để hình dung được nỗi đam mê văn chương báo chí thách thức đường dài như thế.

Trong bài tựa tác phẩm Tưởng Chừng Đã Quên (TCĐQ), nhà văn Kim Quy đã vẽ một chân dung với những nét sắc nhất của Nguyên Minh. Chị Kim Quy viết hay như thế có phải chị đã cảm xúc sâu sắc về mối bằng hữu chân tình, hiếm quý? Xin góp vui với anh trong niềm hạnh phúc ấy. Có được bạn hữu đồng cam cộng khổ, xây dựng nương tựa nhau, đúng như người xưa nói, *Mây phản chiếu ánh sáng mặt trời mà thành ráng, suối treo vào bờ đá mà thành thác. Cũng là một vật*

Nhà văn Nguyên Minh cùng vòng tròn bạn văn nghệ sĩ của anh, đã
cho người ta thấy được cái Đạo Bạn Bè ấy. Như tôi đã từng đề cập trong
bài viết về Lữ Quỳnh, Lữ Kiều, là bạn thiết của anh. Đã dễ thường có ở
đời hay sao? Nên nói gì thì nói, tôi vẫn cho anh là một người hạnh phúc,
cho dẫu có râu ria của truân chuyên. Vì ngoài ân sủng trên, trong cuộc
đời, anh đã dám sống cho niềm đam mê của mình. Đó là áng văn
Nguyên Minh luôn tỏa hết sức mình vẻ đẹp của Chân Thiện Mỹ. Còn
mong gì nữa? Ơi hạt bụi long lanh...

*... Chính trong những cuộc họp mặt bàn tròn ấy, tôi khám phá ra
người "trẻ" nhất và sôi nổi nhất bàn lại chính là Nguyên Minh, ... Tôi
tưởng như anh đang mải sống trong thế giới tĩnh lặng của riêng anh,
không quan tâm gì đến nhân tình thế thái... Anh chỉ thực sự là anh khi ai
đó bắt đầu nhắc đến chuyện văn chương... cặp mắt sáng lên nỗi đam mê,
giọng nói tiếng cười tràn đầy phấn khích, anh lại trở thành chàng thanh
niên ngày nào đang hăm hở khám phá mảnh đất văn chương mới xới...
Thế nhưng nếu ai đó chuyển hướng câu chuyện sang đề tài khác, lập tức
anh lại rút vào thế giới của riêng mình. Có vẻ như đối với anh, không có
gì là quan trọng và đáng để tâm ngoài chuyện viết văn làm báo...* (Kim
Quy, *Ngày Ấy Bây Giờ*, tựa sách TCĐQ)

Đọc qua các bài của thân hữu viết về anh, mới thấy cái dặm
trường chân kiến anh đi. Đầy thách thức, gian truân mà vẫn *chân cứng
đá mềm.* Có được là bởi đâu? -Đam mê- Tôi tự hỏi nếu không có niềm
đam mê để tượng nên một NM như thế thì anh đã sống thế nào để kinh
qua 50 năm với hai vai trĩu khổ nạn? Thế mà khuôn mặt ấy khi tôi về
Sài Gòn năm 2009, tôi vẫn thấy vẻ nhu hòa trong nụ cười mỉm, ánh tinh
nghịch trong đuôi mắt nheo nheo, đấy là nét khiến khuôn mặt tư lự như
vụt sáng lên. Và câu nói thật tình nhất trên đời (theo tôi), *tập thơ mới
của em hay quá.* Nguyên Minh đấy, luôn hân thưởng những cái hay của
bạn hữu, giúp đỡ in ấn một cách tận tình thích thú. Nhân việc in tập thơ
Bùa Hương mà tôi có dịp lên căn gác nhỏ của anh, một cửa sổ, có vẻ cô
đơn, vì ở đó chỉ có mỗi mình nó nhìn ra ngoài bãi đất trống, chủ nó thì
cặm cặm cụi cụi trên bàn trong căn gác rất đông đúc các thứ cho việc in
sách, có lẽ ban đêm thì cả hai mới cùng nhìn ánh đèn pha phía xa? Tôi
nhìn cái cảnh cô đơn bộn bề ấy mà thấy thương cảm. Nếu không có lý
tưởng làm chiếc rễ cái nuôi nấng thì làm sao anh vững bước trên nẻo
hun hút của đường dài? May mà trời thương, bên cạnh anh là hơi tiếp
sức của một tổ ấm.

Ngoài chữ nghĩa, bản thân cuộc đời anh cho đến giờ, đã là một tác
phẩm truyện dài chưa có hồi kết. Hai mảnh ấy xen lẫn nhau, chập chùng
nhau để tạo nên Văn và Người -Nguyên Minh-

... Năm 18 tuổi, anh đã cùng bạn bè làm tờ Gió Mai ở Huế... Ở Phan Rang anh lại cùng Ngy Hữu và bạn bè ra tờ Ý Thức, tờ báo in ronéo đẹp nhất miền Nam thời bấy giờ và cũng tập trung đông đảo người viết trẻ nhất... Thời in ronéo chấm dứt, có lúc Nguyên Minh thẫn thờ như kẻ mất hồn giữa thị trấn tràn gió và cát bay... (Nguyễn Lệ Uyên, Nguyên Minh Và Những Khúc Hoài Niệm, *Màu Tím Hoa Mua*, tr. 265)

... những người bạn này đã gắn bó suốt cả cuộc đời tôi bằng một nỗi say mê. Đó là văn chương. Dạo ấy ở Huế thường có những nhóm văn thơ... những đêm đọc thơ, những tờ báo viết tay... Cả nhóm chúng tôi: Gió Mai. Những chàng học sinh tuổi mười sáu mười bảy, đang theo học lớp đệ tam trường Quốc Học Huế... (Những Linh Hồn Đứng, TCĐQ, tr. 164)

Gió Mai, xem như mối tình đầu với văn chương, báo chí của người tình Nguyên Minh. Đáng yêu thật cái niềm say mê thơ dại -báo viết tay- ấy. Rồi Ý Thức, mối tình thứ 2. Giờ là Quán Văn: thứ 3. Nghiệp từ muôn kiếp nào đặt để? Đi trùng trùng rồi thì cũng vận vào chàng. Xen vào những mối tình ấy còn có một mối tình rất đẹp và rất không may, T.

... bây giờ tuổi đã già, tôi lại bắt đầu cuộc chơi đã bỏ dở thời thanh xuân. Lại viết văn làm báo. Người yêu tôi đã đánh mất, hiện tại lại ngồi cạnh tôi. Cuộc đời bể dâu... Những ngày còn lại, trước lúc mắt nhắm tay xuôi. Tôi phải trả nợ. Nợ tình. Nợ đời. Nợ văn chương... (Loanh Quanh Lòng Phố Cũ, TCĐQ, tr. 68) *... Sau 25 năm, giờ tôi viết như trả nợ, món nợ mà tôi đã mang nặng trong lòng về những người đã đi vào đời tôi.* (A, chắc tôi cũng có chút nợ phải đòi đấy nhỉ?)

Nợ tình. Nợ đời. Nợ văn chương. Cái món nợ thứ ba kia dường như anh đang dần dần trả, cả vốn lẫn lời, này nhé, *Đám Tang Đa Đa*, 1971 - *Căn Nhà Hoang*, 1975 - *Những Linh Hồn Đứng*, 2004 - *Tưởng Chừng Đã Quên*, 2006 - *Nhập Vai*, 2007 - *Ngôi Nhà số 11*, 2009 - *Màu Tím Hoa Mua*, 2014. Có ba dấu chấm ở đây.

Nhà Văn ơi, nếu những tác phẩm là coi như anh trả nợ văn chương, thì, hình ảnh một Nguyên Minh ngồi bên cửa sổ thắp đèn khuya thủ thỉ cùng chữ, bên cánh đồng sim nở tím mở ký ức đi theo một nụ cười xưa, bên ly cà phê sắt se mưa ngoài trời mà đoạn trường theo tiếng guitar người bạn Vô Thường, bên bức tranh ý tại ngôn ngoại của một nữ họa sĩ, cùng người tri âm nghe ra tiếng chuông dội về từ quá khứ hư ảo Chùa Xưa, và trong thẳm sâu giấc mộng kia vẫn âm vang mơ hồ tiếng gà gáy canh hai... theo tôi, đó là một Nguyên Minh trả nợ đời nợ tình, qua lối sống kiểu tận hiến của mình, rất văn chương, bởi thế vô cùng lãng mạn. Nói con người anh là văn chả là đúng ư?

... Gần ba mươi năm hầu như tôi không còn viết văn nữa... trong khoảng thời gian dài đằng đẵng, cả nửa đời người, tôi đã sống thế nào để lấp đi nỗi đam mê như một phần cuộc sống như da thịt mình. Sáng

nay tôi ngồi trên căn gác gỗ ở vùng cao nguyên, nhìn những dãy đồi thông trước mặt, đang thay đổi màu sắc từng giây phút theo tia nắng ban mai... Tôi theo hai người bạn họa sĩ già lên Đà Lạt nghỉ ngơi. Họ cầm cọ vẽ, còn tôi tìm cho mình một chỗ yên tĩnh để viết lách... bao nhiêu năm tháng như những cơn sóng biển cả dâng cao và ồ ạt vỗ vào bờ làm tôi ngợp ngàng... (TCĐQ, tr. 9)

Anh không viết bằng chữ gần 30 năm, nhưng con người anh vẫn viết bằng cung cách sống ở đời, và thời gian lặng lẽ kia là lúc hàm dưỡng nội lực để bức phá cho lúc trở lại với những tác phẩm mới gần đây chăng? Đúng như vậy, NM đã đưa người đọc đi theo những sự kiện thăng trầm của đời mình và vận nước của quãng thời gian 15, 20 năm, bằng một lối viết bình thường giản dị như người đang kể chuyện cho bạn bên cạnh nghe. Đó là bút pháp của nhà văn Nguyên Minh.

Viết, bởi nuôi mãi cái thôi thúc luôn cảm thấy rằng mình nợ nhiều nhiều lắm, nên cứ chân kiến miệt mài tha về từng con chữ tri ân những ân tình. Hãy đi theo những tri ngộ thơ mộng của nhà văn trên dặm trường này, để thấy cái đẹp của một tâm hồn đa cảm, chân thành, nhân hậu và cũng quyết liệt.

Con gái hỏi: *... ba may cái gì vậy?/ tôi trả lời nhát gừng: Sách/ - hồi giờ con không thấy ba may. Bộ ba biết đóng sách hả?/ - đừng hỏi, để ba yên...* (TCĐQ, tr. 10)

Rồi tới phiên vợ hỏi: *sao anh không đưa thợ dán gáy cho?/.-Anh thích tự làm lấy* (tr. 11)

Tiếp tới con trai góp ý: *- Ba đưa thợ làm vừa nhanh vừa đẹp mà ba đỡ mệt/ ... mày biết gì. Tao thích vậy...* (TCĐQ, tr. 11)

Nếu tôi đứng đó tôi sẽ nói nhỏ, con trai con gái và vợ ơi, người đang lọt vào không khí xưa để ngắm lại, sờ tay lên món đồ cổ: *sách chưa kịp khô hồ, tôi đã cầm lên ngắm nghía. Lật từng trang, mùi mực in còn thoang thoảng.* Và để người sống lại cái háo hức: *Tôi vội vàng thay quần áo và bỏ mấy tập thơ vừa in xong... đến nhà Lữ, gặp bạn bè. Vừa bước xuống cầu thang vừa hát nho nhỏ vài câu trong miệng... tôi như một đứa trẻ,... ngồi lên xe, ôm chặt vào bụng thằng con trai...* (tr. 11) nên chỉ có nước im lặng thôi. Không thể không xúc động trước Người Văn này. Ra liều thuốc trẻ cũng chẳng khó khăn là mấy, cứ xem cách nhà văn kéo ngược thời gian để sống với cảm xúc cũ như thế nào, hẳn là một ấn tượng khó phai, để bất cứ lúc nào cũng có thể mở cánh cửa cho người về?

... Tôi nhận ra trong tiếng mưa rơi văng vẳng tiếng đàn guitar... những ca khúc của một thời đã làm tôi say mê. Hoài Cảm. Đêm Đông. Buồn Tàn Thu. Tôi sững sờ, bàng hoàng nhận ra tiếng đàn này rất quen thuộc với tôi, từ thời niên thiếu... Đúng rồi, tiếng đàn của bạn tôi. Của bốn mươi năm về trước. Một khoảng thời gian dài bỗng rút ngắn lại

trong tích tắc, trong từng âm thanh dồn dập xô đẩy tôi vào một không gian khác, một thời gian khác… Đúng là hắn… Vô Thường… (Hình Như Trời Đang Mưa, TCĐQ tr. 31)

Trong truyện này tôi cảm động ở những lần anh khóc khi nghe Vô Thường đàn, bởi nó nhắc anh nhớ tới những kỷ niệm với người cha và cô bạn nhỏ. Đó là can cớ khiến cho tiếng đàn Vô Thường đã vốn dĩ đau rồi còn đẩy anh tới nát tan hơn.

Ba tôi mới hỏi: "- Bộ thằng Thường bệnh hả… sao tao không nghe nó đàn? …nghe nó đàn tao buồn nhưng vắng tiếng đàn của nó tao lại đau khổ hơn… Tao chờ đợi. Tao lắng tai. Tao thao thức. Tao thấy trong tâm hồn tao thiếu vắng cái gì đó. Té ra tiếng đàn. Nó dẫn dắt tao tìm thấy mẹ mày trong một cõi xa vời khác."… Đêm đó Thường đàn cho ba tôi nghe bài Dạ Lai Hương. Sáng mai thân xác ba tôi đã cứng lạnh. Dưới gối có một ống thuốc ngủ trống trơn… (Hình Như Trời Đang Mưa, TCĐQ tr. 41)

… Chẳng lẽ em đã nghe tiếng đàn ghi-ta này… bản Ướt Mi… một buổi chiều mưa … Có lần Thường hỏi anh có biết vì sao hắn có hứng thú để đánh đàn ghi-ta… "chỉ một hình ảnh khuôn mặt ngây thơ và trong trắng của một người con gái bên kia khung cửa sổ, lờ mờ qua màn mưa… tao cũng nhận ra được những giọt nước mắt của nàng đang nhỏ xuống… dù sao tao cũng cám ơn cô bé ấy" … bây giờ tình cờ anh mới biết cô bé ấy là ai rồi. T. (Hình Như Trời Đang Mưa, TCĐQ tr. 41)

Bằng một hồi chàng mới biết được hình ảnh cô bé mà Vô Thường biết ơn lại chính là cô bạn nhỏ của chàng, thế nên tiếng đàn người bạn mới khuấy động chàng đến thế! Nhà văn của chúng ta như ghiền nhớ lắm, để rồi sầu buồn trong hoài niệm, một kiểu *thú đau thương*? Mở một ngoặc để cần nhằn nhà văn chút xíu, hoài niệm kéo anh dồn dập quá nên người đọc hơi bị rối, cứ phải quay lui lại để tìm cái gút ban đầu. Như ở truyện này tôi cứ phải tới lui tìm cái không khí nơi hai nhân vật "tôi và T." hội ngộ và đang ngồi nghe đàn. Cũng dễ hiểu. Người Văn đang trong cõi phi thời gian, cái gì cũng *Tưởng Chừng… Hình Như… Loanh Quanh… Cõi Mù Tăm… Mây Trôi… Dưới Trăng* (Những tựa đề trong TCĐQ). Chìm lỉm ngật ngừ trong giấc mơ. Phiêu bồng bay trên dòng ký ức. Nhìn và nghe kiểu đó, ừ cuộc đời hiện tại kia, giả vờ quên chút có sao… để sống thêm một lần những điều Tưởng Chừng Đã Quên. Người Văn thiệt dám sống.

Cả nỗi thiết tha với bạn*: … tôi nghĩ là hội họa đã chiếm hết tâm hồn Trọng… không còn chỗ cho Trọng viết văn làm thơ viết kịch như tôi đã từng hy vọng nơi Trọng… Năm 1975, tôi đã làm mất bản thảo vở kịch Bờm Cười mà anh giao tôi xuất bản. Tập kịch gồm nhiều vở đã đăng trên những số báo Ý Thức… anh giao tôi bản chính, thế mà tôi không giữ được. Mỗi lần anh em nhắc đến… tôi đau nhói cả tâm can…* (TCĐQ tr. 195)

Họ đấy. Họ trần tình rất chi là quân-tử-nghệ-sĩ thế này: - *Ông là bác sĩ tim mạch... quả tim tôi như thế nào? Trọng cười: Quả tim có bốn ngăn. Ngăn thứ nhất ông dành cho cha mẹ. Ngăn thứ hai ông dành cho vợ con. Ngăn thứ ba ông dành cho tình yêu, mà T. đã chiếm hết chỗ. Ngăn thứ tư là của bạn bè.* " – "*Còn văn chương?*" – "*Cái bọc bao quanh bốn ngăn của quả tim chính là niềm đam mê của ông về văn chương.*" Nghe cũng khá ổn thỏa, chỉ hiềm một nỗi, quý vị phụ nữ lại hay mất tự tin bởi sự giãn nở của những đường biên giới kia. Có điều nhà văn NM được may mắn là tình yêu đã nhượng bộ để anh được sống toàn ý cho cái bọc bao quanh bốn ngăn kia, chính vì thế mà ngăn thứ 3 luôn yên vị đẹp trong anh, ngẫm ra may mắn không chỉ riêng anh mà là Nàng nữa, dù là *... cuộc chơi cay nghiệt của thời tuổi trẻ đã từng làm tôi đam mê đến nỗi đã đánh mất đoạn kết tốt của một mối tình...* (TCĐQ, tr. 15)

Cái ngăn thứ 3 ấy là một ngăn lộng lẫy trong ký ức nhà văn, nơi anh đã sống là một nhà thơ, bởi cái quá lãng đãng của mình. ... *Mây bay trên trời. Sương phủ dưới đất. Tôi như đang đứng giữa, ngay ranh giới giữa trời với đất. Lãng đãng trong cõi mênh mông.* (Loanh Quanh Lòng Phố Cũ, TCĐQ, tr.54) Tôi muốn bỏ chữ *như.*

Ai đời, ... *tôi đã bỏ T. bên lề đường, núp dưới mái hiên gần cột đèn, cùng chiếc xe gắn máy hết xăng, còn tôi thì ôm trong lòng mấy tập báo Ý Thức đầu tiên, đón taxi đến nhà Ngân, nơi bạn bè văn nghệ đang chờ...* (TCĐQ, tr. 12)

Và khi người bạn hỏi nàng ở đâu để đón về hộ, thì câu trả lời: - *Khúc nào đó trên đường Phan Thanh Giản/...* - *tóc thề hay tóc uốn, mặc áo màu gì?/* - *hình như tóc thề, áo dài màu vàng/.* Sao lại hình như, bữa đó Ông có đi với Nàng không, thưa nhà thơ đang ở trên mây? Không, chàng đang lặn vào mùi mực in giấy mới và con chữ trong tờ Ý Thức kia, vì khi nghe hỏi, - *chữ Ý Thức của tờ báo số 1 màu gì?* - Thì không đầy một giây chàng đáp ngay -*màu đỏ bầm*- Thật là phải phê theo kiểu con trẻ, bó tay! Mà nghe đâu, không phải một lần như thế, hóa cho nên ngăn số 3 của chàng *hình như* là nơi để chàng quay về, hoài niệm, chuộc tội. Và chỉ nơi đó, Người và Văn đồng hóa nhau để chữ được hồn nhiên tỏa hết năng lực của nó.

Tôi muốn kết bài này nơi cõi thơ mộng, cõi *Hình Như* của chàng.

... *Ừ nhỉ. Sao lại hình như?* (TCĐQ, tr.12) ... *lúc ấy tôi chỉ là một nhà giáo ngày hai buổi đến trường, về nhà âm thầm sống trên căn gác nhỏ... những chiều mưa T. đến với tôi. Tiếng chân người con gái gõ nhẹ lên từng bậc tam cấp, gõ đều từng tiếng như tiếng mưa rơi tí tách, nhỏ từng giọt vào lòng tôi. T. hay khóc...* (TCĐQ, tr. 16)

Lạ ghê, vào thời đó, sao con gái khi yêu lại hay khóc thế nhỉ, mấy ông anh họ lớn của tôi cũng hay than, khóc quá trời. Vì con trai thời ấy vụng về hay con gái thời nọ còn cái kiểu "mai cốt cách tuyết tinh thần" nên nước mắt là phụ tùng thiết yếu? Đây: *... tôi vụng về luống cuống chỉ biết lấy khăn tay chậm nhẹ lên những giọt nước mắt như những giọt sương long lanh còn đọng lại nơi cánh hoa hồng mong manh trong khu vườn của một buổi sớm mai...* (TCĐQ, tr. 16). Ca tụng kiểu ấy biểu sao không khóc cho đành!

... T. nói rất khẽ như tự nhủ với lòng mình: tụi mình gặp nhau lúc nào trời cũng mưa... Nước mắt T. bỗng chảy dài. Tiếng đàn đã dứt... Nàng thảng thốt hỏi tôi: Hình như trời đang mưa phải không anh? (Hình Như Trời Đang Mưa, TCĐQ tr. 49, 53)

Và. Tôi thích nhất câu này trong Loanh Quanh Lòng Phố Cũ, trang 71, đoạn kể gặp lại người xưa, câu của chàng, *thời gian như lùi lại ở thời điểm đẹp nhất của một đời người. Và nó dừng lại...* Nghe rất xót, rất ngậm ngùi. *Và nó dừng lại.* Nó chỉ dừng lại để phút miên du ấy. Người ơi. Khi Người Văn thức giấc...

... Một cơn gió thoảng, quyện vào đó giọng nói phụ nữ... bằng đi ba mươi năm tôi mới nghe lại được. (TCĐQ, tr. 26)... *Mặt trời lặn dần sau chân đồi. Rừng thông trước mặt tôi cũng đã đổi màu. Xám lại. Một màu lãng đãng không còn phân biệt, đâu là cành lá... thân cây, đâu là màu tia nắng vàng óng ánh... Đâu đó còn một vài điểm chấm nhỏ li ti đỏ bầm của những mái nhà ngói đỏ bên kia đồi... Màu khói lam chiều ai đốt lửa xa xa dưới thung lũng... Tất cả những màu sắc đó đã hòa lẫn với nhau thành một màu duy nhất. Màu của bóng đêm. Cảnh vật đã chìm mất.* (TCĐQ, tr. 25)

Hình ảnh *Cơn gió thoảng, Màu của bóng đêm. Cảnh vật đã chìm mất* ở đây rất đắt. Tại sao trên kia tôi nói nó chỉ dừng lại phút ấy thôi, vì ở đây, tác giả gợi lên ý niệm, tất cả rồi cũng thế, những hình ảnh vừa được hoài niệm dấy lên rồi cũng sẽ tan. Cơn gió thoảng qua lay động ký ức một âm thanh, một mùi hương. Vừa đủ để pha chút men ảo vào ly rượu cuộc đời, để người đi tiếp con đường dài cho đến mút cuối, sẽ vẫn là một Nguyên Minh thuần hậu, giản dị, có tình.

Nghe như anh có tâm sự cùng bạn hữu rằng, rồi sẽ có những con chữ kim chỉ tạ ơn một cõi đá vàng, nơi có một cô Tấm ngày ngày hiện ra từ trái thị dọn cho chàng những bữa cơm để chàng kính cẩn Thưa Em, *hạt cơm hồng tấm mẳn bát canh rau...* (thơ ntkm)

Santa Ana, tháng 10.2016

Nguyễn Thị Khánh Minh
Nhà văn – sinh năm 1952 tại Hà Nội – Hiện sống ở Hoa Kỳ

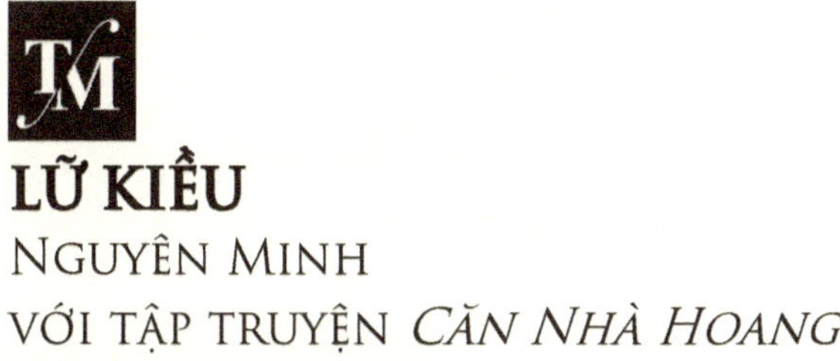

LỮ KIỀU

NGUYÊN MINH
VỚI TẬP TRUYỆN *CĂN NHÀ HOANG*

Vào một ngày cuối tháng, tôi và Nguyên Minh lên vùng cao nguyên. Chúng tôi ở trong một căn nhà gỗ nhìn ra thung lũng. Buổi sáng, Nguyên Minh ngồi bên khuôn cửa sổ, mắt đăm đăm vào vùng núi trước mặt. Mây, mặt trời, sương mù, màu xanh của thiên nhiên, và khuôn mặt bạn tôi rất thật mà cũng rất ảo: Tôi tưởng như trước mắt mình là chàng học sinh nhỏ bé mê văn chương đã vào đời bằng sự đam mê của chữ nghĩa vào năm 1958. Bốn mươi năm trôi qua. Chàng học sinh ấy nay đã là một gã trung niên xế chiều, tóc muối tiêu, mặt đầy vết nhăn, nhưng tôi thấy có khác gì đâu giữa hai hình ảnh cách biệt ấy.

Và lòng tôi xúc động. Nỗi xúc động về thời gian, về sự sống. Phải, thế hệ của chúng tôi đã trải qua tuổi trẻ của mình trong chiến tranh, đã hiểu cái giá của sự tồn tại, cái được, cái mất, cái nhất thời, cái vĩnh viễn.

Cái vĩnh viễn mà tôi nhìn thấy nơi Nguyên Minh vẫn là nỗi đam mê văn chương. Cho tôi được gợi lại đây - một chút thôi - những đêm dài mà chúng tôi đã thức cùng nhau bàn chuyện viết văn, làm báo. Từ

Gió Mai đến Ý Thức. Từ tờ báo chép tay ra đời ở thôn Vân Dương cho đến những tờ nội san quay ronéo ở Huế, Phan Rang. Đến Sài Gòn, bán nguyệt san Ý Thức chào đời năm 1970 và sống được 24 số. Và ngày 30.4.75. Và 23 năm qua, trong cuộc diện mới của đất nước. Bao nhiêu là sự kiện. Bao nhiêu là nước đã trôi qua chân cầu. Và cái trí nhớ cay nghiệt luôn giục tôi hồi tưởng những điều chưa thực hiện. Trong ấy, có mộng văn chương dở dang. Để giờ đây, đã xế chiều cuộc sống, còn nhắc nhở nhau cái nợ chưa trả.

Tập truyện này là một phần nợ trả cho người. Không chỉ là của riêng Nguyên Minh, mà còn của chung của chúng tôi, những người bạn gần nửa thế kỷ kề cận nhau vì cái nghiệp chữ nghĩa.

Có thể đời sống nghiệt ngã đã không cho Nguyên Minh có được nụ cười bình an gần 30 năm qua, chỉ trừ lúc anh em về với văn chương. Và tôi đã yêu mến anh biết bao, khi được chia sẻ với anh những lần trở về ấy. Như đêm nay, tôi ngồi viết những dòng này để khép lại tập truyện của anh, để bày tỏ những cảm nghĩ của một người bạn viết về văn chương của bạn.

Làm văn chương gần 40 năm, để gom thành một tập truyện, quả là khiêm tốn. Nhưng cũng đủ nhìn ra tấm lòng của Nguyên Minh đối với cuộc đời này.

Chủ đề truyện của anh đơn giản nhưng rất thực, được thể hiện bằng một bút pháp nhẹ nhàng tinh tế về nỗi cô đơn bồng bột của tuổi trẻ, của tình yêu. **Căn nhà hoang** là hình ảnh buồn bã của một thế hệ trong chiến tranh ở miền Nam không định hướng, ở đó có cơn mê sảng trong nỗi sáng suốt của những chàng trai hai mươi bất lực trước thân phận của mình, của quê nhà. Hình ảnh trong trắng là Uyên cũng chỉ tạo ra được cái hình-như-là-tình-yêu để người đàn ông dẫn vào căn nhà hoang vu của chính lòng mình. Ở đó, người con gái biến mất chỉ còn lại những giọt nước mắt của người đàn ông hư vô...

Tôi đã xúc động trước những trang viết về cuộc chiến - cuộc chiến ngoài kia *(Côi cút tuổi già, Từ quân y viện Nguyễn Huệ)* và cuộc chiến bên trong cánh cổng khép lại *(Những khuôn mặt tình, Bàn tay)*. Ở đó, có những xung đột khốc liệt giữa các thân phận của những người đang sống kề cận bên nhau: Cha con, chị em, người ở lại, kẻ ra đi... hình như Nguyên Minh bị ám ảnh về những bi kịch giữa những người thân, anh muốn giảng hòa với họ nhưng anh vẫn phải ra đi, những chuyến đi đau đớn như con sâu lột xác để thành bướm.

Nói cho cùng, sự từ biệt nào cũng để lại cay đắng *(Bàn tay, Dĩ vãng ôm đầy)*. May mà các nhân vật của Nguyên Minh bao giờ cũng còn một tình bạn, một tình yêu để vịn đứng dậy sau những lúc gục ngã. Đó là những tình bạn thuở ấu thơ nhưng bền bỉ theo thời gian, họ cùng chung thao thức với nhau buổi đầu đời, cùng tự vấn và giúp nhau trả lời những điều không tìm thấy trong sách vở hoặc trong gia đình, trong những năm 60 khốc liệt ấy.

Đó cũng là những tình yêu rất thực mà cũng rất ảo, những mối tình không đầu đuôi, thậm chí ta không thể hình dung rõ ràng khuôn mặt Uyên, Nga hay Thanh, có thể tất cả chỉ là một, một thiếu nữ bao dung dịu dàng mà mẹ là hình ảnh chung. Tôi có nhận xét rằng truyện của Nguyên Minh những người nữ và mẹ đều được viết bằng giọng trìu mến, yêu quý, khác với người cha thường hiện ra với vẻ lạnh lùng, nghiêm khắc.

Tôi hiểu ra rằng, đó là dấu ấn thời ấu thơ của anh. Là bạn anh, tôi nhận ra từng nhân vật truyện là những phiên bản biến tấu của những người thật quanh anh.

Tôi cũng không quên rằng các truyện của Nguyên Minh viết trong thập niên 60 (truyện đầu nhất viết năm 1963, truyện sau cùng 1971).

Lúc bấy giờ Nguyên Minh ở tuổi 20, có lẽ những truyện này là hoài cảm của anh về một thời tuổi dại đã có những ám ảnh mà anh viết ra như để thanh toán nợ với quá khứ.

Sau này, anh không viết nữa. Hoặc viết ít đi. Nhưng tôi tin, anh vẫn phải viết. Vì, như tôi đã nói, đó là nợ chữ nghĩa mà chúng tôi đã đèo bòng trên 40 năm qua. Và cho tới bao giờ?

Có lẽ chúng tôi không còn thời gian nữa. Nhìn Nguyên Minh ngồi, tóc hoa râm, giữa màu xanh cao nguyên, lòng tôi xao xuyến vì tôi vẫn thấy giấu mặt trong thân xác trung niên kia là chàng học sinh thời 1957; có thể chúng tôi quên đi thời gian, nhưng thời gian không quên chúng tôi. Phải, dù chỉ có hai người bạn ngồi với nhau lúc này, nhưng quanh chúng ta còn biết bao anh em thân tình cũ: kẻ còn, người đi xa.

Phải, một ngày nào chúng ta đều từ biệt thế gian này, với hai tay trắng. Phần Nguyên Minh, anh để lại tập truyện này, một chút chữ nghĩa của một thời khốc liệt, có thể là một ý tưởng lãng mạn như thế hệ chúng tôi đã một thời lãng mạn như thế.

Phải, đã qua cái thời hoang dại, nhưng một chút văn chương thì có hề chi, phải không Nguyên Minh.

Lữ Kiều
Nhà văn – Nhà viết kịch
Sinh năm 1943 – Tại Huế
Hiện sống ở Sài Gòn

NGUYỄN MINH NỮU
NGUYÊN MINH- NGƯỜI GHI KÝ ỨC

Nói về Nguyên Minh là nói về nhóm Ý Thức và tập san Quán Văn, bởi vì cuộc sống của ông hầu như dành toàn ý để nhớ về Ý Thức ngày xưa và toàn tâm để thực hiện Quán Văn bây giờ. Nói chuyện với Nguyên Minh thì dẫu khởi đầu từ bất cứ đề tài gì thế nào rồi cũng quay về Ý Thức và Quán Văn.

Tôi gặp và làm quen với Nguyên Minh từ một người bạn thân thiết là Đoàn Văn Khánh. Khánh nói về Nguyên Minh với sự quý mến và trân trọng đặc biệt trước khi đưa tôi tới căn nhà trong ngõ nhỏ bên hông phi trường Tân Sơn Nhất. Tôi biết về Ý Thức trước 1975 như là một nhà xuất bản ấn phẩm văn chương của một số tác giả trẻ (thời bấy giờ) nhưng lại chưa bao giờ có dịp đọc tạp chí Ý Thức. Tôi có hỏi Khánh hồi đó sao mình không biết tạp chí này vậy ta? Câu hỏi này được tự trả lời sau khi gặp Nguyên Minh.

Tôi kém Nguyên Minh 7 tuổi. Khoảng cách tuổi tác đó khi bước vào tuổi 60 thì Già chẳng khác gì nhau, nhưng ở thời điểm Nguyên Minh 25 thì tôi mới 18, khoảng cách tuổi tác và môi trường sinh hoạt văn nghệ lúc đó cách nhau khá xa. Tôi sống ở Saigon, Nguyên Minh và nhóm bạn thực hiện các sinh hoạt như tạp chí, in ấn và xuất bản ở Phan Rang và nối tay ra miền Trung như Nha Trang, Tuy Hòa, Huế... Đến khi Nguyên Minh về Saigon lập nhà in, xin giấy phép chính thức thực hiện tạp chí vào năm 1970, lại là thời điểm tôi đã rời xa Saigon, sống ở cao nguyên Ban Mê Thuột, mỗi tháng về thăm phố vài lần, nối được chút sinh hoạt văn nghệ chỉ là vài tạp chí văn chương mà có lúc có tiền mua có lúc chỉ nhìn thấy bìa trên giá sách. Ý Thức (như lời NM kể lại) cũng chưa vào được hệ thống phát hành rộng rãi toàn quốc. Nhưng có điều vui là thời lưu lạc đó, tôi lại quen khá nhiều người mà sau này mới biết họ là những người cộng tác với nhóm Ý Thức ngày xưa như Phạm Cao Hoàng, Trần Hoài Thư, Lê Văn Ngăn, Hoàng Khởi Phong, Thế Vũ, Chu Trầm Nguyên Minh... Chính những người này cho tôi lòng yêu mến về tờ tạp chí ngày xưa đó.

Nguyên Minh có mái tóc lười, bạc trắng, đôi mắt to long lanh rất hồn nhiên, và đặc biệt là phong cách chuyện trò gần gũi thân tình. Ngay lần gặp gỡ đầu tiên, với những gợi nhớ từ những quen biết chung, câu chuyện lập tức trở thành thân tình và tín cẩn. Khi chia tay, giữ trong lòng tôi cái cảm giác quý mến.

Tháng 10 năm 2011, Nguyên Minh đứng ra chủ trương cùng một số người cầm bút nữa ra mắt Tập san Văn học Quán Văn. Nguyên Minh nhắn với Khánh gọi tôi ra uống cà phê và đề nghị tôi cùng với Khánh đứng ra điều khiển chương trình ra mắt Tập san Quán Văn số 1 này. Tôi nhận lời và tôi nghĩ rằng tôi làm khá tốt nhiệm vụ cầu nối giữa người viết và người đọc Quán Văn, giữa người tổ chức và người tham dự buổi sinh hoạt đông đảo đó. Ngay sau buổi ra mắt, bước xuống lề đường, nhà văn Hoàng Khởi Phong (mà tôi coi như một người anh thân thích) vỗ vai tôi: Cậu liều thật, nhưng cậu làm được lắm.

Tôi cũng chợt nhận ra mình ham vui nên liều lĩnh thật. Trong con số cả trăm người có mặt hôm đó kể cả ban tổ chức và khách tham dự, có lẽ tôi chỉ biết tên biết mặt khoảng hơn chục người. Tôi xa Việt Nam đã hơn 15 năm, không có điều kiện để đọc các tác giả trong nước, và đôi khi về nước cũng chỉ rong chơi với bạn bè quen biết cũ nên không biết những người ngồi đó là ai, là độc giả? Hay là tác giả? Hay là người thưởng ngoạn? Hay là ... Cầm cuốn Quán Văn số ra mắt trên tay còn thơm mùi mực mới, tôi chỉ đọc và làm quen với những tên tuổi bằng cách đọc bài họ viết thế mà dám đứng ra giới thiệu... Tôi liều thật, nhưng có lẽ người đề nghị tôi làm MC mới thực sự là người liều hơn tôi.

Nhiều người đã nghĩ và cả nói ra không tin lắm về đường dài mà Quán Văn mong đi tới, bởi khó khăn nhìn thấy như khối lượng độc giả, hệ thống phát hành, và cả các văn hữu viết bài. Nhưng quả thật cách Nguyên Minh làm, cái Nguyên Minh nghĩ đã đưa Quán Văn từng bước gần gũi, quen thuộc với sinh hoạt văn học đến nay đã bước vào năm thứ 8.

Từ đó, thật nhiều lần tới chơi tòa soạn Quán Văn, chuyện trò và thân thiết với những người đang cộng tác tích cực với Quán Văn, ngoài Đoàn Văn Khánh là bạn cũ, tôi gặp và quen với Nguyễn Sông Ba, Trương Văn Dân, Elena, Hoàng Kim Oanh, Nguyên Cẩn, Đặng Châu Long, Trần Hữu Hội, Nguyễn An Bình, Nguyễn Châu, Nguyễn Dương Quang, Ngô Thị Mỹ Lệ... nên mấy năm sau, có dịp viết về Nguyên Minh như thế này:

"Tòa soạn Quán Văn" thực ra chỉ là một căn phòng nhỏ, diện tích khoảng vài chục thước vuông, ở đó là sách vở, computer, máy in. Vòng quanh vách là mấy băng ghế để anh em ngồi chơi trò chuyện, khung cửa sổ nhìn xuống một khoảng sân mênh mông vắng lặng của một góc phi trường. Đây là một nơi gặp gỡ của rất nhiều người cầm bút, là nơi làm việc của nhà văn Nguyên Minh, một nhà văn cao tuổi nhưng có đôi mắt như trẻ thơ và một cái đầu mơ mộng chất chứa biết bao nhiêu dự án hết sức mộng mơ.

Nguyên Minh cầm bút từ đầu thập niên 1960. Năm 1970, anh sáng lập tạp chí Ý Thức, với sự đồng hành của Đỗ Hồng Ngọc, Lữ Kiều, Lữ Quỳnh, Trần Hữu Ngũ, Châu Văn Thuận, Trần Hoài Thư, Phạm Cao Hoàng... Sau đó, trải mấy mươi năm sống với ngành in ấn, năm 2011, anh chủ trương một tuyển tập văn chương lấy tên là Quán Văn. Với 4 tác phẩm văn xuôi, mọi người gọi anh là nhà văn, nhưng ngay lần đầu tiên được gặp và làm quen với anh hồi năm sáu năm về trước, tôi nhìn thấy từ anh là một nhà báo - một nhà báo văn học.

Một người viết văn làm báo thì chỉ có thể làm một loại báo: đó là báo văn học vì tờ báo loại này đòi hỏi những khả năng khác với báo thông thường. Tờ báo bình thường đòi người chủ biên phải nhạy bén với kinh doanh, am tường chính trị, hiểu biết đời sống và nhất là thích nghi với thị hiếu độc giả. Những đòi hỏi đó Nguyên Minh không có, hay nói một cách khác là anh không mặn mòi gì với những thứ đó. Nguyên Minh có cái khác, đó là lòng yêu thích chữ nghĩa văn chương, và niềm đam mê với những sản phẩm in ấn.

Có một bất ngờ nào đó khi bắt gặp Nguyên Minh bên cạnh một tác phẩm văn chương mới được in ra, còn long lanh vết mực và ngát thơm mùi giấy mới, thì mới thấy được hết cái hạnh phúc của anh bên những sản phẩm mới làm. Xuất bản được Quán Văn và duy trì Quán Văn suốt tám năm qua là do một thiên khiếu riêng chỉ có ở Nguyên Minh. Suốt hơn 60 năm sống với chữ nghĩa, anh có giao tình, quen, biết rất nhiều người cầm bút, cộng thêm cách sống hòa nhã và chia sẻ, nên anh giữ được mối thân tình với anh em gần xa. Nguyên Minh có khả năng cảm nhận và phân tích rất nhanh cái đúng sai, hay dở của một bản thảo gửi về. Và quan trọng hơn cả là anh chấp nhận các dị biệt trong văn chương, các dị biệt trong ứng xử và cả những dị biệt trong cách nhìn, để rồi, trong căn phòng nhỏ làm tòa soạn Quán Văn đó, mọi dị biệt vẫn có thể trộn lẫn một phần riêng vào phần chung cho một ham thích thực hiện một sân chơi văn chương của mọi người.

Cái nổi bật nhất là sự chất phác và chí tình của Nguyên Minh đối với mọi người, nhiều nhất là những bằng hữu văn nghệ. Tác phẩm *Màu Tím Hoa Mua* (nhà xuất bản Thanh Niên – 2014) là 12 tùy bút viết mênh mông từ thời thơ dại bên dòng sông Dinh ở Phan Rang, qua các đoạn đời viết văn làm báo ở Sài Gòn, lãng đãng những chuyến đi trong nước, ngoài nước trong đó những mối tình trai gái ghi lại rất nhạt nhòa, nhưng lại rất thấm thía là tình bạn chữ nghĩa với văn chương.

Sẽ không gì ngạc nhiên, nếu trong một buổi họp mặt mà mọi người xôn xao chuyện trò cười đùa, Nguyên Minh chỉ góp vui với nụ cười hiền lành, nhưng cũng sẽ không gì ngạc nhiên nếu đề tài đó chuyển qua một tác phẩm văn chương, hay một tác giả văn học, Nguyên Minh mắt sáng lên, tham gia nồng nhiệt với những góp ý, những kỷ niệm gợi mở và các câu chuyện thú vị bí ẩn... luôn luôn khởi đầu bằng câu... để nói nghe chuyện này vui lắm nè...

Nghĩ về Nguyên Minh là nghĩ đến một kho tàng ký ức văn học với những tác giả (Thơ, Văn, Nhạc, Kịch, Họa...) mà ông quen biết từ hơn nửa thế kỷ trước quây quần bên nhau trong một thú chơi tao nhã là văn chương.

4/2020

Nguyễn Minh Nữu
Nhà văn, nhà thơ
Sinh năm 1950 - Tại Hà Nội –
Hiện sống ở Virginia – Hoa Kỳ

HUỲNH NHƯ PHƯƠNG
NGUYÊN MINH - MỘT VĂN NHÂN LẠC THỜI

Tôi gặp nhà văn Nguyên Minh lần đầu tiên cách đây cũng đã 12 năm. Lần đó, sau nhiều năm ẩn cư ở Kontum, nhà văn Trần Duy Phiên quyết định "xuống núi", về sống ở Sài Gòn. Ông mời một số văn hữu đến nhà người bạn thân của ông là nhà văn Sâm Thương ở Hòa Hưng gặp gỡ, uống rượu và ra mắt tập truyện ngắn *Ngõ đạo miền hoang dã*.

Khi mọi người vừa ngồi vào bàn thì ngoài cổng xuất hiện một vị khách có dáng người nhỏ nhắn, linh hoạt, với đôi mắt có phần ngơ ngác trước cuộc đời. Trần Duy Phiên giới thiệu: "Đây là anh Nguyên Minh". Tôi đứng dậy chào, buột miệng: "Nguyên Minh của Ý Thức, của *Đám tang đa đa*". Vậy là sau gần 40 năm đọc văn, hôm ấy tôi mới diện kiến được người.

Khoảng đầu những năm 1970, ở thị xã Quảng Ngãi nhỏ bé và trầm lặng của tôi, thật lạ là trong thời chiến mà mấy hiệu sách ở tỉnh vẫn nhận về bán không chỉ những tác phẩm văn học nổi tiếng mà cả những tạp chí văn nghệ in tận Sài Gòn. Tuổi học trò của tôi bước đầu tiếp xúc với đời sống văn chương khi mua được ở đó những tờ tạp chí *Văn*, *Đối Diện*, *Trình Bầy*, *Ý Thức*, *Văn Mới*...

Trên nguyệt san *Văn Mới* số ra mắt (khổ báo giống *Bách Khoa*, *Trình Bầy*), cùng những tác phẩm của Sâm Thương, Thế Vũ, Tiêu Dao, Nguyễn Mộng Giác, Quán Như, Nguyễn Trọng Văn..., ban chủ biên viết lời mở đầu "Con đường chúng tôi đi": "Chúng ta không thể và không có quyền ru ngủ chính chúng ta, cũng như không thể và không có quyền ru ngủ ai khác thêm nữa. Cuộc đời chung quanh, trước mặt, sau lưng chúng ta đó, cuộc sống mầu nhiệm quý báu nơi chúng ta đó, hãy đón nhận nó, hãy sống nó, hãy lặn hụp trong nó, hãy hòa tan với nó như muối trong nước. Hãy rung động thực sự với nó, vì nó. Với tất cả khiêm nhường và vô vụ lợi. Hãy thôi đi, hãy ngừng lại những kinh nghiệm vay mượn, tưởng tượng, giả tạo và hời hợt để đi tìm những kinh nghiệm đích thực, sống động và sâu sắc. Cái rung động mà chúng ta muốn người khác cảm thấy, chúng ta phải cảm thấy nó trước trong chúng ta. Làm sao chúng ta có thể lôi cuốn được *nhịp đập con tim* người khác trong khi cái nhịp đập con tim chúng ta chỉ là cái nhịp đập rời rạc, vay mượn của những người bệnh hoạn, thiếu máu, bất lực!" ("Con đường chúng tôi đi", *Văn Mới* số 1, ngày 15-10-1971, tr. 8)

Một năm trước đó *Ý Thức* số 1 (khổ báo 14 x 20 giống *Văn*, *Đối Diện*; về sau chuyển thành khổ 19 x 19) do Nguyên Minh làm tổng thư ký, in ngay trên trang bìa một tuyên ngôn rất can trường: "Phải dành cho văn học nghệ thuật một chỗ đứng, một vị trí vượt lên trên những tranh chấp chính trị giai đoạn. Chỗ đứng ở ngay trong tập thể quần chúng, hòa mình với tình tự chung để vận động trở thành sức mạnh văn hóa nuôi dưỡng truyền thống Việt Nam trước đe dọa từ mọi phía." (*Ý Thức* số 1, ngày 01-10-1970)

Trên tờ báo này, tôi bước đầu làm quen với sáng tác của Trần Hoài Thư, Ngụy Ngữ, Lữ Kiều, Lữ Quỳnh, Đỗ Nghê, Lê Ký Thương... Chính các nhà văn đàn anh đó đã gieo vào tuổi 15 của tôi những ý niệm về bi kịch chiến tranh, nhập cuộc, phản kháng, tả khuynh, hữu khuynh... mà sau này tôi mới ngày càng hiểu rõ những hàm nghĩa sâu xa và những hệ lụy phức tạp của nó.

Đọc Nguyên Minh thời gian đó, tôi nhớ hai tác phẩm có đề tài trái ngược nhau: truyện ngắn *Côi cút tuổi già* và truyện vừa *Đám tang đa đa*. Thiên truyện thứ nhất của một cây bút chưa tới 30 tuổi mà cảm khái về số phận người già cô quạnh trong chiến tranh, sau này được chọn in trong tuyển tập *Văn Miền Nam Thời Chiến* (tập hai, 2009). Thiên truyện thứ hai lại dành để tái hiện hình ảnh những nhân vật thiếu nhi hồn nhiên ở một miền quê. Về sau tôi có góp ý với Nguyên Minh, không chỉ nên tập hợp in lại phần truyện ngắn mà nên tái bản cả *Đám tang đa đa* vì văn học cho thiếu nhi hiện nay rất cần những tác phẩm trong sáng và giàu tình nhân ái như vậy.

Tôi trở thành cộng tác viên của Nguyên Minh từ khi ông đứng ra chủ trương tập san *Quán Văn* năm 2011. Hôm ra mắt *Quán Văn* số 1, đề ngày 01-10-2011, ở Café Bros, một buổi họp mặt rất đông vui, tôi hỏi ông có ẩn ý gì khi ghi ngoài bìa số 001 (giống như điệp viên 007!). Ông trả lời hóm hỉnh: Mình ghi vậy là ngầm hứa rằng *Quán Văn* sẽ sống đến 3 con số, nghĩa là ít nhất phải ra đến số 100, chứ không vắn số như *Ý Thức*. Tôi bật cười, chúc ông toại nguyện với dự định của mình.

Quán Văn quả là một tờ báo đặc biệt. Nếu *Ý Thức* trước đây là một bán nguyệt san văn học nghệ thuật được cấp giấy phép chính thức của Bộ Thông tin Việt Nam Cộng hòa, thì *Quán Văn* là một ấn phẩm do nhà xuất bản cấp phép, gần như là một tuyển tập sáng tác - tư liệu - nghiên cứu văn học định kỳ. Chín năm qua *Quán Văn* đã trải qua ba nhà xuất bản, ở nhà xuất bản gần nhất lại trải qua ba chi nhánh quản lý khác nhau.

Bước vào lĩnh vực báo chí, có thể nói Nguyên Minh là một văn nhân lạc thời, không phải hiểu theo nghĩa "không gặp thời", mà theo nghĩa "làm khác thời", "không theo thời". Thời làm *Ý Thức*, Nguyên Minh tuổi 30 lao vào nghề báo, làm đầu tàu tập hợp bạn bè cùng chí hướng, sau một thời gian in báo ronéo, chuyển sang in typo rồi offset trang nhã mà nội dung thì nóng hổi không khí chiến tranh của đất nước và khát vọng hòa bình, hòa giải, hòa hợp dân tộc. Giữa những khó khăn về chính trị, tài chính vây bủa mà phát hành được 24 kỳ, tirage mỗi kỳ 5.000 bản, quả là một sự mạo hiểm. Cùng lúc đó, Nguyên Minh còn chủ trương Cơ sở xuất bản Ý Thức, in sách của một số nhà văn trẻ.

Đến thời làm *Quán Văn*, Nguyên Minh đã qua ngưỡng 70, bạn bè ngày cũ ly tán, chỉ có thể đóng góp một phần bài vở; lớp cộng tác viên mới phải gây dựng từ đầu, lại đương đầu với những khó khăn mới của hoàn cảnh: quy chế quản lý, kỹ thuật ấn loát và nhất là thị trường văn học khó tính, khó lường. Vậy mà đến nay, trong vòng chín năm, *Quán Văn* đã duy trì và tồn tại đến 72 số thì quả là một kỳ tích. Từ 1975, trước và sau *Quán Văn*, nói riêng ở TP Hồ Chí Minh, những tuyển tập văn chương dưới hình thức này thường số kỳ xuất bản không đếm được quá số ngón của hai bàn tay.

Trong thị trường báo chí hiện nay, *Quán Văn* là một hiện tượng đặc biệt còn vì đây là tờ báo mà những người viết tự nguyện góp bài như góp món ăn của mình cho bữa tiệc tinh thần chung để cùng thưởng thức mà không đòi hỏi nhuận bút. Vậy mà chủ biên Nguyên Minh xây dựng được mạng lưới cộng tác viên ở nhiều miền đất nước, cả ở hải ngoại. Nếu làm một danh mục các tác giả, ta sẽ thấy những tên tuổi ở miền Tây và miền Đông Nam bộ, ở TP Hồ Chí Minh, ở miền Trung và

Tây nguyên, ở Hà Nội và miền Bắc. Nhờ vậy mà *Quán Văn* ra được các số báo đặc biệt về những cây bút gắn bó với hình ảnh sông Hương, sông Mường Mán, sông Dinh, sông Côn, sông Hàn, sông Ba, sông Cái, sông Trà, sông Thạch Hãn, kênh Nhiêu Lộc, sông nước miền Tây... Nếu có điều gì cần góp ý, thì đó là *Quán Văn* nên tăng thêm chất trẻ để thu hút được các thế hệ độc giả hậu bối.

Từ bài viết "Truyện ngắn Chinh Ba: những dụ ngôn đa nghĩa" trên số 1, tính đến nay tôi đã được đăng trên *Quán Văn* 30 bài, bao gồm tản văn và tiểu luận phê bình. So với những cộng tác viên tích cực mà số báo nào cũng xuất hiện, 30 bài không phải là nhiều. Nhưng trong những người viết từ số đầu, có lẽ tôi cũng thuộc loại cộng tác viên bền bỉ. Chỉ tiếc là do điều kiện công việc và sức khỏe, tôi không thể tham gia những cuộc du khảo và giao lưu ở khắp mọi miền như những cây bút thân tín của *Quán Văn*, để có những kỷ niệm sâu đậm mà kể lại nhân dịp mừng nhà văn Nguyên Minh tròn 80 tuổi.

Sợi dây kết nối tôi với *Quán Văn* chỉ là những trang viết. Và sâu xa hơn, sợi dây kết nối đó gắn bó được là nhờ thông qua hình ảnh riêng của Nguyên Minh, bên cạnh những văn hữu cùng thế hệ với ông thời *Ý Thức*, những người đã góp phần nuôi nấng giấc mơ hòa bình và hòa hợp dân tộc trong lòng tôi từ những ngày trẻ tuổi.

Huỳnh Như Phương

Nhà Lý luận - Phê bình văn học
Sinh năm 1955 Tại Mộ Đức – Quảng Ngãi
Hiện sống ở Sài Gòn

NGUYỄN VĂN SÂM
PHÓNG BÚT VỀ TRUYỆN NGẮN
"TIẾNG HÁT DƯỚI TRĂNG" CỦA NGUYÊN MINH

Năm đó dễ chừng đã mười năm trước, một người bạn trẻ báo tôi là nhà thơ Chu Trầm Nguyên Minh hiện đang họp bạn với nhóm Quán Văn tại nhà anh Nguyên Minh - hay một căn nhà nào đó trong nhóm... Tôi bắt xe liền đến nơi để tìm gặp lại người bạn thơ mà mình quên bẵng đi cả nửa thế kỷ vì cách trở núi sông. Và từ đó tôi quen biết vài người viết văn và vài nhà giáo yêu thích văn nghệ ở đây. Đặc biệt là chủ bút Nguyên Minh.

Anh Minh với tôi đồng tuế, thiên về sáng tác, tánh điềm đạm, vừa lòng mọi người. Trong thời thế không thể có giấy phép ra tạp chí nếu không phải là sân sau của một cơ quan nào đó, vậy mà Nguyên Minh đã lèo lái qua những khó khăn từng số báo một để có được những tập văn thơ chuyên đề với tánh cách đặc san đưa truyền các sáng tác và nghiên cứu có giá trị lâu dài mà không mang nhãn báo lề phải vốn không được cái nhìn ưu ái. Tôi chưa từng được anh tiết lộ điều gì về những mềm mỏng của mình để từng số báo Quán Văn ra đời tới được ngần ấy số, nhưng tôi biết anh kiên trì giải thích khi gặp trở ngại từng bài từng bài. Và tôi nghĩ là chắc số báo nào cũng có những vấn đề nho nhỏ cần giải quyết, tuy rằng có hỏi lắm thì Nguyên Minh chỉ cười cười: *"Ở đời không có việc nào dễ"*. Phải! *"Ví thử đường đời bằng phẳng cả, anh hùng hào kiệt có hơn ai"*. Một nhà cách mạng gần đây đã nói câu đó. Tôi biết anh uyển chuyển, uyển chuyển để được điều mình muốn dầu là cái được đó không chắc đã vừa ý trăm phần.

Trong tiến trình văn học người ta chú ý đến tác giả mà quên đi công sức rất quan trọng của người cầm đầu tờ báo. Trần Phong Giao với tờ Văn, Phan Kim Thịnh với tờ Văn Học. Đó là nói những người điều hành mà quên việc viết lách. Người vừa điều hành vừa viết lách thì công cán nặng trội hơn nhiều. Nguyễn Văn Vĩnh, Phạm Quỳnh, Trương Vĩnh Ký, Huỳnh Tịnh Của, Tản Đà, Nguyễn Văn Trung, Thế Uyên, Nguyễn Xuân Hoàng, Nguyễn Mộng Giác... xưa và nhiều người ngày nay trong đó có nhà văn Nguyên Minh.

Tôi thích đọc truyện của Nguyên Minh. Truyện thường phối hợp cắt xén thời gian giữa quá khứ, hiện tại, tương lai để tạo nhiều cảm xúc cho người đọc, từ đó cũng tạo một sắc thái riêng biệt của truyện Nguyên Minh. Dòng cảm thức của nhân vật khiến người đọc có chút khó khăn khi theo dõi tâm tư của nhân vật nhưng khi đọc xong, hiểu ý tác giả thì cảm thấy nhân vật và người đọc cùng thăng hoa. Loại truyện không có cốt truyện là loại khó viết và kén người đọc, như truyện của Trần thị NgH và Tô Thùy Yên ngày trước.

Truyện vì vậy cũng đưa ra nhân vật với cái nhìn mờ nhạt hoạt cảnh trước mặt, anh/chị ấy thu vào tâm tư cảnh vật mà ta có cảm tưởng như máy quay lướt qua thật mau không kịp để lại ấn tượng gì cho chính họ và cho cả người xem.

Xe chậm lại như cố ý để cho tôi nhìn ngắm những đổi thay của cuộc đời bể dâu. Hai bên đường, những dãy phố khép cửa kín bưng, những bảng hiệu buôn ngày trước năm 75 đã hạ xuống. Thỉnh thoảng, xen kẽ vài căn nhà, cửa mở thật rộng, người người xếp hàng nối đuôi, tay cầm cuốn sổ mua hàng phân phối. Vài cửa hàng may đo lưa thưa người. Hợp tác xã mua bán, hàng hóa không có bao nhiêu, mà lại đầy nghẹt người ra vào. Còn đường lộ, chỉ thỉnh thoảng vài chiếc xe du lịch mang biển cơ quan chạy nghênh ngang giữa đường. Xe đạp lấn át, hàng hai hàng ba, thanh niên mặc áo kaki xanh công nhân, chân mang dép nhựa, nữ mặc quần đen áo bà ba trắng. Giờ tan tầm của các cơ quan, xí nghiệp.

Sở dĩ tôi thích truyện này vì ngoài sự mơ hồ đã nói, về mặt kỹ thuật còn có yếu tố làm người đọc băn khoăn do hành vi của nhân vật mặc dầu hành vi của họ bề ngoài coi thật là bình thường: Một cô gái cất tiếng hát trên tàu vượt biên lúc tàu đương lênh đênh trên biển cả.

Tiếng ca, tiếng hát của cô ta đã đồng thời làm hai việc trái nghịch, kêu gọi hải tặc đến – mà cả tàu hầu hết đã trả giá bằng cái chết - và sau đó ít lâu thì tàu lớn đến. Kết quả là tiếng hát thiệt bình thường khi ở chỗ khác đã kêu gọi cái ác đến đồng thời mời cái thiện đến bằng con tàu buôn cứu người. Tiếng hát là nguyên nhân đồng thời là hậu quả. Người con gái vô tư cất lên lời ca như nàng từng làm bao nhiêu năm nay lúc hứng tâm, khi buồn chán, khi cô đơn, khi sợ hãi v.v... Nàng hát vì nội cảm mình đòi hỏi, không thể nào biết trước kết quả gì sau tiếng hát của mình. Như con chim cất lên tiếng hót, có thể tạo hứng đề cho người thi sĩ mơ mộng, nhưng cũng có thể dẫn trẻ con phá phách tới bắn cho chim rớt xuống như một trò chơi.

Vậy đó, tác giả kết thúc chuyện bằng tiếng hát vô tư của người con gái. Nó vừa thực vừa hư. Nó hai mặt, nhưng đều nằm ngoài ý muốn của người hát. Tiếng hát sở dĩ được cất lên lúc này là do **tâm lý phân đôi** vừa sợ nguy hiểm sẽ vụt tới bất chợt vừa vui trong hy vọng mong manh của người vượt biên sau vài ngày bình yên trên biển. Bình yên giờ đây nhưng không thể biết chuyện gì sẽ xảy ra trong những phút tới.

Truyện tác động lên người đọc nhiều ít tùy quá khứ của từng người đọc.

Đọc, tôi nhớ đến cuộc hải trình của mình hơn bốn mươi năm trước. Anh chàng cục mịch tên Rốc, được mời đi không tiền để dẫn tàu ra cửa biển Trà Vinh. Khi tàu lênh đênh ngoài khơi Nam Dương Rốc đã than với bạn đồng hành là không biết bây giờ còn bị hải tặc không, lúc nào mới tới đảo, nhưng biết chắc là khỏi rồi sự sợ hãi bị biên phòng bắt lại, vui vì cuộc hải trình có thể tới đích. Thôi thì tui ca bài ca Võ Đông Sơ Bạch Thu Hà.

Và không cần biết ai cản ai không, anh hát lớn mùi mẫn:

... Đành chia tay vĩnh viễn Bạch Thu Hà... Bạn lòng ơi xin đừng mòn mỏi đợi chờ. Hãy gọi tên anh trong giấc ngủ...

Chắc chắn chàng Rốc này khi đó cất lên lời ca vì **vừa sợ vừa mừng**. Nhưng may mắn cho cả đoàn là đã tới bến bờ Tự Do bình yên.

CA tháng Sáu 2020

Nguyễn Văn Sâm

Nhà Lý luận - Phê bình văn học
Sinh năm 1940
Tại Sài Gòn– Hiện sống ở Hoa Kỳ

TRẦN HOÀI THƯ
NHỚ VỀ MỘT NGƯỜI BẠN

Trở về mái nhà xưa. Ở đây, Nhàn và tôi thường kể lại những ngày đầu tiên của tờ Ý Thức. Không ngờ từ một con đường nhỏ mang tên là Nguyễn Thái Học thuộc Phan Rang lại là nơi khởi xướng cho một cuộc thách thức tuyệt vời. Một ngàn tập Nỗi Bơ Vơ Của Bầy Ngựa Hoang của Trần Hoài Thư, với những trang ruột in bằng ronéo... thế mà lại được độc giả đón nhận nồng nhiệt. Điều đó có thể nói lên được tấm lòng của một thế hệ trẻ trong chiến tranh. Cho dù những tác phẩm được in từ các nhà in hiện đại, đẹp đẽ, bìa màu sặc sỡ, được chọn từ những họa sĩ nổi tiếng nhất nhì, thì chắc gì được tiêu thụ một cách nhanh chóng đến như vậy.

Tôi đã học được điều này để mà tự tin khi tự mình mở một nhà in bỏ túi ở dưới hầm nhà. Cái lo sợ là liệu mình còn tài năng chữ nghĩa hay không.

Phải. Khi cuốn sách đầu tiên được in, lòng lo lắng lắm. Lo lắng bởi vì sách của mình được in ấn, đóng cắt bằng tay, trong khi các nhà in hàng trăm ngàn đô-la, với những máy móc tối tân tự động hóa, từ máy offset nhiều màu, đến máy binding, cắt, đóng... Lại có cả nhóm thợ chuyên môn đến nhà in để xếp trang... Còn tôi, chỉ một mình. Như Nguyên Minh ngày xưa ở đường Nguyễn Thái Học. Một mình chạy computer ra ruột. Một mình binding dán hot melt glue. Một mình hơ nóng gáy. Một mình in bìa màu. Một mình dán bìa vào gáy. Một mình cắt. Một mình gởi...

Không phải mỗi lần vài chục cuốn, mà hàng trăm cuốn. Đôi khi cả ngàn cuốn như Ban Mê Thuột Ngày Đầu Ngày Cuối hay Thủ Đức Gọi Ta về....

Có bạn tỏ lòng thương hại. Thật sự, đâu có gì đáng để thương hại khi mình tự nguyện. Từ Nguyên Minh, tôi học được nhiều ở anh. Ở nơi nào cũng vậy, dù ở Nguyễn Thái Học Phan Rang hay ở Phan Thanh Giản Sài Gòn, tôi luôn luôn tìm ra một mẫu người rất nhiệt tình với văn chương chữ nghĩa. Nhưng nhiệt tình không phải chỉ ở lãnh vực sáng tác mà ở việc làm sao tác phẩm có mặt bằng xương bằng thịt. Tinh thần phải đi đôi với kỹ thuật.

Anh đã lao vào nghề in. Những dàn máy tối tân, khổng lồ chạy ngày đêm dưới sự chăm nom của anh đã chở chữ nghĩa của chúng tôi bay xa hơn đến khắp nước. Ý Thức đã trở thành một tạp chí chính thức, có nghĩa là được giấy phép của chính quyền bấy giờ. Tạp chí đã bắt đầu có một chỗ đứng trong dòng văn học nghệ thuật thời chiến. Nó nói lên tiếng kêu trầm thống của một thế hệ chiến tranh. Nó được buộc tội là phản chiến, nhưng những tay buộc tội thì ở trong phòng lạnh, ở tháp ngà, trong khi những kẻ viết thì ưỡn ngực hứng đạn để cho những kẻ ấy được sống. Những người viết thường ít xuất hiện trên các tạp chí quen thuộc, nhưng những sáng tác của họ đã gây nên những chấn động. Bởi vì họ viết bằng chính nỗi đau chứ không phải bằng đơn đặt hàng.

Trong thời gian này, Ý Thức lại xuất bản thêm Những Vì Sao Vĩnh Biệt, và Ngọn Cỏ Ngậm Ngùi của Trần Hoài Thư nhưng dưới một tên nhà xuất bản khác: Tiếng Việt.

Như vậy, cuộc hành trình vào văn chương chữ nghĩa của tôi đã in đậm hình ảnh một Nguyên Minh. Anh đã chạy máy, sửa bản vỗ, và tìm họa sĩ vẽ bìa. Từ chiếc Suzuki anh đã mang sách đi giao cho nhà phát hành. Mưa cũng như nắng. Chỉ có tôi là mỗi lần về phép, chỉ biết cà phê thuốc lá, la cà từ nhà này sang nhà khác.

Làm như văn chương của mình đã có người khác lo.

oOo

Bây giờ tôi đã thật sự làm cái nghề mà Nguyên Minh đã làm. Tôi đã trở lại cùng thời gian phôi thai của tờ Ý Thức ronéo. Dùng tay chân và sự sáng tạo của mình để làm cho cuốn sách vươn lên giữa rừng sách vở trên kệ. Đó là một điều thật khó khăn. Càng khó khăn hơn nữa là làm sao để độc giả khỏi chê bai, thất vọng. Không ngờ, chẳng những độc giả tìm đến mà cả nhà phát hành tìm đến nữa. Như ngày xưa, Ý Thức đã làm Nỗi Bơ Vơ Của Bầy Ngựa Hoang có mặt trên các kệ sách toàn miền Nam.

Phép lạ nào đã cho chúng tôi được gặp lại nhau, dù là chỉ qua điện thư. Càng mừng hơn hết là thấy anh càng viết nhiều, viết mạnh và viết trong cơn đồng thiếp của tình yêu kỳ diệu khi anh đã bước vào lục tuần. Và anh đang chuẩn bị làm báo văn học nghệ thuật. Tiếp tục cuộc chơi đã bỏ dở mấy mươi năm qua. Cứ chơi. Phải không? Nguyên Minh.

Trần Hoài Thư

Nhà văn – Sinh năm 1942
Tại Thừa Thiên – Hiện sống ở Hoa Kỳ

NGUYỄN THỊ TỊNH THY
"Con Tằm Đến Thác Tơ Còn Vương" [1]

Với tôi, người viết văn chương có hai loại. Một loại như con trai tạo ngọc, phải oằn mình quần quại, cắt da cứa thịt, tự làm lành vết thương để dâng hiến cho đời những hạt ngọc long lanh. Một loại như con tằm nhả tơ, cũng phải rút ruột mình ra, bào mòn thân xác để dâng hiến cho đời những sợi tơ óng ánh. Loại thứ nhất đớn đau dữ dội, loại thứ hai đau đớn âm ỉ. Loại thứ nhất tạo nên những trang văn mạnh mẽ và khốc liệt. Loại thứ hai tạo nên những trang văn nhẹ nhàng và da diết. Nguyên Minh thuộc vào loại thứ hai.

Với tôi, Nguyên Minh là người viết văn, không phải là người sáng tác văn chương. Điều đó thể hiện rất rõ qua thể loại, đề tài, nhân vật, văn phong rất riêng của anh.

Về thể loại, nhiều người băn khoăn, bàn luận không biết nên xếp các tập truyện *Tưởng chừng đã quên, Ngôi nhà số 11, Màu tím hoa mua...* vào thể loại nào? Tiểu thuyết, truyện ngắn, tản văn, tạp văn, du ký, tự truyện, truyện ý tưởng, hồi ký... đều không phải. Nói một cách chính xác, chúng là tập hợp của tất cả các thể loại ấy. Và, chúng tạo ra một thể loại của riêng tác giả. Tôi gọi đó là thể loại Nguyên Minh - thể loại "những trang viết rời". Thể loại của người viết văn chứ không sáng tác.

Về đề tài, Nguyên Minh không chọn đề tài như những nhà văn khác, mà đề tài chọn anh. Bởi, những gì anh viết là cuộc đời, là số phận của anh. Đó là cuộc đời riêng với tuổi thơ êm đềm thanh thản, tuổi thanh niên sôi nổi lãng mạn, tuổi trung niên lao đao trầm uất, tuổi lão niên ấm áp bình yên. Đó còn là cuộc đời chung với gia đình lớn, ngôi nhà lớn, bạn bè lớn... mà số phận đã đặt anh vào đó, cho anh nếm trải đủ cay đắng ngọt bùi. Với chừng ấy chất liệu, chừng ấy vốn sống,

Nguyên Minh không nhào nặn lại hiện thực để hư cấu, sáng tác, mà anh viết lại hiện thực, đánh thức kỷ niệm; đưa người đọc đi vào cuộc đời anh, vào tâm hồn anh như nó vốn có. Vậy nên, gia đình, tình yêu, tình bạn, hoạt động văn chương là những đề tài trở đi trở lại trong văn của Nguyên Minh. Chúng rất gần gũi, đến mức dù quay trái hay quay phải, với trước hay với sau cũng đều có thể tiện tay nhón lấy. Xem ra, những đề tài kiểu này rất đơn giản, rất dễ kiếm, không thách đố, không phí công.

Đến đây, chắc bạn đọc (và cả anh Nguyên Minh nữa) sẽ cho rằng, vậy thì xem ra Nguyên Minh lạc loài và đơn điệu thế sao? Khoan vội kết luận. Còn nhân vật và văn phong nữa mà!

Nhân vật và văn phong là điểm mấu chốt làm cho thể loại và đề tài - hai yếu tố rất chung chung ấy trở nên riêng biệt, cá biệt.

Điều gì thôi thúc Nguyên Minh cầm bút? Hồi ức! Mà có hồi ức nào không chất chứa kỷ niệm vui buồn, có kỷ niệm nào không gắn với hình ảnh cố nhân. Từ dòng hồi ức tuôn trào của anh, bao nhiêu gương mặt thân quen nối nhau hiện ra trên trang viết. Nhân vật của Nguyên Minh đa phần là con người thực, đều là những "người đi qua đời tôi" cả. Cha mẹ, anh chị em, bạn bè, người yêu, người vợ, người con... Kẻ còn người mất, họ đi lại đến nát nhừ các trang giấy, bước từ tập truyện này sang tập truyện khác. Từ người thân của anh, họ trở thành người quen của độc giả. Và qua họ, độc giả có thể nhận thấy những thăng trầm của cuộc đời và tâm hồn mẫn cảm của anh, tình cảm thiết tha đằm thắm và sáng trong của bạn bè anh, vẻ hiền lành và đơn côi một cách kiêu hãnh của người anh yêu, vẻ nhu mì hiền thục của người vợ hiền... Tất cả họ đều mang đến cho người đọc một mối thiện cảm lớn, họ không ám ảnh, mà thực sự lắng lại trong lòng người đọc. Anh viết về họ với tất cả yêu thương, trân trọng và trìu mến. Và tâm đã truyền tâm, người đọc cũng đón nhận họ với những tình cảm đẹp đẽ như thế.

Nhân vật của Nguyên Minh còn có khả năng khơi mở nhận thức của người đọc về những vấn đề lớn của lịch sử, thời cuộc, gia tộc. Những căng thẳng giữa mẹ con, anh em là vết thương lớn của một dân tộc từng đi qua cuộc chiến tranh nghiệt ngã. Mây Trôi tượng trưng cho những mất mát, gãy đổ tuổi xuân của một thời vì "cổ lai chinh chiến kỷ nhân hồi". T. là điển hình của một "tình yêu trong sáng". L. Người vợ hiền là hình mẫu của người phụ nữ tôn thờ chồng. Bạn văn chương của anh từ thời *Ý Thức* đến *Quán Văn*, từ quá khứ đến hiện tại, từ trong nước đến ngoài nước đều là những người đáng mến, đáng trân trọng. Họ thể hiện sự cần thiết của văn chương đối với đời sống con người, thể hiện tấm chung tình của những người đam mê và trân quý văn chương. Dù cho sóng gió và dâu bể cuộc đời quăng quật họ đến đâu, giày xéo họ thế nào, thì tình yêu ấy vẫn không hề vơi cạn. Vì thế, rất nhiều bạn văn trong trang viết của Nguyên Minh đều là những người biết sống đẹp. Sống đẹp vì mình, vì người khác và vì văn chương. Họ không coi văn chương là cần câu danh lợi hay là món trang sức điểm tô cho cuộc sống phú quý, không coi văn chương là sự biện minh đẹp đẽ cho lối sống kiểu nghệ sĩ bê tha buông thả, không đặt văn chương trong miếu đường để tôn thờ khi vinh hiển, không ném văn chương ra đường khi túng bấn khốn cùng. Với họ, văn chương là động cơ hướng mỹ, là khát khao lãng mạn của tuổi trẻ, là an ủi yêu thương của tuổi già. Và trên hết, với tác giả và bạn bè của mình, văn chương là sợi dây kết nối yêu thương, nối một với tất cả, nối muôn xưa với muôn sau, nối khoảnh khắc với vĩnh hằng, nối những khoảng cách hữu hình và vô hình của lịch sử, thế sự, con người. Viết về những người thân quen của mình theo lối "thuật nhi bất tác" (chỉ thuật lại chứ không sáng tác), nhưng từ những nhân vật rất thật, rất đời của Nguyên Minh, ta sẽ nhận ra nhiều điều khác của thế sự và nhân sinh, của mỗi con người và cả một thế hệ, mỗi gia đình và cả một dân tộc. Đạt được điều đó đã là dấu son của người viết.

Văn phong của Nguyên Minh là thứ văn phong được viết bằng tình cảm, cảm xúc chứ không phải bằng lý trí. Anh nặng lòng với quá khứ, bởi vì như bao người thuộc thế hệ anh, trong quá khứ ấy có những điều đốt mãi chẳng thành tro, những điều chấn động tâm can, vò xé ruột gan. Chúng không ngủ yên mà luôn luôn quẫy đạp, "tưởng chừng đã quên" nhưng không thể nào quên. Tôi đoan chắc anh không chọn đề tài, thể loại, sắp đặt sự kiện, lựa chọn cấu trúc trước khi viết. Anh nhiều lần cho rằng, viết đối với anh là trả nợ tình. Vì vậy, khi nào tiếng đòi nợ réo gọi trong tâm tưởng, anh sẽ bắt tay vào viết. Và khi ấy, ký ức trỗi dậy, cảm xúc tuôn trào. Chúng sẽ níu gọi nhau, chen lấn nhau, xô đẩy nhau hối thúc anh, điều khiển ngòi bút của anh, tạo nên thứ văn phong của riêng anh.

Văn của Nguyên Minh giản dị, nhẹ nhàng, hiền lành, man mác buồn, bàng bạc chất thơ, giàu chất tĩnh hơn chất động. Có những câu đơn giản nhưng đầy tinh tế, vì qua đó, ta nhận ra tâm hồn của người viết. Tôi thực sự xúc động và mến phục khi anh kể về nỗi thất vọng của anh khi ăn một tô bún bò xứ Huế thiếu ruốc *(Những trang viết rời)*. Chỉ cần một chi tiết, tiểu tiết ấy, cũng đủ nhận ra sức nặng tình quê trong anh. Và, người biết cảm nhận những điều tưởng như nhỏ nhặt ấy, chắc chắn là người có tình lớn. Ở những đoạn biểu đạt cảm xúc, câu văn thường ngắn, cực ngắn như sự nghẹn ngào: "Mưa xứ Huế. Dầm dề. Lạnh lẽo. Não ruột. Tê tái." *(Bèo trôi giữa dòng)*; Có gì khác không? Người con gái năm xưa. Người thiếu phụ bây giờ." *(Sợi tóc mong manh)*; "Cảnh cũ đâu còn. Người xưa trở về. Lòng như tan nát. Ngỡ ngàng cuộc bể dâu... Con đường trơ trên, đang bị những cỗ máy ủi cày xéo từng rãnh... Tôi rùng mình tưởng chừng những linh hồn đứng từ hàng đoác kia bị bốc đi, dập xuống, lấp lại. Xóa hết tàn tích cũ..." *(Những trang viết rời)*. Đọc văn anh, ta như được nghe một bản nhạc cổ điển với âm lượng nhỏ. Và thổn thức, dìu dặt, bồi hồi, say đắm, day dứt cùng anh. Anh không làm dáng chữ nghĩa, không dùng bút thuật, ngay cả khi chêm chen thơ nhạc vào, cũng là vì tình cảm dẫn dắt. Nhưng anh có cái lôi cuốn của hồn câu chữ. Nó tạo nên trong người đọc một cảm xúc nao nao khó tả, cảm giác như thấy mình "đang có lỗi với ai khi nghe một bản nhạc hay" bằng một thứ mỹ cảm chân thật. Bởi "chất tình" giàu hơn "chất sự" nên dù đọc nhiều truyện, nhiều tập văn của Nguyên Minh, nhân vật, sự việc có lặp lại, ta cũng không cảm thấy nhàm chán. Ngược lại, ta thấu cảm hơn, yêu mến hơn người và cảnh, tâm và tình của người viết lẫn nhân vật, khung cảnh.

Trong rất nhiều bình luận về văn của Nguyên Minh, tôi tâm đắc nhất nhận định của nhà văn Lữ Kiều: "Anh không thao thức về văn chương. Viết, đối với anh, như ăn, như thở, như bệnh, như đau bụng, như ói mửa. Anh không suy nghĩ về văn chương, anh làm văn chương." *(Tự tình gửi bạn văn Ý Thức)*. Đúng vậy. Anh không sáng tác, anh chỉ làm văn chương, anh chỉ viết - ghi lại. Và anh cho ta nhận ra một điều, sự giản dị, chân thành (dù có khi chân thành một cách vụng về) cũng là giá trị đích thực của văn chương. Người sáng tác có thể gác bút vì khô cạn cảm hứng, người viết văn như Nguyên Minh thì không thể, vì viết đối với anh là sự sống, là hơi thở. Như con tằm nhả tơ, anh sẽ còn tiếp tục rút ruột trải lòng, vắt kiệt mình ra. "Con tằm đến thác tơ còn vướng", nên ta sẽ còn bị vương vít bởi những sợi tơ chan chứa tình đời, tình người từ văn chương của anh.

(1) *Thơ trong bài Vô đề của Lý Thương Ẩn đời Đường*

Nguyễn Thị Tịnh Thy
Nhà Lý luận - Phê bình văn học
Sinh năm 1970
Tại Thừa Thiên – Hiện sống ở Huế

NGUYỄN LỆ UYÊN
NGUYÊN MINH VÀ NHỮNG KHÚC HOÀI NIỆM

Đến với nhau trong văn chương không phải là sự tình cờ. Và vì vậy, khi Nguyên Minh đến với thế giới chữ nghĩa là mang đến cả một niềm đam mê không biết mệt mỏi. 18 tuổi anh và bạn bè làm tờ Gió Mai ở Huế. Và từ đó đến nay anh có hơn 50 năm tuổi nghề, mặc dù có những lúc, thời gian đã chặn anh lại nửa đường. Nhưng thời gian mang những dấu ấn lịch sử kia đã không thể trói tay chân, đầu óc anh. Hết Gió Mai, ở Phan Rang anh lại cùng Ngy Hữu và bạn bè ra tờ Ý Thức, tờ báo in ronéo đẹp nhất miền Nam thời bấy giờ và cũng tập trung đông đảo người viết trẻ nhất.

Cả cuộc đời Nguyên Minh không thể thiếu mùi mực in, mùi giấy và kim chỉ. Vắng chúng chừng như anh không thể nào sống nổi thêm giây phút nào nữa, như một Trần Hoài Thư ở New Jersey vừa khâu sách trên bàn ăn tối vừa tiếp bạn xa! Thời in ronéo chấm dứt, có lúc Nguyên Minh thẫn thờ như kẻ mất hồn giữa thị trấn tràn gió và cát bay. Anh quyết định bỏ Phan Rang, chốn quê nhà yêu dấu của mình, vào Sài Gòn để làm một điều gì đó cho văn chương, cho tuổi trẻ. Vậy là Ý Thức từ ronéo chuyển sang in typo, rồi offset, có nhà in riêng hẳn hoi, có thư ký tòa soạn, có nhân viên phát hành... đặt tại 666 Phan Thanh Giản (Điện Biên Phủ). Phải thừa nhận công sức anh bỏ ra khá nhiều cho Ý Thức, nhưng từ nội dung tới hình thức chưa được một chỗ đứng "xứng tầm" trong làng báo văn học ở miền Nam thời kỳ văn chương phi lý, hiện sinh lẫn với tình tự dân tộc... đang nở rộ. Có lúc tôi bạo miệng đề nghị anh xem lại và mạnh dạn làm một cuộc cách mạng cho tờ báo. Là nói vậy chứ trong đầu cũng chưa hình dung sẽ cách tân thế nào (nếu như Nguyên Minh giao chuyện cách tân đó cho tôi)?

Hết giờ dạy giữa cuối tuần, từ Mỹ Tho phóng xe về, tôi lôi xệch Nguyên Minh ra quán cà phê cóc trong con hẻm bên kia đường, trước mặt tòa soạn và đưa ra ý kiến thay đổi khổ báo từ chữ nhật ra khổ vuông, thêm các mục biên khảo, phê bình, triết học... bìa in trên giấy couché láng và nhờ họa sĩ trình bày thật đẹp để bắt mắt độc giả. Nguyên Minh chỉ ngồi yên và nghe. Nghe mà không có ý kiến gì. Không nói lại, đồng nghĩa với sự không bằng lòng về kiểu cách tân của tôi đưa ra? Nguyên Minh đứng lên. Tôi đứng lên. Hai ly cà phê chưa động muỗng. Anh bước qua đường vào tòa soạn. Tôi dắt xe chạy về Phú Nhuận. Hai tháng sau đó tôi không hề đặt chân về ngôi nhà Ý Thức với tâm trạng một cậu bé con, nên không biết ông Lê Ký Thương, Thái Ngọc San có còn ngồi gò lưng sửa bài, trả lời thư độc giả và những ai đến ai đi?

Đùng một cái, trên Ý Thức số xuân 1971, nơi trang bìa 4, thấy mẫu quảng cáo, nguyên văn: " ... *một thay đổi táo bạo hình thức lẫn nội dung. Đáp ứng nỗ lực phấn đấu cho hoài bão văn học nghệ thuật*". Đó là thời điểm cuối năm, Ý Thức tổ chức tất niên tại nhà cô chủ nhiệm Nguyễn Thị Yến, gần cầu Calmette, có mặt Huỳnh Hữu Ủy, Nguyễn Ban, Nguyên Minh, Nguyễn Lệ Tuân, Trần Nhựt Tân, Cao Hữu Huấn, Thế Thủy, Hồ Thanh Ngạn và Trần Hoài Thư. Chúng tôi ngồi vòng tròn dưới nền, chai Napoléon đặt ở giữa và thức ăn chung quanh. Trên bàn là chồng báo xuân Ý Thức. Cô chủ nhiệm lấy từng cuốn đề tặng anh em, rồi tất cả anh em có mặt đều ký vào như thể một lời cam kết sẽ "nỗ lực phấn đấu từ hình thức đến nội dung". Và quả thật sau đó, số tân niên 1971, Ý Thức thay đổi khổ báo và cả nội dung, phát hành đều đặn 2 số/tháng cho đến ngày anh em chia lìa, tan tác.

Nhắc lại chút chuyện cũ, để thấy rằng, Nguyên Minh đến với văn học bằng cả tâm hồn và tấm lòng, cùng niềm đam mê rực lửa.

Có lẽ, do quá bận bịu với công việc in ấn, phát hành nên suốt cả thời gian này Nguyên Minh không viết được gì nhiều, ngoài tập truyện dài thiếu nhi *Đám tang đa đa*. Và rồi, sau ngày u ám kia Nguyên Minh có thời gian nhiều hơn cho việc viết lách, mặc dù anh cũng phải chạy chợ từng ngày như bao nhiêu người khác để nuôi sống vợ con.

Bốn tác phẩm được in sau năm 1975 là một nỗ lực được ghi nhận một cách trân trọng đối với Nguyên Minh: *Căn nhà hoang* (2000) – gồm những truyện ngắn viết trước năm 1975, *Nhập vai* (2008), *Tưởng chừng đã quên* (2007) và gần đây là *Ngôi nhà số 11* (2009).

Truyện của Nguyên Minh không có gì mới lạ, nói theo cách nói của các nhà văn mang dòng văn học hiện sinh vào miền Nam để thổi bùng ngọn lửa sáng tạo, đứng về phía cái mới, cái hiện đại, xóa đi cái bóng ma của Tự Lực Văn Đoàn kéo dài mãi sau này với *Giòng sông Thanh Thủy* của Nhất Linh, hay một Đỗ Tốn, Vũ Hoàng Chương, Đinh Hùng.... thì Nguyên Minh vẫn là một Nguyên Minh điềm tĩnh trên từng trang giấy với những hoài niệm về một quá khứ xa gần, trong đó nổi đậm lên những tình cảm bè bạn, quê nhà, cha mẹ, miền đất, dòng sông, con phố; thứ đến là mối tình với cô nữ sinh tên T. mấy mươi năm năm sau vẫn sâu nặng, không thể quên... Cho nên khi đọc Nguyên Minh là đọc về cuộc đời anh, về quá khứ của anh cùng những bi khúc rời của cuộc đời đưa đẩy, nổi trôi. Truyện ngắn *"Tưởng chừng đã quên"*, đồng thời là tên chung cho cả tập truyện dày 256 trang là những hồi tưởng về công việc của mình trong quá khứ. Đó là niềm say mê được làm báo. Làm báo không phải để kiếm sống như bao người khác có tí chút nhuận bút còm, mà là niềm say mê tưởng đã ngủ yên trong quên lãng nay bỗng nhiên nổi dậy như những đợt sóng vỗ vào bờ. Mẩu đối thoại ngắn trong truyện này đã phác họa chân dung một Nguyên Minh có một không hai trên đời này: *"Ba may cái gì vậy?/ Tôi trả lời nhát gừng/ Sách/ Hồi giờ con không thấy ba may. Bộ ba biết đóng sách hả?/ Đừng hỏi, để ba yên/ Một vài lần mũi kim châm vào đầu ngón tay tôi, đau nhói. Ba mươi năm tôi không sử dụng tới. Công việc tôi làm đâm ra vụng về. Nước mắt cay cay. Ừ. Mình đã già. Tôi lục đục tìm mãi hộp hồ mới đây thợ dùng còn bỏ dở. Vợ tôi moi nó ra từ một góc kệ. Nàng cũng ngạc nhiên hỏi:/ Sao anh không đưa xuống bảo thợ dán gáy cho?/ Tôi cầm lấy hộp hồ, trả lời vội rồi bỏ vào phòng/ Anh thích tự làm lấy.../ Ba đưa thợ làm vừa nhanh vừa đẹp mà ba đỡ mệt/ Tôi bực dọc/ Mày biết gì, tao thích vậy"*. (Tưởng chừng đã quên, trg 10-11).

"Mày biết gì, tao thích vậy". Câu trả lời cho đứa con của anh trong truyện cũng là câu trả lời với bạn bè tại sao suốt ngày anh cặm cụi trong căn phòng chỉ rộng chừng 9 mét vuông, với nào là máy móc, giấy mực, dao xén, máy đóng chỉ, sách báo chất ngổn ngang...? Như thuở nào, niềm đam mê ấy đã cuốn hút anh đến nỗi đã hẹn trước với T. người yêu bé nhỏ, đi ăn sáng anh cũng quên mất? Sau đó bào chữa một câu, mà trong tình yêu, không dễ gì tha thứ: *"Không đi ăn sáng giờ ăn trưa vậy, thôi đi em"*, rồi thay vì chở nàng đến nhà hàng hay quán ăn nào đó thì anh lại đưa T. tạt ngang qua tòa soạn, như thể nơi đó là khối nam châm khổng lồ cuốn hút lấy anh. Không nhân viên nào có mặt, anh lại bắt người yêu ngồi sửa bản in, cuối cùng thì hai người ăn cơm hộp tại chỗ?! Trên đời này, hiếm có người nào như nhân vật "Tôi" của Nguyên Minh. Vậy mà có đó. Đó là hiện thân của anh, người luôn thao thức với công việc in ấn, sách báo: *"Cả một khoảng đời dài, một phần tư thế kỷ, chúng tôi đã ngừng bút. Trong những buổi họp mặt đó, tôi chỉ ngồi lặng câm, không nở nổi một nụ cười. Những mộng ước văn chương còn dang dở. Sao không ai nhắc đến món nợ phải trả. Cuộc chơi cay nghiệt của thời tuổi trẻ đã từng làm tôi đam mê đến nỗi đã đánh mất đoạn kết tốt của một mối tình."* (Tưởng chừng đã quên, trg 15).

Những hồi ức về một thời trai trẻ cứ lướt thướt trôi qua. Anh lại nhớ về người cha ham mê đá gà và bóng đá, về người mẹ và sau này là người chị ruột với những canh bài tứ sắc. Cha mẹ người trước người sau qua đời bằng nhiều cách khác nhau: bệnh tật, tự tử bằng thuốc ngủ... đã để lại trong tâm hồn anh một khoảng trống. Và cái khoảng trống ấy là nỗi khắc khoải trong cơn mộng du cuộc đời. Hình ảnh những người thân mãi ám ảnh anh bằng giọng văn kể chuyện trầm tĩnh, không than oán, không chút giận hờn, để người đọc hiểu rằng, với những người chung quanh anh như thế, sự chọn lựa con đường văn chương cho riêng mình và mọi người là con đường đẹp, phủ đầy cỏ lạ hoa thơm.

Nhân vật "Nữ tặc" trong truyện *"Mây trôi"* là nhân vật đặc biệt, khiến tôi nhớ đến các nhân vật của Duyên Anh, Nguyễn Thụy Long nhưng khác một chỗ: Cô ta là người có học, buồn đời, buồn chán chiến tranh kéo dài đã giáng xuống cuộc đời cô bởi cái chết của người yêu ngoài mặt trận. Vân Phi duyên dáng, đẹp ở thời khắc ban đầu bỗng trở nên "dữ dội" ở giai đoạn là "Nữ tặc" với đám đàn em quậy phá các quán cà phê, với những điếu thuốc nhả khói vòng tròn, uống một lúc hai ly cà phê đen không đường! Nhưng trong một khoảnh khắc tiếp cận với cái Đẹp khi quán cà phê Tao Nhân của Nguyên Minh tổ chức một đêm nhạc của bạn mình, Trịnh Công Sơn thì "Nữ tặc" lại hiện nguyên hình là một người nữ hiền thục, và "Nữ tặc" đã hát, vừa đàn vừa hát, hát hết bài này đến bài khác đến nỗi chính tác giả của nó cũng phải kinh ngạc: *"Tiếng hát buồn quá, nghẹn ngào, tiếc nuối, trông ngóng. Tôi ngồi dậy, châm một điếu thuốc. "Chiều chủ nhật buồn, nằm trên căn gác đìu hiu... Ô hay mình vẫn cô liêu... Chiều một mình qua phố, âm thầm nhớ nhớ tên em...". Hết bài hát này nối tiếp ngay bài khác. Tôi không thể ngờ người con gái mà cả thị trấn nhỏ bé này muốn giẫm nát nàng khi nàng muốn đứng dậy sau khi ngã gục xuống bên lề đường phố, lại có một giọng ca truyền cảm như thế"* (Tưởng chừng đã quên, trg 131-132). Nhân vật nữ kia với chỉ một đêm gặp nhau qua giọng hát trình bày những bản tình ca của mình khiến Trịnh Công Sơn cũng phải ngạc nhiên, sau này hỏi lại: *"Cô ấy giờ ở đâu?/ Tôi hỏi lại: Cô nào?/ Cô Mây Trôi... Sơn kể: Có vài lần ngang qua thị trấn đó, mình nhớ đến quán Tao Nhân nhớ đến cô gái đã hát cho mình nghe những bản tình ca của mình. Hồi đó mình hỏi tên, cô nói cứ gọi cô là Mây Trôi/ Té ra, Vân Phi của mọi người, còn Mây Trôi chỉ của Trịnh Công Sơn."* (Tưởng chừng đã quên, trg 133-134)

Nhiều người đọc truyện ngắn *"Mây trôi"* trong tập truyện này (TCĐQ) ít nhiều đều cho Nguyên Minh "triết lý" về cõi vô thường, về có về không, về xấu về đẹp trong cuộc sống đầy rẫy những hệ lụy này. Riêng tôi, tôi không nghĩ thế. Cả đời Nguyên Minh chưa hề triết lý với ai, bất kỳ cái gì hiện hữu trong cuộc sống, trước mắt anh, bởi nhân vật Vân Phi, Nữ Tặc, Mây Trôi là có thật trong giai đoạn lịch sử dữ dội nhất. Sự phi lý của chiến tranh mà cô cảm nhận đó đã khiến cô gái đớn đau, thất vọng và không tin vào bất cứ điều gì, cho nên từ một cô giáo hiền thục trở thành một Nữ Tặc chỉ là điển hình của những con người đang phải gồng vai gánh những khổ nạn... Riêng cô, Vân Phi hay Nữ Tặc hay Mây Trôi trong đời sống, đã chuyển động theo từng trạng thái khác nhau, nhưng cô không hề đánh mất chất Người trong bản thân cô, khi người đọc "nghe" cô hát hết những bài tình ca này đến bài tình ca khác, như để giải tỏa những ẩn ức cho căn bệnh thời đại đang ẩn náu trong chính mình.

Đậm đặc nhất trong *Tưởng Chừng Đã Quên*, có lẽ là truyện *"Những linh hồn đứng"*. Đọc hết truyện, mà đọc trong đêm khuya, ta dễ có cảm giác gai lạnh sống lưng, như lạc vào mê đồ ma quái. Nhân vật chính ở đây không phải là Phan, là chị Chi, là Tôi hay Hoàng Nga... mà là cây đoác, một loại cây họ dừa, giống như cây chà là, mọc hoang trên rừng núi. Nhưng cây đoác của Nguyên Minh thì không mọc hoang, nó được trồng ngay hàng thẳng lối đằng sau khu nhà xác bệnh viện Huế. Những đêm trăng sáng, nghe tiếng gió hú rít từ sông Hương dội về qua những tàu lá, thân cây âm thanh nghe ma quái, ghê rợn. Những thân cây ấy không chỉ là loài thảo mộc mà nó là chứng nhân của lịch sử hãi hùng, hứng chịu mọi tai họa. Cách ẩn dụ nhẩn nha của Nguyên Minh khi lồng vào câu văn kể chuyện như thế dẫn dắt người đọc đi trong bóng đêm lờ mờ, ẩn hiện những hình bóng như có mà như không có, cái thứ hình bóng của địa phủ âm ti hiện về: *"Thả người ngồi xuống giữa lòng đường nhựa, nhìn những cây đoác vẫn trơ trơ, bất động giữa trời đất, Phan thốt lên rất khẽ nhưng cũng đủ cho tôi nghe: "Như những linh hồn từ đâu đó vất vưởng nhập vào những hàng cây đoác này đứng sững sờ giữa đêm trăng"... Tôi rợn cả người, như có một luồng khí lạnh buốt xuyên thấu vào tim. Hình như tôi cũng cảm nhận như Phan nói, có một bóng, một người trùm áo dài trắng mỏng dính, khuôn mặt người đàn bà sao tôi thấy quá quen thuộc, chân lướt đi không chạm mặt đất, cứ thẳng đến gốc cây đoác đầu đường, và chạm vào đó rồi tan biến mất. Tôi nhận ra bóng dáng của mẹ tôi. Còn Phan linh cảm điều gì? Sau một đêm thao thức, trên bàn viết ở một góc phòng của chúng tôi, Phan xếp đầy những trang bản thảo của một truyện ngắn. Phan đưa cho tôi đọc. Bấy giờ tôi mới hiểu, cũng như tôi Phan mơ hồ chợt nhận ra cái bóng của người đàn ông mặc bộ đồ bà ba đen vất vưởng từng bước chập choạng nhập vào thân cây đoác và tan lẫn mất. Phan không nhận được khuôn mặt đó quen hay lạ vì nơi màng tang người đó tuôn ra một dòng máu chảy. Loang lổ một màu đỏ cả châu thân..."* (Tưởng chừng đã quên, trg 168) .

Những cây đoác kia, một người thì nhìn thấy như bóng người đàn bà bước tới, không chạm đất và nhập vào đó, người kia lại thấy như hình bóng người đàn ông là cha mình đã chết vì một viên đạn khi ông từ chiến khu về thăm nhà! Và qua hàng cây đoác lờ mờ trong đêm là bóng người không nhận ra quen lạ, chỉ thấy dòng máu đỏ ở màng tang, loang lổ cả châu thân... "Tôi" đã ân hận vì không kịp về khi động quan người mẹ thân yêu và Phan thì chỉ biết lờ mờ về cha mình theo lời kể lại của mẹ. Những ám ảnh đen đúa một đời đeo đuổi họ, khi hoài nhớ lại những kỷ niệm xa xưa về người thân, về bạn bè đứa bên này, đứa bên kia bị dòng lịch sử cuốn hút, phũ phàng và cuối cùng nhấn chìm xuống đáy vực máu me? Nhớ về chốn xưa, rồi tự hỏi: *"Bao nhiêu năm qua tôi vẫn tự hỏi: "Tại sao Phan lại đặt cái tên Những linh hồn đứng cho một con đường nên thơ. Những linh hồn đứng đó là ai? Tại sao lại đứng? Có phải đó là những linh hồn của những người thân yêu chết tức tưởi trong cuộc chiến tranh thế hệ chúng tôi phải gánh chịu?"* (Tưởng chừng đã quên, trg 178).

Năm 2009, Nguyên Minh lại cho xuất bản tiếp *Ngôi nhà số 11*. Có thể gọi đây là tập truyện ngắn cũng được, mà gọi là truyện dài có chương hồi cũng xong. Bởi 6 phần trong tác phẩm này đều dùng giọng văn tự sự, để kể lại cho bạn đọc về cuộc đời của những người thân yêu trong gia đình, về bạn bè và những hoài nhớ một thời trai trẻ của anh. Tác phẩm được khởi đầu bằng truyện Ngôi Nhà, tức Ngôi Nhà Số 11. Nơi đây anh từng có quãng đời thơ ấu lẫn trưởng thành rất thơ mộng. Thơ mộng bởi tuổi thơ gắn liền với bãi cát mênh mông, trắng xóa của con sông Dinh, phía bên này cầu Đạo Long, với ngôi đền của người Hoa, với ngôi thánh đường một thời in dấu chân hai người trên những thềm cao để nhìn nhau, nhưng rồi không được nhìn về một hướng. Không được nhìn về cùng hướng khiến anh rưng rưng hồi tưởng lại những giây phút êm đềm bên nhau, giờ đã hút xa mịt mờ những mất mát.

Chuyến trở về thị trấn nhỏ, anh mang tâm trạng của kẻ lúc mới bỏ xa nó, nghĩa là đầu óc anh vẫn nghĩ cái thị trấn bé nhỏ này vẫn lưu giữ một cách nguyên vẹn những hình ảnh anh mang theo lúc mới khởi hành. Khốn thay mọi chuyện đều thay đổi. Bãi cát mênh mông kia, có lúc là khu nghĩa địa bỗng biến thành con đường thẳng tắp, nhà cửa cao ngất ngưởng hai bên. Và cả căn nhà yêu dấu của anh chị em anh thời thơ ấu cũng biến dạng, méo xệch đi, giờ là nơi người em kinh doanh. Anh quay lại căn nhà cũ kỹ nhất của mình: *"Đêm nay, tôi không trở lại ngôi nhà mới của em tôi. Tôi muốn ngủ lại nơi căn nhà yêu dấu này, bao nhiêu khuôn mặt thân yêu của ba tôi, mẹ tôi, các anh chị tôi, cùng người tình cũ và bạn bè tôi cứ lần lượt hiện ra, từ trong cõi lòng, từ lâu họ nằm tận đáy sâu, giờ có dịp trỗi dậy"*. (Ngôi nhà số 11, trg 11).

Nguyên Minh không chấp nhận những thay đổi của kỷ niệm, của một thời anh từng sống, hít thở. Cho nên khi trở về, nhìn thấy thị trấn xưa của mình bỗng lộng lẫy, cao ngất, bề dáng... anh cảm thấy như bị xúc phạm khi mất đi tiếng khua móng ngựa *"... bến xe ngựa lưa thưa vài ba chiếc, lọc cọc chở khách chạy trên những con đường đất đỏ nham nhở những sỏi đá"*. (Ngôi nhà số 11, trg 6).

Kết thúc câu chuyện, anh vẫn giữ nguyên ý tưởng ban đầu, thị trấn xưa, căn nhà xưa vẫn là nơi chốn yêu dấu nhất đời mình, không hề đổi thay trong cõi lòng, nó cứ vẫn tồn tại bằng những kỷ niệm của những người thân yêu vây quấn lấy anh: *"Trước khi thân xác tôi tan biến mất, chập chờn những bóng ma thân yêu là mẹ tôi, ba tôi, chú Vĩnh, anh Chín, anh Tân đang nắm tay nhau xoay tròn quanh tôi. Như một vòng chắn không cho tôi thoát ra khỏi ngôi nhà số 11 này"* (Ngôi nhà số 11, trg 14).

Như vậy ngôi nhà số 11 của anh là nơi chốn thiêng liêng nhất, huyền nhiệm nhất từ trong tâm thức sâu thăm thẳm của kẻ đã lỡ vuột mất nó. Và họ, những người thân chính là những bóng ma kỳ diệu và thiêng liêng kia, một cách gọi gây chút ngạc nhiên đến sững sờ cho người đọc!

Trong lời bạt viết cho tập Chàng Nho Sinh Dưới Gốc Tùng, Nguyên Minh đã viết như thế này: *"Viết như một thú tội. Viết như đi tìm hạnh phúc. Sau 25 năm tôi cầm bút trở lại tôi mới nhận ra điều này. Ngoài ra, với tôi, bây giờ, **viết như trả nợ**. Món nợ mà tôi đã mang nặng trong lòng về những người đã ra đi vào đời tôi. Và..."*.

Với anh, chuyện cầm bút trở lại sau 25 năm, anh thú nhận: viết như *ăn năn, thú tội* đồng thời là *hạnh phúc*, và bởi vậy anh phải *viết như trả nợ*. Ta mới đặt câu hỏi: Anh nợ gì và nợ ai đây?

Tôi cũng có nhiều bạn như ai: Bạn là anh giáo quèn, anh nhà văn, anh thầy thuốc, kẻ bán buôn... thậm chí cũng có vài người bạn bặm trợn, từng giang hồ tứ chiếng, thống lãnh một cõi và ai trong số họ cũng có lần nói với tôi: Nợ, tôi mắc nợ nhiều lắm!

Cũng dễ hiểu. Bởi anh thầy thuốc là để cứu người bằng "dao kéo"; anh nghệ sĩ là cứu đời bằng ngôn ngữ, màu sắc, âm thanh; anh nhà giáo là cứu lấy từng thế hệ bằng bụi phấn... Ở đây Nguyên Minh mắc nợ cuộc đời của chính mình, và anh phải dùng ngôn ngữ để trả nợ bằng những tác phẩm tự mình viết ra.

Và hỏi thêm: Nguyên Minh đã trả hết nợ chưa? Chắc chưa. Tôi nghĩ vậy. Vì các truyện sau đó anh đều xoay quanh những người thân yêu ruột thịt của mình là cha mẹ, anh chị... cùng tí chút bạn bè, người yêu buổi đầu đời.

Truyện Ông Bầu, anh xoay quanh cuộc đời cha mẹ anh từ khi lấy nhau, trải qua những nơi chốn họ nương thân. Anh vẽ lại căn nhà dưới chân tháp Nhạn với bầy khỉ để có dịp cha anh làm "anh hùng cứu mỹ nhân" rồi cùng mỹ nhân sóng đôi cả cuộc đời. Tính cách người cha trong Ông Bầu cũng khác lạ, dám chửi thẳng vào mặt quan chức người Pháp: *"... có lần ông mắng ba tôi là đồ An-nam-mít, đồ mọi. Ba tôi không dằn được cơn giận nên đã thoi vào mặt ông ta và bảo: Đồ thực dân."* (Ngôi nhà số 11, trg 23).

Những truyện sau trong Ngôi Nhà Số 11, anh đều mượn vị trí của các cầu thủ bóng đá để tạ tội với người thân, bạn bè. Đó là trường hợp Tôi giận dữ khi nghĩ rằng anh Tỵ đã làm chết chị Giỏi và Tôi đã khóc khi mãi sau này mới khám phá ra anh Tỵ đã mắc bệnh phong: *"Anh hỏi tiếp hiện nay anh Tỵ sống ra sao? Tôi đưa hai bàn tay những ngón tay cong quắt giả làm bàn tay của người cùi đã bị sứt mất mười lóng tay quờ quạng vào không khí. Rồi, tôi kể lại cái chết của anh Tỵ cùng mối tình anh đã mang theo."* (Ngôi nhà số 11, trg 54).

Đó cũng là trường hợp của người anh ruột tên Thương, khi trở về đã phủ nhận những kỷ niệm thời xa xưa mà mẹ và Tôi đã chắt chiu gìn giữ cho Thương. *"Mà mẹ giữ nó lại làm gì? Sao không hủy đi những thứ nhạc vớ vẩn này/ Lúc này tôi giận anh vô cùng. Tay chân tôi run lên. Máu trong cơ thể tôi chạy rân rân. Anh Thương vất tập vở chép nhạc đó xuống đất. Tôi, hình như nghe tiếng kêu, từ một cõi xa xôi nào đó, vọng vào tim mình. Thảng thốt. Rên rỉ. Đau đớn. Khuôn mặt buồn phiền, thất vọng. Đôi mắt ngẩn ngơ. Rớm lệ. Từng giọt nước mắt rơi xuống. Của mẹ tôi. Theo từng trang giấy lật tung lên."* (Ngôi nhà số 11, trg 111). Nhưng, qua thời gian và trên giường bệnh, cuối đời anh Thương cũng nhận ra những sai lầm ngu ngốc của mình ngày trước về những kỷ niệm: *"Một giọt nước nóng hổi của anh rơi xuống vai tôi. Rồi tiếng nấc nghẹn ngào từng hồi tuôn ra/ Cuối cùng anh mới mấp máy: tập vở chép nhạc..."* (Ngôi nhà số 11, trg 116).

Nguyên Minh còn tạ tội với những Khánh, những Hữu, những T. và những Hắn: *"tóc hắn bạc phơ. Cặp kính cận càng ngày càng dày thêm. Hắn cũng vừa bị cho thôi việc..."* (Ngôi nhà số 11, trg 225).

Tôi nghĩ rằng, những điều mà anh gọi là ăn năn, thú tội, trả nợ... cũng là cách để anh tự dắt mình vào con đường anh đã lựa chọn từ rất lâu, vẫn còn nóng hôi hổi trong trái tim anh: Được tiếp tục làm báo, viết văn như một cách để trả nợ cho đời.

May mắn thay, qua cơn bạo bệnh vừa rồi, anh không ngã xuống mà tiếp tục lao vào con đường văn chương với bạn bè trong, ngoài nước.

Viết mấy dòng này cũng là cách để những người cầm bút chúng tôi tạ tội với anh, rằng con đường đi vẫn còn hun hút xa mà chúng ta chưa chạm tới đích.

(Xứ Xương Rồng, tháng 7/2010)

Nguyễn Lệ Uyên

Nhà văn – Sinh năm 1948
Tại Phú Yên – Hiện sống ở Bình Dương

HOÀNG KIM OANH

NGUYÊN MINH VÀ "MÀU TÍM HOA MUA" ANH CÒN NỢ …

1. Trên tay tôi là tập truyện mới nhất của nhà văn Nguyên Minh: MÀU TÍM HOA MUA của Nhà xuất bản Thanh Niên. Cuốn sách, nhiều tranh đẹp của các họa sĩ tên tuổi, với sự chăm chút trình bày của họa sĩ Nguyễn Sông Ba, gồm 21 truyện chiếm 241 trang. Phần cuối sách có 10 phụ lục từ trang 243 đến 316 là lời của 10 nhân vật trong cuộc, những con người bằng xương bằng thịt lúc đậm lúc nhạt xuất hiện trong tác phẩm *Màu tím hoa mua* (MTHM) theo dòng ký ức của tác giả, như những chứng nhân, như những tâm tình yêu thương mà bạn bè dành cho tác giả. Hai mươi mốt câu chuyện nhẹ nhàng xoay quanh những vùng đất tác giả đã sống, đã đi qua; quanh những khuôn mặt bạn bè, gia đình, những con người thân sơ anh đã quen, đã gặp như mối nhân duyên lạ kỳ của số phận được gắn kết bởi văn chương…

2. Tôi thích màu tím. Như nhiều phụ nữ già trẻ vẫn thích. Cái màu buồn thương mà kiêu sa chung thủy. Cái màu thương màu nhớ… Và những đóa hoa mua mộc mạc hoang dại vượt khô cằn sỏi đá tím ngát cả một vùng đồi núi khắp các miền Bắc Trung Nam… phải chăng cũng là một biểu trưng của tình yêu, của tình bạn thủy chung, của sức sống bình dị mà kiên cường không gì dập tắt nổi của một tâm hồn đã trót hẹn với văn chương… Vì vậy, tôi đã thích thú đón nhận tập **Màu tím hoa mua** của anh Nguyên Minh với ý nghĩ ban đầu: có lẽ là tập truyện về những/một mối tình sâu đậm của anh như anh em thân hữu lâu nay vẫn đùa ghẹo anh về một T., nào đó… Mà mỗi lần nhắc đến những dấu chấm, chấm… ấy anh vẫn bối rối, đỏ mặt, cười lỏn lẻn… e thẹn rất duyên như một cậu học trò bẽn lẽn nói về mối tình đầu thơ mộng của mình. Không chút u sầu hay dằn vặt. Không lấm la lấm lét nhìn xem L. nhà mình có nổi cơn Hoạn Thư không… Trong sáng. Hồn nhiên. Rất lạ.

Nhưng đọc hết 21 câu chuyện của anh trong MTHM, nhất là truyện cùng tên: **Màu tím hoa mua** 13 trang (trang 197-209) hóa ra tôi đã nhầm. Chỉ là một cái cớ. Một duyên cớ mà anh mượn để nói về đam mê lớn nhất đời mình: Đam mê văn chương chữ nghĩa. Nỗi đam mê mà anh đã đánh đổi bằng tình yêu, hạnh phúc và cuộc sống của bản thân mình trong từng ấy năm tháng… 72 năm. Kỷ niệm buồn về một mối tình đã lỡ cứ thổn thức trong những chuyến đi về Phan Rang-Sài Gòn qua những ngọn đồi nhuộm đầy một màu tím hoa mua…. tuy có bàng bạc trong truyện và tất nhiên tất cả truyện khác của anh, nhưng thật ra câu chuyện tình lỡ này chỉ được nhắc tới vỏn vẹn 13 dòng cuối truyện như một chút chạnh lòng. Theo dòng hồi tưởng của tác giả, 13 trang của câu chuyện Màu tím hoa mua – được anh dùng làm nhan đề cho tập truyện thứ 5 này sau *Đám tang đa đa, Căn nhà hoang* trước 1975; *Tưởng chừng đã quên (2007), Ngôi nhà số 11* (2009) như bùng lên từ bài hát *Anh còn nợ em* trong buổi ra mắt tập thơ **Khuya thắp nắng** của anh Đoàn Văn Khánh. Những hồi tưởng cứ miên man về cuộc tình lỡ đầu đời mà anh đã đánh đổi cho món nợ văn chương với nỗi dằn vặt: *Thì ra anh đã bỏ cuộc. Sự lựa chọn đời mình đã phí công sao?* (trang 198) để đến với miền ký ức những ngày đầu anh trở lại với chữ nghĩa: Gầy dựng Quán Văn- ban đầu là *cuộc-chơi-mới-của-những-người-cũ* qua 16 số báo, từng khuôn mặt bạn bè… dần dà thành *cuộc-chơi-của-những-người-yêu-văn chương…* không phân biệt cũ-mới, thành danh - chưa thành danh, già-trẻ, Bắc-Nam… Và anh đã làm được. Đã kết nối được. Đã trở về được với chính mình. Một kẻ tình si suốt đời của chữ nghĩa, văn chương…

Trong MTHM, thời gian các câu chuyện cứ đan xen lẫn nhau, chúng ta bắt gặp nỗi đam mê tuổi trẻ của anh và các bạn ở "Một thời Ý Thức", về từng giai đoạn làm báo Ý thức trước những năm 1975 và về các số Quán Văn tâm huyết hai năm nay đã đem lại cho anh sức sống mới, đã giúp anh tìm lại được chính mình sau 25 năm dâu bể… Điều ấn tượng hơn cả là qua những trang viết như kể, viết như thầm thì thủ thỉ với chính mình ấy, anh lại không nói về mình, về cái Tôi như thông thường các nhà văn chúng ta vẫn thế. Trái lại, xoay quanh TÔI là những kỷ niệm ân tình, những duyên gặp gỡ, những cá tính độc đáo… làm nên những bức phác họa chân dung của những người bạn còn và mất của anh trong nhiều chặng đường đổi thay của đất nước, qua nhiều nơi chốn… Nhưng ấn tượng nhất có lẽ vẫn là dòng sông quê nhà thân thương chảy suốt tuổi nhỏ nghịch ngợm và những năm tháng hoa niên thơ mộng nhiều khát khao hoài bão của anh. Có thể thấy rõ điều đó trong truyện đầu tiên *Chuyện một dòng sông* qua từng khuôn mặt bạn bè của anh, những cây bút đã góp phần làm nên dòng sông Dinh văn chương của xứ nắng Phan Rang ấy: những Lữ Quỳnh, Lữ Kiều, Ngy Hữu, Chu Trầm Nguyên Minh, Hoài Khanh, Phạm Văn Nhàn, Nguyễn Lệ Uyên, Lê Ký Thương, Nguyễn Lệ Tuân, Vô Thường…

Một dòng sông quê hương hiền hòa. Đẹp thay đã cho văn chương những ngòi bút tài hoa. Có chút kiêu hãnh ngọt ngào trìu mến khi anh nói về những người góp mặt làm nên tên tuổi con sông Dinh yêu mến của anh, Ngôi nhà số 11 của anh...

Chân thành đến xúc động, không làm dáng hay phấn son kiểu cách, **Màu tím hoa mua** còn làm người đọc dễ dàng nhận ra khát vọng dành trọn cuộc đời trả nợ văn chương của anh: *"Thời gian chúng tôi còn lại chẳng bao lâu nên sống hết mình cho văn chương. Và, làm được gì cho nhau, không chần chừ gì nữa..."* (*Chuyện một dòng sông*, trang 21).

Điều này không phải một lần mà nhiều lần anh từng nhắc đi nhắc lại trong nhiều trang viết của mình như một lời tự nhủ, tự động viên mình. Nói đúng hơn, như một tâm nguyện thiết tha: *"Những ngày còn lại cuối đời, tôi không có thời giờ để tự vấn mình nữa, mà tôi phải viết ra những gì tôi ấp ủ trong lòng từ bao nhiêu năm của cuộc đời tôi về những người đã đi qua đời tôi như một món nợ cần phải trả. Nếu không, như có một vật gì nặng nề đè lên trái tim tôi làm tôi ngạt thở. Và tôi sẽ chết."* (*Ông bạn già*, trang 31).

3. Cũng không thể không nói đến điều này: 21 **tùy bút-hồi ký-truyện** trong MTHM của nhà văn Nguyên Minh thực chất rất khó xác định ranh giới thể loại. Lệ thường mang tính trường lớp, khi đọc một tác phẩm là phải xác định thể loại để từ đó có thể lựa chọn cách đọc, cách hiểu phù hợp. Thơ là cảm xúc nhịp điệu. Truyện thì cốt truyện, nhân vật và hư cấu. Hồi ký thì sự kiện và chi tiết... Thế nhưng có lẽ phải theo quan niệm của tác giả: *"Truyện ngắn thì phải có hư cấu. Hồi ký thì phải đúng sự thật. Ở đây thật hư lẫn lộn. Tốt nhứt không để thể loại gì cả"* (MTHM, trang 199). Tôi lại muốn hỏi anh câu hỏi đã từng hỏi anh Chu Trầm Nguyên Minh khi đọc **Con bách thảo cái** và **Tội ngu**: Bao nhiêu % là sự thật trong truyện của anh?

Hỏi thì hỏi vậy, nhưng thật sự, theo cảm nhận riêng tôi, nổi bật vẫn là những ký ức, những hồi tưởng vừa rời rạc vừa hệ thống trải dài suốt những năm tháng thiếu niên của anh và bè bạn. Theo dòng chảy ký ức từ con sông Dinh sinh ra của anh, đến sông Hương quê nội cổ kính xa xăm... người đọc có thể bắt gặp những địa danh quen thuộc: Phan Thiết, Phan Rang, Tuy Hòa, Quy Nhơn, Đà Lạt, Sài Gòn... theo bước chân chữ nghĩa của anh. Có khi còn vượt cả biên giới quốc gia khi ngòi bút của anh bị dòng sông Seine xinh đẹp quyến rũ trong *"Sông Seine và tôi"*...

Có thể bắt gặp hình ảnh một cậu bé tinh nghịch từ những ngày con nít tiểu học còn hồn nhiên vô tình mà tai ác ghẹo bạn là "con đầm cùi" để bị cô giận dữ sẵn cây viết mực cầm trên tay phóng luôn vô tay, cắm phập vào da thịt..., và rồi suốt đời ân hận như nợ "Một lời xin lỗi" trong *Chốn xưa*. Bởi cậu có biết đâu... mấy tiếng "con đầm cùi" ấy khiến Hường đau đớn hơn là cầm dao đâm vào tim cô bé... vì cô đang sống với người mẹ bao giờ cũng mang mặc cảm của một người đàn bà bị bọn lính Tây lê dương hãm hiếp!

Có thể cùng anh qua những ngày mới lớn mộng mơ đến những năm tan tác và những ngày tháng thất thập cổ lai hy, ấm áp bên thầy cô bè bạn, gia đình... trong *Giang hồ, Ông bạn già, Mảnh đời, Trăng lưng đồi, Những trang viết rời, Bức tranh*, hay ước gì tôi được một lần hi hữu đón "Ánh trăng rằm trong đêm Giáng sinh" như anh trong *Đêm Noel trong đời tôi...*

Màu tím hoa mua còn thấp thoáng những ký ức gia đình, về ngôi từ đường cổ kính với con đường làng nhỏ nhắn, cong queo, lầy lội của làng Ngọc Anh xứ Huế nay đã bê-tông hóa láng trơn, rộng ra... Và những nỗi niềm đau đáu như không chỉ của riêng một dòng họ mà là bi kịch thực tế xót xa của cả dân tộc mình: "*Đã qua một thời chiến tranh. Trong mỗi gia đình ít nhiều đều có con cháu ngả về hai phía đối nghịch nhau, vì những hoàn cảnh phân ly của đất nước, đến mức phải hận thù. Bây giờ, họ đã cùng nhau nằm dưới đáy mồ, cùng nhau về ngồi trên bàn thờ nhà từ đường. Gần bốn mươi năm rồi còn gì.*" (Nhà mình có hoa, trang 240).

Cũng xứ Huế ấy còn thấp thoáng ngôi trường *Quốc Học* - hồn xưa mà mỗi lần trở về anh đều cảm thấy mình nhỏ bé. Rồi con đường có những hàng cây Đoác ám ảnh như *"Những linh hồn đứng"* trước đây anh từng kể trong *Tưởng chừng đã quên...*

Màu tím hoa mua còn in đậm ký ức về những khuôn mặt bằng hữu xa gần khắp nơi, thân sơ... đã đến bên cuộc đời anh - những cây bút ít nhiều đã quen thuộc, nổi danh cũng như ít nổi danh: Ngy Hữu - Trần Hữu Ngũ, Thái Ngọc San, Võ Tấn Khanh, Đỗ Quang Em, Trần Hoài Thư, Đặng Kim Côn, Phạm Cao Hoàng, Ngụy Ngữ, Lê Văn Ngăn, Trịnh Công Sơn, Đinh Cường, Lê Ký Thương, Lữ Kiều, Lữ Quỳnh, Sâm Thương, Đỗ Hồng Ngọc, Đặng Tiến, Hoàng Khởi Phong... Và về những người bạn mới hơn: Nguyễn Hòa VCV, Đoàn Văn Khánh, Trương Văn Dân, Elena, Ban Mai...

Qua những câu chuyện bè bạn của anh, cái vòng tay bằng hữu ấy bỗng như thật gần gũi thân thiết, bỗng cũng ấm áp thân thương... dù có nhiều tên tuổi, đến giờ, tôi chỉ mới "văn kỳ thanh...".

Càng đọc, dòng hồi ức "stream of memories" ấy cứ tuôn trào, tuôn trào miên man như không bao giờ cạn... Và vì là hồi ức nên anh chọn giọng kể - nhân vật tự sự cũng là chính anh – Tôi - Nguyễn Chí Minh - Minh Bui - Nguyên Minh... một con người nhỏ bé nhưng đầy đam mê, hiền hòa nhưng kiên cường, vui tính nghịch ngợm nhưng nhân hậu thủy chung, một người bạn chí tình chí nghĩa với bạn bè và hết lòng yêu văn chương như máu thịt cuộc đời mình...

4. Và không dễ đọc những câu chuyện hồi ức này của anh nếu không đặt mình vào tâm thế, bối cảnh những năm 70 của các câu chuyện ấy. Bức tranh văn học sử ở một vùng được coi là tỉnh lẻ hiện lên khá thú vị và chân thực. Ít nhiều cũng có giá trị tư liệu nhất định đối với bộ mặt văn học thời Ý Thức và tái hiện phần nào không khí văn học miền Nam nói chung dù chỉ dừng lại ở một nhóm văn nghệ sĩ nhất định. Người đọc cũng hiểu thêm về tập san Quán Văn ở Sài Gòn sau này mà anh là chủ biên. Cái giọng kể monotone có lúc khiến người đọc chìm sâu vào quá khứ miên man của tác giả... May thay, anh đã có lối kể chuyện có duyên, làm nó thành những câu chuyện hấp dẫn, lôi cuốn với nhiều chi tiết thật hư cứ quyện vào nhau bởi cái tình sâu nặng và cả cách viết khá tỉnh táo, kịp ngắt thành những tiểu truyện không để dòng hồi ức ấy cuốn trôi đi... Nhiều câu văn ngắn, sử dụng cấu trúc câu đơn đặc biệt như lắng đọng, như trầm tư, hoặc những đoạn văn như thoát ra bên ngoài sự kiện và nhìn ngắm nó... cũng là một chọn lựa thích hợp của người viết.

Đọc lần nữa **Màu tím hoa mua**, một kẻ sinh sau đẻ muộn như tôi, bỗng tiếc vô cùng sao mình không được sống những ngày rất đẹp ấy, bên những người bạn quý báu ấy... Cảm động thay, bây giờ, tôi thấy các anh vẫn như ở bên nhau, vẫn tiếp tục cuộc chơi văn chương thời hoa niên đã chọn, vẫn như không có cái khoảng dài nửa thế kỷ bao nhiêu là vật đổi sao dời... vắt ngang đau đớn... tưởng đã lạc mất mình, tưởng đã lạc mất nhau.

Gấp sách lại, tôi vẫn còn bàng hoàng về cái chết dữ dội của anh Từ Thế Mộng. Ôi, hy vọng đó chỉ là hư cấu! Tôi vẫn còn thấy trên bàn thờ anh chồng tập thơ vừa in xong chưa kịp gửi tặng hết bạn bè thân hữu... Tôi vẫn còn thấy căn phòng chất đầy tranh ở Đà Lạt của họa sĩ Lưu Công Nhân và ngón tay run rẩy của anh viết những dòng cuối cùng lên trang bìa cuốn sách hội họa của mình mà vĩnh viễn anh cũng chỉ mới thấy được tấm bìa ...

"Một đời... *yêu*! Một đời... *vẽ*!

Và

Rồi cũng *hết*..."

Gấp sách lại, tôi vẫn nghe tiếng guitar của Vô Thường phủ kín hồn tôi những đêm cứ là đêm như thế này...

Gấp sách lại tôi vẫn cứ thấy Ngôi nhà số 11 của anh. Vẫn cứ thấy khung cảnh quán café Tao Nhân đêm diễn độc nhất được tái hiện đầy ấn tượng trong *Bèo trôi giữa dòng*... Vẫn tưởng tượng như đang nghe tiếng guitar bập bùng của người nhạc sĩ thiên tài: *"... Mẹ ngồi trăm năm như thân tượng buồn để lại quê hương"*, vẫn nghe anh thét gào *"Hãy sống giùm tôi hãy nói giùm tôi hãy thở giùm tôi,..."* và nức nở: *"Chiều nay còn mưa sao em không lại, nhỡ mai trong cơn đau vùi làm sao có nhau, hẫn lên nỗi đau"*...

Gấp sách lại, tôi như thấy khuôn mặt rất "Phật Bà Quan Âm" của Mây Trôi, thấy cái dáng ngồi ngang ngược của cô và cả tiếng hát khẩn đặc mùi thuốc lá, cũng như chiếc áo dài tím dịu dàng Mây Trôi mặc đến cùng hát với Trịnh Công Sơn. Nhân vật nữ độc đáo này có cảm giác chỉ mới là những nét phác thảo cho một truyện dài hơi khác của Nguyên Minh. Một cô giáo hiền lành có khuôn mặt trái xoan và đôi mắt màu hạt dẻ... Một nữ huynh trưởng hướng đạo mẫu mực, năng động trong Gia đình Phật tử.... Rồi chiến cuộc. Người chồng sắp cưới tan xác trong một cuộc hành quân... Cô trả áo lam, bỏ nghề, sống thác loạn... Cô hóa thành "Nữ Tặc", mặt trát đầy phấn, môi đỏ bầm, tóc quăn và xù lông nhím... Và cô đã biệt tăm sau đêm hát cùng Trịnh Công Sơn ở quán Tao Nhân 11 Nguyễn Thái Học của anh. Biệt tăm.

Ước gì tôi gặp lại Mây Trôi, Vân Phi, Nữ Tặc... Ước gì tôi được ôm nàng khóc cười cùng phận người phụ nữ thời chiến chất trên đôi vai gầy guộc mỏng của Mây Trôi... Thương nghẹn lòng. Những mảnh vỡ tâm hồn giờ chắc đã hằn sâu hay phai nhạt?

Mây Trôi ơi, nơi cuối trời nào đó... bây giờ Nàng ở đâu? Ở đâu...?

Anh nói anh còn nợ em. T. à. Nợ cuộc tình đầu trong veo như tiểu thuyết...

Hay thật ra anh đang nợ anh, món nợ văn chương mà 25 năm sau 1975, thời thế đã làm anh mòn lưng trong cuộc áo cơm... bỗng bùng lên mạnh mẽ hơn bao giờ hết:

Như ngựa đã xổ chuồng. Cánh đồng rộng mênh mông. Khung trời bao la. Những dòng sông nước trong. Những ngọn đồi xanh cỏ mọc. Tôi thoát khỏi nỗi cô đơn đã từng nhấn chìm mình trong bao nhiêu năm. Một câu hỏi như nhắc nhở tôi của người tình xưa làm tôi bừng tỉnh. Tôi viết trong cơn mê đồng bóng. Cuộc đời đã cho tôi biết bao điều khổ đau cũng như hạnh phúc cận kề. Tôi đón nhận cả hai và tôi xin cám ơn đời. Tôi đã trải nghiệm qua cuộc sống. Tôi viết ra như trả nợ người. Tôi viết ra như trả nợ đời. Thế thôi"

(*Màu tím hoa mua, trang 199-200*)

Mừng anh vẫn đầy nhiệt huyết và đam mê thủy chung đi trọn số phận của mình, trả cho hết món nợ của mình.

Không chỉ còn nợ cuộc đời, còn nợ những người thân yêu mà còn là món nợ chính mình.

Phải, anh còn nợ Chính Anh, anh Nguyên Minh!

Hoàng Kim Oanh

Nhà Nghiên cứu văn học - Sinh năm 1957 tại Sài Gòn.
Hiện sống ở Sài Gòn

NGUYÊN CẨN
THÔNG ĐIỆP ĐOÀN VIÊN TRONG TÁC PHẨM "ÁM ẢNH MỘT LỜI NGUYỆN" CỦA NGUYÊN MINH

Câu chuyện của nhà văn Nguyên Minh viết về một chàng trai lớn lên trên đất Hoa Kỳ thực hiện ước mơ trở về Việt Nam tưởng chừng là một câu chuyện bình thường như bao người con xa xứ khác, cuối đời trở lại quê hương. Nhưng ở đây là một chàng trai thành đạt, một bác sĩ với những triển vọng tươi sáng và dù có phải về hưu thì cũng thừa sức sống một đời an nhàn, trọng vọng. Nhưng không, chàng đã về, trong sự ngạc nhiên ban đầu của tác giả, *"Từ San José Phan gọi điện báo cho tôi biết Huy đã bán ngôi nhà, lấy tiền về Việt Nam. Tôi đâm hoảng không biết lý do và lo lắng vô cùng những ngày sắp tới mẹ Huy sống ra sao. Tôi giận Huy vô cùng. Tôi hình dung trong trí tưởng đôi mắt nàng ngấn lệ nuốt nỗi sầu đau đớn trước sự việc quá bất ngờ này."*

Nàng trong câu chuyện này là người tình năm xưa của chính tác giả nên ông coi Huy như con mình và vì giận nên khi hai mẹ con về Việt Nam mời ông gặp mặt, ông đã từ chối để rồi sau đó chính ông cảm thấy hối hận khi đã suy nghĩ vội vã.

Tác giả đã đưa câu chuyện trở lại với những ký ức của Hiền trên đường chạy loạn, lạc mất con và bất ngờ khi có người dẫn nó về, như một giấc mơ, trong cơn hoảng hốt, *"Hiền đưa tay lên ngực nắm lấy pho tượng theo như lời dặn của mẹ nàng mà niệm Phật cầu nguyện phù hộ cho nàng tìm được con. Suốt cả một đêm trong khu rừng Hiền khi chợp mắt, miệng lâm râm cầu Phật, gần sáng Hiền thiếp đi một chập, mở mắt thấy trước mặt thằng con trai đang cười mừng rỡ. Người đàn ông tả tơi trong bộ đồ trận giao lại đứa bé cho Hiền, dặn dò đôi ba câu, chỉ hướng cho mẹ con nàng ra khỏi khu rừng mất an ninh này."* Đứa bé đó chính là Huy và rồi nàng lại gửi con ra đi trong một chuyến hải trình vượt biển như hàng triệu người Việt Nam ngày ấy, đánh đổi mạng sống lấy tự do và cả tương lai, bất chấp hiểm nguy.

"Ngày Huy rời gia đình để đến một nơi vùng biển với một gia đình tổ chức vượt biển, người mẹ chỉ ôm con vào lòng. Những ngày sau đó người mẹ chỉ biết cầu nguyện trời phù hộ cho con mình được bình an, vượt qua sóng gió bão táp của đại dương bao la. Đến được một vùng đất tự do. Người mẹ cứ đợi tin vui từng ngày. Mỏi mòn. Thời đó thuyền nhân người Việt lén lút bỏ nước ra đi, tin buồn nhiều hơn tin vui."

Nhưng chính Hiền cũng không ngờ chuyến đi ấy lại kinh hoàng và đầy bất trắc đến nỗi nếu biết thế nàng không bao giờ để con ra đi khi tàu mất phương hướng, người tài công chỉ là một sĩ quan hải quân chưa bao giờ làm thuyền trưởng.

"Ngoài dự tính, con tàu đã hết nhiên liệu. Thức ăn mọi người mang theo thường là lương khô và nước ngọt cũng đã cạn kiệt. Sức khỏe nhất là đối với lũ trẻ cũng bắt đầu suy yếu, chúng không chịu nổi gió biển gào thét và những cơn mưa bất chợt rét lạnh.

Tai ương ập đến. Ban đầu là cái chết của một cô bé gái lên mười tuổi mang căn bệnh tim bẩm sinh. Người thiếu phụ ôm xác con vào lòng. Tóc rối bù. Đôi mắt thất thần. Miệng lẩm bẩm hát ru, những lời rối bù. Huy không quên được hình ảnh đau thương ấy mỗi lần Huy kể lại cho mẹ nghe. Hình ảnh kinh hoàng nhất là cảnh vứt xác con bé xuống biển như vất một hòn đá vô tri."

Chưa hết tàu bị hải tặc tấn công. Chúng lên tàu và như thường lệ chuẩn bị cướp của và hãm hiếp. Lúc ấy Huy còn bé chỉ nhớ lời mẹ dặn, lấy bức tượng Phật Bà nắm trong tay và lâm râm cầu nguyện. Bức tượng mà ngày xưa khi chạy loạn đã đem chàng về với mẹ. Lần này thì sao? Đúng lúc căng thẳng nhất thì *"Chỉ trong tích tắc. Không hiểu sao Huy hét lên một tiếng kêu ghê rợn. Bọn hải tặc lao nhao nhảy qua tàu chuồn mất. Chính khoảnh khắc đó người đàn bà từ đâu đến nhập vào hồn Huy. Chính bà ấy đưa tiếng hét thất thanh của Huy bay xa làm cho một chiếc tàu lớn đang di chuyển ngoài khơi tìm đến cứu nạn.*

Ngày mẹ con Hiền gặp nhau trên đất Mỹ, Hiền mới nghe con trai mình kể lại chuyến vượt biên đầy bí hiểm. Nó vượt qua mọi lý trí suy luận."

Người ta nói trong khi nguy hiểm nhất chúng ta mới biết vận số của mình. Chúng ta nghe những câu chuyện kỳ diệu trong những phút giây thập tử nhất sinh. Tôi cũng từng nghe một người thân của mình kể rằng trong chuyến vượt biên của bà, con tàu cũng bị hỏng hóc kỹ thuật trục trặc liên tục và bất hạnh nhất là tàu "lủng" (!). Nước tràn vào. Trong giờ phút đau thương ấy, họ đồng tâm cầu nguyện Phật Bà và kỳ lạ thay, một con rắn màu xanh ở đâu lại chui vào nằm ngay chỗ hở ấy. Rồi khi cập bờ họ cũng không biết con rắn đi đâu.

Chỉ biết sau chuyến đi ấy một số người xin quy y và trở thành Phật tử thuần thành. Trong trường hợp của Huy, em đã bị ai đó nhập vào, hét lên đến nỗi bọn cướp biển phải bỏ chạy. Linh nghiệm thay!

Chuyện ấy Huy giữ trong lòng cho đến khi đoàn tụ với mẹ.

"Khi hai mẹ con sống cùng chung một mái nhà việc đầu tiên là Hiền lập một bàn thờ Phật Bà Quan Âm, tìm chưa có tượng Phật chỉ có một bức tranh vẽ Phật Bà Quan Âm ngồi trên tòa sen, vẻ mặt hiền từ thánh thiện, trên đầu có vầng hào quang. Khi Huy cho mẹ biết về người đàn bà xuất hiện trong tâm tưởng của Huy trong lần cứu nạn chiếc tàu qua cơn nguy biến khác hẳn với hình ảnh Phật Bà Quan Âm. Huy cố gắng diễn tả khuôn mặt dáng người đó với mẹ mình với giọng nói đầy xúc động. Người đàn bà đó, khoác trên mình một chiếc áo màu vàng nhũ có đóng dấu hoa văn như trống đồng. Đôi mắt có đuôi. Lông mày cong và mảnh. Bàn tay năm ngón thon. Toát lên một cảm giác ấm áp khi bà ôm chặt lấy Huy. Bà vỗ về Huy. Trước khi bà biến mất, bên tai Huy vẫn văng vẳng tiếng nói trách móc đến một ai đó: "Sao ông để con cháu mình bị đày đọa thảm khốc như thế này?".

Giật mình Hiền lẩm bẩm: "Chẳng lẽ là bà Âu Cơ?"

Huy làm sao biết chuyện bà Âu Cơ và Lạc Long Quân trong truyền thuyết, những người được xem như Quốc Tổ và Quốc Mẫu Việt Nam mà ngày đó là Văn Lang.

Huy thắc mắc và nhờ mẹ giải thích. Hiền kể lại Truyền thuyết Lạc Long Quân và Âu Cơ mà thuở bé nàng đã thuộc lòng từ một cuốn sách sử thời tiểu học.

Thế đấy có là Quan Âm hay Âu Cơ thì Huy và những người vượt biên trên chuyến tàu ấy cũng đã đến bờ an toàn và có một đời sống no đủ và tự do. Nhưng sao Huy lại trở về? Trở về để làm tròn lời nguyện.

Huy cầm tay mẹ: "Bây giờ con trả nợ đây.

- Nợ ai

- Nợ bà Âu Cơ

- Lúc nào

- Bốn mươi năm trước, trong chuyến vượt biển, con có một lời nguyện."

Người Mẹ, một người đàn bà đã trên 70 tuổi đưa bàn tay lên vuốt tóc con mình nói nhỏ: "Hạnh phúc cho ai đã làm thực hiện được ước nguyện của mình. Cả hai mẹ con đều nở một nụ cười thỏa mãn rạng rỡ."

Và Bác sĩ Huy đã bán tất cả tài sản trên đất Hoa Kỳ để trở về quê hương. Sức mạnh của lời nguyện đã khiến chàng phải thực hiện ước mơ dù biết rằng quê nhà còn bao nhiêu khó khăn, vì đất nước còn nghèo và đang cố gắng vươn lên. Ta nhớ đến sử thi Odyssey, hành trình trở về Ithaca của Odysseus cùng thủy thủ đoàn. Bình thường chỉ mất 2 tuần nhưng hành trình trở về của Odysseus lại gặp muôn vàn thử thách, kéo dài 10 năm, trải qua bao nhiêu gian nan, chinh chiến và thử thách vì lời nguyện với nàng Penelope. Câu chuyện được kể từ thời điểm Odysseus sau 10 năm rời thành Troia vẫn chưa thể đặt chân lên quê hương và đang bị nữ thần Calypso vì yêu chàng cầm giữ trên một hòn đảo với lời mời sống bất tử cùng nhau. Tuy nhiên Odysseus vẫn muốn khước từ để trở về với vợ Penelope. Cảm thương cho số phận Odysseus, thần Zeus sai thần Hermes lệnh Calypso để chàng đi.

Cũng không thể nói đến tình hoài hương vì Huy hầu như lớn lên trên đất khách. Chàng không có nhiều kỷ niệm về quê hương. Với chàng, quê hương chỉ là những ngày chạy loạn và chuyến vượt biên đầy gian nan ấy. Trong tiếng Anh, Nostalgia (tình hoài hương) là ước mơ trở về với quá khứ, với những con người và biến cố của thời trước, với "những ngày xưa thân ái" hay "tuổi thơ ấm áp". Huy không có những điều ấy. Chàng về chỉ vì lời nguyện với người phụ nữ linh thiêng nhập vào để thét lên cứu rỗi cả một cuộc hải trình sóng gió. Huyền sử Âu Cơ sống dậy bất ngờ. Nguyên Minh bày tỏ suy nghĩ: *"Chính sự trở về quê cha đất tổ của Huy đã làm tôi thay đổi lối nhìn về một truyền thuyết mà từ thuở ấu thơ đến tuổi xế chiều vẫn làm tôi ray rứt. Cái chia tay mỗi người mỗi ngả, dắt thêm đàn con 50 người. Lạc Long Quân xuống biển. Âu Cơ lên rừng. Vợ chồng chia lìa. Anh em 100 người chia đôi, quên bẳng mình cùng một bọc trăm trứng sinh ra. Những cuộc nội chiến xuyên suốt bao nhiêu thời kỳ lịch sử. Những con sông làm ranh giới chia đôi đất nước. Sông Gianh thời Trịnh - Nguyễn phân tranh. Sông Bến Hải ngăn cách hai chế độ. Lịch sử cứ lặp đi lặp lại. Nỗi đau mất mát triền miên..."*

Truyền thuyết có hay không đôi khi không quan trọng. Nhà sử học Ngô Sĩ Liên viết: "Thánh hiền sinh ra, tất có cái khác thường Lạc Long Quân lấy con gái Đế Lai mà sinh ra trăm con trai. Chẳng phải cơ nghiệp nước Việt ta là gây dựng nên vì thế sao?" (*Đại Việt sử ký toàn thư*). Ngô Thì Sĩ trong sách Việt sử tiêu án thì viết: "Có người hỏi đẻ ra một bọc trăm trứng, việc ấy có chăng?". Xin trả lời rằng: "Con rồng sinh ra tự nhiên có cái khác phàm tục thì việc đẻ ra trứng có gì là lạ, nhưng cũng là một thuyết không theo lẽ thường." Các sử thần triều Nguyễn trong cuốn Khâm định Việt sử thông giám cương mục thì cho rằng đó chỉ là một lời chúc cho dân tộc mau phát triển và sống trong tình nghĩa đồng bào ruột thịt. Kinh Thi có câu: "Tắc bách tư nam (hàng trăm con trai). Đó là chúc tụng cho nhiều con trai đấy thôi, xét đến sự thực cũng chưa đến số ấy, huống chi lại nói là đẻ ra trăm trứng!". Thế nên theo Nguyễn Khắc Thuần: "Bạn đang băn khoăn về sự huyền bí đến độ phi lý quanh chuyện mẹ Âu Cơ sinh hạ bọc trăm trứng chăng? Xin bạn chớ bận tâm, bởi vì có cổ tích nào lại không có những chi tiết bồng bềnh hư ảo. Sâu sắc và khiêm nhượng thay, lời ký tải cái tâm của tổ tiên về cội nguồn dân tộc đi từ trứng nước đi lên và dẫu định cư bất cứ nơi đâu thì tất cả con Rồng cháu Tiên đều cùng từ một bọc trứng ban đầu do mẹ Âu Cơ sinh hạ. Người bốn phương muôn thuở vẫn thân ái gọi nhau là đồng bào, tình ruột thịt ngàn năm còn mãi." (*Việt sử giai thoại*)

Vậy nên người "nhập" vào Huy là mẹ Quan Âm hay mẹ Âu Cơ thì cũng là một. Một trong những "hạnh" của Quan Âm là hạnh lắng nghe, nghe để biết tâm sự của mọi người, hiểu, nỗi đau khổ, sự lo sợ, và yêu cầu của họ, khởi tâm đại bi giúp đỡ họ. Bồ-tát Quan Âm nghe được hai mặt, nghe âm thanh ngôn ngữ của chúng sanh Ta-bà, nhưng ngài còn nghe được Phật ngữ, Bồ-tát ngữ trong thế giới của các Ngài. Quan Âm có muôn ngàn hóa thân và nếu một trong số đó là Âu Cơ thì cũng không có gì lạ!

Cái hay và đặc sắc của "Ám ảnh một lời nguyện" là phần kết của tác giả khi ông nói về chia ly, về chiến tranh của người Việt dù cùng một bọc, nghĩa "đồng bào". Chúng ta nghe đâu đây lời bài hát Phạm Duy.

Anh em ta cùng mẹ cha
Nhớ chuyện cũ trong tích xưa
Khi thế gian còn mù mờ
Xưa khi xưa mẹ đẻ ra
Trăm cái trứng sinh lũ con
Trăm đứa con cùng một dòng.
(*Một mẹ trăm con*)

Nguyên Minh kết luận: "*Bấy giờ tôi giật mình mới khám phá ra hình như người viết sử ngày xưa đã bỏ mất đoạn kết về truyền thuyết Lạc Long Quân – Âu Cơ.*"

"*Chỉ sau một thời gian cả hai người đều dắt đàn con về trên thảo nguyên. Trăm đứa con ôm nhau sau bao năm xa cách.*" (*Chiến tranh không bao giờ trở lại*).

Câu chuyện và cái kết ấy chuyển tải thông điệp hòa bình cho mai sau khi Huy trở lại.

Hôm nay đây rừng gặp mây.
Lá gặp núi ta tới đây
Tay nắm tay mình gặp mình… (Phạm Duy)

Vậy đó, lời nguyện xưa đã thành hiện thực.

Nguyên Cẩn

DUYÊN

CHIẾC KHẨU TRANG. ĐÓA HOA VÔ NHIỄM
NGUYÊN MINH

Gần giữa tháng 3 năm 2020 mẹ tôi mất khi bà đang nằm dưỡng thương ở một Skilled Nursing Home. Bệnh dịch khi đó đang ở một thời điểm làm hoảng sợ mọi người đến chóng mặt. Quyết định đi qua San José để tiễn mẹ và nhìn bà lần cuối không còn là quyết định của riêng tôi mà còn liên quan đến gia đình và do tình thế thay đổi từng ngày của thế cuộc, chuyện không còn giản dị nữa. Tôi như người mộng du, đi ra đi vào không biết làm sao giải quyết chuyện của mình. Người anh lớn sống cùng một tiểu bang gọi tôi hàng ngày: nhất định phải đi, tôi đồng ý! Nhưng vì những thủ tục chôn cất trong lúc này không giản dị suôn sẻ như đám tang của bố tôi, mấy năm trước. Chờ đợi tin tức hàng ngày cho tôi cảm tưởng của người ngồi trên lửa, không lối thoát. Cố gắng tìm cho mình sự cân bằng: làm điều gì hữu ích trong lúc này, phải thật bận rộn để có thể quên đi những gì đang xảy ra mà khả năng tôi không giải quyết được. Tôi bốc phone quy tụ một số bạn và những người quen biết có khả năng may vá rủ rê làm khẩu trang cho nhà thương hay viện dưỡng lão. Tất cả rất hăng hái, nhưng lúc chuẩn bị vào công tác thì chúng tôi chạm trán với khan hiếm vật liệu may vá trên toàn quốc, không thể nào thực hiện được ý muốn, buồn vô cùng. Tôi không đầu hàng, lục trong phòng may tìm số vải tôi mua những năm trước đây vì lười nên còn đó, nằm trong các ngăn tủ, thêm những miếng vải vụn tôi để dành sau khi may pyjamas cho các cháu nội ngoại, các miếng vải chắp nối, đủ cho tôi bận rộn đến cả tuần. Nhưng nửa chừng tôi không còn dây thun để làm dây đeo, lại bỏ cuộc! Bướng bỉnh đến lạ kỳ, tôi không đầu hàng, cố tìm cách vượt qua trở ngại. Càng lì lợm hơn, khi các con bắt đầu gọi cho biết sự cần thiết của những khẩu trang bằng vải. Tôi trang bị cẩn thận tìm ra tiệm vải, hy vọng mong manh lắm, tiệm vải đóng cửa tôi thấy tiệm bán vật liệu văn phòng ngay bên cạnh, thử thời vận tôi bước vào hỏi xem có dây thun không. Người bán hàng chỉ cho tôi đến cuối tiệm, dây thun như tôi muốn không có đó, nhưng có các bọc thun to sợi để buộc hồ sơ, à thì ra thế! tôi nghĩ cứ mua thử một bịch và tìm cách sử dụng, cố làm cho xong cái khẩu trang tôi đang nóng lòng hoàn tất. May sao, với máy vắt sổ và những mũi kim khâu tay, kết quả cũng khả quan. Mỗi ngày tôi khâu được vài ba cái, lòng rất vui (lại thương nhà văn Trần Hoài Thư và những quyển sách anh vẫn cặm cụi khâu bìa). Hoàn tất một số vừa đủ để gửi cho các con cháu, mỗi đứa hai cái. Khi các cháu nhận được cảm động chụp hình cả nhà đeo khẩu trang gửi cho bố mẹ xem, gửi lời bạn chúng nó khen rối rít, ước ao có được khẩu trang giống như vậy: BINGO! tôi lại cặm cụi làm và thầm lặng gửi đi... Sự bận rộn này giúp đầu óc tôi quên bớt lo lắng về chuyện mẹ tôi. Tôi bình tĩnh hơn chờ đợi. Bỗng tin mới, liên quan về tình hình bệnh dịch: ngày chôn cất mẹ được đôn lên sớm hơn một tuần, thay vì hai tuần như đã dự định. Các anh chị em tôi ở San José cuống quít phân chia công việc để ngày đưa mẹ được tốt đẹp. Không ngờ "shelter in place" gây rất nhiều khó khăn phiền não. Tôi và người anh ở xa biết không về được nữa, nên cũng cuống quít theo, chẳng giúp được gì, không thể về bên mẹ chia tay, nhìn mẹ lần cuối, tôi tan nát cõi lòng... Ơn Trời Phật đám tang mẹ cũng hoàn tất yên ấm với sự coi sóc của các anh chị em ở California. Em trai tôi tổ chức, lo xếp đặt để thân nhân ở xa có thể tham gia và theo dõi trực tiếp trên mạng ngày tiễn mẹ về cõi Phật. Mọi người không ai bảo ai nhưng chắc cũng ấm lòng. Bên vùng Vịnh có 7 gia đình mà nhà quàn chỉ cho 10 người vào dự lễ, mọi người thu xếp thay phiên nhau vào chia tay bà lần cuối, những vòng hoa thay người, tiễn mẹ đi...

Lo cho mẹ xong, tôi giật mình vì tình trạng khẩn trương của cả thế giới, tình hình bệnh dịch như đám mây đen che kín bầu trời. Các con gọi về hàng ngày vừa cấm đoán vừa rầy rà bố mẹ không cho đi đâu. Chưa bao giờ thấy cả bọn cùng lo cho bố mẹ đến thế... Đây là điều duy nhất tôi có thể mỉm cười trước con virus quái ác này.

Đầu tháng 3 cả nước Mỹ còn rất ít ca nhiễm bệnh, chỉ vài ngày sau, con số nhảy vọt, tin tức làm nhiều người lo sợ, mất ngủ, cảm giác vô vọng nẩy mầm. Thị trường chứng khoán tụt dốc thê thảm, tương lai gần hay xa đều mất hút... Người giàu cũng như nghèo mang cùng một số phận mong manh như nhau: đối mặt, sợ hãi một con vi khuẩn nhỏ xíu, lơ lửng giữa Người và Thượng Đế. Shelter in place bắt buộc mọi người không ra ngoài chỉ khi cần mới đi mua thuốc, thức ăn, ngoài ra cấm cung ở nhà 24/24. Trong thời gian này nhiều tiểu bang tăng vọt số người nhiễm bệnh như con sóng biển liếm vào bờ khiến Tổng Thống và các Thống Đốc họp báo mỗi ngày đưa chi tiết phũ phàng, đồng thời cố gắng giúp dân an lòng trong tình trạng tồi tệ đó. Tiểu bang tôi đang sống, Michigan cũng chen vào xếp hàng thứ 3, HOT nhất những ngày này. Con số người chết, theo dấu cộng lên thật nhanh... Hầu hết các nạn nhân chết trong cô đơn vì thân nhân không được gần gũi. Các bác sĩ, y tá biến thành linh mục, thượng tọa, tăng ni hay các vị đỡ đầu các tôn giáo, đồng thời họ cũng là người thân yêu cuối cùng cầm tay người bệnh trước giờ nhắm mắt. Ở Ý đã có bao nhiêu quan tài màu trắng xếp hàng dài dưới cây thánh giá và New York cũng có một mồ chôn tập thể cho các người không thân nhân... Lịch sử cứ thản nhiên lặp lại những đau thương dù cuộc chiến có đổi dạng. Ai có thể nghĩ đến một ngày, chuyện kinh hồn như thế đang diễn ra ở bên Ý và một nước Mỹ văn minh này?

Những ngày chôn chân ở nhà, bắt buộc phải xa cách muôn loài, nhiều trật tự đã đổi thay, trong tư tưởng, trong ý nghĩ và trong lối sống của rất nhiều người. Tưởng rằng cú giáng bất ngờ này thức tỉnh loài người nghĩ lại về cuộc sống. Nhưng chỉ vài ngày lo sợ, người trở về bản ngã cố hữu, con người bình thường đã xa, nay thêm cách ly lại càng xa hơn nữa, nên cánh tay hụt hẫng... với vào thinh không. Tôi muốn tìm một cứu rỗi cho chính mình trong cơn hoảng loạn này mà tin tức cứ ập tới từng giây từng phút. Tắt TV đi để khỏi nghe tin tức thì điện thoại bingboong tin nhắn, email... ngập tràn, các chia sẻ tin tức được bạn gạn lọc gửi đến, các bài viết về con siêu vi khuẩn mang tên dễ thương CoVi, cô cũng đeo mặt nạ nhỏ bé che giấu bộ mặt tử thần phía sau...

Michigan có vài ngày nắng ấm, hàng xóm bắc ghế ra sân tắm nắng, một đứa trẻ mới sanh vài tháng, nhà bên cạnh, tôi không hề hay biết, thiệt tình! Hôm nay tôi bước ra vườn ngắm cảnh, tìm hơi ấm của một ngày đẹp trời. Chợt như tiếng ai chào, tôi nhìn về phía cây japanese maple còn trơ cành sau mùa đông, dưới gốc cây một bông hoa bloodroot trắng muốt, nhiều cánh xếp, rất nghệ thuật. Các cánh hoa ôm lấy nhau trong nắng sớm, cho tôi niềm hạnh phúc lạ kỳ. Trong khoảnh khắc đó, dường như mọi ưu phiền đã trút bỏ tôi, đi...

Trong gần hai tháng trời hoang mang, lo sợ, cố tìm cho mình sự quân bình, nay đóa hoa nhỏ nắm tay, đưa tôi về miền an nhiên đó. Tôi trở vào nhà, ngồi giữa những mảnh vải vụn và kim chỉ, tôi tiếp tục khâu những chiếc khẩu trang còn dang dở. Những thiếu hụt vải vóc, vật liệu, máy may không còn là quan trọng, cứ may đi, rồi tính...

Khẩu trang tôi khâu tay, xỏ kim với cặp kính không còn rõ, chưa kịp đổi kính mới vì tình trạng hiện nay. Thỉnh thoảng kim phập vào tay, đau nhói, nhưng tôi cứ khâu... Mỗi khẩu trang tôi cầm trong tay hiện lên khuôn mặt thân yêu của người thân, của bạn, tôi bướng bỉnh, kiên trì thổi vào những chiếc khẩu trang một sứ mệnh: giúp tôi che chở người tôi yêu quý, và như thế tôi lặng yên khâu vá, đêm đã về, phủ ngập bóng tối phía sau... những chiếc khẩu trang xếp lên nhau ấm áp, liên tưởng đến những khuôn mặt có cặp mắt đang cười trên chiếc khẩu trang, tôi chợt mỉm cười...

Trong phút hạnh phúc ấy, màn hình điện thoại chợt bật sáng, tôi với tay lấy chiếc điện thoại, email của anh Nguyên Minh, anh rất ít liên lạc, sao bỗng dưng anh gửi, chắc anh lo lắng cho bọn tôi vì tiểu bang tôi sống, đang nổi tiếng về bệnh dịch. Vội vàng đọc, đúng là Nguyên Minh, ngay cả khi thế giới sụp đổ, trước mắt, văn chương vẫn là sự sống. Email anh là một tin nhắn rất ngắn nhưng như tiếng chuông ngân nga vang làm tôi thức tỉnh, hơn hai tháng qua tôi đã để lo sợ chiếm mất ý nghĩ và phần hồn. Thơ anh viết:

Những ngày ở riết trong nhà buồn quá nên anh đang thực hiện một cuốn sách của nhiều tác giả viết về Nguyên Minh, Tác giả và tác phẩm. Anh nhớ đến Duyên, Trần Thị Nguyệt Mai, nên hai cô em phải có bài viết cảm nhận về NM được không.
Sách dự kiến 40 tác giả.
Sách khổ 16x24
Số trang 600
Bìa cứng.
Chúc DT vui khỏe
NM

Làm sao viết về Nguyên Minh khi tôi đã được đọc bao nhiêu chữ nghĩa hay đẹp viết về anh: những cây bút cổ thụ, Trần Hoài Thư, Đỗ Hồng Ngọc, Đinh Cường, Lê Ký Thương, một thời Gió Mai, Ý Thức, và

Sài Gòn trước 4/75, cho đến những cây bút của Quán Văn gần đây có Elena, Trương Văn Dân, Nguyễn Minh Nữu, Hoàng Thị Kim Oanh, Đoàn Văn Khánh, Nguyễn Sông Ba và nhiều người nữa... Không những văn họ hay mà cái đặc sắc hiếm có của Nguyên Minh làm các bài viết vô cùng sống động. Tôi từng đọc các bài này say mê như đọc một tiểu thuyết tuyệt vời ước mong không dứt. Họ không chỉ viết về người bạn họ yêu mến, nhân vật Nguyên Minh có thật và đã sống rất thật trong các tác phẩm đó, đời anh là một quyển truyện dài ly kỳ và lý thú. Mỗi người chia sẻ cùng anh một đoạn đời khác nhau. Các bạn từ thời trung học chập chững bước vào văn chương thi phú như Lữ Quỳnh, Lữ Kiều (Thân Trọng Minh) của một thời mới lớn, những thanh niên trẻ (già hơn tuổi), ôm mộng văn chương. Giấc mộng đó đã cột chặt chân các anh vào văn nghiệp, giấc mộng cũng say mê các anh không kém, ôm chặt các anh, chưa bao giờ buông thả trong bất kỳ một hoàn cảnh nào... Để những năm tháng sau, khi tôi có hạnh phúc quen biết, tôi đã trải nghiệm được điều lạ kỳ đó. Ôi! Nửa thế kỷ, có hề gì! Trăm năm cũng thế! Khi tất cả không còn, *tác phẩm sẽ rơi rớt lại trần gian** như lời người bạn thi sĩ nổi tiếng đã viết về tác phẩm của mình trước khi anh nhắm mắt lìa đời, và giờ đây bao nhiêu người vẫn yêu mến tìm đọc thơ anh.

Lối yêu văn chương của Nguyên Minh cận kề tín ngưỡng: khi vui, hạnh phúc, anh cám ơn văn chương chữ nghĩa. Khi buồn, anh mượn văn chương soi rõ sự thống khổ của mình. Và khi đối diện với vô vọng, văn chương vực anh dậy không bỏ quên anh. Trong mọi hoàn cảnh, lời văn anh luôn trong sáng bình dị, ngay trong một tình huống não nề, anh chấp nhận để vươn lên, sống cuộc đời đáng sống, không than van... Thế nên giữa những hỗn độn, đen tối này, ánh sáng đã nguyên minh, bật anh dậy, đẩy anh về nghệ thuật, gom góp áng văn chương các bạn viết cho mình, những áng văn thơ anh gìn giữ bao năm qua, anh sẽ bỏ cả vào một quyển sách, anh sẽ làm thật đẹp, đúng vậy! Điều anh muốn làm từ lâu, vì bận rộn với các tác phẩm khác anh chưa làm. Bài vở anh đã có trong tay, không phiền nhiễu ai, sao không làm trong lúc này, mọi người đang buồn bã quá, phải làm một điều gì xứng đáng, vượt qua âu lo của tương lai vô định, tìm về với văn chương. Nhớ các bạn, và anh gọi. Điều dễ thương nhất là anh không quên tôi, anh gọi luôn cô em nhỏ, chưa có bài nào viết cho anh, điều dễ hiểu vì tôi không phải là một nhà văn, lại không có tên tuổi như các bạn anh, tôi cảm động đến thẫn thờ, biết được mỹ ý anh đang cho tôi vào chung với những người bạn anh yêu quý, gom các bài viết này vào tác phẩm anh muốn để lại trần gian. Tôi mường tượng ra anh khi có ý nghĩ làm tác phẩm này, trên khuôn mặt vô tư đó, đôi mắt anh đang sáng lên, niềm vui thường làm anh lúng túng, anh nói nhiều hơn che giấu hạnh phúc mình. Giờ này mọi người đang cách ly, không gặp được ai, anh sẽ chuyện trò với tác phẩm của từng người bạn, ý nghĩa của đời sống! Anh như đóa hoa nhỏ bé tinh khiết trong vườn, nở ra vào một ngày Xuân tươi đẹp, đóa hoa vô nhiễm. Nhìn đóa hoa, tôi nhìn ra hạnh phúc, quên hết những muộn phiền…

Đêm qua, ba cây đào vườn sau thì thầm gì với nhau, sáng nay trong nắng Xuân những nụ hồng vừa hé nở. Những nụ hoa nho nhỏ lung lay trong gió, nhắn nhủ nhau: ngoài kia… bao đóa hoa… đang chờ tiếng gọi.

duyên
05/01/2020.

Trích trong Tác Giả & Tác Phẩm Nguyên Minh. Nhà xuất bản Hội Nhà Văn, năm 2020.

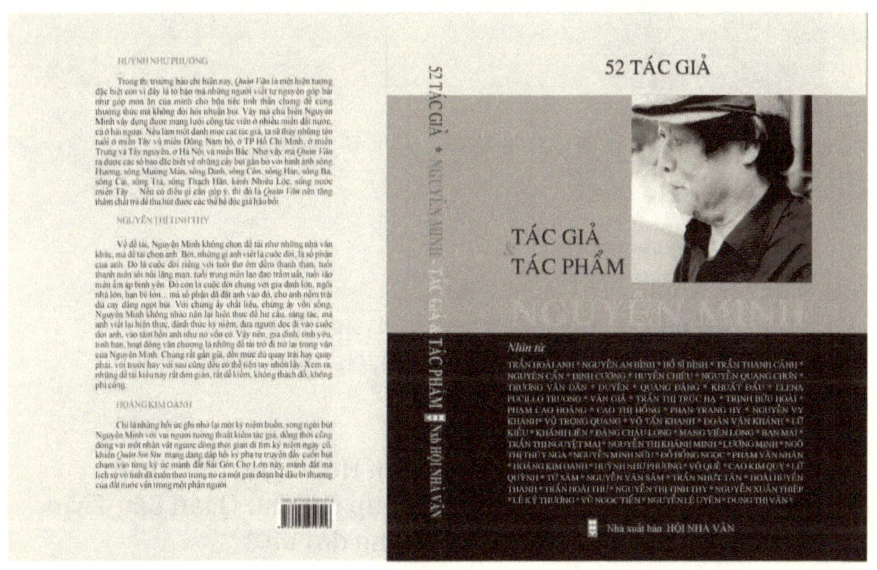

TRẦN THỊ NGUYỆT MAI
NGUYÊN MINH, NGƯỜI CÓ ĐÔI MẮT XANH

Anh Nguyên Minh viết thư cho hay
Đang thực hiện một cuốn sách do nhiều người viết
Chân dung văn học tác giả và tác phẩm: Nguyên Minh
Và nhắc tôi viết bài đóng góp.

Tôi quen anh Nguyên Minh từ anh Trần Hoài Thư
Khi ấy tôi đang giúp sửa morasse cho tạp chí Thư Quán Bản Thảo
Có một bài Sống và Viết: Đêm Noël trong đời tôi *
rất dễ thương của anh Nguyên Minh
Nên cuối năm 2011, nhân chuyến về Sài Gòn thăm gia đình
Anh Trần Hoài Thư nhắc, "Nhớ đến thăm anh Nguyên Minh.
Nhân thể ủng hộ Quán Văn mới phát hành."

Lần đầu đến nhà anh
Nói chuyện mà như đã thân quen từ lâu lắm

Anh khen tôi sửa morasse giúp anh thật kỹ
Không còn sót lỗi nào
Và anh cũng cho đi lại một bài thơ của tôi trên Quán Văn
Để kỷ niệm.
Anh kể về những người bạn thân
Về người yêu đầu tiên mà vì tờ báo mới in anh đã bỏ quên
dọc đường
Không tả được nhân dáng, màu áo của nàng
cho nhà viết kịch Lữ Kiều - người được nhờ đi đón giùm
(Có lẽ anh là người duy nhất trên thế gian mê báo hơn người yêu)
Anh nói về văn chương
Những dự phóng tương lai
Những truyện định viết
Trong mắt anh như ánh lên đốm lửa
Giọng nói hân hoan khi bàn chuyện văn chương.

Nhà văn Trương Văn Dân nhận xét rất đúng:
"Ấn tượng ban đầu anh Nguyên Minh gây cho tôi là sự đôn hậu.
Cảm nhận ấy đến với tôi từ ánh mắt màu xanh dương rất sáng
và trong lúc trò chuyện tôi thấy mình được lắng nghe." **
Vâng, tôi đã nhìn thấy màu xanh trong đôi mắt ấy
Màu xanh dịu dàng, thơ trẻ
Của một người bước vào tuổi 80
Truyền nỗi đam mê của đời mình
Cho những thế hệ sau...

Cảm ơn anh Nguyên Minh
Cảm ơn chị T., người đã là cảm hứng của anh trong mọi sáng tác
Và nhất là cảm ơn chị Lan, người bạn đời chung thủy của anh
Không có chị, bờ vai êm ả
Chỗ dựa những lần thất bại, đắng cay
Không một lời hờn giận, trách móc, ghen tuông
Khi đọc văn của chồng
Chắc gì chúng ta có được một Nguyên Minh
Với những sáng tác thật xuất sắc
Cây viết chỉ thật sự sung mãn
Khi được tự do viết những gì mình cảm nhận
Khi không còn lo cơm áo gạo tiền
Khi hạnh phúc gia đình luôn được ưu tiên
Và chính chị, chị Lan

Chị đã mang đến cho anh Nguyên Minh tất cả.

Chúc mừng anh, chúc mừng tác phẩm:
Chân dung văn học NGUYÊN MINH
Nguyện anh sống với lòng mình
sẵn sàng vững bước, gập ghềnh cũng qua
Văn chương chữ nghĩa từ xa
xưa ấy, chưa phút nào là rảnh tay
Sức sáng tạo vẫn hăng say
mong niềm vui ấy mỗi ngày đầy thêm
Chúc anh chân cứng đá mềm...

Trần Thị Nguyệt Mai
26/4/2020

** TQBT số 49 phát hành tháng 12/2011*
*   https://tranhoaithu42.com/tqbt-so-49-nha-tho-lam-vi-thuy/*
*** Trương Văn Dân: Nguyên Minh "Một cuộc đời với văn chương"*
https://vanchuongviet.org/index.php?comp=tacpham&action=detail&id
=20898

BAN MAI
Nàng Mây Của Trịnh

Tôi gặp anh Nguyên Minh lần đầu tại một quán cà phê vỉa hè đường Phan Xích Long. Hơn mười năm trước tôi thường viết bài trên trang vanchuongviet, ngày ấy chủ biên Nguyễn Hòa chưa ngã bệnh, anh còn xông xáo chuyện chữ nghĩa. Anh em thỉnh thoảng gặp nhau khi tôi vào Sài Gòn, hôm ấy có tôi, vợ chồng anh chị Trương Văn Dân - Elena, anh Nguyễn Hòa hẹn gặp Sâm Thương và Nguyên Minh. Các anh đều là những bậc tiền bối tôi ngồi nghe các anh bàn luận và dự tính ra mắt một tập san văn học nghệ thuật riêng của mình, từ đó anh em quen nhau.

Nhà văn Nguyên Minh trước năm 1975 là chủ biên tạp chí Ý Thức, với kinh nghiệm làm báo in ấn phát hành, năm 2011 anh đứng ra thành lập tạp chí Quán Văn tại Sài Gòn làm sân chơi cho những người yêu thích văn chương. Nhà văn Nguyên Minh là một người mê văn chương nghệ thuật bất vụ lợi, nếu ai đã từng gặp hẳn nhiên sẽ nhận ra điều này ngay tức khắc.

Ngoài việc đam mê làm báo anh còn là một nhà văn, với mối quan hệ rộng trong giới văn chương nghệ thuật. Ở anh là một kho tàng giai thoại của các văn nghệ sĩ mà anh quen biết từ khi còn đi học cho đến lúc làm báo cuối thập kỷ 60s.

"Mây Trôi" là một truyện ngắn, nhà văn Nguyên Minh kể lại kỷ niệm với một người bạn học cũ.

Nguyên Minh là bạn cùng học Sư Phạm Quy Nhơn với Trịnh Công Sơn những năm 1962-1964. Sau khi ra trường mỗi người được phân công một nhiệm sở, Nguyên Minh về Phan Rang giảng dạy ở quê nhà, Trịnh Công Sơn điều lên Bảo Lộc. Tình cờ sau 4 năm, Nguyên Minh gặp gỡ Trịnh Công Sơn và những người bạn học trong một lần lên Đà Lạt, ngày ấy Trịnh Công Sơn đã bỏ dạy, ông chuyên tâm sáng tác nhạc, những *Ca khúc da vàng* viết về thân phận con người trong chiến tranh của ông đã nổi tiếng khắp Miền Nam, ngày gặp đó TCS đang làm một đêm nhạc hát cho sinh viên trường Đại học Đà Lạt.

Nguyên Minh nhã ý mời Trịnh Công Sơn đến Phan Rang chơi và làm một đêm nhạc tại quán cà phê *Tao Nhân*. Nhạc sĩ họ Trịnh hào hứng vì ông thích những nơi xa lạ chưa từng đến.

Quán cà phê *Tao Nhân* nằm ở số 11 Nguyễn Thái Học, trên một con đường vắng với hàng me cổ thụ rợp bóng mát, là con đường dành cho các đôi tình nhân. Quán cà phê này là căn nhà của Nguyên Minh, sau khi trở về Phan Rang dạy học, thị xã lúc đó buồn hiu, không biết làm gì vào buổi tối, anh cùng vài người bạn mở một quán cà phê sau giờ làm từ 6h chiều đến 10h đêm, đó là nơi cho bạn bè hẹn hò, đàm đạo trong tiếng nhạc dìu dặt bản *Dư âm, Suối tóc, Tà áo xanh, Người đưa thư* … với tiếng hát Thúy Nga, Thanh Thúy rồi Khánh Ly, Lệ Thu trầm buồn, một chốn thư giãn của mọi người sau một ngày làm việc căng thẳng. Vì vậy, quán cà phê *Tao Nhân* phút chốc đã trở nên nổi tiếng, đó là nơi thường đến của các anh nhà giáo, công chức, bác sĩ, các cô cậu học sinh tuổi mới lớn đang hẹn hò yêu đương. Một trong những người khách thỉnh thoảng đến quán là nàng Vân Phi. "Trong những người khách đến quán vừa thích nghe nhạc vừa hạp gu cà phê, có một người con gái cùng lứa tuổi chúng tôi đã để lại một ấn tượng khó quên. Nàng tên Vân Phi. Người con gái dáng mảnh khảnh, mắt mí lót, tóc đen mướt xõa quá lưng. Nàng có một giọng ca trầm trầm, ấm áp. Hình ảnh Vân Phi thời còn đi học chung với chúng tôi ở trung học đệ nhị cấp. Nàng là một trong những người nữ sinh duyên dáng đã từng làm biết bao cậu học sinh cùng lứa tuổi phải thẫn thờ. Đã vậy nàng còn là huynh trưởng Gia đình Phật tử... Trong vở kịch Quan Âm Thị Kính, nàng thủ vai Phật Bà, thỉnh thoảng xuất hiện trên sân khấu với khuôn mặt trong sáng và thánh thiện. Hình ảnh Vân Phi để lại trong tôi của thời thanh xuân là như thế... Cô là đồng nghiệp với chúng tôi. Cô dạy ở một trường rất xa thị xã, nơi ấy là vùng dân tộc. Bằng đi mấy năm tôi không gặp." [*]

Nhà văn kể sau một thời gian Vân Phi vắng mặt, lần đầu tiên gặp lại ông ngỡ ngàng tưởng rằng Vân Phi đang diễn kịch khi thấy nàng biến thành một cô gái hoàn toàn khác từ một cô gái yếu đuối, xanh xao mang vẻ đẹp liêu trai nay Vân Phi với khuôn mặt trét đầy phấn, quần kaki bạc màu, áo thun đỏ sát nách ôm sát thân hình, môi đỏ thắm với mái tóc bung xù, phì phà điếu thuốc trên môi nhìn như dân bụi đời, ông không thể tin nổi. Chuyện gì đã làm nàng thay đổi không tưởng như vậy? Sau này ông mới biết, Vân Phi khủng hoảng, sầu đời, sống buông thả sau khi người yêu là lính chết trận. Cái chết đột ngột của người tình mà cô yêu say đắm làm cô điên loạn, cô phản kháng đập phá mọi giá trị mà cô tôn thờ, cô từ bỏ gia đình Phật tử, bỏ dạy học, sống bất cần đời, giờ cô trở thành "nữ tặc" với đàn em chuyên đi phá phách.

Rồi cuộc đời cũng mang đến cái duyên cho nàng Mây. Đêm nhạc Trịnh Công Sơn hát cho quán cà phê *Tao Nhân* tại Phan Rang chỉ mời hạn chế trong bạn bè thân quen vì những đêm nhạc Da vàng của Trịnh thường mất an ninh, không hiểu sao Vân Phi lại biết và cô là khách không mời tự đến, gõ cửa xin vào khi chương trình đã bắt đầu. Đêm ấy, cô không là "nữ tặc" mà là một cô gái dịu dàng với tà áo dài tím.

Đêm đó: "Sơn hát như lời thầm thì tâm sự về nỗi đau của người con gái Việt Nam đã mất mát những người tình nơi chiến trường. Phải chăng đó cũng là nỗi sầu của Vân Phi. Suốt hai tiếng đồng hồ Trịnh Công Sơn hát liên miên, từ bài này sang bài khác, không biết mệt. Giọng anh trầm buồn hạp với lời tâm sự nỉ non về thân phận con người Việt Nam da vàng đang đau khổ vì chiến tranh đã gây ra cảnh tang tóc cho mọi người, từ người già ngơ ngác trong tiếng đại bác, từ em bé lõa lồ, trong công viên những người điên ru con hai lần, từ lúc con lọt lòng, và khi con chết, những người con gái yêu quê hương như yêu đồng lúa chín nay ruộng đồng đã tan nát. Những trai tráng trong làng, trong thị thành, đều khoác áo lính và bỏ mình hoặc trở về nhà với thân tàn ma dại, chỉ còn một cánh tay, một bàn chân, đôi mắt mù lòa. Bao nhiêu cuộc tình tan nát, chia lìa... Mọi người trong quán đều xúc động, mắt cay đỏ hoe và tim bị thắt lại, không phải vì khói thuốc và không khí ngột ngạt mà vì Trịnh Công Sơn đã dồn những niềm đau của từng người thành một, chồng chất lên nhau, thành một nấm mồ. Sơn hát cho mọi người nghe mà như anh hát cho ai đó, những oan hồn của người chết đâu đó trên đất nước này đang lang thang trên các chiến trường, cũng lảng vảng quanh đây, bên tiếng đàn guitar của anh...". [*]

Bài hát cuối cùng đã kết thúc, âm vang lời bài hát *Gia tài của mẹ* vẫn còn lắng đọng:

Dạy cho con tiếng nói thật thà
Mẹ mong con chớ quên màu da
Con chớ quên màu da nước Việt xưa
Mẹ trông con mau bước về nhà
Mẹ mong con lũ con đường xa.
Ôi lũ con cùng cha quên hận thù

Khách đã ra về, chỉ còn nàng Vân Phi ở lại, cô xin Nguyên Minh được gặp Trịnh Công Sơn. Anh lưỡng lự vì sợ cô làm phiền, như hiểu ý, cô nói nhỏ: Tôi sẽ không làm phiền gì các ông đâu.

Nguyên Minh viết: "Tôi lên gác chuyển lại với Sơn ý định đó của Vân Phi. Các bạn ngả mình lên chiếc giường của tôi, nghỉ ngơi sau một ngày mỏi mệt và nghĩ rằng Sơn cũng cần như thế. Sơn cười:

- Mình rất thích có dịp trực diện với người ái mộ mình.

 Tôi dặn dò Sơn:

- Tôi xuống trước báo lại và để dọn bàn ghế như cũ chỉ một lát là xong, ông xuống thì vừa." [*]

Tiếng hát trong đêm khuya, giọng trầm trầm, khàn khàn như ai vừa uống rượu say, như ai vừa hút thuốc quá nhiều còn đọng khói nơi cuống phổi, đưa hơi thở ra ngoài, như ai đã giữ trong lòng bấy nhiêu năm một nỗi hờn căm, giận đời, giận mình, bây giờ có dịp trào ra. Tiếng đàn ghi-ta tha thiết đệm theo. Tất cả âm thanh ấy dội lên từ quán *Tao Nhân* của tôi, những bản tình ca của Trịnh Công Sơn.

Anh nằm xuống, như một lần vào viễn du
Đứa con xưa đã tìm về nhà
Đất hoang vu khép lại hẹn hò
Người thành phố, trong một ngày, đã nhắc tên
Những sớm mai, lửa đạn
những máu xương chập chùng
Xin cho một người vừa nằm xuống
thấy bóng thiên đường cuối trời thênh thang
(Cho một người nằm xuống)

Em đi qua cầu. Có gió bay theo
Thổi bùng khăn tang. Trắng giữa khung chiều
...
Em đi qua cầu. Có gió hiu hiu
Thổi lòng em xa. Đến mãi nơi nào
(Em đi trong chiều)

Tiếng hát Vân Phi và Trịnh Công Sơn trong những bản tình ca

đã đưa tôi vào giấc ngủ từ lúc nào.

Lúc tỉnh dậy, Nguyên Minh đi xuống và nhìn thấy "... cô gái mà chúng tôi gọi là "Nữ tặc", đôi mắt nhắm nghiền, mái tóc đen xõa dài xuống ngang vai, trở nên hiền thục. Nàng ngả đầu dựa vào góc tường. Hai tay khoanh lại. Tôi nhận ra khuôn mặt từ bi của Phật Bà Quan Âm ngày cũ. Người con trai đối diện, chàng nhạc sĩ Trịnh Công Sơn, tay vẫn ôm cây đàn guitar, ngả người vào thành ghế, đôi mắt, sau cặp kính trắng, khép lại, còn đôi môi chàng lại nhoẻn một nụ cười đôn hậu, như vừa làm xong một việc thiện". [*]

Sau đêm đó, Vân Phi ra đi bỏ lại thị xã nhỏ đầy thành kiến với mình, đến một nơi xa lạ nào đó với một cái tên khác, với một con người mà suýt nữa nàng đánh mất. Ba mươi năm qua, những người lập quán *Tao Nhân* ngày xưa, giờ không còn nữa. Nguyên Minh vào Sài Gòn, từ lâu làm báo viết văn, một vài lần gặp lại Trịnh Công Sơn. Nhạc sĩ nhắc lại kỷ niệm xưa và anh hỏi:

- Cô ấy giờ ở đâu?

Tôi hỏi lại:

- Cô nào?

- Cô Mây Trôi.

Tôi thật sự ngạc nhiên vì có quen ai tên đó. Sơn kể:

- Có vài lần ngang qua thị trấn đó, mình nhớ đến quán *Tao Nhân* xưa, nhớ đến cô gái đã hát cho mình nghe những bản tình ca của mình. Hồi đó mình hỏi tên, cô nói cứ gọi cô là Mây Trôi". [*]

Thì ra Vân Phi là Mây Trôi của Trịnh.

Cuộc đời con người như giấc phù du, chúng ta chỉ là những sát na bé nhỏ đi qua chốn trần gian này. Những gặp gỡ tình cờ dù chỉ là thoáng qua cũng là một hữu duyên. Một trong những hạnh duyên ấy nàng Mây đã có.

Hạnh duyên gặp gỡ Trịnh Công Sơn, thực chất là hạnh duyên của gặp gỡ âm nhạc.

Chính âm nhạc đã xoa dịu vết thương lòng của nàng, những ca từ trong bài nhạc của Trịnh Công Sơn như an ủi, vỗ về nàng, giúp nàng Mây hiểu rõ sự vô thường của kiếp người, hồi sinh một cuộc đời dường như đã mất.

Truyện ngắn "Mây trôi" của nhà văn Nguyên Minh là một truyện ngắn viết theo kiểu cổ điển, với giọng văn bình dị, lối kể chuyện đơn giản, nhưng ẩn tàng phía sau là một nội dung tinh tế, phần kết bao giờ cũng là cái kết mở cho người đọc cảm nhận. Trong mỗi câu chuyện của ông ẩn sau con chữ là một chữ Tình viết HOA, tình người, tình tha nhân. Với tôi nó là một lời ca ngợi cao quý cho âm nhạc nghệ thuật, nếu là nghệ thuật đích thực nó sẽ giúp con người thăng hoa, thậm chí thay đổi cách nghĩ, hồi sinh số phận một con người.

19 năm trước, tác giả viết truyện ngắn này sau khi nghe tin nhạc sĩ Trịnh Công Sơn mất, nó như nén tâm nhang nhớ đến một người bạn tài hoa, ca ngợi thiên sứ của âm nhạc, chính bản thân âm nhạc nghệ thuật đã làm nên sự bất tử của nó. Đó là vài cảm nhận của tôi sau khi khép lại truyện ngắn "Mây trôi" của nhà văn Nguyên Minh.

Nàng Mây của Trịnh nếu còn đâu đó trên đời, tôi tin đã thoát khỏi nỗi đa đoan và sống an nhiên bình lặng trên cõi hồng trần này. Có lẽ nàng đã "ngộ" ra cõi đời này chỉ là cõi tạm và như Trịnh Công Sơn đã từng kêu gọi mọi người hãy sống vui vẻ nơi Quán Trọ này:

Con chim ở đậu cành tre
Con cá ở trọ trong khe nước nguồn
Cành tre ... í ... a
Dòng sông ... í ... a
Tôi nay ở trọ trần gian
Trăm năm về chốn xa xăm cuối trời
(Ở trọ - Trịnh Công Sơn)

Quy Nhơn, 5/5/2020
(*) những đoạn trích từ "Mây trôi" – Nguyên Minh

Ban Mai

*Nhà nhận định phê bình. Tên thật **Nguyễn Thị Thanh Thúy**. Sinh năm 1963 tại Quy Nhơn. Tốt nghiệp Thạc sĩ Khoa học Xã hội và Nhân văn, ngành Ngữ Văn, Hiện làm việc tại trường đại học Quy Nhơn. Cộng tác với các tạp chí Văn Học, Hợp Lưu, Quán Văn; các trang web vanchuongviet, baotre, damau, hopluu...*

DUNG THỊ VÂN
MỘT CHÚT TÂM TÌNH
CÙNG NHÀ VĂN NGUYÊN MINH

(tại sao lúc nào anh cũng khóc khi nghe bản nhạc "ANH CÒN NỢ EM")

Tôi cũng đã đi và cũng đã sinh hoạt ở một số nơi tuy không nhiều lắm nhưng cũng đủ ấm áp tình bè bạn văn chương. Nhưng khi đến với Tạp chí Quán Văn khoảng vài lần thì tôi cảm thấy lòng mình ấm áp lạ thường. Bởi con số khi sinh hoạt vừa phải. Một buổi ra mắt sách cứ trên dưới 50 người hoặc ít hơn 30 người là con số vừa đủ đẹp. Ước tính là như vậy. Ở đây tôi thấy tình anh chị em thật quý mến và quyến luyến nhau. Tạp chí Quán Văn như một gia đình hạnh phúc. Đôi cặp xuất hiện trong những buổi ra mắt sách hay những kỳ nghỉ nhóm QV tổ chức đi du lịch thì hầu như trên 50% là cặp đôi. Và anh chủ biên Tạp chí Quán Văn nhà văn Nguyên Minh điển hình là một cặp đôi hạnh phúc. Chị thực hiền lành và luôn hỗ trợ anh trong việc in ấn sách cũng như khi phát hành sách mặc dù chị chẳng viết lách gì mà chỉ giúp đỡ chồng là chính. (Nhóm tham gia chỉ là vợ chồng, không cứ là phải viết mới tham gia. Nên tình thân thực đáng quý và trân trọng cũng như một số bạn bè khi đến với Quán Văn cũng vậy).

Hôm nay tôi muốn viết về anh với tất cả tấm lòng thương yêu và trân quý. Có lẽ tôi nhìn thấy anh có một điểm giống tôi là mau nước mắt. Hễ nói tới một câu chuyện gì đó xúc động là nước mắt đã chảy ra rồi. Thế thì làm sao mà nói. Bởi vậy cuộc đời tôi suốt đời chắc chẳng bao giờ có thể là MC. Để viết về anh có một điểm làm cho tôi nhớ nhất. Ư mà chắc chắn cũng rất nhiều người có cùng ấn tượng về anh như tôi. Tôi hơi lơ đãng hình như anh có kể hay chưa kể tới giờ tôi không hề nhớ là tại sao và tại sao cứ mỗi lần nghe ca khúc "ANH CÒN NỢ EM" là anh lại khóc. Mà đâu chỉ một lần cứ lần nào nghe hát bài này anh cũng khóc. Thế là lúc đó mọi người lại quay phim và chụp hình anh. Nhưng hình ảnh đó đã làm cho tôi đã quý mến anh lại càng quý mến hơn. Tôi thấy thương quý anh như thể một người anh trong gia đình. Sự cảm này không phải ai cũng có được.

Tôi nghĩ mọi người đã viết về anh và đã nói rõ về tác giả, tác phẩm của anh. Nên thôi tôi sẽ không nhắc lại. Tác phẩm anh nhiều. Nhưng ở đây tôi chỉ muốn xoáy sâu vào một câu chuyện nhỏ trong tác phẩm TƯỞNG CHỪNG ĐÃ QUÊN sách được Nhà xuất bản Thanh Niên cấp giấy phép xuất bản năm 2007. In xong và nộp lưu chiểu quý I năm 2008. Sách gồm 11 truyện ngắn. (Ngày ấy bây giờ/Tưởng chừng đã quên/Hình như trời đang mưa/Loanh quanh lòng phố cũ/Cõi mù tăm/Mây trôi/Tiếng hát dưới trăng/Những linh hồn đứng/Người viết kịch/Vô danh/Nhập vai).

Ở đây tôi không phải là người viết phê bình cho "Tưởng chừng đã quên" mà là tôi muốn nhắc tới một quyển sách mà nhà văn NGUYÊN MINH đã trói chặt đời mình qua những trang viết mà nhiều lúc đọc tôi tưởng chừng như anh đang khóc mà không khóc thì cũng rưng rưng. Để hiểu về người chủ biên tạp chí Quán Văn mà trong nhóm vẫn thường hay trêu anh bằng những từ như soái ca, con chim đầu đàn của Quán Văn. Điều mà tôi nghĩ ở đây là các anh chị em và các bạn phải đọc và tìm đọc cho bằng được cuốn "TƯỞNG CHỪNG ĐÃ QUÊN" của nhà văn Nguyên Minh. Đọc để hiểu một quãng đời trôi qua của anh dù cho bao nhiêu tháng năm dài bôn ba anh vẫn xoáy sâu một chuyện tình tuổi ngọc của anh đối với T. Anh đã sống một cuộc đời hết lòng vì bạn như những trang viết của anh và tôi thấy quả thực không hổ thẹn với giấy mực một chút nào.

Tôi muốn viết về anh để mai này "ba mươi năm sau" và mãi mãi cho mọi người đọc được họ sẽ hiểu một chút gì về tình cảm yêu thương chân thành của anh dành cho bạn bè và gia đình. Tôi hơi tham lam từ "ba mươi năm" nhưng chẳng ai trách được. Vì tôi tham sức khỏe cũng như tham tuổi thọ. Ai trách mình kia chứ. Chắc gì tôi và anh còn trụ được tới ba mươi năm???

Hôm chị Lan vợ anh đau. Vì tôi không có mặt ở Saigon nên khi về tới Saigon là tôi ghé nhà thăm chị. Chưa bao giờ tôi thấy nét mặt anh tươi đến thế. Nhìn anh cứ như đang cười. Mặc dù anh không cười. Anh kể là hôm nay chị Lan vợ anh đã khỏe rồi. Anh mừng quá. Thấy anh vui vẻ ngồi bên chị mà lòng tôi ấm áp một cách lạ lùng. Tôi thấy mình cũng dâng lên một niềm vui. Đối với vợ, tình của anh thiết tha đến vậy. Còn T. trong "Tường chừng đã quên" thì hầu như trong những mẩu chuyện xuyên suốt thì T. luôn hiện diện. Nhưng chỉ với tình cảm nhẹ nhàng và thấu đáo. Đó là một mối tình thuở xa xưa khi còn là học sinh sinh viên. Anh và T. yêu nhau nhưng chẳng đến được với nhau. T. đi lấy chồng. Tiếc rằng chồng T. mất sớm và T. ở vậy nuôi con suốt 30 năm cho tới ngày gặp lại nhau. Và khi gặp nhau chỉ để ôn lại một tình cảm của những ngày xưa thân ái rồi T. lại về bên kia cách xa nửa vòng trái đất.

Bởi vậy mà nhà văn Nguyên Minh không kềm được nỗi lòng mà phải bật lên những đoạn như ai như oán...

"Nhìn trời nhìn mây và nhìn lại lòng mình dù đã bao năm cuộc sống đã làm còng lưng. Tình cảm cho nhau thời còn thanh xuân là một thứ tình thiêng liêng. Nó không tàn phai, không tan biến. Nó chỉ nằm vùi ở một góc trong tận cùng ý thức, mình tưởng như đã chết. Một lúc nào đó, một cơ hội chợt đến, nó từ từ chuyển mình, thức giấc và tiếp tục nẩy sinh". (Loanh quanh lòng phố cũ - Trang 76 - Nguyên Minh)

Cũng như bãi cỏ xưa kia là nơi hai người thường xuyên tâm sự. Cho nên có những đoạn văn anh bày tỏ anh mua nhà không ngần ngại khi ô cửa nhìn ra là bãi cỏ. Thì T. cũng vậy. T. tâm sự với anh khi gặp lại:

"Trước sân nhà em ở Mỹ, em cũng trồng một khoảng cỏ xanh như thế này. Các con em bảo sao mẹ không trồng hết hoa hồng. Đất quý mà mẹ lại trồng cỏ, T. cũng không trả lời được. T. chỉ biết nhìn nắng chiếu trên cỏ, T. thấy lòng mình nao nao, thương nhớ một cái gì rất mơ hồ, xa xôi. Bao nhiêu năm giờ T. mới nhận ra, khi trở lại công viên này, có anh đi bên cạnh. Nhìn đám cỏ non nhớ đến kỷ niệm một thời đã qua. Màu xanh của bãi cỏ, màu tím của đồi sim, cùng tiếng chuông chùa vẫn quanh quẩn mãi mãi ở trong lòng. " (Loanh quanh lòng phố cũ - trang 78 - Nguyên Minh).

Tôi chỉ muốn viết sơ về tình cảm của anh đôi chút. Cho nên tôi tự hiểu anh đã không trả nợ được tình cảm cho người mình yêu. Nên trong lòng anh luôn mang một nỗi buồn thê thiết nợ T. một khối tình. Và tôi đã hiểu vì sao anh khóc mỗi khi nghe bất kỳ một ai hát ca khúc "Anh còn nợ em" là anh lại khóc như tôi đã thắc mắc ở trên.

Vâng, món nợ khổ nhất đời người là nợ tình. Nợ tình thì chẳng bao giờ trả hết được. Người xưa trả không xong còn hẹn tới kiếp sau kia mà. Bởi vậy "Tưởng chừng đã quên" của nhà văn Nguyên Minh mà chúng ta chưa đọc thì quả là một thiếu sót lớn khi đã quen biết anh. Chúng ta phải đọc để biết nhân vật T. là ai... Nàng là ai mà lấy đi nhiều giọt nước mắt của anh nhà văn Nguyên Minh đến vậy... Xin hãy chạm vào nỗi đau của anh bằng bản nhạc "Anh còn nợ em", thơ: Phạm Thành Tài, nhạc: Anh Bằng, xem thử nhà văn Nguyên Minh có khóc không...

Dung Thị Vân

PHẦN VĂN THƠ
NGÔN NGỮ 26

SONG THAO
ÔM ẤP

     Ngày 30/6/2004, một người Úc được biết dưới biệt danh "Juan Mann" đã ra Pitt Street Mall ở trung tâm thành phố Sydney đề nghị ôm hôn người qua lại. Anh đã mở màn cho một phong trào rộng lớn sau đó mang tên *Free Hugs*. Cớ sao anh lại có ý tưởng này? Bởi vì anh gặp nhiều bất trắc trong cuộc sống khiến anh chán nản, cô đơn và trầm cảm. Anh muốn tìm an ủi nơi người khác bằng cách ôm hôn mọi người. Anh để một tấm bảng ghi vẻn vẹn hai chữ *"Free Hugs"* trước mặt và kiên nhẫn đứng đợi. Phải mất 15 phút mới có một bà lớn tuổi tới ôm hôn anh.

     Phút khởi đầu đã được khai thông, nhiều người tiếp tay với anh. Người thì đứng chủ động chờ được ôm hôn, người thì hưởng ứng tiến tới ôm hôn. Một không khí vui tươi và ấm cúng đầy tình người đã làm cuộc sống rôm rả thanh thoát. Tháng 10 năm 2005, Juan Mann và các thành viên khác bị cảnh sát hỏi thăm. Nhân viên công lực cho biết họ phải mua bảo hiểm công cộng trị giá 25 triệu Úc kim nếu muốn tiếp tục ôm hôn. Nhóm người trẻ này đâu có là triệu phú, họ làm đơn khiếu nại. Trên 10 ngàn người đã ký vào đơn này. Họ đã thắng và tiếp tục... ôm.

     Phong trào *Free Hugs* được nhiều người biết tới. Cuối năm 2005, Shimon Moore, ca sĩ chính của ban nhạc Sick Puppies, đã quay cảnh ôm hôn tại Sydney. Sau đó họ chuyển về Los Angeles và không phổ biến cuốn *video* này. Giữa năm 2006, bà của Juan Mann mất, ca sĩ Moore mới lồng nhạc vào những thước phim quay từ năm 2004 và gửi cho Mann. Chàng ca sĩ này cho biết: "Tôi gửi đĩa này cho Mann như một lời chia buồn với anh. Trên cuốn băng tôi ghi: 'Cuốn băng này cho biết anh là ai'. Mann bỏ cuốn *video* này lên YouTube. Tính tới tháng 10 năm 2013, đã có tới 74 triệu lượt người vào coi!

     Ngày 30/10/2006, Oprah Winfrey đã mời Mann xuất hiện trên show truyền hình Oprah của bà. Khi anh tới đã có một đám đông đứng chờ anh ngoài cửa để được *hug* với anh.

     Một năm sau, vào tháng 10 năm 2007, Juan Mann công khai địa chỉ nhà anh và mời mọi người tới ôm hôn. Trong vòng 36 ngày đã có 80 khách tới. Chủ nhà đuổi không cho anh thuê nhà nữa.

Tuy gặp nhiều gian nan nhưng phong trào ôm hôn truyền sự thông cảm và an ủi lẫn nhau vẫn phát triển mạnh mẽ. Tại thành phố Montreal chúng tôi, anh Tommy Boucher mặc chiếc áo màu xanh lá cây có hàng chữ tiếng Pháp và tiếng Anh: *"Câlin Gratuit – Free Hugs"*, đứng trong trạm *métro* Jean Talon, hai tay dang rộng mời mọi người ôm thân ái. Một kiểm soát viên của *métro* tới, chẳng ôm iếc chi, hỏi: "Anh có giấy phép không?". Anh ngạc nhiên hỏi lại: "Giấy phép chi?". Nhân viên này cho biết tất cả các hoạt động buôn bán hay giới thiệu các dịch vụ hàng hóa trong khuôn viên trạm *métro* đều phải có giấy phép. Anh bị phạt 101 đô. Anh biện minh là anh chẳng buôn bán chi và cũng chẳng quảng cáo hàng hóa chi nên anh sẽ khiếu nại đòi lại tiền. Sau đó anh đổi qua trạm *métro* Berri-UQAM nhưng cũng rét nên đứng ngoài phạm vi của trạm xe điện ngầm.

Anh Tommy Boucher tại trạm xe điện ngầm ở Montréal.

Free Hugs như giọt dầu loang ra khắp nơi trên thế giới. Các nước tự do dân chủ, phong trào hầu như không gặp trở ngại nhưng tại các nước bảo thủ, chuyện ôm hôn giữa đường phố là chuyện cấm kỵ. Tại Riyadh, nước Saudi Arabia, một quốc gia Hồi giáo, hai thanh niên đã bị nhân viên của Ủy Ban Duy Trì Đạo Đức và Đề Phòng Phạm Pháp bắt giữ.

Free Hugs đã có tại trên 80 quốc gia rải rác từ châu Á, châu Úc tới châu Âu, châu Mỹ. Cái ôm mang lại cho con người một liệu pháp chữa trị và xoa dịu sức khỏe tinh thần. Thế giới chúng ta sống ngày nay là một thế giới mà mỗi người như một ốc đảo. Trong *métro*, tại các tiệm ăn hay bất cứ nơi công cộng nào, chúng ta thấy chẳng ai quan tâm tới ai. Già trẻ lớn bé chúi mũi vào chiếc điện thoại cầm tay, lướt lướt, bấm bấm, chẳng cần ngó tới người ngồi cạnh mình. Vui buồn chúng ta giữ riêng cho mình. Một ánh mắt, một nụ cười cho người khác hầu như không có. Phong trào *Free Hugs* muốn thay đổi cái nhìn của mỗi con người với cuộc sống chung quanh. Chỉ cần một cái ôm thân ái, chúng ta có thể giúp tha nhân giảm căng thẳng và xoa dịu thần kinh của họ. Khi chúng ta tiếp cận nhau, hóa chất *oxytocin*, còn được gọi là *"hormone tình yêu"* tỏa ra khiến chúng ta cảm thấy ấm áp, tin tưởng và an bình.

Tuổi trẻ Việt Nam cũng đã sớm nhận ra lợi ích của *free hugs*. Tổ chức *"Free Hugs Vietnam"* đã được thành lập ngay từ năm 2017 hướng đến các hoạt động cộng đồng cho giới trẻ qua sự hợp tác với các tổ chức trong và ngoài nước. *"Free Hugs Vietnam"* chịu trách nhiệm tổ chức các sự kiện chung, giúp các bạn trẻ phát triển các kỹ năng xã hội cần thiết, phát triển sự tích cực bản thân của mỗi thành viên và đóng góp vào sự phát triển của cộng đồng. Chỉ hai năm sau, năm 2019, tổ chức đã quy tụ được 64 ngàn thanh niên nam nữ từ 16 đến 25 tuổi trên toàn quốc.

Anh Phạm Thiên Ân tại phố đi bộ Nguyễn Huệ, Sài Gòn.

Sài Gòn bao giờ cũng là cửa ngõ để nhận những sự kiện quốc tế đầu tiên. Chúng ta thử đi vào một trường hợp cụ thể do tác giả Tú Ngân kể lại: *"Đúng 19 giờ tối, dòng người đổ về phố đi bộ Nguyễn Huệ đông đúc hơn, tôi bắt gặp một chàng trai loay hoay dựng lại chiếc standee trên đó có ghi dòng chữ: 'Bạn có thể đến ôm mình và nhận một nhánh hoa nếu cảm thấy tiêu cực. Hãy để hôm nay là một ngày tuyệt vời"*. Chàng trai mang ấm áp tới mọi người là Phạm Thiên Ân, 23 tuổi, ngụ tại Long An. Anh thổ lộ: *"Tôi có ý tưởng này từ những câu chuyện của các bạn ở nước ngoài nên mong muốn mang nó về Việt Nam. Mục đích của tôi là muốn lan tỏa những điều tích cực và giúp mọi người có thể giải tỏa được những điều tiêu cực trong lòng, dù chỉ là một phần nhỏ. Lần đầu thực hiện tôi cũng khá ngại ngùng, không đủ tự tin. Nhưng khi nhận cái ôm đầu tiên, sự thấu hiểu từ những người xa lạ khiến tôi có động lực hơn. Họ không ngần ngại trao tôi những cái ôm, thậm chí còn chia sẻ những cảm xúc, những câu chuyện mà họ đang gặp phải khiến tôi cảm thấy hoạt động này có ý nghĩa hơn. Đó cũng là động lực để tôi duy trì việc làm này"*. Lần anh Ân nhớ nhất là khi một đứa trẻ lang thang bụi đời chạy đến ôm hôn và kể với anh về cuộc sống không nhà không cửa của em. Anh Ân nói với giọng cảm động: "Khi được ôm tôi em cảm thấy thoải mái và tôi cũng cảm nhận được sự ấm áp từ em. Từ đó tôi suy nghĩ có lẽ cái ôm thật sự quan trọng với rất nhiều người. Động lực lớn nhất với tôi đơn giản là việc này làm tôi cảm thấy hạnh phúc".

Một phong trào rộng lớn như vậy ắt phải có một ngày quốc tế để ghi dấu. Đó là ngày Ôm Hôn Quốc Tế *(International Free Hugs Day)* được tổ chức mỗi năm vào ngày thứ bảy đầu tiên của tháng 7. Đó là ngày mà mọi người trên khắp thế giới được nhắc nhở để ôm nhau hầu có thể truyền tải yêu thương và thân ái cho nhau.

Free Hugs là ôm... *free*, chẳng phải thọc tay vào túi cho mất thời giờ. Thời giờ là vàng bạc, nhất là đối với dịch vụ ôm có ấp đàng hoàng. Muốn... ấp phải chi địa. Nhiều ít tính theo giờ. Đây là một dịch vụ chuyên nghiệp, một ý tưởng kinh doanh hoàn toàn nghiêm túc nhưng vẫn hái ra tiền. Dịch vụ này không còn là *hug* nữa mà là *cuddle*.

Bà Jessica O'Neil, 35 tuổi, có chồng và ba con, là một người hành nghề ôm ấp. Lợi tức trung bình mỗi năm của bà khoảng 58 ngàn đô. Bà từng là một chuyên gia trị liệu và tư vấn *massage* trước khi thêm những cử chỉ âu yếm vào danh sách điều trị tại cơ sở *massage* của bà tại Gold Coast, Queensland, Úc. Khách của bà dĩ nhiên là các ông cần an ủi. Họ chịu chi tới 60 đô mỗi giờ cho "những cử chỉ âu yếm nghiêm ngặt". Nếu vừa ôm vừa tư vấn, giá là 80 đô. Nếu muốn trọn gói "cà phê tình bạn và âu yếm", giá sẽ nhảy lên 110 đô cho mỗi giờ. Hầu hết khách hàng của bà Jessica O'Neil là các ông trên 35 tuổi, cô đơn, cần thổ lộ với người khác. Dĩ nhiên cũng có phụ nữ nhưng số này rất ít. Chồng bà Jessica có ghen tuông chi không khi vợ làm cái nghề ôm ấp các ông khách hàng, bà cho biết chồng bà không hề ghen tuông chi. Nghề là nghề, tình cảm là tình cảm. Hai chuyện không dính dáng chi tới nhau!

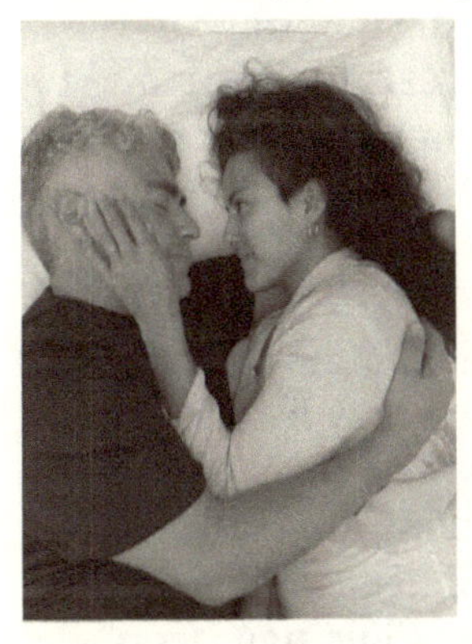

Cũng như phong trào *Free Hugs*, ôm ấp chuyên nghiệp *cuddle* hiện nay là một nghề... quốc tế. Nhiều nước tiên tiến đều có dịch vụ này. Bà Janet Trevino, 37 tuổi, ngụ tại New York, Mỹ, cũng hành nghề như bà Jessica bên Úc. Bắt đầu hành nghề từ tháng 9 năm 2016, bà tính giá 80 đô mỗi giờ. Nhiều khách hàng chơi bạo đã nằm ôm tới tám tiếng liên tục mới đủ đô! Cải thiện cảm xúc và chống trầm cảm nhiều khi cần kéo dài!

Tại California, bà Fei Wyatt, 33 tuổi, làm việc tại *Cuddle Sanctuary* (Thánh Địa Ôm). Công việc của bà là tạo cho khách hàng một không gian thoải mái, an bình. Không phải ai cũng có thể tạo ra được bầu không khí an lành này được. Bà nói: "Công việc của tôi là ở bên cạnh, chấp nhận tính tình của khách hàng, một việc không phải ai cũng làm được. Tôi ở bên họ lúc họ mềm yếu nhất. Đó cũng là cái hay của công việc này bởi lúc đó khách hàng của tôi cảm thấy được là chính mình". Phần lớn khách hàng của bà là người độc thân nhưng cũng có những người có gia đình. Họ tới vì người phối ngẫu đã không hiểu và đáp ứng được nhu cầu của các đức ông chồng. Khách hàng của dịch vụ ôm ấp này không tìm tới tình dục. Họ biết được giới hạn của họ. Nếu say sưa quá không kiểm soát được đã có các bà như bà Fei làm cái thắng tốp cơn say của họ. Bà Fei nói: "Bác sĩ tâm lý chữa bệnh bằng lời nói. Tôi thì cung cấp cho khách hàng tình yêu vô điều kiện để đảm bảo rằng họ tận hưởng khoảnh khắc của mình. Hành động thường mạnh mẽ hơn lời nói nhiều".

Nằm ôm ấp có tác dụng hơn lời nói. Nhưng nằm ngủ chung có tác dụng hơn chỉ ôm ấp. Dịch vụ này có tại Nhật Bản. Cửa hàng "ngủ" này tên Soineya, nằm trên tầng 3 của một tòa nhà cũ kỹ thuộc quận Akihabara, Tokyo. Tại đây quý ông cô đơn, muốn ngủ với một cô gái trẻ đẹp để giải tỏa bức xúc có thể tìm tới. Phải nói ngay "ngủ" đây là theo nghĩa đen, ông nào muốn nhập nhằng theo nghĩa bóng là đã tới lộn địa chỉ. Chuyện ngủ phức tạp hơn chuyện ôm nhiều. Trước hết phải biết thủ tục đầu tiên. Vé vào cửa là 3 ngàn *yen*, tương đương 22 đô Mỹ. Chi trả cho em bé ngủ chung trong thời gian 20 phút thêm 3 ngàn *yen* nữa. Đó là em bé được chủ nhân chỉ định khi tới lượt, khách hàng không được chọn lựa. Muốn chọn lựa em bé ưng ý phải móc túi thêm 1.500 *yen* nữa. Đó là giá căn bản. Khi vào cuộc lại có những giá cả khác. Muốn gối đầu lên tay em bé hoặc vỗ lưng hay xoa đầu trong vòng 3 phút phải móc túi thêm một ngàn *yen*, khoảng 7 đô Mỹ nữa. Cũng với giá này, khách có thể có dịch vụ hai người nhìn vào mắt nhau đắm đuối trong 1 phút. Nếu muốn nắm tay nhau trong 10 phút cũng phải chi thêm 7 đô nữa. Phải nói ngay tuy tôi đã từng đặt chân tới Tokyo nhưng xin thề là chẳng biết cửa hàng Soineya nằm ở xó xỉnh nào. Tất cả những giá cả tôi vừa nêu ra là do tài liệu cung cấp, không trải nghiệm trực tiếp nên không bảo đảm. Nếu các bạn tới Tokyo, tìm tới Soineya mà giá cả có khác thì tôi không chịu trách nhiệm. Xin bố cáo cho rõ ràng.

Cũng tại Nhật có dịch vụ ngủ ôm trai đẹp, tuổi từ 20 đến 30. Cửa tiệm ngủ này tên Rose Sheep. Khách hàng là các bà phòng không gối chiếc trong độ tuổi từ 30 tới 40 hoặc lớn hơn, cảm thấy lẻ loi cô quạnh trong đêm trường muốn tìm hơi ấm của người khác phái. Nhưng các chàng trai khỏe mạnh này chỉ cung cấp hơi ấm, nâng niu giấc ngủ thôi. Chuyện khác, quên đi. Có dịch vụ ngủ trưa trong 2 tiếng với giá 20 ngàn *yen*, khoảng 140 đô Mỹ. Gói ngủ đêm mang tên "Chúc ngủ ngon" dài hơn. Dài 6 tiếng với giá 50 ngàn *yen* hoặc 16 tiếng với giá 100 ngàn *yen*. Ngủ chi mà ngủ dữ vậy? Không, ngoài chuyện ngủ các chàng đẹp trai này còn có thể đi ăn, đi uống cà phê hoặc nấu ăn tại nhà cho khách. Nếu khách có tâm sự, các chàng lắng nghe và chuyện trò như những người bạn thân thiết.

Người cung cấp dịch vụ này, dù trai hay gái, đều phải là những người thơm tho sạch sẽ. Không hôi nách, không toát mùi gia vị, không hôi miệng. Đó là những "đức tính" tôi thêm vào, tài liệu không thấy nói tới. Tuy không nói tới nhưng tôi nghĩ phải vậy. Vài ông bạn tôi không tán thành suy nghĩ quá "sạch sẽ" của tôi. Theo các ông ấy, mùi riêng của một người là thứ trời ban cho để phân biệt người này với người khác. Tuy đôi khi trời rộng lượng khiến chúng nồng nàn gay gắt nhưng không vừa mũi người này cũng vừa mũi người khác. Muốn không có một chút mùi nào thì chỉ có người... giả.

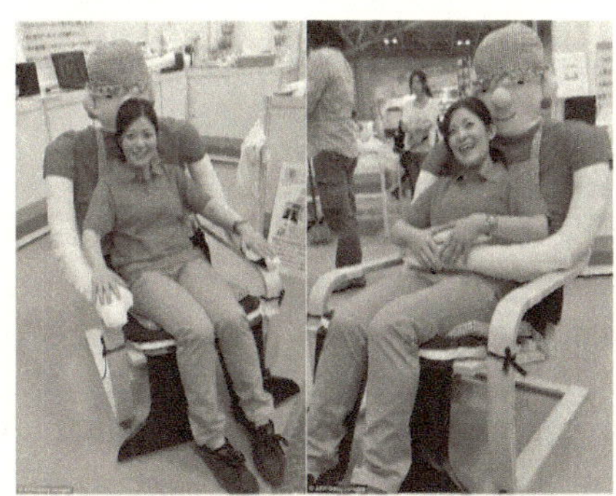

Ghế ôm.

Tưởng là nói chơi nhưng cũng có. Một công ty Nhật (lại Nhật!) đã phát minh ra chiếc "ghế yên tĩnh" có thể cung cấp những cảm xúc ấm áp theo yêu cầu. Đây là một loại ghế xích đu tạo hình một con búp bê bằng vải với cánh tay rất dài có thể quấn quanh người ngồi trên đó. Búp bê có thể lắng nghe bạn nói chuyện, cho nghe những bản nhạc êm dịu quen thuộc trong khi vẫn êm ả ôm chủ nhân của chúng nhún nhảy trên ghế. Tôi không dùng chữ "khách hàng" như với các dịch vụ trên mà dùng chữ "chủ nhân" vì một khi bỏ ra 419 đô để mua đứt, bạn luôn có búp bê bầu bạn trong nhà.

Bạn chọn thứ nào? Thứ thiệt sở hữu ngắn hạn hay thứ giả sở hữu dài hạn. Có lẽ tùy theo tuổi tác. Giới trẻ chắc mặn thứ thiệt, giới già chắc khoái thứ giả. Tới một số tuổi nào đó, chuyện thiệt giả là chuyện các cụ chẳng *care*. Riêng tôi xin "tuyên ngôn" cái rụp: chẳng cần thứ nào cả!

Song Thao
5/2023
http://www.songthao.com/

NGH

THỌ LÀM GƯƠNG

(NgH chuyển ngữ từ truyện The Mirror Maker của Primo Levi)

Timoteo, cha anh, và tất cả ông bà tổ tiên anh từ thời xa xưa đều theo nghề làm gương soi. Trong tủ nhà anh vẫn còn cất giữ những cái gương bằng đồng đã xanh lè vì rỉ sét, và những cái gương bạc bị đen sì sau mấy trăm năm người này người kia mó tay vào; cũng có những tấm gương khác làm bằng pha lê đóng khung bằng ngà hoặc gỗ quý. Sau khi cha anh qua đời, Timoteo cảm thấy như được giải thoát khỏi những lề thói cũ rích; anh tiếp tục làm gương theo kiểu hàng chợ, phục vụ khách mua trong vùng kiếm được khấm khá, nhưng đồng thời anh bắt đầu nghiền ngẫm lại cái kế hoạch anh đã ôm ấp bấy lâu.

Từ hồi còn là một cậu bé anh đã phá lệ mà cha và ông của anh không hề biết. Ban ngày trong những giờ làm việc ở xưởng, với tư cách một người học việc kỷ luật, anh làm những thứ tầm phào chán phè, những tấm gương phẳng dẹt: trong veo, không màu, loại gương phản chiếu (tuy là ảnh ảo) hình ảnh của mọi thứ ở đời, nhất là mặt người. Buổi tối khi không còn ai giám sát, anh chế tác một loại gương khác. Công dụng của gương soi là gì? *"Nó phản chiếu"*. Giống như tâm hồn của con người vậy; nhưng những cái gương bình thường tuân theo quy luật vật lý đơn giản và bất biến; chúng soi chiếu *cái thực tại* mà một đầu óc bị ám ảnh và có định kiến sẽ soi chiếu giống như thế, làm như chỉ có một thực tại duy nhất! Những tấm gương bí mật của Timoteo linh động hơn nhiều.

Một số gương được làm bằng kính có màu, có sọc hoặc trắng sữa: chúng phản chiếu mọi thứ đỏ hơn hoặc xanh hơn vật thực, hoặc đa sắc, hoặc chạy đường viền có bóng mờ một cách tinh tế khiến cho sự vật hoặc con người kết tụ lại như những đám mây. Một số gương khác đa dạng hơn, được làm bằng những phiến kính dát mỏng có góc cạnh hoặc được ghép lại từ những mảnh kính vụn khiến hình ảnh vỡ ra, biến thành một tranh khảm mosaic thanh nhã nhưng khó thể giải đoán. Một mẫu gương, khiến Timoteo mất mấy tuần để chế tác, có thể biến cao thành thấp, và phải thành trái, người nào soi gương lần đầu sẽ bị chóng mặt ghê gớm, nhưng nếu kiên trì trong vài giờ sẽ quen dần với cái thế giới lộn tùng phèo đó, và khi đối diện lại với thế giới ngay ngắn trật tự, người đó sẽ cảm thấy muốn nôn mửa. Một mẫu gương khác được ghép từ 3 mặt kính, qua đó người soi gương sẽ thấy chân dung mình được nhân ba. Timoteo mang nó làm quà cho cha xứ để cha có thể giải thích cho bọn trẻ sự bí ẩn về Chúa Ba Ngôi trong giờ giáo lý.

Có những tấm gương phóng lớn hình ảnh lên, như kiểu người ta hay vớ vẩn nói mắt bò nhìn thứ gì cũng to đùng lên như vậy, những tấm gương khác thì thu nhỏ hình ảnh hoặc làm cho mọi sự vật trông xa tít đến vô tận; trong một vài mẫu gương, người ta thấy mình cao nhồng gầy nhom, ở những mẫu khác lại thấy mình mập ú lùn tịt như Phật Di Lặc. Với nhã ý muốn tặng cho Agatha một mẫu làm quà, Timoteo chọn loại gương gắn lên tủ áo có mặt kính hơi gợn sóng, nhưng rồi anh đã nhận được kết quả ngoài dự đoán. Khi người soi gương đứng yên, hình ảnh phản chiếu chỉ cho thấy những nét biến dạng mơ hồ; trái lại với chuyển động lên xuống, hơi khuỵu gối hay nhón gót, bụng và ngực sẽ phình lên xẹp xuống dữ dội. Agatha thấy chính mình biến thành một thân cò còm nhom với vai, ngực, bụng bị nén lại thành một nùi vắt vẻo trên hai cái que chân tong teo; liền sau đó lại biến hình thành con quái vật có lòng thòng một sợi dây ở cổ treo toòng teng những thứ còn lại, một đống ruột bầy nhầy chẹp bẹp như đất làm gốm, đùn đè xếp lớp lên nhau vì sức nặng của chính nó. Chuyện kết thúc một cách tệ hại. Agatha đập vỡ cái gương và hủy luôn đính ước, còn Timoteo thì đau, nhưng sự tổn thương không lấy gì làm trầm trọng.

Anh có một dự án tham vọng hơn nhiều. Một cách bí mật anh thử nghiệm nhiều loại kính và các lớp tráng bạc khác nhau, đưa gương vào từ trường, rọi sáng chúng bằng những ngọn đèn được gửi về cho anh từ các xứ sở xa xôi, đến một lúc anh thấy gần như mình đã đạt mục tiêu vì có thể làm ra những tấm gương siêu hình học, được gọi là **Metamir**, kết hợp hai từ *metaphysical* và *mirror*. Metamir không tuân theo những quy luật thị giác mà phản chiếu hình ảnh của người soi gương qua cái nhìn của đối tượng đang đứng trước mặt mình: ý tưởng này không mới, Aesop đã từng nghĩ ra rồi, và ai mà biết được trước và sau Aesop thì còn ai khác nữa, nhưng Timoteo là người đầu tiên nhận biết điều ấy.

Gương siêu hình học của Timoteo có kích cỡ nhỏ bằng cái thẻ điện thoại, dẻo mềm, và có thể bám dính: thật ra chúng được làm để gắn lên trán. Timoteo đã thử mẫu đầu tiên bằng cách dán nó lên tường, trong gương anh chẳng nhìn thấy gì đặc biệt: vẫn là hình ảnh thường ngày của một gã mới ba mươi mà đã hói, với dáng vẻ ranh mãnh, mơ mộng và hơi lơ đãng; nhưng tất nhiên là bức tường không nhìn thấy người soi và cũng chẳng lưu giữ hình ảnh của người đó. Timoteo đã làm ra được 20 mẫu như thế. Và anh nghĩ rất nên tặng mẫu đầu tiên cho Agatha, người mà anh vẫn say đắm duy trì mối quan hệ, hy vọng nàng sẽ tha thứ cho anh về cái vụ gương gợn sóng lần trước.

Agatha tiếp anh lạnh nhạt; cô lắng nghe dẫn giải của anh một cách cố tình thờ ơ, nhưng khi Timoteo đề nghị gắn Metamir lên trán, cô sẵn sàng đồng ý: cô rất hiểu những suy nghĩ của anh, quá hiểu nữa là đằng khác. Thật vậy hình ảnh mà anh thấy chính mình qua cái nhìn của Agatha giống y như trên một màn hình nhỏ, chẳng ngon lành gì. Mí tóc chẳng những trợt về phía sau, lại còn hói, hai môi hé lửng vẽ nên một nụ cười ngốc nghếch để lộ hàm răng hư (đúng là lâu rồi anh cứ trì hoãn việc chữa răng mà nha sĩ đã khuyên), biểu cảm của anh chẳng có chút gì mơ mộng nếu không nói là ngờ nghệch, và ánh nhìn của anh thật kỳ dị. Sao lại kỳ? Timoteo sớm hiểu rằng trong một tấm gương bình thường, mắt người soi gương sẽ hướng thẳng vào chính mình, trong khi với loại gương này chúng nhìn xéo về phía trái của người ấy. Anh tiến đến gần hơn và hơi dịch chuyển sang một bên: ánh mắt liền hụt tầm nhìn, lẩn về phía bên phải. Timoteo từ giã Agatha, lòng ngổn ngang các cảm xúc xung đột nhau: thử nghiệm của anh đã thành công, nhưng nếu Agatha thật sự nhìn thấy anh qua một hình ảnh như thế, sự đổ vỡ hẳn là vĩnh viễn.

Anh tặng mẫu gương thứ nhì cho mẹ mình, người chẳng hề cần đến giải thích dông dài. Timoteo nhìn thấy chính anh qua hình ảnh một thiếu niên tuổi 16, tóc vàng, đôi má hồng hào, dáng vẻ thanh cảnh và thanh khiết như thiên thần, tóc chải kỹ, nơ bướm thắt ngay ngắn nơi cổ áo: anh trộm nghĩ, thật không khác chi ảnh chụp cho quyển niên giám học đường. Không hề giống với tấm hình mà anh bắt gặp trong ngăn kéo vài năm trước đó, ảnh chụp cho thấy một cậu nhỏ sinh động, hòa đồng với hầu hết bạn bè ở trường.

Mẫu Metamir thứ ba dành cho Emma, hẳn rồi. Timoteo đã chuyển tình cảm của mình từ Agatha sang Emma một cách đáng ngạc nhiên. Emma nhỏ nhắn, lười biếng, hiền lành và kín đáo. Em ngấm ngầm dạy cho Timoteo một vài kỹ năng mà bản thân anh chẳng bao giờ nghĩ tới. Em kém thông minh hơn Agatha, nhưng không cứng nhắc như cô ấy – người gì mà rắn như đá mã não – *Agate-Agatha* – trước đây Timoteo không hề nhận ra điều này: tên người cũng nói lên được chút gì đấy chứ. Emma chẳng hiểu chi về công việc của Timoteo, nhưng em thường gõ cửa xưởng thợ của anh, lân la ở lại chơi nhiều giờ và mê mải quan sát anh làm việc. Trên đôi mày thanh tú của Emma, anh nhìn thấy một Timoteo thật tuyệt: chiều cao trung bình, cơ thể tầm thước: anh sở hữu một vòm ngực cân đối mà trước đó anh cứ ngậm ngùi tiếc sao mình không có, khung xương mặt đúng kiểu Apollo được mái tóc dày ôm sát như một vòng nguyệt quế, ánh nhìn trong sáng, hân hoan và hiếu thắng. Ngay lúc ấy Timoteo nhận ra rằng anh đã yêu Emma bằng một tình yêu mãnh liệt, dịu dàng và lâu bền.

Timoteo tặng vài mẫu Metamir cho bạn bè. Anh nhận thấy không hề có hai hình ảnh trùng nhau: nói tóm lại, không có một Timoteo thật sự. Về sau anh để ý thêm rằng Metamir có một đặc tính rất rõ nét: nó củng cố thêm tình bạn nghiêm chỉnh và lâu đời, trái lại nhanh chóng kết thúc những mối quan hệ bạn bè do thói quen hay xã giao mà có. Tuy vậy, mọi nỗ lực khai thác kinh doanh loại gương này đều thất bại: những người bán gương đều đồng loạt báo rằng có quá ít khách hàng vừa ý với hình ảnh của mình qua cái nhìn của bạn bè người thân. Nói chung là doanh số rất thấp dẫu cho có hạ xuống nửa giá. Timoteo đăng ký độc quyền bằng sáng chế và mất mấy năm trời trầy trật giữ cho nó sống còn, anh hết hơi hết sức bán nó nhưng chẳng ai thèm mua, thế là anh bỏ cuộc và tiếp tục làm những cái gương phẳng dẹt có chất lượng tuyệt hảo cho đến tuổi nghỉ hưu.

NgH

(trích từ Tuyển Tập Truyện Ngắn Nước Ngoài sẽ do Nhân Ảnh phát hành trong năm 2023)

hôm nay mười bốn trời trong
đêm Montréal rộng thong dong mây nằm
trời xa mà ngó thật gần
ngỡ như tay với đụng trần trời cao
    tôi ngồi lặng lẽ đếm sao
nụ mờ nụ sáng đều thao thức buồn
    nỗi buồn nhè nhẹ dễ thương
lẫn vào trong gió bay luồn tới tôi   *luân hoán

BUỒN ĐẦY MẶT TRĂNG THÁNG TƯ

UYÊN NGUYÊN

PHÍM ĐÀN CHÙNG

Nghe mọi người bàn tán xôn xao, Kiều Phương hấp tấp chạy ra đầu ngõ xem cho rõ câu chuyện. Cảnh tượng trước mắt nàng là hình ảnh Nhã nằm sóng soài, bất động giữa con lộ đông đúc xe cộ qua lại vào giờ cao điểm, bây giờ càng thêm tắt ùn vì tai nạn mới vừa xảy ra.

Chiếc xe của người vừa đâm thẳng vào Nhã, bị mất hướng lao lên vệ đường, nằm chổng chểnh giữa đống bàn ghế ngả nghiêng với mớ vật dụng đổ vỡ trong quán cháo dì Chín. Dì ngồi thừ ra đó, gương mặt thiểu não của người mất của, pha dáng thương tâm trước cái chết của Nhã.

Lúc này không biết nàng có sợ không, nhưng có một mãnh lực vô hình nào đó khiến nàng nhanh nhẹn len mình qua lớp hàng rào người hiếu kỳ đang vây quanh chỗ Nhã nằm, để được đến gần và nhìn rõ hơn. Rồi khi đã đứng cạnh xác của Nhã, nàng vẫn chưa tin chàng đã chết. Cái chết đến với Nhã và cả với chính nàng quá đột ngột. Nàng nhất định vẫn không tin những gì diễn ra trước mắt mình.

Trong ký ức, nàng thấy Nhã rất rõ, lành lặn và tháo vát. Chỉ mới mươi phút trước chàng còn vui vẻ lướt mấy ngón tay thoăn thoắt trên những phím dương cầm để chiều ý nàng vì muốn được nghe một lần cuối khúc Sonata mà nàng yêu thích nhất. Nói là lần cuối, vì ngày mai Nhã sẽ không ở lại nơi này nữa. Theo lời chàng kể, hôm nay đến tạm biệt nàng để đi về một thành phố xa xôi khác lập nghiệp. Chàng yêu nhạc, yêu đàn, nhưng mấy ngón nghề này không nuôi nổi miệng ăn của mình nơi cái xóm lao động nghèo này. Mấy năm nay chỉ có nàng là người duy nhất có đủ tiền nong thuê Nhã đến tận nhà dạy nhạc, mà hình như mỗi lần Nhã đến đây, thì nàng chỉ muốn ngồi nghe chàng dạo những nhạc khúc mà nàng yêu thích, còn chuyện học đối với nàng có lẽ chỉ là một cái cớ. Nhã càng ngày càng cảm nhận ra được điều này, chàng đâm ái ngại, rồi mặc cảm.

Thường mỗi buổi chiều có Nhã, sau khi chọn những nhạc khúc mình thích để chàng biểu diễn, nàng bình thản loay hoay với những công việc trong gian phòng khách rộng rãi. Có khi cắm một lọ hoa mới trên bàn, có khi sửa lại vị trí của những quyển sách nơi kệ... Nhưng đặc biệt chiều nay, nàng ngồi yên bất động bên khung cửa sổ có tấm màn vải voan trắng đục, nhìn ra ngoài vườn sau với đôi mắt u huyền xa xôi nhưng không giấu được cảm xúc trước cuộc chia ly. Nó bắt nguồn từ một thế giới tình yêu âm nhạc bay bổng, hay là thế giới tình yêu đôi lứa vừa chớm? Trong giờ phút này nàng thật sự không phân biệt được nữa, chỉ mơ hồ thấy tiếc nuối và muốn níu kéo. Nên chiều nay, sự tiếc nuối đã khơi lòng thổn thức, khi trước mắt nàng nhập nhòa mọi hình ảnh đang nhảy múa quay cuồng, duy chỉ có Nhã nằm bất động mãi cho đến lúc người ta trùm kín khuôn mặt chàng, rồi đẩy đi trên một chiếc băng ca trắng. Hình ảnh cuối cùng nàng nhớ rõ cánh tay Nhã rơi thõng xuống, để lộ năm ngón thâm bầm. Bàn tay như đang chới với và nàng muốn nắm lấy thật chặt, không rời, cho đến khi tiếng còi xe rít rùng rợn inh ỏi xa dần. Nhưng nàng vẫn đứng chết trân bên vệ đường, vẫn chưa tin chuyện vừa xảy ra. Trong thâm tâm, nàng nghĩ đó chỉ là tai nạn bình thường, người ta sẽ cứu Nhã sống lại, và nàng sẽ còn nghe chàng đàn mãi mãi. Tiếng đàn vẫn vọng trong ký ức, rành rọt từng phím.

oOo

Xóm nghèo trở lại bình thường, mọi người tản ra, về nhà hay lo việc của mình. Nhưng câu chuyện thương tâm còn xôn xao một thời gian lâu sau nữa. Duy chỉ có nàng từ đó cảm thấy cuộc sống của mình bỗng rơi vào một thế giới cô độc khủng khiếp. Mỗi lần ướm mấy ngón tay thon mềm trên những phím dương cầm, nàng đều bắt gặp một cảm giác lạnh dài ở sống lưng, và mỗi lần những nốt nhạc vừa chạm, vang lên, nàng nghe thật nhói đau ở lồng ngực, khan nơi cuống họng. Chiều nào bà con nơi xóm nghèo này cũng nghe tiếng đàn của nàng, nhưng có mấy ai để ý mà hiểu tiếng đàn ấy bây giờ ra chiều u uất. Chỉ còn dì Chín quán cháo, mỗi lần tiếng đàn vừa cất lên là bà lại kéo nhẹ vạt áo lem luốc chậm chậm đôi mắt. Dì là người vẫn nhớ đến thằng Nhã hiền lành hay ghé lại quán cháo của dì sau giờ dạy nhạc, lâu dần thành quen thân. Dì coi nó cũng giống con cháu của mình vậy. Nhiều lúc nghĩ lại, dì thầm nhủ phải chi chiều hôm đó Nhã đừng băng qua con lộ này để vào quán của dì, cứ bày đặt lễ nghĩa làm chi, đi thì đi cho khuất, cho xong, khách sáo vì muốn nói lời từ giã với dì làm gì! Mà bây giờ nó đã đi khuất thật rồi, nên dì chỉ còn biết thương con bé Kiều Phương mỗi chiều hay ngồi dạo lại những khúc dương cầm mà Nhã đã dạy cho bữa trước. Dì đâu biết nhiều về nhạc, thậm chí không biết thưởng thức, nhưng mỗi lần nghe, dì thấy có điều gì trắc ẩn. Những hôm không nghe được tiếng đàn, dì nghĩ ngay con bé chắc ngã bệnh, nên mấy lần tự động múc tô cháo nóng, thêm ít gừng và tiêu cay đem qua tận nhà, ép con bé phải ăn ngay cho khỏe, nại cớ để còn sức đàn cho dì nghe mỗi buổi chiều, dì nói đó là niềm vui duy nhất của dì ở giữa chòm xóm nghèo này.

– Cháu ăn đi, cháo dì vừa dọn hàng ra... Ơ, mặt mày sao xanh nhợt như thế!?

– Dạ, cháu cám ơn dì...

Không đợi nàng nói thêm, dì Chín nhìn sâu trong mắt nàng, và từ trong mắt dì ngấn long lanh:

– Bà con ở cái xóm này, không ai không yêu mến tiếng đàn của cháu, cháu phải khỏe mạnh để tiếp tục đàn cho dì nghe, cho chòm xóm nghe. Khách hàng của dì, có nhiều người đến ăn không phải là cháo dì ngon, mà họ được nghe tiếng đàn của cháu…

Nàng ngồi yên lặng bên cạnh chiếc dương cầm đặt ở giữa phòng, không nói gì thêm trong lúc dì Chín sửa soạn bữa cháo cho nàng, rồi bà quay ra, trở lại quán cháo của mình mà không quên dặn:

– Ăn đi cháu, cháo còn nóng. Rồi nhớ uống thuốc vào.

Nàng dạ một tiếng nhỏ, bàn tay vẫn mân mê trên những phím nhạc với nụ cười hiền hậu. Những lúc ngồi dạo những tấu khúc dương cầm Nhã dạy năm xưa, có những giấc mơ hiện lên giữa ngày, từ dưới những bàn phím trắng đen trồi sụt, có những dòng máu tươi lún phún vọt lên, từ những đầu ngón tay thẫm bầm mà nàng đã từng cố níu lại ở lúc người ta đem xác của chàng đi. Những giọt máu tràn lên mặt phím, hòa tan với những giọt lệ rơi lã chã từ khuôn mặt mỗi ngày một xanh xao hơn của nàng. Rồi đến một ngày, giấc mơ tan đi, nàng nhận ra máu không phải từ những phím đàn dâng lên nữa, mà xuyên qua hai hốc mũi nàng tràn xuống, không còn ngăn kịp.

Như thường lệ vào giờ này, tiếng đàn văng vẳng vang lên từ căn nhà của nàng, cũng là lúc dì Chín loay hoay với mấy người khách vừa bước vào quán và kéo ghế ngồi xuống, nên chẳng để ý đến nhiều mà chỉ thoáng nghe tiếng đàn là dì đã mừng. Nhưng lạ kỳ, bản nhạc chưa hết, bất chợt tắt bặt. Từ quán cháo của mình, dì Chín nghe được âm thanh cuối cùng vang lên không phải là tiếng của nốt dương cầm lịm ngân, mà dì nghe rõ mồn một nốt âm thanh vừa đổ ập xuống.

“Chết rồi!” miệng dì lầm bầm, hớt hải bỏ mấy người khách ngồi ngơ ngác, không kịp hiểu chuyện gì, chạy băng qua đường và hướng thẳng cửa nhà con bé.

oOo

Nhiều năm sau nữa, ở cái xóm nghèo, trong ký ức mọi người không ai còn nhớ đến tiếng đàn năm xưa của nàng. Thỉnh thoảng người ta chỉ nhắc với nhau về cái chết đầy ấn tượng của hai đứa trẻ tội nghiệp, lại thêu dệt thành một chuyện tình hết sức oan trái. Chỉ có mỗi một mình dì Chín là người duy nhất, mỗi buổi chiều khi bắt đầu bày quán, dù có còn hay không nghe tiếng đàn năm xưa, vẫn có thói quen đưa mắt nhìn lên khung cửa sổ của căn nhà đối diện ở bên kia đường. Những lúc ấy, dì lại vén vạt áo chậm chậm đôi mắt, lòng dì tựa như phím đàn chùng.

Uyên Nguyên

TIỂU LỤC THẦN PHONG
A SÌN

Trời nắng chang chang, thỉnh thoảng từng cơn gió bụi bốc lên bay rát cả mặt, dòng xe máy xình xịch chạy như mắc cửi trên đường. Hai bên lề đường có cả mấy mươi tiệm vịt quay, heo quay, những con vịt quay vàng ươm, có con thì da sậm màu hơi ngả nâu tất cả đều béo nhẫy mỡ, treo toòng teng trong tủ kiếng trông rất bắt mắt. Những con heo sữa quay vàng ruộm hoặc ngả màu cánh kiến, chủ tiệm còn gắn vào miệng nó một cái bông đỏ thắm. Khách qua lại đều ngoái nhìn, dù chưa ăn nhưng cũng đủ cảm nhận rất ngon. Những ổ bánh mì dài cả thước, quệt bơ vàng nhạt, mùi thơm khiến ai cũng phải hít hà.

A Sìn mình trần trùng trục, bụng phệ như ông địa, cái quần xà lỏn dài tới gối màu cháo lòng, chiếc khăn xỉn màu đen loang lổ giắt ở cạp quần. Tay A Sìn thoăn thoắt chặt heo quay bôm bốp trên cái thớt gỗ me, thỉnh thoảng lại liếc con dao to đùng lên cây mài bằng thép sáng loáng vì nó đã được cọ xát quanh năm và cộng với dầu mỡ. A Sìn vừa làm vừa lầu bầu phân trần với khách:

- Giá vịt hơi lên giá quá trời, vật giá thứ gì cũng tăng, vậy mà ngộ bán vịt quay đâu có lấy giá lên.

Người khách đứng bên nhìn A Sìn cười:

- Nị bán giá này cũng đã lời lắm rồi còn đòi lên cái gì nữa!

- Hây da, đừng có nói vậy chớ! Ngộ lấy công làm lời thôi mà.

A Sìn chặt xong con vịt rồi bỏ vào bọc nylon cho người khách, người khách trả tiền rồi vội vàng rồ máy chạy đi. A Sìn ngồi phịch xuống cái ghế tựa bằng nhựa cũng cũ kỹ dơ dáy rồi rút cái khăn lau mồ hôi trên mặt, A Sìn còn giơ tay lên lau cả nách. Đoạn A Sìn cầm cái ca nhựa đựng trà đá quất một hơi cạn quá nửa, vẻ mặt tỏ vẻ khoan khoái thấy rõ. A Sìn nói thật đấy, y lấy công làm lời, mọi việc từ mua vịt, làm lông rồi quay và đứng bán... đều người trong nhà làm chứ chẳng mướn người ngoài. A Sìn làm quần quật cả ngày, quanh năm suốt tháng, hễ ngồi không hay rảnh rỗi thì A Sìn không chịu nổi. Những khi đắt khách thì A Sìn mới kêu A Luối đến phụ một thời gian bận rộn thế thôi.

Tiệm vịt quay Hưng Ký của A Sìn nổi tiếng từ lâu lắm rồi. Nhà dì Tư là khách ruột của tiệm, mỗi tháng hai lần cúng cô hồn các bác vào ngày mùng hai và ngày mười sáu âm lịch. Dì Tư mua vịt quay, heo quay về để cúng. Cả nhà dì Tư đều khoái và cho là vịt quay A Sìn ngon nhất.

Riêng Thiện thì chẳng tài nào phân biệt được vịt quay của tiệm A Sìn hay vịt quay A Chảy, A Thòn. Ăn món nào cũng thấy ngon như nhau, duy cái khác là ở nước chấm, nước chấm của tiệm Hưng Ký ngon quá trời ngon, cái màu đen đen như xì dầu pha vừa ăn có vị ngọt và mùi thuốc bắc. Ăn vịt quay phải chấm nước chấm đó mới ngon, nếu thiếu món nước chấm ấy thì vịt quay cũng mất ngon. A Sìn giấu nghề kỹ lắm, không mướn người ngoài cũng là vậy, giữ kín bí mật quay sao cho vịt chín da giòn, heo quay cũng thế và nước chấm thì ai ăn cũng vừa miệng. Có lần dì Tư sai Thiện ra tiệm Hưng Ký của A Sìn mua con vịt quay. Thiện ghẹo A Sìn:

- A Sìn, chỉ tui cách làm nước chấm đi, tui hứa tui hổng có mở tiệm cạnh tranh đâu!

A Sìn thật thà, giọng tiếng Việt lơ lớ:

- Hây da, hổng được đâu, cái này là bí quyết gia truyền. Ngộ chỉ cho nị thì tổ giận hổng làm ăn gì được. Ngộ hổng tin là nị có thể mở tiệm vịt quay; muốn mở tiệm phải biết nghề, phải có bí quyết mới làm được.

Thiện vẫn cà khịa:

- Mai mốt thân nhân bảo lãnh A Sìn đi Mỹ, chừng ấy chỉ tui được hông?

- Hây da, đừng làm khó ngộ chứ, ngộ nói dồi, bí quyết gia truyền hổng có chỉ cho nị được đâu.

- Vậy thì tui cưới con gái của A Sìn, nó cũng chỉ bí quyết cho tui.

- Con gái ngộ là người Tiều, hổng lấy nị được đâu. Nó lấy nị thì ngộ sẽ bị Nhị Phủ đuổi ra khỏi bang, vịt quay của nị nè, đem về đi, nị đi lâu quá bà Tư la chết!

Thiện thấy ghẹo A Sìn cũng đã nhiều rồi, nhìn cái mặt thật thà đến ngờ nghệch của A Sìn mà phì cười nói vớt thêm câu nữa:

- A Sìn giữ cô Muội cho kỹ nha, nếu không tui tán đổ cổ à nha.

A Sìn phẩy tay:

- Nị dìa đi, bà Tư la bi giờ

  Nhà dì Tư lọt giữa lòng khu phố Tàu, có lẽ là nhà Việt duy nhất. Thiện lên Sài Gòn ở nhờ nhà dì Tư để đi học. Chiều chiều ra hè chơi rồi quen với A Sìn, A Chảy, A Luối... Nhà dì Tư sát vách với nhà A Chảy cách tiệm vịt quay A Sìn một con hẻm nhỏ. Bọn A Sìn, A Luối, A Chảy, cô Muội... đều nói tiếng Tiều với nhau, chỉ khi nào tiếp xúc với Thiện hay nhà dì Tư thì bọn họ mới nói tiếng Việt.

  A Sìn kể nhà của y ở đây đã nhiều đời rồi, sau năm bảy lăm thì họ hàng vượt biên gần hết, hiện tại em gái A Sìn là cô Muối đang làm hồ sơ bảo lãnh cả nhà A Sìn. A Sìn không muốn đi Mỹ nhưng vì tương lai con cái nên A Sìn mới chịu đi. A Sìn nói qua Mỹ buồn lắm, mấy năm trước A Sìn đã đi du lịch rồi, visa cho đi sáu tháng nhưng mới ba tháng A Sìn bỏ về chứ chịu hổng nổi. A Sìn nói về với quầy vịt quay ở khu đan giỏ cần xé này mới là cuộc sống của mình.

Con gái A Sìn trắng da dài tóc, khác hẳn với tướng tá cục mịch của y, có lẽ A Lìn giống mẹ. Trời Sài Gòn nóng bức mà nhà A Sìn còn nóng hơn, bởi vì lò quay trong nhà lúc nào cũng đỏ lửa. Có lẽ vì nóng mà mặt của A Lìn lúc nào cũng ửng đỏ. Thiện thích nhìn A Lìn, mà liên tưởng đến gái má đào. Thiện có biết hoa đào là gì đâu, chẳng qua đọc sách nên biết vậy thôi. Con gái Tiều đẹp thật, nào chỉ A Lìn, cô Phón, cô Mị... cùng dãy nhà ai cũng đẹp, cái đẹp khác với con gái Việt. Thiện thấy rất khác nhưng biểu nói cái sự khác ấy như thế nào thì chịu, hổng làm sao nói được. Cứ mỗi khi thấy A Lìn ra ngồi ở ngoài hành lang thì Thiện cũng cà rà theo. Những chiều đi học về, Thiện thường ra ngồi dưới gốc trâm ăn bò bía, sương sáo với A Lìn. Thiện ghẹo:

- A Lìn có bồ chưa? Yêu ai cũng vậy, yêu tui đi.

Bàn tay với những ngón thon đẹp cầm cuốn bò bía cắn ngập giữa hai hàm răng trắng đều tăm tắp. A Lìn nuốt xong cười lỏn lẻn:

- Thiện đi học ở trường thì thiếu gì con gái Ziệt, sao hổng yêu mà đòi yêu A Lìn?

- Con gái Tiều đẹp, A Lìn đẹp hơn

- Xạo, con gái Ziệt đẹp hơn

- Thiệt mà, Thiện thấy A Lìn đẹp lắm, má đỏ như cánh hoa sen. A Sìn biết trước nên mới đặt tên A Lìn

- Hây da, Thiện học cao nên nói giỏi quá hén. A Lìn hổng có học sao yêu được?

- Học hành đâu có là gì, A Lìn yêu tui mai mốt tui dìa phụ A Sìn bán dịt quay.

A Lìn cười khanh khách như kim khánh, tiếng cười giòn tan như con trẻ ngây thơ làm cho Thiện thích quá đi thôi.

Dì Tư thấy Thiện cứ theo ghẹo A Lìn cứ tưởng Thiện xiêu lòng và tán thật tình nên nhắc nhở:

- Người Tiều ở đây đoàn kết lắm, họ hổng có lấy vợ hay gả con cho người Việt mình đâu!

Thiện cười nói với dì Tư:

- Con ghẹo cho vui thôi dì ơi! Lấy A Lìn về rồi mỗi khi vợ chồng xích mích cổ xổ toàn tiếng Tiều thì có mà điếc luôn.

Ngày mùng hai âm lịch, nhà dì Tư lại cúng cô hồn và cúng tạ công việc sản xuất làm ăn tiến triển thuận buồm xuôi gió, lần này dì Tư đổi món không mua vịt quay của A Sìn mà mua hai con gà về nấu cháo xé phay. Sau khi cúng, mâm cỗ hạ xuống, cả nhà quây quần ăn uống, thấy ai cũng dùng đũa gắp miếng thịt gà trật vuột sanh ngứa mắt, dì Tư sẵn hai tay xé phay còn đầy mỡ bèn quẹt cả bàn tay lên dĩa thịt luôn, thế là cả nhà bỏ đũa để dùng tay cắn gặm thịt một cách ngon lành. Dì Tư xé thịt không nhìn Thiện, miệng cười tủm tỉm:

- Thịt gà thiếu nước chấm của A Sìn mất ngon, hay là thằng Thiện qua bển xin một chén?

Cả nhà cười nắc nẻ trong lúc miệng người nào cũng bóng nhẫy mỡ và nhồm nhoàm ngấu nghiến thịt gà. Thằng Tú con dì Tư tức em họ của Thiện khích vào:

- A Sìn hổng cho chứ A Lìn cho liền, nếu anh Thiện qua xin

Nhân lúc vui vẻ, dì Tư kể chuyện cũ: Hồi nằm thời ông Thiệu, dì lên Sài Gòn học ở trường Khai Nguyên, rồi gặp dượng Tư, hai người yêu nhau và sau khi ra trường thì lấy nhau. Vài năm sau bảy lăm thì cha chồng mua cho căn nhà này, lúc ấy rẻ lắm vì chủ đã bỏ đi vượt biên rồi. Cả khu này lúc ấy nhà chỉ có vài cây vàng, những nhà trong hẻm thì còn rẻ hơn nữa. Khi dì về đây thì có lẽ nhà dì là gia đình Việt duy nhất, thế rồi dòng người phe chiến thắng từ ngoài kia tràn vô, họ được cấp cho những căn nhà mà chủ đã đi vượt biên hoặc những căn nhà bị tịch thu vì đánh tư sản… Dì Tư cũng như A Sìn, A Luối, A Chảy… đều sợ lắm, lòng thấp thỏm bất an không biết ngày mai sẽ ra sao, không biết khi nào sẽ đến lượt nhà mình bị tịch thu. Cứ mỗi tuần đều phải đi họp tổ dân phố ở phường để nghe tay bí thư trọ trẹ lên lớp toàn những điều trời ơi đất hỡi hiểu được chết liền! Dì Tư kể, những lúc như thế A Sìn thì thầm với dì: "Ngộ với nị là bạn láng giềng tốt, có gì giúp nhau nha, ngộ sợ quá". Dì Tư cũng gật đầu cho qua chứ thâm tâm dì Tư cũng sợ sốt vó, bản thân mình còn hổng biết sống chết ra sao thì làm sao giúp được ai, thân phận con dân lúc này như con sâu cái kiến. A Sìn là người Tiều thì còn thê thảm hơn, bị phân biệt đối xử, bị đe dọa trục xuất… Thời gian nặng nề trôi qua, mấy năm sau này thì có dễ thở hơn, bây giờ kinh tế coi mòi phục hồi nên đời sống cũng đầy đủ hơn. Nhà A Sìn giờ đang chờ ngày đi Mỹ. A Sìn không muốn đi nhưng phải đi để con cái sau này không phải khổ.

Dượng Tư vỗ vai A Sìn:

- Nị đi Mỹ coi như thoát rồi hén, hổng còn họp tổ dân phố nữa hén! Qua Mỹ sống với xã hội văn minh chứ không lẽ ở đây quay vịt cả đời sao?

A Chảy, quả thật tên sao người vậy, cái mặt chảy dài, bọng mỡ dưới mí đùn lên trông rất nặng nề. Y nối lời dượng Tư:

- Hây da, anh Dậu (chồng dì Tư tên Việt là Hữu nhưng A Chảy gọi theo kiểu Tiều là Dậu) nói đúng đó! A Sìn qua bển sống với văn minh đi, quay vịt hoài hổng ngóc đầu dậy được đâu! Qua bển để A Lìn còn cơ hội đổi đời nữa chứ!

Một buổi chiều tháng chín, Thiện vừa đi học về thì thấy A Sìn sang nhà dì Tư:

- Ngộ phỏng vấn đậu rồi, lẽ ra đi liền sau bữa tiệc chia tay nhưng ngộ dời ngày lại đến tháng chạp mới đi. Ngộ đi rồi nị ở lại mạnh giỏi hén.

Dì Tư hỏi:

- A Sìn đi còn nhà cửa thì sao?

- Ngộ kêu bán ba trăm lượng, nị là hàng xóm quen biết lâu nay, nếu có mua thì ngộ bớt cho chút đỉnh.

- Tui cũng muốn mua để cho thằng con lớn, ngặt vì đang dồn vốn đầu tư vào hãng túi nylon nên không đủ tiền, nị đi Mỹ thì cũng đâu có chịu trả góp phải không?

- Nị nói đúng dồi, ngộ đi Mỹ nên bán đứt luôn chứ trả góp sao được?

Dì Tư quay qua Thiện:

- Con nhắn tin ba má con liệu mua nổi không? Nếu mua nổi thì mai mốt ra trường ở lại Sài Gòn lập nghiệp luôn!

Thiện cười:

- Trời, ba trăm cây chứ đâu phải ba mươi cây dì! Ba má con làm gì mua nổi.

Tháng chạp năm ấy cả nhà A Sìn lên máy bay đi Mỹ bỏ lại tiệm vịt quay Hưng Ký, bỏ cả xóm giềng bao nhiêu năm ăn vịt quay mòn răng vẫn còn thèm. A Sìn đi mà tiếc nuối không kịp ăn cái tết lần cuối ở Việt Nam. Không biết A Sìn qua Mỹ có còn tiếp tục nghề quay vịt nữa không? Hổng biết qua bển A Sìn có chịu chỉ cho ai cái bí quyết gia truyền quay vịt làm nước tương ấy? A Lìn đi Mỹ rồi vỉa hè trước nhà tự nhiên thấy trống vắng dễ sợ. Dưới gốc trâm vẫn còn gánh bò bía, xe sương sáo nhưng sao tự nhiên thiếu thiếu gì đâu. Mỗi chiều Thiện đều ra vỉa hè ăn bò bía thấy nhớ A Lìn cười lỏn lẻn: "Con gái Ziệt đẹp mà sao nị hổng yêu?"

Tháng bảy năm sau, thằng Tưởng con dì Tư tốt nghiệp đại học. Nó học giỏi, đậu thủ khoa, ra trường lập tức được một công ty Hàn Quốc nhận làm ngay. Ngặt nỗi trước đó vài hôm phường tống cho cái giấy gọi khám nghĩa vụ quân sự. Dì Tư cằm ràm:

- Thời bình sao còn bắt con người ta đi lính? Chiến tranh đã hết mấy chục năm rồi còn gì! Dượng Tư nói:

- Thời buổi này là vậy đó, phải chi thôi, chịu chi thì mọi việc suôn sẻ, đồng tiền đi trước là đồng tiền khôn. Bộ bà hổng nghe người ta nói hả? Cái gì hổng mua được bằng tiền thì sẽ mua được bằng nhiều tiền".

Dượng Tư vốn dân làm ăn, giao thiệp rộng rãi, quen biết nhiều. Có người bạn cũng có con bị gọi đi nghĩa vụ quân sự, người ấy chi tiền để có cái giấy bệnh nên miễn suốt đời. Một hôm trong tiệc rượu, người ấy giới thiệu dượng Tư với tay quận đội trưởng, hắn tên Tín Kiệt, vì mới quen sơ nên hắn ta giữ kẽ chẳng nói gì đến chuyện miễn hay hoãn nghĩa vụ quân sự. Hắn chỉ ba hoa khoác lác chuyện trời đất, chuyện ăn chơi gái gú... đến khi rượu đã thấm, người đã sần sần, hắn ta tuôn hết:

- Những năm trước làm cái giấy miễn nghĩa vụ quân sự rất dễ, giờ thì khó lắm, cấp trên đã để ý rồi. Tại vì phường không giao đủ quân số, toàn con nhà nghèo đi nghĩa vụ quân sự chứ hổng thấy con nhà giàu. Có người đã đặt câu hỏi rồi.

Dượng Tư vẫn chịu nhục hạ mình năn nỉ y, tất nhiên là hứa hậu tạ khi xong việc, trước mắt thì giúi vào túi quần y mấy chục triệu. Sau bữa tiệc rượu, dượng Tư kể lại cho dì Tư nghe. Dì Tư hạ quyết tâm cứ như nữ tướng ra lệnh:

- Cỡ nào cũng phải lo cho được cái giấy hoãn hay miễn nghĩa vụ quân sự cho thằng Tưởng, tốn bao nhiêu công sức của cải nuôi con ăn học, giờ ra trường bị đi lính thì uổng quá, bao nhiêu công của đổ sông đổ biển hết, tương lai coi như chấm hết, tuổi trẻ chỉ có một thời không thể phí hoài cho việc nghĩa vụ tào lao.

Dượng Tư nói với dì Tư:

- Thằng chả nói cũng có lý, con nhà giàu ai cũng chạy giấy miễn nghĩa vụ quân sự nên phường thiếu quân, một mặt hắn ta làm khó để vòi vĩnh nhiều tiền hơn.

Bạn dượng Tư trực tiếp điều đình với hắn ta sau bữa nhậu ấy nhắn tin: "Giấy hoãn nghĩa vụ quân sự một năm giá mười lít, hoãn trong vòng năm năm giá năm chục lít, giấy miễn suốt đời một trăm củ, anh chọn loại nào thì bỏ tiền vào bao thư đem đến nhà y, anh cứ để ngay bàn làm việc của y, thế là xong việc. Tui với mấy người bạn khác cũng đều làm như vậy, mình và hắn ta đều ngầm hiểu và cùng có lợi".

Tháng sau thì dì Tư nhận được cái giấy hoãn nghĩa vụ quân sự năm năm. Dì cầm cái giấy hoãn đưa cho thằng Tưởng và nói:

- Đây là cái bùa hộ mạng, nhờ nó con không phải đi lính, của đi thay người.

Thiện cũng cầm cái giấy ấy đọc lướt qua thấy cũng đơn giản mấy hàng chữ, đại khái giấy ấy nói thằng Tưởng sức khỏe yếu không đủ tiêu chuẩn nhập ngũ nên hoãn trong vòng năm năm. Dì Tư thấy Thiện đọc cái giấy ấy nên nói:

- Năm sau con ra trường, thế nào cũng phải chạy cái giấy này, hộ khẩu con ở dưới tỉnh chắc cái giá bằng nửa hay một phần của Sài Gòn.

Thiện khờ khờ hỏi ngu:

- Hổng có cách nào khác sao dì? Ai cũng phải đi nghĩa vụ quân sự à?

- Ở xứ này thì ai cũng phải vậy thôi, mình ở trong vòng thì phải chịu, may mà mình còn khá giả có tiền chi để có cái giấy miễn hay hoãn đi lính. Mình còn may mắn hơn những nhà nghèo, con cái học có giỏi cỡ nào đi nữa mà không có tiền chi thì đành chịu đi lính. Nhà A Sìn vậy mà sướng, thoát rồi!

Tiểu Lục Thần Phong
Ất Lăng thành, 05/2023

VÕ PHÚ

Lẻ Loi

Chiều thứ Sáu, tôi đang lái xe về nhà thì chuông điện thoại reng. Tôi bấm vào nút nghe trên màn ảnh phía trước. Bên kia đầu dây là tiếng của cô Dung.

- Thịnh hả con? Cô sorry vì đã làm phiền con. Hôm nay con có rảnh không?

- Dạ con mới vừa đi làm ra. Con đang lái xe về nhà. Có chuyện gì không cô?

- Ờ... Không gì quan trọng. Nếu nay hay mai gì đó con rảnh, qua cô nhờ chút việc được không?

- Dạ mai con rảnh.

- Ồ... Vậy thì tốt quá. Mai qua cô nha.

- Dạ.

- Thôi con lái xe đi. Nhớ mai qua cô. Trước khi tới, gọi cho cô để cô đón, khỏi mất công con ký giấy tờ ở cổng security phiền phức.

- Dạ. Con chào cô.

- Bye, con.

Tôi biết cô Dung kể cũng gần 30 năm nay. Cô Dung là mẹ của Toại, người bạn thời còn trung học. Ngày đó trong đám bạn, tôi thân với Toại, đứa con trai độc nhất của cô.

Toại cao ráo, đẹp trai và là con trai duy nhất của cô Dung, chú Khánh. Bố mẹ Toại có tiệm làm móng tay ở trong khu thương mại sầm uất trong khu shopping Springfield Plaza và luôn bận rộn.

Toại là con trai duy nhất nên bao tình thương cô Dung đều dồn hết cho Toại. Công việc làm móng tay, lúc bấy giờ rất khá, tiền bạc luôn rủng rỉnh. Chỉ mới học lớp 11 mà Toại đã có xe hơi riêng, là chiếc Toyota Celica hai cửa, mới tinh. Mỗi lần cả nhóm bạn muốn đi chơi đều phải nhờ Toại đón rước. Tuy là con một, được bố mẹ cưng chiều, nhưng Toại hiền và chăm học. Học xong trung học, Toại nộp đơn vào trường đại học nổi tiếng nhất tiểu bang, đại học Virginia. Còn tôi cũng học ở một trường gần nhà. Tuy chúng tôi học khác trường, nhưng vẫn thường xuyên liên lạc, email hỏi thăm nhau. Vào những dịp lễ Thanksgiving hay Giáng Sinh, bố mẹ Toại thường bảo Toại gọi tôi đến chơi.

Sau bốn năm ra trường với bằng cử nhân, Toại nộp đơn vào trường nha của đại học North Carolina tại Chapel Hill, cũng là một trường đại học có tiếng ở vùng Đông Bắc Hoa Kỳ này. Còn tôi thì xin được việc làm cho hãng xe Carmax, ở thủ phủ tiểu bang Virginia và dọn về nơi đây.

Sau bao năm chăm học ở trường nha, Toại ra trường và mở phòng khám ở Woodbridge, cách nơi tôi làm việc chừng hơn một giờ lái xe. Mọi chuyện đang tốt đẹp với Toại và gia đình thì đùng một cái, bố Toại bị tai biến trong lúc ông đang làm móng tay cho khách. Bố Toại mất, hai mẹ con Toại càng lẻ loi.

Đám tang của chú Khánh rất đông người đến viếng. Hầu hết là những người thợ làm móng, khách của gia đình cô chú và cả bệnh nhân bạn bè của Toại. Vòng hoa hơn trăm, tràn ra hành lang nhà quàn, ra đến tận cửa. Hôm đám tang chú Khánh, tôi đến chia buồn cùng gia đình Toại và cô Dung. Cô khóc. Tôi vỗ nhẹ lên vai cô an ủi. Cô cầm tay tôi và nói:

- Cô cảm ơn con nhiều lắm. Con thường tới chơi với Toại với cô nha? Chú mất rồi cô không biết mẹ con cô sẽ sống ra sao.

Tôi an ủi và chia buồn.

Rời khỏi nhà quàn, tôi lái xe trở về lại Richmond. Trên đường đi tôi mãi nghĩ về Toại, nghĩ về cô Dung. Tôi chợt nghĩ đến cuộc đời này. Ai biết trước được ngày mai? Tiền tài, danh vọng, mới đó đã tan theo mây khói.

Sau khi làm việc ở hãng Carmax được vài năm, tôi quen và lập gia đình cùng với một người bạn chung hãng. Cuộc sống gia đình, việc làm, và vợ con luôn bận rộn, chúng tôi không còn liên lạc thường xuyên như trước. Tuy chỉ cách nhau hơn một giờ lái xe, nhưng mấy năm chúng tôi không gặp nhau? Thỉnh thoảng Toại có gọi hỏi thăm tôi. Năm sinh nhật đứa con đầu lòng của chúng tôi, Toại có đến dự và chia vui. Lúc đó tôi có hỏi thăm về cô Dung. Toại kể rằng, sau khi bố Khánh mất, mẹ Toại suốt ngày làm việc ở tiệm làm móng bảy ngày một tuần còn Toại cũng bận rộn ở phòng khám. Toại khoe với tôi nó cũng vừa mở thêm phòng khám mới ở Springfield. Nghe bạn nói, tôi mừng cho bạn và thương cho cô Dung đơn chiếc. Tôi nửa đùa nửa thật, hỏi Toại:

- Công danh, sự nghiệp mày đã đầy đủ rồi. Khi nào thì mới chịu lấy vợ?

- Mẹ Dung tao cũng thường hỏi vậy, nhưng mà ai biết được chuyện tình cảm. Khi nào tới nó sẽ tới.

- Hay là mày cong?

- Cong cái đầu mày đó. Chắc tại chưa đủ duyên.

- Tao nghĩ mày bận quá không có thời gian đó thôi. Hay là về Việt Nam cưới vợ?

- Mày nói sao giống mẹ Dung quá. Tao đâu đến nỗi ế mà đi tìm vợ. Lại nữa chưa tới 40, cũng chưa già lắm. Thôi đừng nói chuyện vợ con nữa. Tao còn chưa muốn ràng buộc.

- Ừa... Thôi vậy. À, hồi còn học high school mày thích đua xe lắm, giờ còn không?

- Không có thời gian đi tới đường đua nữa. Lúc này tao đang học lái máy bay. Tao định dọn lên Pennsylvania ở, nhưng mẹ Dung không chịu đi. Nên vẫn còn ở Virginia này.

- Sao lại dọn lên trên đó?

- Tao có ông thầy dạy nha hồi xưa ở Chapel Hill về hưu dọn về Lancaster trên đó. Ông ta cũng là phi công, giờ về hưu nên thích lái máy bay.

- Mày đừng nói với tao là mày học phi công để lái máy bay bà già chứ?

- Cái thằng này tao nói thiệt mà mày tưởng đùa.

- Ừa... Nói chơi vậy thôi chứ tao thấy giờ mày chỉ còn có mẹ Dung, nên đi cũng phải suy nghĩ cho kỹ.

- Thì đó!

Toại ở nhà chúng tôi chơi đến chiều rồi mới lái xe về nhà. Tôi biết bạn luôn bận rộn, nhưng đã bỏ thời gian đến chia vui cùng chúng tôi nên chúng tôi rất quý tình cảm ấy. Thỉnh thoảng chúng tôi về Washington D.C., chúng tôi đều ghé phòng làm việc của Toại để hỏi thăm nhau. Nhưng lần nào đến cũng thấy Toại bận bịu, nên chúng tôi cũng ngại và ít dần việc lui tới. Chỉ những dịp lễ lớn, chúng tôi mới gọi hỏi thăm nhau.

Đầu tháng 3, năm 2020 trong một lần khám răng cho bệnh nhân, Toại đã bị nhiễm Covid-19. Buổi sáng Toại ra phòng mạch làm việc như thường ngày, nhưng đến trưa thì cảm thấy khó thở và đau dai dẳng ở lồng ngực. Toại nghĩ rằng mình bị cảm thường nên đã tự lái xe về nhà uống thuốc Tylenol rồi lên giường ngủ. Đến tối, khi cô Dung đi làm về, gọi con dậy để ăn cơm thì mới thấy người Toại nóng sốt, da nhợt nhạt. Cô gọi Toại dậy, nhưng thấy con mơ mơ màng màng, cô Dung mới gọi cho xe cứu thương. Khi xe cứu thương tới, chở Toại đi đến bệnh viện gần nhà điều trị. Nhưng bệnh tình trở nặng, bác sĩ cho cô biết là Toại đã nhiễm Covid-19, một loại virus chết người vừa mới phát hiện chỉ cách vài tháng. Các bác sĩ đã cách ly Toại và cô không được thăm viếng. Mấy ngày sau thì Toại mất. Khi Toại mất, cô Dung chỉ được phép nhìn con qua cửa kính rồi vài hôm sau bệnh viện gọi cô đến để nhận di vật và tro cốt Toại.

Mười năm trước mất chồng, giờ lại mất con. Còn nỗi đau nào hơn? Toại mất, cô bán phòng mạch cả tiệm móng tay ở nhà quanh quẩn với những kỷ niệm đau buồn và thương nhớ gần hai năm trời. Sau khi dịch bệnh được lắng dịu và Việt Nam mở cửa các phi cảng quốc tế, cô Dung đã mua vé về Việt Nam thăm quê nhà cũng như tìm quên đi những đau buồn. Cô tìm đến phòng trà và bắt đầu học khiêu vũ, ca hát. Sau hơn hai tháng sống ở Việt Nam, cô tìm lại được niềm vui đó là niềm vui duy nhất còn lại. Cô Dung trở về Mỹ, bán hết mọi thứ từ nhà cửa xe cộ với ý định về sống luôn ở Việt Nam.

Về Việt Nam vui vẻ được vài tháng thì những người phụ nữ có chồng là bạn khiêu vũ của cô tìm tới đánh ghen. Những người phụ nữ đó đã tạt acid vào người khiến cô Dung bị bỏng nặng. Cô được bác sĩ hàng đầu của bệnh viện Chợ Rẫy chữa trị, nhưng mắt cô bị hư hoại hơn phân nửa và những vết sẹo trên khuôn mặt của cô không thể trở lại như xưa. Sau khi khỏe lại, cô buồn bã rời khỏi Việt Nam như trốn chạy và trở về Mỹ. Về lại Mỹ với cơ thể không còn nguyên vẹn, không nhà cửa, tiệm tùng, xe cộ. Cô tìm đến nơi khu hưu trí Lakewood trên đường Lauderdale để thuê ở. Với số tiền để dành còn lại cũng đủ để cô trang trải và sống đời an nhàn ở khu hưu trí Lakewood này. Lâu lâu buồn, cô thuê xe đi dạo phố mua sắm, hay ăn uống.

Sáng thứ Bảy, đầu mùa Xuân, buổi sáng ngoài trời vẫn còn hơi lạnh, tôi không muốn ra khỏi chăn êm nệm ấm. Nhưng đã hứa với cô Dung, nên tôi ngồi dậy chuẩn bị để đi. Thấy tôi ngồi dậy, vợ tôi vòng tay qua ôm lấy tôi rồi hỏi:

- Cuối tuần sao anh không ngủ thêm, dậy chi sớm?

Tôi nhìn đồng hồ trên điện thoại trả lời nàng:

- Gần 10 giờ rồi mà còn sớm gì em.

- 10 giờ rồi hả? Thôi em cũng dậy làm thức ăn sáng cho con. À, mà anh định đi đâu?

- Anh qua nhà cô Dung chút.

- Dạ. Cổ giờ sao rồi anh?

- Cổ ở trong khu Lakewood, nơi chị Hồng làm việc đó.

- Ồ... Em nghe chị Hồng nói ở trong đó mắc tiền lắm. Mỗi tháng hơn bốn ngàn đô.

- Ừa. Chắc cũng đâu đó.

- Dạ, thôi anh chuẩn bị đi đi. Có gì gọi cho em biết.

Tôi gọi điện thoại cho cô Dung và nói rằng 10 phút nữa tôi sẽ tới. Cô Dung nghe xong, nói:

- Cám ơn con. Sáng giờ cô cũng đi dạo ở phía trước. Tới nơi, gọi cho cô. Cô đi dạo quanh thôi.

- Dạ.

Buổi sáng thứ Bảy, ánh nắng Xuân ấm áp đi xuyên qua từng hàng cây Anh Đào đang trổ bông chi chít. Những bông hoa trắng hồng đung đưa trong gió lác đác trên con đường Broad rồi đến đường Lauderdale. Tôi cho xe rẽ vào khu hưu trí Lakewood. Những cây xanh, hoa cỏ ở đây được chăm sóc tỉ mỉ. Tôi đậu xe trong bãi đậu rồi gọi điện thoại cho cô

Dung. Tôi xuống xe và đóng cửa lại. Đi được vài bước thì tôi đã thấy cô Dung đứng trước cửa đợi. Cô dẫn tôi đi đến dãy hành lang, nơi có thang máy đi đến phòng cô ở. Đó là căn phòng nhỏ với đầy đủ tiện nghi, có cả bếp nấu, máy rửa chén, máy giặt máy sấy, v.v... Cô Dung chỉ vào ghế sofa ở phòng khách và nói với tôi:

- Con ngồi đi, chờ cô lấy cái bóp.

- Dạ.

Tôi ngồi xuống ghế sofa và chờ đợi. Cô Dung từ phòng ngủ trở ra, cô hỏi:

- Con ăn uống gì chưa?

- Dạ chưa. Nhưng cô đừng lo, con ít khi ăn sáng lắm. Mà cô cần con giúp chuyện gì?

- Bậy nè... Bữa ăn sáng rất quan trọng, đừng bỏ bữa sáng. Không gì, ở đây cũng buồn, nên cô làm phiền con chút. Hôm nay con có thể spend time với cô nửa ngày được không?

- Dạ được. Nhưng để con gọi phone cho vợ con để nói với vợ con đừng chờ cơm trưa con.

- Ừa. Cô ngại quá. Sorry con nha. Cuối tuần mà bắt con spend time với bà già này.

- Dạ không có gì. Mà cô muốn đi đâu?

- Con chở cô đi ăn phở, rồi đi shopping dạo mua ít đồ. Cô thèm phở nóng ở tiệm chứ không thích mua phở Uber Eats. Cô có thể gọi Uber chở đi, nhưng đi một mình buồn lắm. Ở đây tuy đầy đủ không thiếu gì, nhưng không có người Việt nào hết, cũng chán.

- Dạ.

Tôi gọi phôn cho vợ và dặn nàng đừng chờ cơm trưa. Hai cô cháu rời khỏi khu Lakewood lái xe về hướng downtown. Chúng tôi ghé vào tiệm Phở Thiên Phát, trên đường Broad. Đến nơi cũng hơn 11 giờ trưa. Còn sớm, tiệm phở vắng người. Cô Dung gọi tô phở đặc biệt nhỏ. Tôi gọi tô bún Bò. Hai cô cháu vừa ăn vừa trò chuyện. Tôi tránh nhắc tới chuyện buồn của cô, nhưng cô chợt nói:

- Mới đây mà hơn ba năm thằng Toại mất. Mọi chuyện đều thay đổi như một cơn ác mộng.

Tôi an ủi cô:

- Thôi cô đừng buồn. Đâu cũng là số phận cô ạ. Toại cũng không muốn thấy cô buồn. Vui lên cô nhé.

- Ờ... Cám ơn con. Cô không sao. Thôi mình đi shopping mua sắm.

- Tôi gọi tính tiền, nhưng cô Dung ngăn lại. Cô nói:

- Hôm nay cô nhờ con, để cô đãi. Đừng ngại. Tiền cô không thiếu.

- Dạ.

Rời khỏi tiệm phở Thiên Phát, chúng tôi lái xe đến khu mua sắm West Broad. Chúng tôi đi dạo và nói chuyện nhiều hơn là mua sắm. Mỗi tiệm cô Dung ghé vào một tí để ngắm và mua ít đồ dùng. Cô mua quà cho vợ và con tôi, mặc dầu tôi đã ngăn cản không cho cô mua. Nhưng cô luôn nói rằng, tiền của cô không thiếu, nên để cô mua sắm vui vẻ. Chúng tôi đi dạo shopping đến mỏi chân mới trở lại lấy xe. Cô Dung nhờ tôi ghé vào chợ Whole Foods mua thêm ít đồ dùng rồi trở về lại khu hưu trí Lakewood. Tôi đưa cô về căn chung cư ở khu Lakewood. Về đến phòng, cô soạn bỏ vào tủ lạnh thức ăn mua ở Whole Foods, còn những thứ lỉnh kỉnh khác, cô để trên bàn. Cô lấy một cái túi, bỏ mấy bộ quần áo cho các con tôi, cái giỏ xách cho vợ tôi. Cô cười tươi và nói:

- Cô cám ơn con, Thịnh. Hôm nay cô vui lắm. Cám ơn con đã spend time với cô. Nói thiệt là cô chọn ở khu này vì biết con ở gần. Có con cô cảm thấy an ủi. Hy vọng là con không phiền già này.

- Dạ không. Con cám ơn cô.

- Không đâu. Cám ơn con mới phải. Thôi con về đi, vợ con trông.

- Dạ, con bye cô. Hôm nào con chở vợ con tới thăm cô.

- Ừa. Cô lúc nào cũng welcome gia đình con. Cô chỉ sợ phiền gia đình con thôi.

- Dạ, cô không phiền. Con về cô nha.

- Ừa, bye con.

Rời khỏi khu hưu trí Lakewood, trên đường về tôi nghĩ về cô Dung. Tôi chợt nghĩ, mai mốt mình về già không biết có lẻ loi như vậy không? Tôi hy vọng rằng các con tôi sẽ đến thăm cha mẹ thường xuyên khi tuổi về già.

Võ Phú

từ ngày chưa được thôi-nôi
tôi đã quen biết sao trời, vầng trăng
lên năm, mẹ dạy hiểu rằng
có một chú Cuội, chị Hằng ở trên
    nhiều năm sau, đêm đến đêm
tôi nằm mơ sẽ được lên trăng vàng
    và thấy cây đa rõ ràng
chị Hằng, chú cuội lang thang đâu rồi ?

2
luân hoán
Buồn Đầy
Mặt Trăng
Tháng Tư

PHẠM CAO HOÀNG
Nhớ Ngôi Trường
Bên Núi Nhạn Sông Đà

Khi từ giã ngôi trường yêu dấu ấy
là khi tôi từ giã tuổi thơ mình
trong ký ức có khung trời mơ ước
có bạn bè và giấc mộng thư sinh.

Để lại đó những buồn vui một thuở
kỷ niệm đầu đời đâu dễ gì quên
để lại đó bóng thầy tôi cúi xuống
ánh mắt thân thương giọng nói nhẹ nhàng.

Để lại đó những hồn nhiên mơ mộng
cỏ và hoa bên núi Nhạn sông Đà
một thời rong chơi bên kia Ngọc Lãng
và biển mênh mông, ôi biển Tuy Hòa!

Khi từ giã ngôi trường yêu dấu ấy
là khi tôi từ giã tuổi thơ mình
trong ký ức có mây trôi bàng bạc
có tiếng cười rộn rã thuở hoa niên... ∎

Virginia, 6.6.2023

VƯƠNG HOÀI UYÊN
ĂNG KOR

Rêu phong và cổ kính
Nơi thời gian ngưng đọng cả ngàn năm.
Apsara!
Điệu múa uốn cong cả thành quách cổ
Khi vũ nữ nghiêng người
Thành quách cũng nghiêng theo
Vũ nữ chắp tay nhắm mắt im lìm
Ngủ quên cả thời gian.
Người khách phương xa đứng lặng ngỡ ngàng
Lắng nghe hồn thiêng Ăng kor
Những tiếng thì thầm từ thiên thu vọng lại.
Chưa chạm vào vách đá
Đã nghe hồn xanh rêu!
Ăng kor hoang lạnh cuối chiều
Giọt mưa nào xuyên qua ngàn năm
Bào mòn vách đá
Cơn gió nào thổi qua ngàn năm
Thì thầm cùng tượng cổ
Bước chân nào đi qua ngàn năm
Bào mòn con dốc đổ
Còn lại giữa đất trời
Trầm mặc một Ăng Kor ∎

(Cambodia 2014)

LỮ QUỲNH
Chiều Trên Đồi Evergreen

chiều trên đồi Evergreen
chưa mùa đông sao ngày tắt sớm
thảm đèn màu nhấp nháy dưới lũng sâu
gió như dao cau cắt đêm từng mảnh

mảnh đêm nào trên đồi chiều nay
có tiếng sóng từ bình minh xa ngái
lênh đênh một cánh buồm
chở sớm mai ■

NGUYỄN AN BÌNH
Lạc Trong Sương Khói Quê Nhà

Đêm nằm mơ tiếng sóng
Long bong vỗ chân cầu
Thời gian chao cánh võng
Qua bao mùa bể dâu.

Hồn nhiên như lá cỏ
Xanh màu mắt trẻ thơ
Bài thơ tình ngày đó
Trôi lạc đến bây giờ.

Mấy chiếc lá trầu không
Nhẹ rơi trong vườn cũ
Quê nhà gió mênh mông
Không nơi nào di trú.

Bếp hồng ngày giáp tết
Dậy thơm mùi bánh quê
Tiếng bánh phồng ai quết
Đâu nghe bước tôi về.

Chim khuya không ở lại
Lặng lẽ sương lìa đời
Lá run từng cánh nhớ
Buồn riêng một mình thôi

Chỉ cách một khoảng lặng
Mà như bên kia trời
Bơi qua dòng sông trắng
Mới hiểu lòng chìm trôi.

Nhiều năm rêu phủ kín
Tên người chừng đã quên
Gàu sòng khua giếng nước
Nào thấy đời an nhiên.

Chim đêm chừng khắc khoải
Tình nhạt lạnh màu môi
Lấp lánh theo con chữ
Thả mộng ru bên trời.

Vẫn thơm mùi rơm rạ
Nơi đồng đất quê nghèo
Nhớ người bay cánh lá
Chạm nỗi buồn trong veo.

Mù sương đành ly xứ
Khói lam chiều đã xa
Chiều mưa đi không tới
Tìm đâu chốn quê nhà ∎

1/5/2023

HUỆ THU
THƠ HAI CÂU

Quê Hương Đã Mất

Cọng nhau, cuống rốn, chôn Đà Lạt
Hai chữ Quê Hương viết xứ người!

Nhị Cú Tam Niên Dựng

Hai câu để mất ba năm dựng
Đọc lại, chưa suông, bởi nghẹn ngào!

Xa

Người đi một bước trăm ngày nhớ
Thêm một ngày xa, nhớ mấy năm?

Chân Dung

Mười ngón tay ngà không giữ gió
Thì đem nắng ủ gót chân son!

Hồi Hương

Khi đi gạt lệ, không ai thấy
Về, gặp người thân, mắt chửa khô!

Thời Gian

Còn chút tuổi trời, tôi níu giữ
Cành Thu tay chạm, lá Thu bay! ∎

(Trích từ tập Thơ Hai Câu, sắp do Nhân Ảnh xuất bản 2023)

TRẦN VẤN LỆ
Các Em Kìa Trong Phố Núi Hoàng Hôn

Trời u ám. Ba ngày rồi u ám...
Mưa, không mưa... chỉ như sắp mưa thôi!
Không ai thấy một đám mây trôi,
Sông cứ chảy thản nhiên về biển lớn...

Gió thản nhiên dưới chân người đùa giỡn,
Cỏ thản nhiên ngả xuống lại chồm lên,
Xe thản nhiên trên đại lộ mở đèn.
Trời u ám như hoàng hôn bát ngát...

Tôi tự dưng nhớ thương về Đà Lạt.
Mưa đang mùa u ám biết bao nhiêu?
Có ai nhớ ai không nhỉ chiều chiều...
Có ai nhớ ai phất khăn điều thả gió?

Bốn mươi tám năm tôi xa biệt đó.
Bốn mươi tám năm mái ngói trường xưa...
Những dãy hành lang, những bóng dáng học trò,
Những chiếc áo laine xanh mưa mưa đính hạt...

Những bờ vai mái tóc thề ngả rạp,
Các em kìa... trong phố núi hoàng hôn... ■

DAN HOÀNG
BÀI TÌNH CA TRÊN VỈA HÈ NEW YORK

Nắng vừa lên chạm vào nóc phố,
Bóng những tòa nhà che cả lối đi.
Có chú chim kêu trong tàn lá,
Chào mọi người rộn rã đi qua.

New York mùa này rất đông người ta,
Du khách tấp nập đến từ mọi chốn.
Tôi cũng bương theo bước người chộn rộn,
Đến chiêm ngưỡng dung nhan Nữ Thần.

Dòng Hudson nước vỗ lăn tăn,
Ngọn gió sông làm mát hồn du khách.
Khanh với Trầm ngỡ hồn bay lạc,
Vào cõi tiên bàng bạc chốn dương trần.

Cầu Brooklyn trải bao thăng trầm,
Vẫn kiêu sa trên vòm trời New York.
America muôn đời là mộng ước,
Của muôn người mơ muốn được đến đây.

Tự do vẫy chào ánh mắt ngất ngây,
New York tưng bừng một ngày mới đến.
Bao tâm hồn chung một niềm yêu mến,
Hòa bản tình ca đồng điệu cuộc đời.

New York, 05/30/23

ĐẶNG HIỀN
Em Rồi Cũng Già Thôi Em

Mình rồi cũng già thôi em
Ta không còn thời gian để đợi
Chiều ngây thơ hay vờ không hiểu
Mùa trăng về là mùa nhớ thương

Đêm nồng theo men rượu
Em ngồi bên thềm trăng mơ
Những vạt sáng ngát mùa yêu cũ
Môi mắt cười khi sóng biển hờn ghen

Đêm đưa em về xa như kỷ niệm
Bài nỉ non cuộc tình dang dở
Ta ngồi nghe gió hát khúc xa người
Môi em yên lắng long lanh trăng

Anh rồi cũng già thôi em
Những bài thơ trẻ hoài cùng em
Hôm nào ngồi đếm tháng ngày
Có bao ngày mình yêu nhau

Em rồi cũng già thôi em
Chỉ có vầng trăng là trẻ mãi
Chỉ có tình yêu là trẻ mãi
Như tình em cho anh ∎

NGUYỄN ĐỨC NAM

SỢ

tặng một Thần Tượng

Em kiêu sa như Nữ Hoàng Trung Cổ,
Tươi như Hồng chớm nở sáng mùa Xuân
Thân ngà ngọc làn da thịt trắng ngần,
Suối tóc huyền buông lơi trên ngực nở
Tôi trót yêu nên bây giờ lo sợ,
Trong năm, tháng, một ngày nào đó
Em sẽ theo danh vọng bỏ rơi tôi...

Tôi chỉ là một Nhà Thơ khờ dại,
Yêu thì nhiều, đáp lại chẳng bao nhiêu!
Chưa bao giờ dám hờn giận người yêu
Chỉ buồn tủi cho tình đời đen bạc
Xin Thần Tượng của tôi đừng trách móc,
Vì sao tôi đã vội vã xa Em!

Em cao sang, anh thấy mình quá thấp
Không cân bằng, như đũa lệch em ơi!
Ngồi bên em, anh không còn nghị lực
Muốn tỏ tình nhưng không nói lên lời!
Em rạng rỡ trong hào quang sáng rực,
Anh ngồi im trong bóng tối rã rời...

Chung quanh em xúm xít một đống người,
Khen rối rít, tung hô lời ca tụng,
Để làm gì? Hỡi ơi loài ruồi nhặng!
Thôi xin chào Thần Tượng lẫn bầy tôi...
Anh ra đi như khi vào thầm lặng,
Sợ Tình Yêu như trẻ nhỏ sợ ma trơi...

Xin Em hiểu và xin đừng giận dỗi,
Dù yêu Em nhưng tôi chỉ muốn là Tôi,
Một cái Tôi không bao giờ nói dối,
Một cái Tôi không quỵ lụy một ai ...
Xin trốn chạy Tình Yêu đầy gian dối,
Cô đơn hoài nhưng vẫn có niềm vui.. ∎

South Coast Plaza
Costa Mesa, CA

BEN OH
TÔI ĐẾN

Tôi điên vì đã nằm mơ
Chiếu chăn chẳng có bên bờ cỏ cây
Tôi điên hóa dại tù đày
Để cho thân phận mưa bay cuối đời

Tôi điên không phải vì người
Vì lúc sinh nhầm sao trời hư vô
Tôi điên nên cứ thẫn thờ
Vay đêm ngủ lại sương mờ che thân

Mượn trăng thả bút gieo vần
Thả vào mây gió mỗi lần mưa bay
Người bảo tôi ông này say
Tôi cười khề khà đắng cay trong lòng

Mắt nhìn lên cứ đứng tròng
Thương con nước chảy dòng sông lại buồn
Lá vàng rơi nhẹ mưa tuôn
Bao lời hứa hẹn chưa xong ngày nào

Tôi về một chốn hư hao
Bên bờ lau sậy cửa vào màn đêm
Sách nào ghi chép nỗi niềm
Viết trên ngọn lá bên thềm nắng mưa ■

CHU VƯƠNG MIỆN
BIỂN CẢ

đất giận dữ nổi cơn động đất
tạo sóng thần ùa vào kéo người đi
ngẫm trong lòng tử biệt sinh ly
mà thiên cổ còn ghi dấu lại
rừng thông dừa thôn làng êm ái
bao ngàn người đoàn tụ với nhau
chợt bất thần ngó lại có chi đâu?
bao xác chết dật dờ trên đầu sóng
vẫn mặt biển đất xanh trời rộng
vẫn thân thương thảm lúa xanh rì
bất thình lình kẻ ở người đi
quá vội vã chả lời giã biệt
núi với biển người lâu thân thiết
nước chở thuyền cứ theo gió mà đi
nước dìm thuyền cũng chả biết nói chi?
bao hệ lụy thiên tai trời giáng cả
đứng khóc ròng nhìn ra biển cả ∎

TRIỀU HOA ĐẠI

PHẠM HIỀN MÂY: NHƯ MÂY BAY ĐI

Triều Hoa Đại　　　　*Phạm Hiền Mây*

(đối thoại văn học do Triều Hoa Đại thực hiện)

Đã gần 50 năm trôi qua nếu lấy cái mốc lịch sử từ 1975 thì như thế. Từ một nơi xa hồi tưởng lại những đau thương, những tù đày và chết chóc lòng bỗng như chùng xuống như một sợi dây đàn mà ai kia đã bỏ chùng. Huế, Sài Gòn, Hà Nội ngày nay đã nối liền người người hớn hở, nhà nhà hân hoan, nhưng có thật như thế chăng tôi làm sao mà biết được, trò chuyện với những người còn ở với quê nhà đôi khi, và có khi lắm lúc lòng tôi vẫn có những con sóng lao xao.

Thôi thì để cho mình có chút êm đềm có lẽ chúng tôi phải mời độc giả và văn hữu cùng tham gia vào cuộc chuyện trò với một nhà thơ. Đó là chị Phạm Hiền Mây, một người thơ rất thơ như dòng chảy từ những mượt mà trong thơ của chị.

Mời quý vị cùng theo dõi.

Lâu nay có lẽ là vậy cứ quẩn quanh với những thơ, văn bạn bè nơi xa xứ, những người mà với tôi không thể thiếu được cho nên đã trở nên thân thiết như anh em một nhà. Nhưng vào những năm gần tôi đã rất vui mừng được đọc những nhà văn, nhà thơ từ trong nước mà trong đó có những người nữ như: Phạm Hiền Mây, Nguyễn Thị Ngọc Lan, Kim Hài, Huỳnh Thị Quỳnh Nga, Trần Thị Cổ Tích v.v... và v.v... là những người mà theo tôi đã làm cho văn chương mỗi lúc một trong sáng hơn, óng ả hơn.

Tiếp xúc với nhà thơ Phạm Hiền Mây có lẽ tôi sẽ hỏi chị về những người làm thơ viết văn trẻ ở quê nhà, những sinh hoạt đời thường của một nhà thơ, những giao tình Nam, Bắc "hai quê" như chị là bởi vì song thân của chị từ Bắc vào Nam sau khi đất nước hai miền chia cắt.

Triều Hoa Đại: Được trò chuyện cùng chị hôm nay tôi rất vui vì đã "gặp" được một nhà thơ mà nhiều độc giả yêu thơ của chị "cậy nhờ" tôi thay họ để "chất vấn" đôi điều mong chị nể tình mà cho phép.
Phạm Hiền Mây: *Xin cảm ơn, và, xin anh tự nhiên.*

thđại: Một chút về chị (phần tiểu sử).
PHM: *Mây tên thật là Thủy, Phạm Thu Thủy, sinh ở Sài Gòn và hiện vẫn đang sống tại đây. Ba má Mây gốc Bắc, di cư 1954 nhưng tâm hồn Mây, trái tim Mây, tình cảm Mây, đó giờ, thiết tha duy nhất chỉ với mảnh đất Sài Gòn này.*

Mây lần lượt học ở Ngô Sỹ Liên, Nguyễn Thượng Hiền (Tân Bình) và rất khó để đậu đại học vì lý lịch xếp hạng thứ mười một. Mây thi Tổng Hợp nhưng CĐSP (bây giờ là Đại Học Sài Gòn) lại gửi giấy báo đến. Mây vào học khoa Văn, ra trường và sau mười năm đi dạy, Mây rời hẳn bục giảng.

Đời dạy học của Mây gắn bó với hai nơi, Thủ Đức và Quận Ba. Mây vừa dạy lớp vừa đào tạo học sinh giỏi; vừa là hiệu phó chuyên môn vừa là chuyên viên Văn của phòng giáo dục. Đó là thời kỳ sôi động nhất, nhiều kỷ niệm nhất của cuộc đời Mây. Nhưng giờ đã chấm dứt, tất cả đã lui vào dĩ vãng.

Hiện Mây đang có một công việc bình thường, ngoài chuyên môn, để làm. Đời sống cũng vậy, cũng bình thường như bao người bình thường khác.

thđại: Chị bắt đầu làm thơ từ khi nào, còn nhớ không bài thơ đầu tiên mà chị đăng lên báo là bài gì vậy?

PHM: *Như bao cô gái trẻ đầy mơ mộng khác, Mây cũng viết này viết nọ từ rất sớm. Còn đăng báo thì chỉ khoảng sáu, bảy năm gần đây. Bài thơ đầu tiên, Mây không nhớ, thiệt tình là không nhớ. Thường, các báo hay đồng loạt lấy bài Mây, nhân một dịp nào đó, nên số lượng Mây gửi cho họ cùng lúc lên tới mười, hai mươi bài… . Vì vậy, thật khó để Mây nhớ lại… .*

Và vốn dĩ, Mây cũng là người không thích phải nhớ những không lấy làm quan trọng ấy, trong đời.

thđại: Độc giả bảo với tôi thế này: thơ chị ở một nơi nào đó sâu thẳm trong cách chia ly, những bóng xế đò ngang, lại cũng có người cho là "yêu quá đi thôi". Vậy thì lúc đó trong chị đang là gì, tưởng nhớ đến một ai kia, một hình bóng đã cận kề và cũng là cái gì đó "yêu vừa đủ" như chị đã viết vậy thì cái nào là đúng, cái nào là không?

PHM: *Mây mồ côi ba sớm.*

Ai từng mồ côi thì mới hiểu mồ côi thiệt thòi đến như thế nào. Mây lại là con gái duy nhất trong gia đình, má thì đầu tắt mặt tối buôn bán để lo cho bầy con nhỏ dại, nên ngoài nỗi buồn mồ côi, Mây còn có cả nỗi buồn của sự cô đơn, thiếu sẻ chia nữa. Thêm vào đó, chứng kiến nhiều ly tan, mất mát của những năm sau 1975, Mây hiểu cặn kẽ, rõ ràng, chia ly, cách biệt nghĩa là gì. Thơ Mây, nhiều bài, vì thế, thường nhuốm màu quan san, thiên lý, màu của xa xôi, biền biệt…

Còn "yêu quá đi thôi", trong Mây lúc đó đang là gì, hình bóng ai, tưởng nhớ ai, và có đúng thế không ư?

Thưa, đúng chứ. Sao mà giả được. Làm sao mà có thể giả được. Viết văn, làm thơ mà giả, khác gì cái xác không hồn. Bài thơ không có hồn vía, sao có thể lay động, rung động được, sao có thể khiến người đọc khóc cười, buồn vui… theo tác giả được.

Hiềm một nỗi, mỗi khi đăng thơ lên facebook, vẫn thường có nhiều bạn vô bình phẩm, rồi đoán già đoán non, rằng, Mây đang yêu người này, Mây đang tha thiết với người kia, rồi phân tích loạn cả lên. Rồi bàn tán, rồi bỏ nhỏ, rồi nhắn tin cả cho Mây, chỉ cốt để biết, để tường tận, người mà Mây yêu là ai vậy.

Thiệt tình, rầu hết sức.

Ai thì để làm gì, có ích lợi gì cho bài thơ và cho việc thưởng thức thơ của bạn đọc? Ai ư, ai là khói đấy. Ai ư, ai là sương kìa. Ai rất thực nhưng lại vô cùng ảo. Ảo ảo thực thực chính là "vô thường". Ai nói "vô thường" là một từ sến súa, bị lạm dụng, thì kệ họ. Thơ Mây vẫn sử dụng rất tự nhiên từ "vô thường" khi cần thiết. Được mất tấc gang, có còn chỉ trong một chớp mắt. Với Mây, chỉ hai chữ "vô thường" mới mô tả đúng và đủ về bản chất của muôn loài và về cõi tạm bợ, đến vội mà nhanh đi này.

Ai thì để làm gì. Ai cũng không thoát được vô thường. Anh Triều

Hoa Đại và Mây đây cũng vậy - vô thường. Vô thường ngay chính phút giây Mây đang gõ trả lời anh đây. Thì việc, Mây có ai không, hình bóng trong Mây là ai, biết, cũng chẳng để làm gì.

Có chăng, là để thỏa tính tò mò, để có đề tài đàm tiếu, thị phi, mua vui cho chính mình thôi.

Chuyện ấy chẳng hay ho gì, nên, bỏ qua.

Kết lại cho câu hỏi này, "yêu quá đi thôi" hay "anh là tất cả" hoặc "chỉ cần anh thôi", "anh là đủ rồi", trong thơ Mây, đều là thật hết, thưa anh.

thđại: Một nhà thơ nữ hải ngoại bảo: "… thơ đến với tôi như là một cơn gió, cứ thế mà ùa vào". Thơ có đến với chị như vậy?

PHM: *Dạ, thì cũng đại loại vậy, "nó" (thơ) đến với Mây rất tự nhiên, từ đã nhiều năm trước. Ngoài thơ, Mây cũng thử sức mình với văn xuôi. Mây viết ngắn, tản mạn, thậm chí, viết cảm nghĩ về tác giả, tác phẩm nữa, và xem chừng, chúng cũng luôn được bạn đọc hoan nghênh, đón nhận.*

Không chỉ thơ, mà ngay cả lối viết của Mây, Mây cho rằng, nó cũng được diễn ra một cách hết sức tự nhiên. Chữ đến với Mây tự nhiên. Mây viết ra, cũng bằng một tâm thái tự nhiên, không dựa vào bất cứ một phương pháp, dàn ý, hay bố cục cố định nào cả. Quan trọng nhất là Mây không để chữ của mình mang hơi hướm, hay na ná, hay giông giống chữ của bất kỳ người nổi tiếng nào. Còn nữa, Mây thường không vất vả sửa tới sửa lui, càng không cố gò chúng vào điệu, vần. Nếu bạn đọc có nhận xét thơ Mây vần điệu chỉn chu quá, thì chắc có lẽ, do Mây viết riết mà thuần thục, mà "lành nghề" thôi.

thđại: Mỗi khi làm thơ chị có cần cho mình một không gian yên tĩnh?

PHM: *Dạ, điều đó là đương nhiên. Nhưng thi thoảng, giữa những ồn ào, xao động vây bủa, trong đầu Mây vẫn đột ngột xuất hiện một tứ thơ, một ý thơ, một câu sáu, câu tám, hoặc một cặp sáu tám, hoặc là một câu có đến chín, mười chữ và rất giàu nhạc tính ở trong đó.*

Những chữ ấy, câu ấy, ý ấy, chúng bám theo Mây, theo cho đến khi nào Mây ngồi vào máy, gõ ra, thì mới thôi.

Trạng thái Mây lúc ấy, tựa như, kiểu như, hồn lìa khỏi xác, cái lúc mà tứ thơ xuất hiện giữa náo nhiệt, đông người ấy mà.

Thđại: Là một nhà thơ chị nghĩ sao khi có người bảo là: "Thơ cần phải mang vác trên mình một sứ mệnh thiêng liêng hay phụng sự nghĩa vụ thanh lọc đời sống con người"?

PHM: *To tát quá, thưa anh.*

To tát quá, quan trọng quá, xem trọng cái tôi của mình quá, khi cho rằng nhà thơ thì phải thế này thế kia, thơ thì phải thế kia thế nọ, sứ mệnh thiêng liêng rồi thì trách nhiệm vĩ đại, phụng sự này, thanh lọc kia… Thậm chí, đặt cho nó, gán cho nó, buộc cho nó, thơ ấy mà, tính này tính nọ, kiểu như là, tính chiến đấu, tính xung phong, tính xung kích tại mặt trận này, ở chiến trường kia…, nghe rổn rảng, nhọc lòng, và, nặng nề, mệt mỏi làm sao.

Thơ, chỉ là thơ thôi. Thơ là nghĩ suy, là tiếng lòng của người viết, được đặt trong một hoàn cảnh cụ thể, tâm trạng cụ thể, nói về những sự việc cụ thể. Người đọc thơ, nếu thấy hợp với mình, như nói hộ được ruột gan mình, thì thích, thì khen hay. Bằng như ngược lại, thì không thích, thì chê dở.

Chẳng người làm thơ nào có liêm sỉ lại tự khen thơ mình. Nguyễn Du thế kia mà còn cung kính "mua vui cũng được một vài trống canh", Bùi Giáng thế đó mà còn giả lả "vui thôi mà", thì hỏi còn ai dám. Thơ hay, thơ dở, thơ sống lâu vài trăm năm, thơ chết mau từ lúc mới ra đời, thơ đã làm được điều này, thơ đã gieo rắc những điều kia…, tất cả các nhận định, nhận xét và đánh giá ấy, đều từ phía bạn đọc.

Còn với Mây, Mây viết vì thích, vì muốn, chỉ vậy thôi. Chẳng chi quan trọng và to tát.

Thđại: Chị có thường bàn bạc, trao đổi chuyện văn chương với những người cầm bút khác?

PHM: *Cũng không nhiều. Lý do chính là Mây không thích các hoạt động mang tính nhóm, hội. Gặp gỡ riêng thì lại càng hạn chế.*

Mây có từng chuyện trò, trao đổi chuyện văn chương qua email, qua tin nhắn, qua gặp mặt, với, nhà thơ Phạm Ngọc Lư (đã mất), nhà thơ Cao Thoại Châu, nhà nghiên cứu văn học Đặng Tiến, họa sĩ Khánh Trường, nhà giáo Nguyễn Thị Dư Khánh…, và dăm ba người nữa nhưng không thường xuyên và thân thiết lắm.

thđại: Nhà văn quá cố Nguyễn Huy Thiệp có lần bảo rằng: "Ở Việt Nam người ta nói người đánh cá gặp nhau không bao giờ bàn về chuyện đánh cá", chị nghĩ sao về lời phát biểu này?

PHM: *Lần đầu tiên trong đời, Mây nghe câu này. Nói thế là để hàm ý, Mây không hiểu một cách đích xác lắm, câu trên của ông Thiệp.*

Cũng có thể, rằng một khi con người ta đã biết tỏng tòng tong về nhau, rõ tất tần tật về nhau, theo hướng chẳng vui vẻ gì, hoặc đang có những vấn đề đối chọi, bất đồng, hoặc không mấy hợp "gu", người ta sẽ tránh đụng độ nhau, tránh va chạm nhau, bằng cách không bàn về chuyên môn, sở trường, nghề nghiệp lúc phải gặp mặt chăng?

Cũng có thể là do chuyện nghề vốn đã quá nhàm chán, ngày nào chẳng phải dây vào, hà cớ gì trong cuộc vui, là lúc cho phép mình thoát ra khỏi những mệt mỏi, rắc rối, phức tạp từ công việc, từ nghề nghiệp, dại gì lại đem chúng vào để chúng làm ta mất hứng.

Mây không xem văn chương là nghề nghiệp chính. Mây lại là đứa kiệm lời khi ở giữa đám đông, thế nên, đem văn chương ra bàn tán, đàm đạo cũng được, mà qua quýt, chiếu lệ, ba điều bốn chuyện rồi lảng sang chuyện khác, cũng chẳng sao.

Chuyện trò gì khi gặp mặt nhau, theo Mây, cứ tùy nghi mà ứng biến.

thđại: Chị quan niệm thế nào về thơ, còn với nhà thơ quá cố Song Hồ thì: "Thơ là vũ khí, hóa giải kẻ thù, sự hận thù, sự cô đơn, sự ngăn cách, sự sầu não"?

PHM: *Thơ là lời tự sự, là tâm tình, là tiếng nói của tác giả, nghĩa là, của chỉ một người, của chỉ một cá nhân.*

Thơ ra đời, đến với người đọc. Có bài, về sau, trở thành lịch sử, về sau, được người đời truyền tụng, rằng khi đọc lên, nó khiến quân địch phải khiếp sợ, nó khiến lòng yêu nước và lòng căm thù giặc của chiến sĩ ta sôi sục, dâng cao, vậy thì bảo rằng, thơ là vũ khí, chắc cũng không mấy quá lời. Như bài này, chẳng hạn:

> *Nam quốc sơn hà nam đế cư*
> *Tiệt nhiên định phận tại thiên thư*
> *Như hà nghịch lỗ lai xâm phạm*
> *Nhữ đẳng hành khan thủ bại hư*

Có bài, lại được cả một thế hệ xôn xao, tìm tòi, yêu thích, vì tác giả, kiểu như là, đã thay mặt cho họ mà cởi giúp chiếc áo ngoài lâu nay bọc, đậy tâm hồn họ, thay mặt họ mà thở than, thay mặt họ mà buồn bã cũng như chia sẻ tận đáy lòng nỗi mất mát, trống vắng bời bời của họ. Thế thì nói rằng, thơ hóa giải cô đơn, sầu não, chắc cũng không quá ngoa ngôn, như bài Hai Sắc Hoa Ti Gôn của TTKH, chẳng hạn.

thđại: Nói đến người đọc và người viết theo chị ai có trách nhiệm hơn ai?

PHM: *Trách nhiệm của người viết là làm sao cho thứ mình tạo ra, còn gọi một cách trân trọng là tác phẩm, phải đẹp, phải hay và bổ ích.*

Còn về phía người đọc, chẳng có lý do nào để bắt họ phải có trách nhiệm trong việc đọc của họ cả. Họ thích, họ vui, họ rảnh rỗi..., thì họ đọc. Khi không thích, không hứng thú, bận bịu..., thì chẳng ai buộc được. Chỉ mong họ, nếu có phê bình, nhận xét tác phẩm, tác giả, thì cũng nên có lý có tình một chút, đừng vì ganh ghét, hận thù mà nói lấy được hoặc mượn cớ tấn công cá nhân. Tác giả hẳn sẽ thấy mình may mắn và biết ơn người đọc nếu được họ góp ý chân thành, thay cho những chê bai, chửi bới vô căn cứ hay quy kết, chụp mũ rồi chỉ trích, xúc xiểm, miệt thị.

thđại: Một vài dự tính tương lai?

PHM: *Mây hoàn toàn không có một dự tính nào cho tương lai cả.*

Sau sáu tập thơ, Lục Bát Phạm Hiền Mây; Sẽ Sống Mãi Trăm Năm; Bất Tương Phùng, Không Tin; Đáng Đời; Bóng Câu và Uyên Ương lần lượt ra đời tại Mỹ trong vòng ba năm liên tiếp 2017, 2018, 2019, thì cho đến thời điểm này, 2023, Mây vẫn chưa có một dự tính nào cụ thể.

Mặc dù họa sĩ Khánh Trường, người bạn văn vô cùng thân thiết của Mây, bà đỡ cho sáu đứa con thơ của Mây được lần lượt ra đời vuông tròn, trong hoàn cảnh bệnh tật ngày một nhiều hơn, vẫn luôn nhắc Mây xuất bản thêm tập mới, hoặc chí ít là một tuyển tập, và anh hứa sẽ luôn hỗ trợ bằng hết sức còn lại của mình… .

Mặc dù nhà thơ Đỗ Trung Quân, cũng là một người anh chí tình, rất mực thương quý của Mây, luôn "đe nẹt" mỗi ngày, Mây in thơ đi, anh chờ Mây đấy nhé, bìa và phụ bản, nhớ đấy, anh luôn để dành cho thơ Mây.

Nói sao nhỉ, kệ đi.

Vâng, thưa anh, thưa bạn đọc rất quý mến của Mây, kệ đi, cái gì đến khắc sẽ phải đến, tính toán mấy cũng vậy thôi. Cái gì của mình thì trước sau, cũng sẽ của mình. Cái gì không thuộc về mình, hì hục mấy, gắng sức mấy, rồi cũng chỉ bằng không.

thđại: Trước khi chúng ta chia tay chị có cần bổ túc thêm cho những thiếu sót mà tôi đã quên không đề cập tới. Xin mời chị…

PHM: *Thưa, không thiếu sót gì. Mây chỉ xin kể thêm ra đây một vấn đáp vui từng diễn ra giữa Mây và nhà thơ Cao Thoại Châu.*

- Mây có thường đọc không? Nếu có thì thường đọc gì, đọc ai?

- Dạ không thường. Tiện gì trước mắt thì vớ nấy, không chú tâm ai, không thần tượng ai, không học theo ai.

- Thảo nào.

- Thảo nào gì ạ?

- Thảo nào, thơ Mây rất riêng, không giống ai xưa mà cũng chẳng giống ai nay.

Cũng trong lần phỏng vấn này, nhà thơ Cao Thoại Châu đã trích ra hai câu thơ của Mây trong bài thơ Này Em, này em nếu chợt kề bên, ôm cho cả lúc người quên nhớ mình và nhận định, hai câu trữ tình này tôi cho là hiếm trong thơ Phạm Hiền Mây. Nó lọt vào những câu không phải từ sự đọc mà tôi có thể dễ dàng hiểu rõ được nghĩa. Nên đành nghĩ, thơ chị bây giờ đang có chút "siêu thực". Phải thế không?

Và Mây trả lời, cũng không quá hiếm trong thơ Mây đâu ạ. Nhưng quả là, nhiều lúc viết xong, đọc lại, Mây cũng ngẩn người ra một lúc lâu với những chữ mà mình vừa mới dùng. Mây nghe mình hạnh phúc. Kiểu hạnh phúc khi biết Thượng Đế đã ban cho mình một đặc ân quý báu, đó là, khi làm thơ, những ý tưởng, những con chữ, chúng hồn nhiên, chẳng biết từ đâu, bỗng rơi vào túi Mây, như quả thị rụng túi bà trong cổ tích xưa, đột ngột, bất ngờ, khó lý giải. Siêu thực hay không, điều đó và nhiều điều khác nữa, giờ đây, không phụ thuộc vào ý muốn chủ quan của Mây.

Nhân cơ hội này, Mây xin được cảm ơn hết thảy những độc giả đã quan tâm, thương yêu Mây trong suốt nhiều qua. Cảm ơn nhà thơ Triều Hoa Đại đã bỏ thời gian và công sức để thực hiện buổi phỏng vấn công phu này. Cảm ơn tạp chí Ngôn Ngữ, một tạp chí văn chương uy tín và được đông đảo bạn đọc tin yêu, ủng hộ, đã tạo điều kiện và ưu ái cho Mây xuất hiện trong số này. Mây cảm kích tấm lòng của quý vị và xin chân thành chúc quý vị luôn được bình an, thân tâm thường lạc.

thđại: Chân thành xin cám ơn chị nhà thơ Phạm Hiền Mây.

Triều Hoa Đại *thực hiện*

mẹ tôi dạy: muốn lên trời
ông Lê Thương bảo mượn đời cái thang
tôi chăm chỉ sống đàng hoàng
vui buồn sướng khổ thời gian đã giàu
    cái-thang-đời đâu có đâu
    vậy mà tôi đã từ lâu nay trèo
    lúc chầm chậm khi vèo vèo
tôi qua từng chặng giàu nghèo thế gian

3
luân hoán
BUỒN ĐẦY
MẶT TRĂNG
THÁNG TƯ

NGUYỄN ĐÌNH PHƯỢNG UYỂN
CÁ CƠM KHO TIÊU

Xong công hết việc, đồng hồ chỉ 3:30pm.

Giờ này mà đón xe về đến nhà, đi chợ nấu cơm, làm đồ ăn thì 7pm mới có cái bỏ bụng. Chắc chết vì đói!

Gà luộc, bò xào, canh cá giấm… tưởng làm nhanh nhưng rửa muối rồi chặt, cắt… xong dọn đống rổ rá, nồi niêu, thúng mủng, bàn bếp, chậu rửa bát…. toi!

Đang lòng vòng ngoài chợ Việt Nam, mua quách món gì làm sẵn là tiện nhất, chỉ cần nấu nồi cơm.

Thiên đường ăn uống là đây. Tha hồ chọn.

Nghĩ tới nghĩ lui, chợt nảy trong đầu hộp mắm đúc phủ lớp trứng vàng bên trên. Đúng rồi, đã từ lâu, lâu lắm, khi còn ở Việt Nam lận, tôi quên khuấy món này trong thực đơn hàng ngày của cả nhà.

Xưa mẹ tôi làm mắm đúc ngon tuyệt. Cá linh băm nát với mấy lạng thịt heo, thêm tiêu hành ớt, tí đường, trộn đều hỗn hợp cho vào tô, trứng đánh tan đổ lên mặt, bỏ vô nồi chưng cách thủy. Mắm chín, thơm ngào ngạt, cứ và một miếng cơm dẻo, kèm miếng mắm mặn mặn, béo béo chung với dưa leo tươi giòn, vài lá rau thơm… ngon rụng rốn!

Đằng nào cũng mua, tội gì không… rụng rốn lần nữa.

Vào tiệm, nhìn quanh các tủ kính, không còn hộp mắm chưng nào, người ta bán hết rồi, hu hu! Sao thiên hạ đợi đúng ngày mình thèm mắm mà nhanh chân vậy trời? Bao nhiêu thố thức ăn đầy ắp, chả mua giùm: thịt kho trứng, gà rô ti, bò nạm hầm củ cải, cá chiên, mắm ruốc ba rọi, đậu ve xào… và tỷ tỷ thứ khác xanh đỏ tím vàng… Những món này mình ăn ở nhà hoài, vác về lại chả ai đụng đũa.

Chợt đập vào mắt là cái hộp nhựa nhỏ đựng cá cơm kho, con cá trong veo, nâu nâu, bé xíu. Trên mặt lớp cá, người ta rắc mấy lát hành trắng, hành lá xanh, ớt đỏ.

Hơn hai mươi năm chứ chẳng chơi, chưa ăn cá cơm kho tiêu.

Hồi bầu bì, ốm nghén, không ăn được món gì có mùi thơm, nhất là hành tỏi phi. Nhịn đói thì mệt, tội em bé nữa bèn dằn bụng bằng cơm suông. Một hôm đi ngang hàng cháo trắng lá dứa, có bày hột vịt muối, củ cải dầm, ruốc, cá cơm kho... đói quá tạt vào ăn thử cháo với cá, ăn được, tôi làm luôn hai tô. Từ hôm đó, cháo trắng cá cơm thành món độc, cứu rỗi linh hồn tôi cho đến khi hết nghén, tức là trong ba tháng.

Làng tôi bao quanh bởi con lạch của sông Sài Gòn, dừa nước, lồ ô, bần, đước, lau sậy mọc đầy, cá tôm bu vô mấy gốc cây ngập nước gầy ổ, mấy dì làm nông bên khu Thảo Điền thường vớt tôm cá, chắc không được một ký đâu, đựng trong rổ nhỏ, đem rảo bán trong làng. Không phải tôm, tép thôi, nhỏ xíu hà, lúc thì cá cơm, bống dừa, lòng tong, cáy... nhảy xoi xói, búng tanh tách, nhả bọt phì phèo. Bữa nào nhà tôi có quà nước ngoài, mấy bà dì này trúng mánh, mẹ tôi sẽ mua mấy lạng cá về kho trong cái nồi đen sì, ám khói. Cá nào ăn cũng ngon, mới vớt dưới sông lên, thêm cái bụng đói lưu cửu tính bằng năm tháng, không ngon sao được?

Muốn tả lại hình dạng con cá cơm nhưng lâu quá không ăn, quên thật sự, bóp trán, chau mày chỉ nhớ cá màu trắng trong, rồi sao nữa, bèn hỏi anh Google.

Hình ảnh hiện lên, bồi hồi ghê luôn. Đúng con cá mình thuôn đều đặn, hai sọc bạc lấp lánh chạy dọc bên mình, cái đầu cũng bạc nữa. Cá nhỏ tí nên kho rất lợi, không cần bỏ đầu bỏ đuôi. Mấy con cá trong suốt đó là thứ cứu đói gia đình tôi suốt cái thời nhiễu nhương, sóng gió. Món sang đấy. Bo bo mà có thêm miếng cá cơm kho, dễ nuốt chừng nào.

Cá kho phải có màu nâu của đường thắng ra, vừa đủ mặn ngọt cay, thêm tóp mỡ nữa thì tuyệt. Kho cá hai ba lửa cho thấm gia vị nhưng thân cá không nát mới đúng điệu.

Cá cơm rẻ nhất trong các loại cá nên người Việt thường làm nước mắm bằng cá cơm.

Khi học lớp Ba, tôi nhớ cô giáo hỏi cả lớp nước mắm làm bằng gì, đời thuở nhà ai, cô đố mấy đứa trẻ bảy tám tuổi một câu bác học như thế, bảo đảm Bill Gates hồi nhỏ cũng không trả lời nổi câu này đừng nói đám học trò nữ trường Regina Mundi, toàn công chúa con nhà giàu không động móng tay (tôi được học ké do bà ngoại nhận nuôi chứ ở với bố mẹ thì... mơ đi em. Bố tôi bảo học phí ở đây bằng một tháng lương của bố lận.) Cả lớp trố mắt nhìn nhau, con Trang giơ tay nói, "Cá cơm". Đám học sinh ngơ ngác, cô phán, "Em Trang giỏi". Kiến thức về nước mắm của tôi bắt đầu từ ngày học lớp Ba ấy dù chưa biết mặt mũi con cá cơm ra sao, chỉ đến khi ăn độn dài dài mới thấy tận mắt con cá trắng bóc, mình thuôn, sọc bạc.

Lan man quá, bây giờ nói tới hộp cá cơm kho, rắc hành tây hành lá, ớt đỏ đây.

Lo con gái chê bai. Cả đời hôm nay nó mới được thử món này. Chị khảnh ăn, khó chịu, món nào lạ lạ là nhún trề, bỏ bữa như không.

Nhà có sẵn hũ dưa chua, cơm vừa chín tới xới ra bát.

Tôi dè chừng quan sát. Con bé dòm dòm âu cá đã bỏ ra đĩa, hỏi:

-   Cái gì vậy mẹ?
-   Cá cơm kho. Ăn thử xem.

Chị nhón một tí, nhai nhai, gật gù rồi cứ thế quất tới tấp.

Tôi yên bụng lo phần mình. Đưa đũa gắp miếng cá, tự nhiên thấy tay mình run, quá khứ xa xưa ùa về, không biết tiệm làm có giống mẹ, miếng tình nghĩa, miếng trầm luân một thời tao tác là đây. Nhủ thầm trong lòng, "Con biết không ngày đó khó khăn nhưng ai chả phải ăn ngày ba bữa. Cơm trắng thành xa xí phẩm. Ông ở tù, bà kho thịt đi thăm nuôi, bảo ráng gửi cho ông ít thịt cá, sợ ông biết mẹ con sắp chết đói ngoài này thì khổ. Con cái ngửi thấy mùi thịt thơm, len lén ra nhón vào lủm, thèm lắm. Bà mắng, "Tụi bay ăn hết, còn gì cho bố?" Chú út mới chín mười tuổi, đói quanh năm, mặt chảy dài, "Bố ở tù sướng quá". Bà nghe vậy, thôi không dám cản con cái nữa, bèn chạy vạy mua thịt khác cho ông". Nghĩ thôi, không muốn nói ra sợ con buồn ăn mất ngon, mà có nói, nó hiểu được tới đâu? Con đang hào hứng, tắc lẻm món cá kho thơm lừng mùi tiêu, với nó đây là món sang, khổ hồi nào?

Cũng như lúc về Việt Nam, các con ngạc nhiên, cười vang khi thấy mấy cô cậu choai choai, diện bảnh chọe, vào McDonald selfie, trong khi ở Úc, McDonald là thứ ăn tạm ăn bợ, ăn nhỡ độ đường. Tương tự, vào quán Pizza ở Sài Gòn là vào nhà hàng "xịn", khăn bàn trắng muốt, dao nĩa, đĩa sứ xếp ngay ngắn, quanh nhà hàng gắn máy phun nước tỏa mát, nhạc nhẹ... Bạn trẻ Việt Nam làm sao hiểu được khi chúng tôi nói khổ lắm, đói đế lắm mới ăn Pizza, bèo như ổ bánh mì thịt hay gói xôi lề đường của các bạn thôi.

Miếng cá mặn nước mắm, ngọt vị đường, cay miếng ớt hạt tiêu, béo dầu ăn, thêm vị chua của dưa, trộn lẫn miếng cơm trắng deo dẻo, ngon chi mà ngon lạ! Mấy mẹ con vừa ăn vừa tấm tắc, hít hà. Nhai kỹ để vị giác thẩm thấu đủ bằng ấy mùi rồi mới nuốt.

Hiểu ra hồi Việt Kiều bắt đầu về nước, bà trẻ tôi nói chỉ thèm cá bống trứng kho tiêu, mình bật cười, nhăn mặt, tưởng khách phương xa phải đãi đằng của ngon vật lạ, cá bống trứng nhỏ xíu xiu, rẻ bèo, thết bà mấy tháng chả được. Chẳng biết cá cơm ở Việt Nam hiện nay còn bán rẻ không, tiệm ở đây kho chưa đúng bài mà tôi còn xuýt xoa ầm lên, mai mốt ai muốn đãi tôi, chỉ xin miếng cá cơm kho nồi đất.

Món quốc hồn quốc túy, ngon nhờ đủ loại gia vị, nhờ cách nấu nướng pha chế, ăn mà tưởng như bố mẹ con cái đang ngồi quanh đây, dưới đất, gần ngạch cửa vào bếp, mâm cơm bày trên cái ghế gỗ vuông sứt gọng gãy càng, trên mâm là cá cơm kho khô với rau muống luộc cộng bát nước rau đã vắt thêm chanh, đập vô tép tỏi. Xong bữa, húp bát nước rau chua chua cho mát ruột.

Thoáng qua đầu câu hát của Trần Quang Lộc:

" Một thời khoai sắn"
"Miếng rau miếng cà"
"Miếng chua miếng ngọt" à... ơi...

Nguyễn Đình Phượng Uyển
29/5/23

không cách chi chạm trăng vàng
để rồi một bữa giận nàng Hằng Nga
đêm ấy trời đẹp lắm mà
chị Hằng tuột xuống nóc nhà chúng tôi
mươi giây sau chợt rụng rời
chị Hằng đón mẹ lên trời hồi mô
mẹ đi bỏ nụ ca dao
còn đang mớm dở tình vào hồn tôi

4
luân hoán
BUỒN ĐẦY
MẶT TRĂNG
THÁNG TƯ

TRẦN C. TRÍ
Ranh Giới

Lúc ngồi trong xe với Hiệp rồi, anh vẫn còn thắc mắc:

"Tôi vẫn không hiểu tại sao ông lại cùng nhận tin Lê mất. Ông đâu có biết hắn là ai."

Hiệp ngồi thẳng người, chăm chú nhìn ra phía trước. Gương mặt hắn bình thản như một ngày biển lặng. Lần chót anh gặp hắn là lúc hai người đang đi ngược phía với nhau trong khuôn viên đại học, vội vã đến lớp cho kịp giờ dạy. Sau hai năm đại dịch, cả hai mới gặp lại nhau, hứa hẹn sẽ lại cùng đi uống cà-phê hay ăn phở như ngày trước. Thế mà một năm học đã trôi qua, không ai gọi ai, hẹn hò gì cả. Anh buồn buồn nghĩ, mỗi người ai cũng bận bịu với vợ con, làm gì mà có thì giờ nhàn rỗi để tán dóc với nhau.

"Tôi có hỏi Văn làm sao biết được số điện thoại của ông mà kèm chung trong tin nhắn cho tôi,"—anh lại nói—"Hắn cũng không buồn giải thích."

Thật ra, anh "biết" Lê mà cũng như không biết. Lê là chồng của một người cháu họ của anh. Nói chi tiết theo kiểu dây mơ rễ má của người Việt, anh ta là *cháu rể họ* của anh. Anh có đến nhà cô cháu họ vài lần, gặp hai ba chục người trong những buổi ăn uống đông đúc, náo nhiệt đó. Nhưng đến bây giờ, nhận được tin Lê mất, anh mới giật mình nhớ ra rằng chưa bao giờ mình thật sự "thấy" Lê trong những dịp đó cả, chứ đừng nói đến có chuyện trò với anh ta lần nào chưa.

"Mình có đi ăn đám cưới cháu của anh mà,"—vợ anh nhắc.

"Ồ, vậy hả,"—anh nhíu mày suy nghĩ—"Đã bao nhiêu lần mình đi ăn đám cưới mà không nhớ mặt cô dâu hay chú rể há."

Khi cả hai ra khỏi xe, anh vừa bước xuống vừa bảo Hiệp:

"Cám ơn ông đã chịu đi với tôi hôm nay. Bà xã tôi đã nói nhất định sẽ cùng đi. Vậy mà vào xe rồi tôi ngó qua thì thấy là ông chứ không phải cô ấy."

Cả hai im lặng đi qua bãi đậu xe rộng. Trời buổi trưa nắng chiếu thẳng đứng. Ở mặt tiền ngôi nhà thờ đối diện là một cảnh tượng quen thuộc trong một tang lễ. Từng nhóm người tụm năm tụm ba đang rầm rì nói chuyện. Vài ba người dừng lại gần cửa ra vào để ghi tên vào sổ thăm viếng. Hiệp đại diện cả hai ghi tên vào sổ. Anh để ý thấy người nhà của Lê tỏ ra rất nồng hậu khi đón tiếp anh, tuy không giấu được vẻ đau buồn. Nhưng đối với Hiệp thì họ có vẻ rất thờ ơ, thậm chí có phần lạnh nhạt, làm như không thấy hắn. Anh hơi khó chịu, liếc nhanh qua Hiệp thì thấy hắn vẫn giữ nét mặt thản nhiên. Hình như lúc nào hắn cũng có sẵn một nụ cười thật nhẹ, sẵn sàng cho bất cứ tình huống nào. Chắc nụ cười cố hữu đó là một trong những điều đầu tiên làm cho anh muốn trở thành bạn với hắn.

Anh và Hiệp tiến vào bên trong, ngồi xuống một băng ghế không có ai khác, tuy các chỗ còn lại trong nhà thờ đã gần như đầy người tham dự. Kiều, vợ Lê, hôm nay đẹp não nùng trong chiếc áo dài đen ôm sát người, nét mặt lạnh như băng, chạy tới chạy lui, chào chào hỏi hỏi khách khứa một cách máy móc, vô hồn. Nhưng ai nỡ trách một người còn đang bàng hoàng, sững sờ trước một điều không bao giờ có thể hiểu được.

Buổi lễ bắt đầu đúng giờ. Người Mỹ có khác. Chẳng bù với câu tục ngữ tân thời của người Việt hải ngoại: *"Không ăn đậu không phải người Mễ, không đi trễ không phải người Việt"*! Người mục sư da trắng bảnh bao, trẻ măng, nói lời khai mạc, tiếp theo là những ý tưởng cao đẹp về Chúa Trời, về tình yêu của ngài, về sự sống và cái chết, về một cõi trời không còn sinh diệt.

Anh nhìn chiếc áo quan của Lê phủ đầy hoa. Chung quanh còn rất nhiều hoa khác, mặc dù tang gia đã nhắc đi nhắc lại là không nhận phúng điếu hay vòng hoa. Anh cố hình dung ra Lê nằm trong áo quan, qua bức ảnh đặt bên cạnh. Nhưng càng cố hình dung, anh lại càng thấy ra gương mặt của Tấn. Ngay lúc đó, anh chợt giật mình vì một ý nghĩ thoáng qua trong đầu. Ý nghĩ đó thật mãnh liệt, thôi thúc anh phải quay qua nói với Hiệp, trong không khí nghiêm trang, im lặng của thánh đường:

"Thôi chết, tôi đã không đi đám tang của Tấn, ông à."

Nụ cười cố hữu của Hiệp dường như tươi hơn một chút. Tại sao hắn đáp lại lời anh vừa nói với thái độ như vậy, anh thật tình không hiểu nổi. Trong người anh bây giờ dào dạt nhiều cảm xúc khác nhau. Ân hận. Tiếc nuối. Tuyệt vọng. Buồn bã. Cùng một lúc, anh như bừng hiểu ra là Lê không thật sự nằm trong cái áo quan đó. Tấn cũng không có trong đó. Vì, như anh còn nhớ, Tấn mất ở Texas chứ không phải ở California. Và Tấn mất cách đây gần hai năm rồi, vì Covid.

Rồi, anh chợt nghiệm ra, Tấn đang ở bên kia bức màn nhung to lớn màu xanh tím trên sân khấu, sau lưng vị mục sư trẻ vẫn đang thao thao lời Chúa. Anh thấy mình cần phải gặp Tấn ngay bây giờ. Anh đứng bật dậy khỏi băng ghế. Hiệp nhìn anh, không có vẻ gì là ngạc nhiên. Anh đi như chạy về phía sân khấu, leo lên các bậc thang. Cử tọa trong nhà thờ nhốn nháo hẳn lên. Anh đi qua mặt vị mục sư trẻ. Anh ta hơi giật mình, nhưng vẫn tiếp tục nói. Nhà thờ bây giờ ồn ào với nhiều tiếng động khác nhau.

Anh chạy ào tới tấm màn, vén nó qua một bên rồi lao tiếp về phía trước, bỏ lại tất cả những huyên náo ở đằng sau. Quả như anh nghĩ, Tấn đang đứng sau tấm màn. Trước mặt hai người là một vùng biển xanh ngát. Có một pha trộn huyễn hoặc giữa tiếng rì rào của biển và một im lặng tuyệt đối ở nơi hai người đang đứng. Tấn ngó anh cười, nét cười thân quen anh vẫn còn nhớ trong những lúc hai đứa ngồi hút thuốc, uống cà-phê với nhau ngày xưa. Dường như Tấn vẫn chờ đợi anh từ lâu nay, và không có vẻ gì giận anh cả. Gương mặt hắn có một màu trắng lạ lùng, hồi giờ anh chưa bao giờ thấy một màu trắng như vậy. Hồi còn sống hắn có nước da ngăm ngăm đen.

"Biển này giống biển Nha Trang của mình ngày xưa quá, phải không?"—Tấn nói với anh, tay loay hoay rút trong túi ra một điếu thuốc. Nhưng hắn thở dài vì không thể nào mồi lửa được trong làn gió biển mạnh mẽ.

"Ông không giận tôi chứ?"—anh rụt rè hỏi— "Tôi đã không đi đám tang ông được."

"Ồ, tôi phải hỏi ông có còn giận tôi không mới phải."—Tấn vẫn mỉm cười.

"Nếu hai đứa mình cùng hỏi nhau câu đó thì chắc không có gì đáng ngại!"—anh thở hắt ra, nhẹ nhõm.

"Để xem..."—anh lẩm nhẩm tính—"Lần cuối cùng ông và tôi gặp nhau ở Houston tới bây giờ đã hơn 20 năm. Tôi chỉ muốn gặp lại ông để nói rõ một điều. Năm tháng trôi qua, cuối cùng tôi đã định nghĩa được cảm xúc của mình, cảm xúc mà đã đưa đến chỗ chúng ta không còn liên lạc với nhau nữa, cho đến khi ông..."

"Cho đến khi tôi chết, phải không?"—Tấn cười nửa miệng—"Vậy thì, ông đã tìm được định nghĩa gì cho cảm xúc đó của ông, nếu không phải là giận hờn, vì người yêu của ông cuối cùng đã thành vợ của tôi?"

"Cũng may đó không phải là thù hằn!"—anh ấp úng nói—"Mới đầu tôi vẫn nghĩ là tôi "giận" ông, giận lắm lắm. Nhưng về lâu về dài, tôi thấy ra rằng đó chỉ là một nỗi thất vọng sâu xa. Tôi thất vọng về chính mình, không đủ bản lãnh để giữ Kim. Nếu phải giận ai, chắc tôi nên giận tôi thì đúng hơn."

"Tôi rất tiếc vì chuyện về Kim đã làm chúng ta xa nhau,"—tiếng Tấn lẫn vào từng luồng gió mang vị mằn mặn của đại dương—"Qua đến chốn này, tôi mới hiểu được về Kim nhiều hơn."

"Ông hiểu gì về Kim?"

"Ngày trước, ông và tôi đều thấy Kim là một đối tượng để chiếm hữu. Bây giờ, tôi mới biết rằng thực thể mà chúng ta "giành giật" với nhau không phải là chính Kim, mà chỉ là những luồng điện từ cô ấy tỏa ra, đáp ứng được những luồng điện từ chúng ta, đi tìm những luồng điện thích ứng với chúng."

Tấn xoay người nhìn anh:

"Nói khác đi, nếu có một sự giành giật nào đó ngày xưa thì chỉ là chuyện xảy ra giữa những dòng điện mang đầy cảm ứng."

Gió càng lúc càng thổi mạnh. Hai người nghe nhau khó khăn hơn. Tấn tiếp tục nói, giọng trộn lẫn vị mặn của biển và hương tanh nồng của rong rêu.

"Vậy nhé. Giận hờn, nếu có đi chăng nữa, rốt cuộc cũng chỉ là những hiệu ứng của sự tương tác hay đối chọi giữa những dòng điện với nhau. Ông và tôi, chúng ta thắc mắc không biết người này có giận người kia hay chăng. Bây giờ thì chúng ta hiểu ra hết rồi đó."

Giọng Tấn càng lúc càng xa vắng hơn:

"Tôi đi đây. Ông đừng đi theo tôi nhé. Chưa đến lượt ông đâu. Ông đợi cho tôi đi khuất hẳn rồi hẳng về."

Tấn quay đi, bước những bước thật nhẹ nhàng, nhưng anh thấy dường như hắn đi rất nhanh, nhanh một cách dị thường. Cả vùng biển chợt dâng đầy sương mù dày đặc. Sóng vỗ dồn dập hơn, tung tóe bọt trắng xóa khi va vào bờ cát lạnh lẽo. Anh đứng im như một tảng băng, buốt giá, nhìn theo Tấn mãi, cho đến lúc bóng của hắn tan biến tận xa xa, không biết vì hình bóng tự mất đi, hay vì bị sương mù xóa nhòa miên viễn.

Anh thẫn thờ quay lại phía sau, đối diện mặt trái của tấm màn nhung. Không biết giờ này tang lễ đã chấm dứt chưa. Anh khó nhọc vén tấm màn nặng nề, lách người qua bên kia. Vừa lúc đó, từ bên kia sân khấu, Kiều bước đến nắm lấy tay anh, giọng lo lắng:

"Cậu có sao không cậu? Cậu đi đâu ra đằng sau đó vậy?"

Anh đi theo Kiều băng qua sân khấu, bước xuống mấy bậc thang như kẻ mất hồn. Cử tọa, trái với ban nãy, bây giờ im lặng một cách lạ thường. Anh có cảm tưởng hàng trăm con mắt đang dán vào mình trong gian thánh đường cũng lạnh lẽo không khác gì vùng biển anh vừa đến.

"Hiệp đâu rồi, Kiều?"—anh ngơ ngác hỏi.

"Hiệp nào, cậu?" —Kiều cũng ngơ ngác hỏi lại.

"Hiệp là người đi với cậu, ngồi cạnh cậu hồi nãy đó."

Kiều ngập ngừng nói:

"Lúc cậu mới bước vào, cháu thấy cậu đi một mình. Lúc cậu ngồi xuống băng ghế, cháu cũng thấy không có ai ngồi cạnh cậu cả."

Anh lắc đầu, không biết nói sao. Anh ôm lấy vai Kiều, nói lời chia buồn với cô, rồi lẩm bẩm thêm vài chữ tiếng Anh mà anh cho rằng sẽ không được tự nhiên khi diễn tả bằng tiếng Việt:

"Be brave."

Kiều nói cám ơn như một phản xạ. Anh thất thểu quay đi. Trời bên ngoài đầy mây mù, khác hẳn với cơn nắng giòn giã lúc anh đến. Hiệp ra về khi nào mà không chờ anh. Hắn làm sao đi bộ về nhà từ đây đến tận San Clemente. Anh đi mãi mà không sao tìm ra chiếc xe mình đã lái đến với Hiệp. Trời bỗng đổ cơn mưa bóng mây. Nước mưa ào ạt tuôn xuống, tràn ngập trong không gian, phủ trùm toàn thân anh như một cái áo choàng khổng lồ. Gương mặt anh ướt đẫm, trong lòng anh nghe thổn thức bất ngờ. Từng hàng nước mát lạnh thi nhau chảy dài xuống hai má anh. Anh nghĩ, ngay lúc này, cũng khó mà phân biệt đâu là nước mưa, đâu là nước mắt.

Trần C. Trí

(trích từ tập truyện Lối Về Của Nước sẽ do Nhân Ảnh xuất bản trong tháng 7/ 2023)

tình thương của mẹ chưa vơi
người chưa truyền hết, nờ rời chúng con
nhìn trăng đêm ấy bồn chồn
tháng tư đúng giữa ngày rằm Đản sinh
      Phật hiền cũng chỉ làm thinh
nhìn tôi im lặng đứng bên giường người
      hình như Phật còn mỉm cười
tòa sen đang đỡ ngài ngồi sáng ra

TIỂU NGUYỆT
TRUNG THU XÓM NÚI CÔ TIÊN

Xóm núi Cô Tiên - gồm khoảng hai mươi hộ gia đình, sống trên sườn đồi, dưới chân núi Cô Tiên; từ hẻm 47B đường Nguyễn Chích, phường Vĩnh Hòa chạy vào, qua một ngã tư, chạy tiếp, qua khoảng đất trống, vượt lên con dốc cao. Dường như họ sống biệt lập với khu phố phía dưới kia, những ngày dịch Covid bùng phát, chỉ thị mười sáu chính phủ ban hành; mọi sinh hoạt, đều gói ghém "cây nhà lá vườn" là chính, nếu có mua gạo, hay cần gì, họ gọi vào số điện thoại hỗ trợ của đội tình nguyện tổ dân phố. Chung quanh đây là những rẫy bạch đàn của dân, cao hơn nữa là rừng nguyên sinh, cây cối um tùm, rậm rạp. Ai cũng có thể nhìn thấy dáng núi, có hình cô gái nằm xõa tóc, khi đứng ở đầu con dốc. Dường như đấy là bãi bắn của Trường Huấn luyện Hạ sĩ quan Đồng Đế trước kia, nên mới có câu thơ truyền miệng rằng: "Anh đứng nghìn năm thao diễn nghỉ. Em nằm xõa tóc đợi chờ ai?", là vậy.

Những gia đình sống ở đây toàn là người trẻ tuổi, vừa có một hoặc hai con; (bởi ở đây là đất núi, rẻ, hợp với túi tiền của những người mới lập gia đình), họ rất năng động, nhiệt tình; người này cần gì, người kia sẵn sàng giúp; có củ khoai, trái bí, trái bầu, đều chia sẻ nhau. Cho nên, dù lo sợ, hoang mang, dịch bệnh bất an, họ vẫn cảm thấy thật ấm áp, bởi tình hàng xóm "tối lửa tắt đèn" có nhau.

Vợ chồng Hiền - Đào về sống ở xóm núi này được một năm, anh thấy cuộc sống ở đây thật bình yên, gần gũi thiên nhiên, điều mà anh ao ước, yêu thích. Đất rộng, nên anh chị trồng ít chuối, đu đủ, cà chua, cà dĩa, rau lang; thả vài con gà, con thỏ, vài con chim bồ câu, cho hai đứa con nhỏ của anh chị vui chơi. Chiều đi nhà trẻ về, vừa tới nhà, là chúng chạy ùa ra vườn, đùa giỡn với thỏ, với chim, hốt vài nắm thóc vãi cho gà, trông rất vui vẻ. Hai chị em Tư Nghi, Tư Kỳ, mỗi đứa ôm một con thỏ ra trước nhà đùa giỡn; hai chú thỏ mắt lim dim, cạ đầu vào hai đứa trẻ, trông rất thân thiện, thích thú; dường như chúng chỉ chờ để vui đùa cùng nhau vậy.

Hiền chợt nhớ, hôm nay là rằm tháng tám âm lịch - Tết Trung Thu, cái tết mà thuở nhỏ, anh luôn mong ước, chờ đợi, để vui chơi, ca hát. Anh nhớ Trung Thu năm anh mới ngoài quê chuyển vào phố núi Pleiku;

nhà nghèo, không tiền mua lồng đèn, anh lấy lon sữa, lon coca người ta dùng xong bỏ, làm những chiếc đèn, cho mấy anh em trong nhà mình vui chơi. Vậy mà, các bạn nhỏ chung quanh nhà anh, khen lồng đèn anh làm đẹp hơn, thích hơn của chúng nó mua ngoài tiệm. Năm ấy, dù mới chỉ học lớp Ba, nhưng anh luôn là đầu tàu, bày trò chơi cho lũ trẻ trong xóm; dù trong nhóm, có đứa học lớp lớn hơn anh. Anh thấy lòng bồi hồi, nhớ nghĩ, rồi chợt thương lũ trẻ xóm núi này; anh muốn mình phải làm một cái gì đấy, cho trẻ em nơi đây; bởi mấy tháng nay, chỉ thị mười sáu ban hành gắt gao, để phòng chống dịch Covid, buồn lắm.

Nghĩ là làm. Hiền đi vòng vòng chung quanh vườn nhà mình, qua vườn nhà hàng xóm, xuống suối, thu gom những lon bia đã uống, chặt ít cành cây nhỏ trên đồi, về làm lồng đèn. Mấy đứa trẻ quanh xóm, thấy lạ, liền chạy theo Hiền, ríu rít như chim: - Chú lượm lon chi vậy chú? - Chú làm lồng đèn chớ chi, hỏi lạ chưa? Hôm nay là Tết Trung Thu, tụi cháu không biết à? - Dạ không biết! Chặt cây chi vậy chú? - Còn hỏi! Để tụi con treo cái lồng đèn vào, xách đi chơi nè! - Vậy tụi con cũng có đèn hở chú? - Ừ! Đứa nào cũng có hết. Ngoan chú làm cho chơi nhe! Chúng "dạ" thật rầm rộ, cười vang cả núi đồi, vang cả trời chiều đang dần xuống. Vậy là cái tin, "xóm núi chơi Trung Thu" lan truyền thật nhanh, lũ trẻ lần lượt tập trung hết tại nhà Hiền; cùng nhặt lon, cùng chơi đùa với chim, với thỏ, thật vui nhộn.

Hiền mài đầu lon cho rớt ra, lấy kéo cắt dọc theo chiều dài của lon những đường thẳng song song nhau; xong, anh ấn hai đầu lon lại, cái lon đã thành cái lồng đèn "trái ấu". Anh nhẩm tính, cả xóm núi này có bao nhiêu trẻ em, anh làm cho đủ số; các bạn nhỏ, rộn ràng, cười nói vui vẻ, còn sáu cái, năm cái, bốn cái... làm anh vui vô cùng. Hai đứa con của anh cũng hùa theo các bạn nhỏ, reo vui, cười giỡn.

- Mấy đứa có thuộc bài hát Trung Thu không vậy? Hát một bài chú nghe coi.

Chúng đồng thanh la lớn: "Dạ biết", rồi hát vang "Tết Trung Thu em rước đèn đi chơi, em rước đèn đi khắp phố phường....", lỏi chỏi, đứa trước đứa sau. Hiền cười lớn:

- Hát cho nhịp nhàng chớ! Tất cả cùng hát theo chú nè!

Nói xong, anh bắt nhịp, vừa hát vừa làm, tất cả hát theo anh, thật rầm rộ; Hiền thấy mình như sống lại một thời tuổi thơ nghèo khó thuở nào. Anh chơi vơi theo dòng ký ức đang trở về, thấy mình thật hạnh phúc. Hạnh phúc đơn giản là vậy, không cao xa, cầu kỳ; chỉ là mấy cái lon, mấy nhánh cây, mấy cây đèn cầy, mà niềm vui như lan tỏa. Tiếng hát lũ trẻ hồn nhiên, trong trẻo; nụ cười của chúng, tỏa sáng, không chút gợn nhiễm, khiến anh rưng rưng cảm xúc.

Tiếng Tư Kỳ reo lên mừng vui:

- Bố! Bố ơi! Thỏ gà đánh nhau kìa.

Lũ trẻ vỗ tay cười vang:

- Vui quá! Thỏ gà mà cũng đánh nhau, giờ mới biết ha ha ha...

- Cố lên! Cố lên! Thỏ ơi! Gà ơi! Ha ha ha...

Hiền nhìn ra vườn, anh thấy con Bí Ngô - con thỏ trắng, Tư Nghi đặt tên, và con gà mái ấp mới vừa xuống ổ, đang gồm nhau, mỗi con đều trong tư thế sẵn sàng; cả hai nhảy xổ vào, cắn nhau một cái, vượt lên phía trước, xoay người lại, gồm nhau, rồi nhảy vào, cứ như vậy, trong tiếng hò reo của lũ nhỏ. Anh bỗng cười lớn:

- Tụi con không đuổi nó mà còn cổ vũ, nó cắn nhau lỡ có con chết thì sao?

- Vui quá chú ơi! Làm sao chết được, nó cắn nhẹ hều à, con thấy rồi nè!

Đào nghe tụi trẻ hò reo, chạy ra đứng sát hàng rào, xua tay đuổi "hùi hùi", một hồi thỏ và gà mới chịu bỏ chạy. Tiếng cười lũ nhỏ vang động cả trời chiều. Đào cũng vui lây theo lũ trẻ:

- Giờ mới thấy gà thỏ đánh nhau, tưởng chỉ gà với chó là ghềnh nhau thôi chớ!

Hiền khoái quá, cười lớn:

- Chuyện lạ mà có thiệt! Vui ghê nè! Quay qua vợ, anh đùa: - Bà xã có đi rước đèn không, anh làm cho một cái nè!

Đào thấy mình như trẻ lại, cái thuở hồn nhiên xa lơ ấy, lòng rộn ràng theo niềm vui chung của lũ nhỏ. Thuở ấy, nhà nghèo, làm gì có tiền mà mua lồng đèn; mấy anh em về quê của mẹ xin tre, về chẻ ra, làm lồng đèn ngôi sao; thường thì mang đến lớp chấm điểm thủ công, rồi mang về nhà vui Trung Thu cùng các bạn trong xóm. Buổi tối cùng cầm lồng đèn, dắt nhau đi, cùng hát ca, trong các ngõ nhỏ của xóm mình; vậy mà vui, mà hạnh phúc. Đào gật đầu, vui vẻ:

- Có! Có! Em cũng tham gia rước đèn. Anh dẫn đầu, em đi cuối, cùng chơi cho vui, mấy tháng nay ru rú trong nhà, bó chân bó cẳng, mệt quá rồi.

Tụi trẻ đồng thanh hò reo: "Hoan hô cô chú!", vang dội cả núi đồi. Ngọn gió nồm từ biển thổi lên dạt dào, như cũng reo vui cùng mọi người; xóm núi bừng lên một sức sống mới, như thách thức cùng con virus Corona, "mi sẽ không bao giờ đến được xóm núi này đâu nhe!".

Hiền làm đủ số đèn cho lũ trẻ, dọn dẹp, rồi ra lệnh:

- Giờ tụi con ai về nhà nấy, tắm rửa ăn cơm, xong, thay đồ đẹp rồi sang đây chơi Trung Thu nhe!

Lũ trẻ "dạ" lớn, rồi vừa chạy về nhà, vừa la vang: "Về tắm rửa, ăn cơm, thay đồ đẹp, đi chơi Trung Thu, đi chơi Trung Thu, nhanh lên các bạn ơi!".

Buổi chiều xuống nhanh, mới đó mà ông mặt trời đã đi ngủ rồi, lũ trẻ đứa mặc váy, đứa quần soọc, sơ-mi, màu sắc tươi đẹp, đi giày đàng hoàng có mặt đông đủ. Hiền trải chiếc chiếu ra giữa sân, đem bịch bánh kẹo vừa gởi đội tình nguyện mua khi chiều, sắp ra đĩa. Ánh sáng của nàng trăng nhàn nhạt, rồi rõ dần, khi bầu trời tối hẳn. Hiền mỉm cười, nghĩ rằng, giờ này chắc chú Cuội, chị Hằng cũng vui Trung Thu như mình, liền hỏi lũ trẻ:

- Chú đố mấy đứa, giờ chú Cuội và chị Hằng làm gì?

Tư Nghi cười chỉ vào thằng Cuội đang cùng con Bống em nó, chờ phát bánh kẹo, la lớn:

- Con biết nè bố! Chú Cuội đang ngồi đây nè, còn chị Hằng là má chú Cuội đang ở nhà chớ đâu.

- Hay! Con gái bố dí dỏm ghê nè! Anh chỉ tay lên mặt trăng sáng rỡ, chú Cuội, chị Hằng ở trên kia kìa, chớ hổng phải chú Cuội này đâu.

Lũ trẻ được dịp cười nghiêng ngửa.

Hiền vui như chưa bao giờ được vui như vậy, anh chia kẹo bánh cho lũ nhỏ, và bắt bài hát; tất cả hát theo anh thật nhịp nhàng: "Bóng trăng trắng ngà, có cây đa to, có thằng cuội già, ôm một mối mơ. Lặng yên ta nói Cuội nghe. Ở cung trăng mãi mà chi?..."; làm cả xóm xao động, nhà nào cũng mở cửa ra nhìn xem Hiền tổ chức Trung Thu cho trẻ em xóm núi; người nào cũng cười vui, khen Hiền năng động, thân thiện, dễ thương, nhờ có anh mà trẻ em ở đây được vui chơi Trung Thu như vậy.

Ánh trăng trên cao mỗi lúc một sáng hơn, soi rõ từng ngõ ngách, từng viên sỏi trên lối đi. Ánh trăng như soi rõ niềm vui của xóm núi, bỗng bừng sáng thêm theo tiếng cười, tiếng hát. Vùng núi cô Tiên ngập tràn ánh trăng trong, huyền hoặc, chơi vơi...

Hiền dẫn đầu đoàn trẻ em, mỗi em xách một chiếc lồng đèn, cùng cất tiếng hát, em nào nhỏ cầm đèn đi trước, em nào lớn hơn cầm đèn đi tiếp theo, thứ tự, Đào là người đi sau cùng. Tiếng hát vang xa, náo động cả khu đồi, thật nhịp nhàng, linh động. Những ngọn nến trong những chiếc lồng đèn, lung linh theo bước chân của lũ trẻ, tỏa sáng cùng ánh trăng trên cao, chao động, rung rinh. Những đôi mắt của các bậc cha mẹ, trong những ngôi nhà ven sườn đồi, dõi theo đầy yêu thương, hạnh phúc.

Chị Hằng - má của Cuội và Bống từ dưới nhà chạy theo đoàn, gọi ơi ới:

- Anh Hiền ơi! Cho tui tham gia với! Vui dữ vậy trời!

Tiếng còi xe cứu thương từ dưới đường Nguyễn Chích, vọng lên, văng vẳng!

Tiểu Nguyệt
Những ngày giãn cách
Tháng 5/2022

THÁI TÚ HẠP
TÔ THÙY YÊN – NGHE NẶNG TỪ TÂM LƯỢNG ĐẤT TRỜI

Cho đến buổi chiều, khi chiếc trực thăng đổ quân xuống bên kia bờ Phá Tam Giang, chúng tôi mới chợt khám phá những lời thơ trong nhạc phẩm quen thuộc "CHIỀU TRÊN PHÁ TAM GIANG" của Tô Thùy Yên do nhạc sĩ Trần Thiện Thanh phổ thành ca khúc, có nhiều câu hay và hợp tình với cảnh ngộ chúng tôi lúc bấy giờ... Giữa những tràng đại pháo bắn vào mục tiêu và đơn vị Thủy Quân Lục Chiến Quân Lực Việt Nam Cộng Hòa đang chuẩn bị tiến vào Cổ Thành Quảng Trị. Người lính vẫn điềm nhiên kiêu hùng lãng mạn:

... Chiều trên phá Tam Giang
Anh chợt nhớ em, nhớ bất tận...
Giờ này có thể trời đang nắng
Em rời thư viện đi rong chơi
Dưới hai hàng cây thẳng im ngủ...

Ở thành thị không khí chiến tranh chưa bị ô nhiễm, những người con gái có người yêu ngoài trận mạc chỉ thoảng chút lo âu, khắc khoải, đợi chờ. Người lính vẫn nhớ tới em, nhớ tới cuộc tình hẹn hò đầy thơ mộng:

Giờ này có thể trời đang mưa
Em đi sát hàng hiên sướt mướt
Nhìn bong bóng nước chạy trên đường
Như những đóa hoa vụt chóng nở
Rồi có thể em vào quán nước quen
Nơi chúng ta thường hẹn gặp
Buông tâm trí bập bềnh trên những đợt lao xao
Giữa đám ghế bàn quen thuộc
Nghĩ tới anh, nghĩ tới anh...
... Nghĩ tới những điều mà em sợ phải nghĩ tới

Và nghĩ tới anh,
... nghĩ tới anh.

Chúng ta không thể nào không biết đến những hàng lớp thanh niên ra ngoài trận chiến, mỗi giây phút phải đối đầu với những chuyện hiểm nguy. Sự sống và nỗi chết không còn biên giới. Có thể tiếng cười thoạt mới rộn rã bỗng tắt lịm bởi một tràng đạn bắn lén của quân thù. Tâm trạng của người chiến sĩ ray rứt mông lung. Lớn lên, bỗng dưng phải chấp nhận cuộc chiến thật phi lý. Nhiều khi đứng trên đỉnh đồi giữa khu rừng núi Khe Sanh - Ái Tử, dưới chân là ngổn ngang xác ta và địch sau một trận chiến ác liệt, màu da vàng, khuôn mặt trẻ thơ, nằm chết như ngủ say trên cỏ tranh, hiền hòa không chút thù hận, lòng ta bỗng gợn lên những xót xa. Người từ phương Bắc xa xôi băng rừng lội suối tới. Bạn ta từ phương Nam trực thăng vận ào ào lên đây, để rồi cùng bỏ thây trên đỉnh núi này. Những con chốt thân phận nhược tiểu qua sông trên bàn cờ chính trị quốc tế thật đau lòng. Và cả hai đều cứ tưởng mình chết để vinh danh Tổ Quốc Dân Tộc.

Trước mặt, những người lính còn lại vẫn an nhiên uống rượu với tử thần:

... Ta chắt cho nhau giọt rượu sót
Tưởng đời sót chút thiếu niên đây
Giờ cất quân, đưa tay bắt
Ước cõi âm còn gặp để say...
(Anh Hùng Tận)

... Cồn xa cây vướng sáng mơ màng
Áo quan phong quốc kỳ oanh liệt
Niềm thiên thu đầm cỗ xe tang
Quê xa không tiện đường đưa tiễn
Nghĩa tận sơ sài đám lạnh tanh
Thêm một chút gì như hối hả
Người thân chưa khóc ráo thâm tình...
(Qua Sông)

Cuộc chiến mỗi ngày bùng vỡ giữa hai ý thức hệ Cộng Sản và Tự Do. Hay nói khác hơn là cuộc chiến quyết liệt giữa hai ý niệm ác và thiện. Cái ác đầu độc tư tưởng sắt máu, hận thù, hiểm độc, ngụy tạo tuyên truyền giải phóng... Với mục đích xâm lấn lãnh thổ và triệt hủy văn hóa tự do, nhân bản! Cái thiện với bản chất nhân đạo, chống giữ bằng thái độ bao dung khoan hòa và tình người. Người lính Quốc Gia vừa cầm súng chiến đấu vừa yêu nhạc Trịnh Công Sơn và thích thơ Xuân Diệu, Huy Cận... một cách thoải mái. Người lính phương Nam chiến đấu trong tư thế tự vệ. Đối diện với quân thù, nếu không chiến đấu sinh tồn sẽ tự sát. Đơn giản thế thôi *"... Họ vào sinh ra tử lúc nào cũng khơi khơi, coi cái chết như không, coi chuyện đời như phù vân, coi kẻ thù như một lũ khờ dại đáng thương, coi "Chính nghĩa" như chuyện nhảm nhí, chỉ có hạng mê muội mới hăng say..."* (VHMN-Tổng Quan-Võ Phiến).

Buổi chiều uống nước dòng Ma-hý
Thằng Xuân bắn chết thằng Mang-Khinh
Hỡi ôi! Sống chết là mưa nắng
Gió tối mưa đêm chớ lạnh mình...
(Thảo Khấu - Nguyễn Bắc Sơn)

Bậc thánh triết là những tay biếng nhác
Sống khề khà quanh bữa tiệc nhân sinh
Kết bạn bè cùng cây cỏ vô minh
Rất chán ghét những trò chơi thế sự...
(Đại Lãn - Nguyễn Bắc Sơn)
(Văn Học Miền Nam - Tổng Quan - Võ Phiến).

Ở thủ đô đầy ánh sáng, người ta say mê với những điệu luân vũ hơn theo dõi những tin tức nóng bỏng từ chiến trường xa. Những chán nản rã rượi trước những nguồn tin phóng đi từ vô tuyến truyền thanh, từ báo chí trong và ngoài nước đã dùng ngòi bút miệt thị tận tình để bôi đen hình ảnh hào hùng của Quân Đội VNCH. Những lớp trí thức khác gục đầu lên những trang sách hiện sinh, nôn mửa của Camus, Sartre... như một kiểu cách thời thượng. Đêm vẫn dày đặc, tỏa mù khói thuốc bên những chai Hennessy đắt tiền. Bên những cô gái sặc sụa giọng cười như mảnh thủy tinh vỡ vụn, nhầy nhụa với âm thanh những lời ca lê thê não nề, khuấy động tâm tư con người bi lụy trước cảnh tang tóc đau thương của chinh chiến. Ai chết mặc ai. Người lính, chiến đấu trong cô đơn. Tuy nhiên những đoàn quân bảo vệ đất nước vẫn ngày đêm tiếp tục chiến đấu, hy sinh trong thầm lặng. Xót xa từng trang sử máu đau thương. Cuộc chiến thiếu công bằng trong mắt nhìn của thế giới. Chiến tranh bị xuyên tạc dối trá từ những hệ thống tuyên truyền tồi tệ đó, lan rộng khắp thế giới, tạo nên trạng thái tâm lý vô vọng, hầu như mọi người lính có lương tri và liêm sỉ đều biết. Dĩ nhiên người lính, người thi sĩ, biểu hiện trí thức miền Nam Tô Thùy Yên cũng cảm thấy nỗi ưu tư dây chuyền sâu sắc của người lính nơi trận mạc. Và Tô Thùy Yên đã cảm thông định mệnh oan nghiệt mà thế hệ cùng thời với ông đã nhận phận khổ đau:

... Bảo xác chết làm phân bón hòa bình
Chúng nó giết người trong nhà ngoài ngõ
Chúng nó giết người như dọn rừng hoang

Một tiếng thôi tư bản hay vô sản
Không ai đứng ngoài cuộc báo thù này
Nát thân tôi đường mã tấu hai phe
Tôi ngã quỵ đôi bàn tay sạch sẽ...
(Ngoại Cuộc)

... Và tôi xử tử tôi
Giữa ngõ tắt đưa về định mệnh...
(Tội Trạng)

... Tôi thổ huyết cuồng mê như núi lửa
Thiêu hủy hình hài ăm ắp chất cô đơn
Rồi trời đất hừng đông như trứng vỡ
Tôi đã đầu thai thức dậy đỏ sơ sinh
(Kiếp Khác)

Thi sĩ Tô Thùy Yên đã thể hiện ý thức chán chường qua những chặng sống thê thiết buồn bã xót xa. Thực sự anh đã hoàn toàn đánh mất niềm tin, lịch sử đang bị bỏ quên trong huyệt mộ:

... Tôi chạy cắm đầu trên sợi kinh hoàng
Giăng qua đôi bờ vực lạnh hư vô...
Anh sống làm quen cùng cái chết
Liếm lấy mặn mà trên đau thương
Chìm mãi xuống em và mất tích
Như mặt trời rã trong nước loang...
(Hải Phận)

Sự phẫn nộ và nguyền rủa ý đồ của những kẻ đầy tham vọng gây chiến tranh của thi sĩ, như viên sỏi rơi chìm trên mặt hồ trầm lắng của thế nhân. Anh hét lớn trong thinh không như một niềm bi phẫn với trời đất *"... Hú dài một tiếng lạnh về hư không!"* (Không Lộ)

... Ta hỏi han hề Hiu Quạnh Lớn
Mà Hiu Quạnh Lớn vẫn làm ngơ...
(Trường Sa Hành)

Tôi hiểu được niềm ưu tư ray rứt của thi sĩ, vì ông đã đến với người lính tận cùng nơi chốn trận mạc, đã cười đùa với cái chết cận kề, và cũng đã hồn nhiên tham dự vào cuộc chơi đầy phi lý:

... Cuộc cờ kỳ lạ không bày tướng
Ăn sạch quân, trừ tính được thua
Hỏi ai tráng sĩ mài dao nhọn

Xin nhớ đời không mỗi sắc vua
(Hề, Ta Trở Lại Gian Nhà Cỏ)

Chưa có nhà thơ quân đội nào đề cập đến hình ảnh người lính trong thơ tuyệt vời đến như thế, ngoại trừ Quang Dũng, Nguyễn Bắc Sơn, Luân Hoán, Cao Thoại Châu, Hà Huyền Chi, Lâm Hảo Dũng, Phan Nhật Nam, Trần Hoài Thư...

... Tây Tiến đoàn quân không mọc tóc
Quân xanh màu lá dữ oai hùm
Mắt trừng gửi mộng qua biên giới
Đêm mơ Hà Nội dáng kiều thơm...
... Áo bào thay chiếu anh về đất
Sông Mã gầm lên khúc độc hành...
(Tây Tiến - Quang Dũng)

Như chuyện đã an bài, chiếc lá đã thả trôi theo dòng nước... Tô Thùy Yên cũng đành chấp nhận buông trôi theo với số phận an bài. Những dấu tích người lính ông đã chân thật ghi lại trong thơ. Những hình ảnh sinh động nhưng đượm buồn man mác:

Đò nghẹn đoàn quân xa tiếp viện
Mưa lâu, trời mốc, buồn hôi xưa
Con đường đáo nhậm xa như nhớ...
... Tới đây toàn những tay hào sĩ
Sống chết không làm thắt ruột gan
Cũng không ai nhắc gì thân thế
Có vợ con mà như độc thân...

Nỗi niềm chua chát thể hiện qua câu hỏi, qua nụ cười vì cuộc chiến đang đến hồi thúc bách hiểm nguy:

Bạn hỏi thăm ta cho có lệ
Cuộc đời binh nghiệp. Ta cười bung:
Còn mươi tháng nữa lên trung úy
Có thể ngày mai chửa biết chừng
(Anh Hùng Tận)

Tâm trạng hoang mang của người lính chiến gần như là nỗi hoang mang chung trong hầu hết hàng lớp thanh niên của thời điểm chiến tranh trước 1975. Một giấc mơ bình thường chỉ mong cho cuộc chiến phi lý này sớm kết thúc trong hòa bình thực sự, trở về sống an phận với cái thế giới riêng tây giữa cõi trời đất quê hương thanh bình:

... Hề, ta trở lại gian nhà cỏ
Sống tàn đời kẻ sĩ tàn mùa

Trên dốc thời gian, hòn đá tuột
Lăn dài kinh động cả hư vô
...Hề, ta trở lại gian nhà cỏ
Tử tội mừng ơn lịch sử tha
Ba vách, ngọn đèn xanh, bóng lẻ
Ngày qua ngày, cho hết đời ta...
...Ta ngồi cho đến khi trời trắng
Đồng ruộng xanh đông đúc tiếng người
Ta rảo quanh làng hóng chuyện phiếm
Đời người cũng chuyện phiếm mà thôi...
(Hề, Ta Trở Lại Gian Nhà Cỏ)

Giấc mộng con đơn giản đó, đã tắt lịm khi cơn bão lửa thổi về miền Nam. Những cánh rừng đã ngộp thở và bầy chim đã xao xác bay lên. Thi sĩ Tô Thùy Yên và những người lính trong đoàn quân bách chiến ở An Lộc, Cổ Thành Quảng Trị, Khe Sanh, Chu Phong, biên giới Việt Miên... đã bị bức tử một cách dã man và đẩy vào các trại cải tạo khắp rừng núi Cao Nguyên và Việt Bắc. Không còn lý do nào hơn nhận chịu sự đau đớn tận cùng về thể xác hơn mười ba năm sau ba lần bị chính quyền Hà Nội bắt giam... *"Lần đầu Tô Thùy Yên bị bắt đi học tập cùng với Sĩ Quan QLVN và bị đưa đi các trại cải tạo tại miền Nam và miền Bắc trong hơn 10 năm. Tới năm 1988, Tô Thùy Yên lại bị bắt về tội vượt biên và bị giam gần bốn tháng. Sau cùng vào tháng 11 năm 1990, Tô Thùy Yên bị bắt lần thứ ba bị kết những tội danh nặng nề hơn như... "tuyên truyền chống Xã Hội Chủ Nghĩa" và "Âm mưu lật đổ chính quyền". Tuy không bị đưa ra tòa và kết án, nhưng ông bị đối xử tàn tệ, bị biệt giam nhiều tháng trong xà lim cho tới năm 1992 mới được thả về..."* (Tài liệu của Nguyễn Đức - Minnesota).
Với sự chịu đựng ròng rã, cuối cùng ông đã bước ra khỏi những núi rừng khắc nghiệt kinh hoàng đó:

... Hề, ta trở lại gian nhà cỏ
Giữa cánh đồng không, bên kia sông
Trống trải hồn ta, cơn gió rã
Tiếng tàn, tàn rụng suốt mênh mông

... Em nhỏ, làm chi chim biển Bắc
Xa rồi đám lửa cuối thiên thu
Cửa thần phù dựng trường sơn sóng
Mỗi ngọn xô chìm một giấc mơ
(Em Nhỏ, Làm Chi Chim Biển Bắc)

Hơn mười năm ông lăn lộn trong bao nhiêu nghịch cảnh của kiếp sống, những đảo điên liên tục của trùng trùng oan nghiệt, nhưng may thay ông đã giữ tâm thường trụ an bình. Cái Tâm Bát Nhã mênh mông lượng đất trời. Chính ông khai mở chốn tuyệt cùng của Tâm Thức, cánh cửa Đại Từ đã tỏa sáng hào quang. Hận thù như sương khói tan biến trước đôi mắt nhân ái bao dung tuyệt vời của thi sĩ. Thi sĩ hiện hữu với vai trò sứ giả tối thượng của Sự Sống đầy nhân bản của Tự Do, Hòa Bình. Người thi sĩ dịu dàng mang đến mùa xuân, ngôn ngữ bằng âm điệu chim muông và nhạc suối an lạc ngàn đời. Là lúc tâm trí ông tĩnh lặng cho dù bão đời vừa nghiệt ngã thổi qua:

Ta về cúi mái đầu sương điểm
Nghe nặng từ tâm lượng đất trời
Cảm ơn hoa đã vì ta nở
Thế giới vui từ nỗi lẻ loi

Tưởng tượng nhà nhà đang mở cửa
Làng ta, ngựa đá đã qua sông
Người đi như cá theo con nước
Trống ngũ liên nôn nả gióng mừng...

... Ta về khai giải bùa thiêng yểm
Thức dậy đi nào, gỗ đá ơi!
Hãy kể lại mười năm mộng dữ
Một lần kể lại để rồi thôi
Chiều nay ta sẽ đi thơ thẩn
Thăm hỏi từng cây, những nỗi nhà
Hoa bưởi, hoa tầm xuân có nở?
Mười năm, cây có nhớ người xa?...

... Ta về như tiếng kêu đồng vọng
Rau mác lên bờ đã trổ bông
Cho dẫu ngàn năm, em vẫn đứng
Chờ anh như biển vẫn chờ sông

Ta gọi thời gian sau cánh cửa
Nỗi mừng giàn giụa mắt ai sâu
Ta nghe như máu ân tình chảy
Tự kiếp xưa nào tưởng lạc nhau

Ta về dẫu phải đi chân đất
Khắp thế gian này để gặp em
Đau khổ riêng gì nơi gió cát
Thềm nhà bụi chuối thức thâu đêm...
(Ta Về)

Chắc ông không bao giờ quên, đã có một lần Tô Thùy Yên *"toan bỏ ra đi vĩnh viễn trước kỳ hạn..."* (Theo tin Thi Vũ) vào khoảng thời gian 1989 nhưng may cứu thoát kịp thời khi ông quyết định cắt cườm tay tự tử. Như một đối kháng của thi sĩ. Lần này ông và gia đình thực sự rời khỏi quê hương Việt Nam yêu dấu, tuy ông không chọn cách tự hủy, nhưng ông cũng cảm thấy xa rời nơi chốn sinh thành chẳng khác chi một loài cây bị bứng hết gốc rễ, như một lưu đày biệt xứ, nỗi đau cũng thấm thía khôn cùng. Nhiều nhà văn nhà thơ đã viết về Tô Thùy Yên trước 75, cũng như sau 75 ở hải ngoại. Trong phần "Thơ Miền Nam" tập một, nhà văn Võ Phiến đã nhận định về Tô Thùy Yên *"Gần như toàn bộ sự nghiệp thi ca của Tô Thùy Yên là một dấu hỏi khổng lồ nêu lên trước cái bí ẩn muôn đời của vũ trụ..."*.

Với Thi Vũ trong Bốn Mươi Năm Thơ Việt Nam đã nói về Tô Thùy Yên *"... Và biết đâu kẻ cứu tinh nòi giống không là một thi sĩ? Không là dòng thơ Tô Thùy Yên? Một Nguyễn Du khác:*
Ta về cúi mái đầu sương điểm
Nghe nặng từ tâm lượng đất trời...
Khung đời nhị nguyên tan vỡ qua thế phận Kiều của "trăm năm trong cõi người ta. Chữ tài chữ mệnh khéo là ghét nhau" vừa khép lại. Cùng với Tô Thùy Yên hiển hiện mối dung thông bất nhị lúc "NGHE NẶNG TỪ TÂM LƯỢNG ĐẤT TRỜI".

Đến lúc cái tiểu ngã hòa nhập vào cái đại ngã của tạo hóa, cái hữu hạn đã hòa nhập vào cái vô cùng của vũ trụ, để nhìn thấy Chân Như Sắc Không Vi Diệu. Điều mà thiền sư Đạo Hạnh mấy trăm năm trước đã ngộ:

Tác hữu trần sa hữu
Vi không nhất thiết không
Hữu không như thủy nguyệt
Vật trước hữu không không

Có thì có tự mảy may
Không thì cả vũ trụ này cũng không
Có không: bóng nguyệt lòng sông
Cả hai tuy vậy chẳng không chút nào
(Võ Đình)

Dù sao Tô Thùy Yên cũng đã đến nơi bằng hữu, đến nơi mà ông đã có lần hăm hở và tuyệt vọng ra đi. Thế giới nào cho riêng ông một ước mơ khiêm cung bé nhỏ của tâm hồn người thi sĩ:

...Ở đây ta có dăm pho sách
Và một dòng sông, mấy cụm mây

... Dòng sông u hiển trôi vô lượng
Dòng sông hiền triết chảy vô tâm
Mà ta ngưỡng vọng như Sư phụ
Mà ta thân thiết tựa tri âm...
(Hề, Ta Trở Lại Gian Nhà Cỏ)

Chúng ta hòa nhập chia sẻ với Tô Thùy Yên cái thế giới âm điệu thanh thoát từ ái mà chúng ta cứ tưởng riêng tư thầm kín nào của ông. Đó chính là cái hơi thở phát tiết từ trí tuệ tỏa ngát hương trầm của truyền thống ngàn năm của tinh thần Lạc Việt. Yêu thương mà không mê muội. Bao dung chứ không bao giờ bi lụy khuất phục. Ông mang tâm thức hùng tráng của bậc hành giả lên đường, khám phá những am mây đạo hạnh, khai mở những thảo nguyên an bình. Những ngọn đỉnh của Tình Thương.

Khi tâm ông thực sự thăng hoa chuyện trở về như một cứu rỗi tha nhân:

... Ta về như lá rơi về cội
Bếp lửa nhân quần ấm tối nay,
Chút rượu hồng đây, xin rưới xuống
Giải oan cho cuộc biển dâu này

Ta khóc tạ ơn đời máu chảy
Ruột mềm như đá dưới chân ta
Mười năm chớp bể mưa nguồn đó
Người thức nghe buồn tận cõi xa

Ta về như hạt sương trên cỏ
Kết tụ sầu nhân thế chuyển dời
Bé bỏng cũng thì sinh, dị, diệt
Tội tình chi lắm nữa, người ơi...
(Ta về)

Nhưng tình huống thực tế đẩy ông ra đi, nghịch lý nội tâm chắc đã làm cho nhà thơ nặng tình với quê hương vương chút bụi trầm luân. Âu cũng là định mệnh. Cho dù hoàn cảnh trôi theo không gian thời gian nào, hãy xin giữ cho Tâm là đường chim chứ đừng như dòng nước. Vì nước đã từng quên mình là suối khi hòa nhập vào đại dương. Chim cho dù ngàn dặm xa cũng còn hy vọng nhớ nguồn cội quay về.

Thái Tú Hạp

LETAMANH
Bảo Nghĩa Vương Trần Bình Trọng

(kịch, lịch sử, một màn)

01 - Nhân Vật: Các vai trong vở kịch:
    a - Phía đóng vai quân địch:
     - Tướng Thoát Hoan: Đại Nguyên Soái, con của Vua Nguyên Mông
     - Đàm Uyên: Vợ của Thoát Hoan
     - Hai lính hầu và một đao phủ thủ
    b - Phía đóng vai quân nhà Đại Nam:
     - Danh Tướng Trần Bình Trọng

02 - Dụng cụ hóa trang:
     - Áo mão cân đai cho Thoát Hoan và vợ
     - Áo quần dân dã cho Trần Bình Trọng
     - Một cái bàn, một khăn bàn, ấn tín
     - Áo quần cho hai quân hầu và hai cây đao, một đao phủ thủ

03 - Lời nói trong màn:

Trần Bình Trọng (1259 - 08 tháng 4/1285) là một danh tướng nhà Trần, dưới trướng Hưng Đạo Vương Trần Quốc Tuấn; có công lớn hộ giá bảo vệ Trần Thánh Tông và Trần Nhân Tông trong cuộc chiến với quân Nguyên-Mông vào năm 1285. Không may bị bắt, bị dụ hàng. Ông từ chối khẳng khái; bị Thoát Hoan xử trảm; hy sinh khi chặn quân Nguyên ở bãi Thiên Mạc, được truy phong "Bảo Nghĩa Vương".

Vở kịch bắt đầu:

Màn sân khấu từ từ mở: (Nếu có nhạc đệm càng tốt)
Hai quân hầu cầm giáo đi trước - theo sau là Đại Tướng Thoát Hoan - ăn mặc theo y quan nhà Nguyên - Thoát Hoan đường bệ cầm quạt song song với phu nhân Đàm Uyên yểu đa yểu điệu, nũng nịu - Thoát Hoan cố tỏ vẻ ta đây là một Chủ Soái quyền lực ngạo mạn trước ba quân. (Diễn viên làm thế nào lột tả tư cách hạ mục vô nhân của Thoát Hoan)
- *Phu nhân Đàm Uyên:* (miệng cười toe toét, nhõng nhẽo) *"Này Phu Tướng, hôm nay thiếp nghe nói quân ta mới vừa may mắn bắt được một Danh Tướng nhà Đại Nam - Danh Tướng này rất uy dũng và bất khuất; không chịu cho trói, không chịu ăn uống cả mấy hôm nay gào thét những lời yêu nước oai hùng, làm cho quân Nguyên ta kinh khiếp!"*
- *Thoát Hoan:* (vừa đi song song với vợ, vừa vuốt râu cười, tay cầm quạt phe phẩy) *"Hôm nay ta và nàng thử xem Danh Tướng nhà Nam bằng tai nghe mắt thấy, xem có đúng như lời quân sĩ đồn ầm đã làm quân tình náo loạn!"*
Tỏ ra ta đây quyền uy, *Thoát Hoan* quay về phía hai binh sĩ truyền lệnh: *"Quân sĩ"* - Hai tên hầu quỳ sụp *"dạ".*

- *Thoát Hoan:* *"Hãy vào ngục mở xích, dẫn tướng nhà Nam Trần Bình Trọng vào đây cho ta xét xử!"* (Hai binh sĩ đứng dậy lui vào trong - Trong lúc đó Thoát Hoan và vợ tiến đến ngồi vào bàn xử án)
(Thoát Hoan và vợ từ từ đến ngồi vào hai ghế phía sau bàn án - Đàm Uyên vừa ngồi vừa ngả đầu vào vai Thoát Hoan giọng thánh thót):

- *Đàm Uyên: Này Tướng Công, Em nghe nói nước Đại Nam có nhiều vàng, châu báu, sừng tê, ngà voi, sơn hào hải vị! Đại Nguyên ta muốn chiếm nước Đại Nam để đô hộ và đồng hóa. Nếu đạt được ý nguyện này thì Tướng Công nhớ để cho em một kho châu báu nghe không?*

- *Thoát Hoan: Ừ! Nhưng những ngày vừa qua, quân ta đã chiếm hầu hết nước Đại Nam, nhưng không tìm ra được vua Trần cũng như Hưng Đạo Vương. Vất vả lắm mới bắt được tên ngỗ nghịch Trần Bình Trọng này!*
(Cùng lúc hai tên lính dẫn Tướng Trần Bình Trọng vào, hai tay bị trói phía sau, quần áo xốc xếch - Dáng điệu đi rất hiên ngang, đầu ngẩng cao, hai mắt trừng trừng nhìn Thoát Hoan căm thù)

- *Thoát Hoan:* (đứng dậy vỗ tay gọi binh sĩ) *"Mau đem ghế mời Đại Tướng nhà Nam ngồi."*
- *Đàm Uyên:* (ngắm liếc Trần Bình Trọng và tỏ ra mê trai Nam Quốc,

đứng lên ra khỏi bàn, vừa nói như với chỉ mình nàng nghe) *"Người đâu mà uy dũng đẹp trai ngang tàng thế! Nước Nam quả thật có nhiều hào kiệt hơn cả Nguyên Mông!"* (nói xong về chỗ ngồi trước sự tức giận của Thoát Hoan.)

- *Trần Bình Trọng:* (nhổ một bãi nước bọt phun về phía Thoát Hoan) *"Quân cẩu tặc, ta không cần ngồi mà chỉ cần ăn tươi nuốt sống chúng bay, quân cướp nước!"*
- *Thoát Hoan:* (ngồi xuống ghế giận dữ) *"Rượu mời không uống, muốn uống rượu phạt sao? Ta nghĩ nhà ngươi là một tướng có tài, hãy về hàng với Đại Nguyên Mông, ta sẽ tâu với Phụ Hoàng, phong ngươi làm Vương tướng sung sướng cả đời!"*

- *Trần Bình Trọng:* (tung chân đá vào không khí, hai tay bị trói phía sau cố gắng tung cởi hướng vào Thoát Hoan cười ngạo nghễ hét to) *"Ha! Hà! Ta thà làm quỷ nước Nam còn hơn làm vương đất Bắc! Chúng bay là một lũ dã man cướp nước. Ha! Ha! Quân cẩu tặc, hãy giết ta đi..."*

- *Đàm Uyên:* (đứng dậy tỏ lòng ngưỡng mộ say đắm) *"Ôi! một anh hùng, một hào kiệt..."*

- *Thoát Hoan:* (vẫn kiên trì dụ hàng) *"Ngươi rất khẳng khái và đầy hào khí! Ta rất thích. Hãy về với Thiên Triều thì sẽ được hưởng hàm ân vương tước..."*
- *Trần Bình Trọng:* (ngẩng cao đầu, hướng về Thoát Hoan thét) *"Sát Thát! Sát Thát! Ta đã thề, đã bảo quân ta khắc hai chữ ấy vào trán; nếu ngươi không dám giết ta thì ta sẽ giết ngươi! Không tha!"*

(Tiếng hét oai dũng như tiếng sấm làm vợ chồng Thoát Hoan kinh khiếp, giận dữ trước phản ứng quyết liệt anh hùng bất khuất của Trần Bình Trọng - Thoát Hoan miệng lắp bắp ra lệnh...)

- *Thoát Hoan:* (cầm ấn tín trên bàn đập mạnh truyền lệnh) *"Quân bay! Gọi đao phủ đem tên giặc ra pháp trường xử trảm!"*

- *Trần Bình Trọng:* (vừa hét vừa cười to) *"Sát Thát! Đại Nam ta sẽ quét sạch quân cướp nước các ngươi, phanh thây quân cướp nước, đem lại độc lập tự chủ cho dân tộc Nước Nam!"*

(Hai quân hầu và đao phủ thủ chạy đến dẫn Trần Bình Trọng - Trần Bình Trọng hiên ngang vừa đi vừa nhổ nước bọt về phía Thoát Hoan và Đàm Uyên. Miệng luôn thét: "Sát Thát! Sát Thát!")

Giỏi thay Trần Bình Trọng!
Dòng dõi Lê Đại Hành.
Đánh giặc dư tài mạnh,
Thờ vua trọn tiết danh.

Bắc vương sống mà nhục,
Nam quỷ thác cũng vinh.
Cứng cỏi lòng trung nghĩa.
Ngàn thu tỏ đại danh.

HẾT

Letamanh biên soạn

tôi đã không dám khóc òa
cũng không lau giọt lệ sa xuống cằm
hiểu ra đời của thế nhân
mỗi người chừng mực chia phần đã lâu
lần đầu được hiểu niềm đau
lạc người yêu dấu rộng sâu thế nào
không bám thơ thẩn ca dao
lừng chừng đứng dậy đi vào nhà trong

6
luân hoán
BUỒN ĐẦY
MẶT TRĂNG
THÁNG TƯ

MH HOÀI LINH PHƯƠNG
Tạ Ơn Người

** Với H. ngày xưa......*

Như buổi sáng hôm nay, ta nghe chút khói nồng cay mắt.
Trái tim mình lên tiếng gọi xôn xao.
Một thoáng gặp người – Có nghĩa gì đâu?
Sao hồn bỗng muộn phiền trên những hàng mưa nhỏ.
Người đã gióng lên những hồi chuông rực rỡ
Gọi ta trở về sau giấc ngủ nhiều năm
Ta nhìn thấy lại ta trong xúc động âm thầm
Một thuở thiên đường vàng son mở cửa
Những yêu dấu thân quen
Những hẹn hò đây đó
Áo lụa vàng, chân sáo, lá mù bay
Nắng ấm Saigon trên những hàng cây
Tiếng guốc khua vang rộn ràng trưa, sớm
Mang mộng ước cao vời của những ngày mới lớn
Cô sinh viên hồn chắp cánh thênh thang
Thêm một mùa mưa qua
Ta khép đời vui
Quên nắng hạ hanh vàng
Làm cô giáo miền xa...
Vẫy tay chào kỷ niệm
Như loài đá vô tri
Ta lặng lờ câm nín

Thiêm thiếp ngủ vùi, quên cả tuổi tên
Ta còn đây những mẩu than đen
Đã tắt ngấm sau một trời lửa đỏ
Người bỗng đến tình cờ...
Thiêu đốt ta lên, đưa ta về vùng quê hương tuổi nhỏ
Ta tạ ơn người như ân sủng thiêng liêng
Ta tưởng như mình nhìn thấy bóng bình yên
Niềm vui nhẹ của Bá Nha so dây với Tử Kỳ thuở trước.

*

Mai ta xa người...
Ngọn nến hồng mơ ước
Cũng đã tàn theo những dấu chân chim...■

CAO NGUYÊN

Gió Với Em

gió im
em ngủ vai anh
gió lên
em đến xa xanh
gió say
bay mất em anh
cầm đứt dây
anh đứng đây ∎

TRẦN THANH QUANG
Tháng Bảy Nhớ Huế

Hoa sứ nhà ai hương thoảng đâu đây
Đại Nội mùa này áo trắng còn bay
anh đứng đợi cơn mưa chiều tháng bảy
thương quá chừng ngoài nớ nắng đầy vai

thương quá đỗi Kim Long chiều thu lặng
ngược gió Long Hồ vạt tóc em lay
nón em nghiêng nghiêng theo chiều nắng đổ
thuyền ai xuôi xuôi con nước vơi đầy

thương quá đỗi mùa này chân mạ nứt
ruộng nẻ chân chim khát giọt nước về đồng
khát giọt nước mấy đời nuôi anh lớn
biết làm răng gởi giọt nước nơi này

Huế khắc nghiệt mạ một đời nhẫn nại
Huế dịu dàng bảng lảng dáng em đi
anh xin gởi một chút tình xa xứ
giọt nước trong lòng về Huế và em ∎

HUỲNH NGỌC THƯƠNG
Trả Nắng Về Trời

Em về, mấy độ hoàng hoa
Để tôi bảo, gió, ghé qua bên chiều
Chim ơi, hót nhé, lời yêu!
Và đêm, thắp nắng, cho nhiều hương đưa

Bây giờ em, với, cơn mưa
Giữ thơ ngây lại, buộc, trưa đừng về
Này, tóc rối, hãy hôn mê
Để tình tôi, ngủ, bốn bề mây trôi

Ngày sau, hương lửa, rẽ ngôi
Tôi về bên ấy, chẻ đôi, nỗi buồn
Thà treo, cánh nhớ, khe truông
Trả trầm ngải, trở về nguồn, mộng du

Thôi chừ, thôi, nhé tương tư
Áo người đã bạc, còn dư, nụ cười
Tôi đem, xếp lại, tàn hơi
Biết đâu, em chẳng qua chơi, mượn về... ■

Viết từ Phố Bolsa, California
Tuesday, May 23, 2023

NGUYỄN VĂN GIA
CHÚT ĐAN TÂM
CÒN LẠI VỚI ĐẤT TRỜI

Cái gì của Caesar
thì hãy trả lại cho Caesar
Cõi vô thường
làm sao muôn năm vạn tuế
Lời Kinh xưa
nhắc nhở mình phương châm xử thế
Chỉ bạo chúa bạo quyền
thường hay bỏ ngoài tai

Sống trên trăm tuổi
có được mấy ai
Dẫu vĩ nhân
vua chúa
thiên tài
hay thiên hương quốc sắc
Rồi tất cả
cũng nông sâu dưới ba tấc đất
Chỉ chút đan tâm kia
còn lại với đất trời

Mải ngược xuôi
giữa gió bụi mịt mù
Đôi lúc lỡ quên
khu vườn xưa chim hót
Lỡ quên tấm lòng em -
thảo thơm thục nữ
Quê nhà ơi,
xin đừng khép lại lối đi về... ∎

TRƯƠNG XUÂN MẪN
NGƯỜI ĐI TÔI ĐI

Một sáng người
đi.
Nhắm về hướng
biển
Tôi quá ngu
ngơ

                Lòng thòng vướng nợ oan
khiên

Người đi đường
tắt,
Tôi đi đường vòng,
Con đường queo
cong.
Lạc về hướng núi mù
sương

Tôi vừa đi vừa
hát.
Người niệm Trời, tụng
kinh.
Tôi chỉ một
mình
Người bên người
thân

Tôi chẳng người
tình
Cũng chẳng một
ai
Ôm con đường độc
thoại
Ôm mối sầu trở trăn

Người đi gối ấm ôm
chăn

Còn tôi da mỏng bọc quanh thân
mòn
Đất còn mà nước chẳng
còn
Đêm nằm khát vọng lời mòn thở
than

Người đi mang những lo
toan
Tôi đi có ánh trăng vàng dõi
theo
Lại còn ôm tiếng suối
reo
Khi buồn ngồi hát hòa theo tiếng đàn

Người đi ôm bạc ôm
vàng.
Tôi đi một đống kho tàng viển
vông
Bỏ hình bóng lại bên
sông
Tôi đi tôi mất chẳng còn có tôi ∎

PHƯƠNG TẤN
MỘT VÌ SAO

Rụng một vì sao
Bầu trời tối mịt
Trong lòng chi chít
Một nỗi thương đau.

Một vì sao rụng
Thuyền xa bến xa
Ngó đời đi qua
Trên mớ râu bạc.

Rụng một vì sao
Chập chùng bên núi
Cheo leo bên suối
Mình xa thật xa.

Một vì sao rụng
Rụng một vì sao
Còn một nỗi đau
Bên đời hiu quạnh.

Rụng một vì sao
Hư vô chợt sáng
Hồn em lãng đãng
Theo về bên ta ∎

(Long Khánh, gửi Lai Nghi)

NGUYỄN VĂN ĐIỀU
SINH NHẬT 2023

Tôi mời tôi ly rượu nhỏ
Mừng cho sinh nhật hôm nay
Một thuở đường trần bụi đỏ
Buồn vui một bóng ai hay

Thương em thân cò bãi vắng
Mà tôi tóc trắng đời trai
Còn ai giữa ngày tang hải
Khi chiều gió lộng qua vai

Nhớ quá một thời trai trẻ
Tuổi xanh hào khí ngút trời
Bây giờ cuối đời nhìn lại
Đời mình như lục bình trôi

Còn biết cùng ai tri tửu
Một mình uống một mình say
Tháng ngày lạnh lùng qua vội
Ơn đời chưa ấm vòng tay

Tôi mừng tôi ngày sinh nhật
Ngoài kia mùa hạ đã sang
Bao nhiêu năm rồi phiêu bạc
Còn ai ấm lạnh tuổi vàng... ∎

June 2023

LÊ HỮU MINH TOÁN

Câu Thơ Ý Nhạc

Em ơi!
Trăng đứng ngoài kia
Nheo mắt vẫy gọi anh về với thơ
Chỉ là chút mộng và mơ
Chút hư và thực lửng lơ với đời

Em ơi!
Đông đã qua rồi
Xuân về rực nắng mai cười nở hoa
Ngồi buồn thả mộng bay xa
Gieo câu lục bát giao hòa tình em

Vườn xưa
Vẫn ngát hương thơm
Vẫn ân tình đó thủy chung cao vời
Chia ly từ dạo đổi đời
Mười năm xa cách rối bời nỗi đau

Bây giờ
Bèo nước bên nhau
Vầng trăng kia vẫn nguyên màu tinh khôi
Em là tất cả em ơi!
Câu thơ ý nhạc muôn đời của anh… ∎

VINH HỒ
Đời Như Một Giấc Mộng Sầu

toạ thiền giữa chốn phù hoa
hồi tâm quán chiếu ta bà khói sương
chỉ vì một nét môi hường
một tà áo đỏ buông lơi... trong chiều.

mà tâm an trụ liêu xiêu
và hồn thơ cũng tiêu điều huệ lâm
giật mình tỉnh giấc mù tăm
ta tìm em khắp cát lầm... thấy đâu?

đời như một giấc mộng sầu
nương dâu, bãi biển, giang đầu, bến sông
đường xa, mông quạnh, đồng không
ta tìm em khắp bụi hồng... mù khơi! ∎

Jan. 21, 2023

ĐẶNG XUÂN XUYÊN

Chuyện Ngủ

Vâng. Chuyện cũng lâu rồi. Ngày tôi còn bé lắm. Có lẽ bé hơn cu con nhà tôi bây giờ chừng ba, bốn tuổi. Ngày ấy, lứa chúng tôi tồ lắm, đâu khôn ranh như lũ trẻ bây giờ. Tôi là thằng được coi là ma ranh nhất nhóm nhưng vẫn nhiều ngù ngờ, vẫn tin con trai con gái nếu có tình cảm với nhau thì chỉ cần nắm tay nhau thôi là sẽ có em bé. Chả thế mà tối ấy, khi cái Kim trượt chân ngã xuống mương, tôi giơ tay kéo nó lên mà về nhà, cả đêm tôi mất ngủ. Tôi cứ lo ngay ngáy nhỡ cái Kim sinh em bé thì sao? Liệu tôi có bị bố đánh đòn vì tội tí tuổi đầu đã hư hỏng? Con Kim còn tệ hơn, cả đêm nó khóc vì sợ phải làm mẹ khi còn đang tuổi đến trường. Sáng sớm, nó đã chạy sang nhà tôi, thút thít bắt đền nếu nó sinh em bé thì tôi phải cưới nó làm vợ. Nó sợ mang tiếng chửa hoang lắm. Tôi cũng lo nhưng vẫn liều an ủi: - "Chắc không có em bé đâu vì tớ cầm tay cậu hờ lắm. Tớ thấy bảo phải nắm tay thật chặt thì mới sinh được em bé.". Con Kim nghe vậy khóc rống lên: - "Chết rồi. Cậu nắm hờ nhưng tớ nắm chặt lắm. Không nắm chặt thì cậu kéo tớ lên thế nào được? Năm nay tớ mới mười hai tuổi rưỡi, làm mẹ thì xấu hổ lắm!" Tôi thần người ra vì sợ. Rồi mắng nó: - "Tất cả là tại cậu. Tự dưng lại trượt chân ngã xuống mương làm tớ phải kéo lên. Tớ không biết đâu. Cậu sinh em bé thì kệ cậu. Tớ không biết." Con Kim càng rống lên khóc, tôi càng bối rối. Thằng Chủ từ đâu xuất hiện, câu được câu chăng, nó hỏi: - "Ai sinh em bé? Thằng Thi hay cái Kim?" Con Kim bảo: - "Bắt đền Thi đấy. Tớ không biết đâu." Thằng Chủ hét toáng lên: - "Ối làng nước ơi, thằng Thi làm cái Kim có em bé." Tôi vội bịt mồm Chủ lại, hét to: - "Thằng Chủ làm con Kim có em bé." Chủ trố mắt nhìn tôi, lắp bắp: - "Tớ á?" Tôi bảo: - "Ừ." Chủ gặng: - "Thật không?" Tôi bảo: - "Thật." Chủ đuỗn mặt ra: - "Bao giờ?" Tôi nhìn Kim, cầu khẩn: - "Hôm nọ, Kim nhỉ?" Kim gật đầu, mếu máo: - "Ừ. Hôm nọ." Chủ ngồi bệt xuống, thờ thẫn: - "Chết tớ rồi. Sao giờ tớ mới biết." Rồi đứng dậy, thất thểu vừa đi vừa lẩm bẩm: - "Kim làm Chủ có em bé rồi, làng nước ơi..."

oOo

Vâng. Ngày ấy chúng tôi ngây ngô lắm. Thế nên, cả Chủ, cả tôi, cả cái Kim đều tin là cái Kim sẽ có em bé. Chủ thì nghĩ do Chủ. Tôi thì nghĩ do tôi. Còn Kim thì lúc nghĩ do tôi, lúc lại cho là do Chủ. Chúng tôi họp bàn, tìm cách làm cho Kim không sinh được em bé. Thằng Chủ, tưởng cù lần mà thông minh. Không biết nghe ai, nó đưa ra ý kiến: - "Tớ nghe bảo có chửa thì tránh đi lại, vận động nhiều để giữ thai, không bị long thai nên Kim vận động thật nhiều vào để long thai. Sẽ không sinh được em bé." Kim hớn hở nhưng vội ngắn tũn mặt lại, vì Kim là con một, bố mẹ thoát ly, làm gì có việc để Kim làm. Bóp trán nghĩ mãi, Chủ vẫn là người thông minh nhất khi đưa ra ý tưởng: - "Nhảy dây. Đúng rồi. Kim chịu khó chơi nhảy dây, cũng là vận động nhiều đấy." Thế là Kim sáng nhảy dây, trưa nhảy dây, chiều nhảy dây, tối nhảy dây. Tóm lại, cả ngày Kim nhảy dây. Được mấy ngày, nhảy hăng quá, Kim phải vào viện cấp cứu.

Kim nằm viện. Tôi và Chủ lo lắm. Thỉnh thoảng, Chủ lại thắc mắc: - "Này. Tớ với cậu giờ mà làm bố trẻ con thì thế nào nhỉ? Hôm qua, tớ vẫn còn tè dầm... Chẳng lẽ, sau này vừa làm bố vừa cai tè dầm?" Tôi lêu lêu Chủ, mười ba tuổi rồi còn tè dầm, nhưng bụng bảo dạ: -"Mình khác đếch gì nó, mấy hôm trước, cũng tè dầm..."

oOo

Không biết nghe ai, Thuận biết chuyện của chúng tôi, nhắn tôi đến nhà, Thuận bày cho cách. Tôi hăm hở rủ Chủ cùng đến.
Về vai vế thì tôi phải gọi Thuận là cậu xưng cháu nhưng Thuận khôn lắm, toàn gọi tôi là anh xưng em, rất ngoan, lại khen tôi đẹp trai, tôi sống tình cảm, tôi luôn luôn là số một, nghe sướng tai lắm, thích lắm... Thế là xay thóc, quét nhà, nấu cơm... những việc của Thuận hàng ngày, tôi trốn mẹ vào nhà thay Thuận làm hết.

Thuận giỏi ăn vạ, khóc nhè, mà khóc dai lắm, mất mỗi viên bi thôi mà Thuận có thể ê a khóc từ sáng tới trưa, ăn cơm xong lại mè nheo ăn vạ đến tối. Thế nhưng Thuận giỏi chuyện yêu đương lắm. Nghe đồn, Thuận biết cách nắm tay con gái mà không sợ sinh em bé. Mấy lần, Thuận gạ, dạy cách cầm tay con gái thoải mái mà không sinh em bé, tôi mắng: - "Vớ vẩn. Tào lao." Nên không học, giờ thấy tiếc. Gặp, Thuận bĩu môi nhìn tôi, kiêu lắm: -"Chết chưa. Đĩ sớm vào. Người ta gạ, bảo cho cách cầm tay con gái thế nào mà không có chửa thì lại mắng là tào lao, vớ vẩn. Giờ ân hận rồi chứ gì? Đây đếch còn hứng để dạy nữa. Mai, vào xay hết mấy bao thóc kia, hứng thì đây dạy cho. Thế. Nhé.". Thuận nguây nguẩy cái mông, đi vào, đóng sập cửa lại, nhìn rõ ức.

Chủ tức, chửi đổng: - "Mẹ. Ông kễnh. Về." Tôi bảo: - "Chịu khó chiều ông kễnh này để lấy cách làm con Kim hết chửa rồi tính sau. Chứ … Nó không bày cách thì tớ với cậu phải thay nhau làm chồng cái Kim à?" Chủ làu bàu: - "Ừ… Nhưng nhìn cái đít bọ ngựa của nó ngoay ngoáy như thế, tức. Mẹ. Ông kễnh."

oOo

Kim nằm viện ba ngày thì về.

Tôi kéo Chủ đến thăm dò, nghe ngóng. Chú Hải, bố Kim khen chúng tôi nhiều lắm, rằng "các cháu bé vậy mà sống tình cảm", rằng "các cháu là bạn tốt của cái Kim", rằng "chú cảm động lắm", rồi khen tôi đẹp trai kiểu thư sinh, lãng tử, sau này khối gái theo. Chú lại khen thằng Chủ đẹp trai kiểu lực điền, vạm vỡ, sau này, con gái nhà nào làm vợ thằng Chủ chắc sướng lắm, hạnh phúc lắm. Rồi chú nói, vài năm nữa, thằng nào thích làm con rể chú, nói với chú, chú sẽ gả cái Kim cho. Chủ sốt ruột, cấu cấu tôi, ra hiệu nhanh nhanh chuồn. Đau quá, tôi nhăn mặt. Chú thấy vậy, hỏi: - "Thi sao thế?" Luống cuống, tôi bật ra câu ngớ ngẩn: - "Chú ơi! Kim sắp có em bé à?" Chú nhìn tôi, cười: - "Cô chú già rồi, không sinh em bé nữa." Vừa lúc đấy, chú Kỷ Chủ tịch, từ ngõ vào, cất giọng nghiêm nghị: - "Ai vừa nói chuyện sinh đẻ thế? Chú Hải định sinh thêm em bé nữa à? Chết! Chết! Sao lại nói chuyện đẻ đái trước mặt mấy thằng trẻ con thế này? Rồi làm hỏng hết cả thế hệ tương lai của đất nước. Các cháu biết không. Con trai con gái, chỉ cần nắm chặt tay nhau lâu lâu là có chửa, sẽ sinh em bé. Như thế là mất tư cách đạo đức, như thế thì loạn xã hội, sẽ không ổn định được xã hội nên các cháu phải quán triệt tư tưởng…"

Tôi vội "vâng ạ" rồi kéo Chủ chạy. Loáng thoáng nghe tiếng chú Hải: - "Dạ, đẻ đái gì đâu. Em mời bác vào nhà uống nước." Rồi tiếng chú Kỷ oang oang: - "Này. Hai thằng kia. Con trai với nhau cũng không được nắm tay nhau như thế. Lâu, rồi biến thái, thành đồng cô cả lũ đấy!" Tôi vội buông tay. Chủ nhăn mặt, lo lắng: - "Này. Hôm nọ thằng Thuận cứ nắm tay tớ, tay cậu lâu như thế, không biết bọn mình có bị biến thái không nhỉ?"

oOo

Thuận gửi thư, nhắn: "Thi ơi vào nhà Thuận. Có việc quan trọng lắm. Chuyện của Kim đấy.". Tôi hộc tốc vào nhà Thuận. Sốt ruột. Thuận bắt tôi xay hết 3 bao thóc, quét dọn nhà ngang xong mới ê a: - "Chuyện của cái Kim, anh Thi đừng lo, em đảm bảo không có em bé đâu." Tôi hỏi: - "Sao biết?" Thuận cười: - "Anh có ngủ với Kim đâu mà có em bé." Tôi gật đầu: - "Ừ. Tớ chỉ kéo Kim đứng dậy thôi chứ chưa bao giờ ngủ với Kim." Thuận cười cười: - "Anh biết ngủ với Kim là ngủ thế nào không?

Như anh thỉnh thoảng ngủ với Thuận á? Không phải đâu. Như thế không phải là ngủ. Phải thế này này…" Thuận ghé tai tôi, thầm thì, thầm thì. Tôi toát mồ hôi: - "Thật à? Sao Thuận biết nhiều thế? Giỏi thế?" Thuận vênh mặt: - "Chuyện! Thuận là hạt giống đỏ mà. Anh đừng bép xép với ai nhé. Hôm nào, em bảo thằng Dậu, con chú Kỷ Chủ tịch dạy anh vài chiêu ngủ với gái mà không dính bầu. Thằng ấy giỏi khoản đấy lắm." Tôi ngắc ngứ: - "Chắc gì thằng Dậu sẽ chịu bày cho tớ." Thuận bĩu môi: - "Bố bảo nó dám không bày cho Thi. Bố nó lên chức Chủ tịch là do một tay bố em cơ cấu đấy. Dám cãi em á!"

Tôi tủm tỉm, gật gật đầu, mơ màng…

Thuận bê thêm mấy bao thóc nữa, đặt cạnh cối xay, nheo nheo mắt nhìn tôi, cười…

oOo

Sáng sau. Tôi hẹn Chủ ra đầu làng nói chuyện.

Tôi kể lại lời Thuận khẳng định Kim sẽ không sinh em bé, nên Chủ đừng lo. Chủ đay đảy: - "Chắc không? Hay cậu bị thằng Thuận lừa. Rõ ràng, chú Kỷ Chủ tịch bảo con trai nắm tay con gái lâu lâu là có chửa? Mà cậu cũng nghe thấy còn gì? Chẳng lẽ chú Chủ tịch nói tào lao? Nói láo?" Tôi bảo: - "Thật đấy. Tớ tin Thuận không lừa đâu." Rồi tôi kể chi tiết những chuyện Thuận nói, Thuận mô tả, Thuận ví dụ. Chủ đỏ mặt, lấy tay che mặt, kêu lên: - "Eo ơi. Kinh. Cậu đừng kể nữa! Mất đạo đức lắm." Rồi Chủ bực tức, đứng dậy, bỏ tôi ở lại, về.

Tối đấy, Chủ vào nhà Thuận, năn nỉ Thuận đưa sang nhà Dậu "bái sư học ngủ".

Tôi nghe kể lại, tối đó, Chủ phải xay hết 15 bao thóc, Thuận mới gật đầu.

Đặng Xuân Xuyến

NGUYỄN CHÂU

PHÙ SA

Tôi lơ mơ trong tuyệt vọng, tảng đá vẫn còn nhẹ hơn đầu tôi lúc này, niềm hy vọng mỏng manh vỡ tan.

Người ta thường nói về giấc mơ có ý nghĩa ngược lại.

Mẹ tôi chết lúc không ngờ nhất khi bà mơ một ngày nào đó tôi về nhưng trái lựu đạn hoen rỉ mồ côi đã cướp mất mẹ tôi.

Tôi mơ thấy em tôi đài các kiêu sa lụa gấm lượt là, em đi như bơi cùng gió tà áo ướt đẫm sương đêm... Nụ cười em rạng rỡ âm vang thanh khiết trong không gian huyền hoặc. Em vẫy tay chào tôi, em bay lượn điệu đà thướt tha trên nền trời đầy sao và trăng. Tôi nhún mình bay theo em nhưng bị vấp ngã bởi sợi tơ hồng giăng ngang trước ngõ. Giật mình tỉnh dậy em mất hút, tôi thẫn thờ với thân phận tù đầy.

Em tôi chết đúng ngày chung thất của mẹ tôi, người ta bảo trùng tang nhưng sao không phải là tôi?

Ngày tôi về cảnh nhà xơ xác, cha tôi lên rừng theo đoàn phu trầm. Cánh cổng bằng tre gai đan vụng về xộc xệch. Bàn thờ mẹ và em gái tôi đìu hiu không nhang khói, hai tấm vải điều che khuất ảnh thờ, tơ nhện giăng đầy ánh lên màu bạch kim lấp loáng qua tia nắng chiều.

Cảnh tịch liêu không tiếng gà tiếng chó, bụi tre cọ nhau sau vườn, tiếng lá rụng khẽ cũng giúp tôi ấm lòng bớt nỗi quạnh hiu.

Tôi ngồi lặng lẽ trong bóng đêm, gặm nhấm ổ bánh mì khô quắt. Thấp thoáng ánh đèn bên kia sông, giọng ai hát văng vẳng nhặt khoan theo làn gió đong đưa lúc trầm lúc bổng.

Tôi nghe mái chèo khua trên mặt nước, tiếng cười vang trong trẻo dưới bến sông. Trong ánh đuốc chập chờn, mái tóc dài buông lơi gọi cửa nhà tôi.

Thắp vội cây đèn trên bàn thờ, tôi bước ra đầu ngõ.

- Anh An phải không? Đèn đuốc đâu tối hù, thấy anh về hồi chiều, anh còn nhớ ai đây không? Câu hỏi dồn dập không chủ ngữ. Tôi ngớ người:

- Em là...

Ngày ấy em là cô bé tí tẹo con chú Dân cạnh nhà tôi. Dòng sông Thu bên lở bên bồi triền dâu xanh ngát, cánh đồng bạt ngàn cây trái, em lớp năm tôi lớp mười.

Mùa hè năm ấy chú Dân dọn nhà về bên kia sông, mang cả em đi. Những chuyến đò ngang đưa em sang đi học cùng tôi.

Thi hỏng đại học tôi vào quân đội, xa nhau từ đó.

Ngày tôi về em đã hai mươi, chú thím Dân đã mất, em chưa lấy chồng.

Em hỏi đủ thứ chuyện trên đời.

Dù chưa hề ấp ủ tình yêu, tôi cũng không nợ lời thề nhưng em đã yêu tôi từ dạo ấy, ngày tôi xa em.

Đêm ấy em thức trắng bên tôi. Em kể:

- Mẹ chết đuối khi cơn lũ tràn về đột ngột, cha em cũng ra đi không bao lâu sau đó, trùng ngày giỗ của Nga - em tôi.

Bình minh rót tia nắng vàng ươm trên mái tóc em. Em thay đổi nhiều quá, nước da đen sạm gợi lên nỗi nhọc nhằn một nắng hai sương, mưu sinh nơi miền quê nghèo khốn khó. Lòng tôi chợt xót thương tê dại nhưng tôi đã trắng tay...

Khu vườn cây trái của chú Dân đã hiến cho hợp tác xã, mảnh đất thổ trồng bí trồng bầu không nuôi nổi hai đứa em ăn học.

Tấm lòng quê tôi vẫn muôn đời không biết giận biết hờn, đất hồn nhiên nâng em và tôi khôn lớn dù cả tôi và em giẫm đạp không biết bao lần.

Tôi mơ sông quê đổi dòng, bồi bên tôi ở. Tôi sẽ nhờ phù sa làm lại cuộc đời của em và tôi.

....

Chiếc thuyền nan mỏng manh, em và tôi chèo ngược dọc theo bờ sông, con nước ì ọp vỗ bờ xói mòn bày ra hang hốc, rễ tre già bạc màu đong đưa tưởng chừng không bao lâu nữa đất sẽ lở dần kéo căn nhà tuềnh toàng của cha mẹ tôi theo dòng nước dữ.

Bao nhiêu đời nữa con nước sẽ xoay chiều để bồi đắp làng tôi?

Giọng em vang lên trên mịt mù sóng nước:

"Tiếng đồn con gái Bảo An
Ngày mua vải sợi tối đan mành mành"

Em bây giờ là người Bảo An - Gò Nổi rồi, bên kia sông...

Tôi chợt nhớ những lời của nội tôi:

"Làng Bảo An nằm ở giữa vùng Gò Nổi có từ giữa thế kỷ thứ XV do tổ tiên của các tộc họ: Nguyễn, Phan, Ngô, Phạm, Thái vốn ở huyện Nghi Xuân, Thừa tuyên Nghệ An, theo vua Lê Thánh Tông đi bình Chiêm vào năm 1471, sau đó được cho ở lại khai phá vùng đất mới. Lúc đầu các tộc họ khai khẩn vùng Hòa Đa, phía bắc sông Thu Bồn, về sau qua sông khai phá vùng Bảo An này.

Đây cũng là quê hương các danh nhân: Phan Khôi, Nguyễn Bá Trác, Phan Thành Tài, Lương Khắc Ninh, Xuân Tâm, Nguyễn Đình, Phan Thanh, Phan Bôi..." [1]

Nhìn em khoan thai chèo chiếc thuyền nan, tôi không thể ngờ cô bé nhút nhát năm xưa lại vững vàng như bụi tre già uốn mình trong cơn bão tố. Truyền thống lưu dân của tổ tiên đã trụ lại trong em sự ngoan cường vượt qua khốn khó. Nhìn em, tôi tự thẹn *với chính mình*.

Đến khúc sông cong, em đưa mũi thuyền chếch hướng, ghì lái xuôi dòng sang sông...

Hai đứa em trai từ ngoài vườn chạy ùa vào ngơ ngác nhìn khách lạ. Em hỏi trong nụ cười rạng rỡ, hỏi mà không đợi trả lời:

- Có nhớ ai không?

Anh An đó...

Niềm vui bùng lên trong tiếng a... đồng thanh của các em.

Em chỉ tay vào Trọng - em kế:

- Hắn không chịu đi học nữa, cái thằng...

- Ai cho đi học mô mà học!

Trọng thi đậu y khoa Huế, nhưng...

Tôi thở dài ôm Trọng vào lòng an ủi vụng về:

- Thôi, học trường đời cùng anh!

Ra Giêng, tôi và em nên duyên chồng vợ, ngày thành hôn theo đời sống mới chỉ bánh kẹo và trà...

....

Đời không gắn kết mãi nhau, em và tôi không đi trọn cuộc tình thơ mộng tưởng chừng như khó lòng chia cách.

Tôi và em như những chiếc lá lìa cành dù mang màu vàng úa hắt hiu trôi theo dòng sông không còn trong xanh, đã nhuốm màu rêu mục. Nét hồn nhiên trong em đã phai nhạt theo sự dối trá đãi bôi của cuộc đời nghiệt ngã, tôi cũng chẳng khác gì em khi niềm tin vào cuộc sống đẹp đẽ đã đi vào phế tích.

Mùa đông 19... cô gái nhu mì trong em đã trở nên điên dại khi người em trai - chàng thanh niên đầy nhựa sống, qua bao thăng trầm và thất bại trong mưu sinh đã trầm mình dưới lòng sông quê nhà. Nỗi buồn chưa được nguôi ngoai, cơn xả lũ tai ác đã cuốn trôi đi tất cả những gì tôi và em tạo dựng. Dòng sông đã bình yên trôi xuôi, không còn oằn mình để bên bồi bên lở nhưng cuộc sống bà con quê tôi vẫn một nắng hai sương.

Tiếng hát của Đoàn Quý phi bên biền dâu xanh ngắt ngày nào không còn vang vọng theo làn gió bay xa để đến nơi Chúa ngự, chỉ còn nghe dư âm nỉ non thở than tan hòa trong cuộc bể dâu.

Nguyễn Châu

(1) *(https://baoquangnam.vn/dat-va-nguoi-xu-quang/lang-bao-an-ngay-truoc-45549.html)*

HOÀNG NGỌC HÒA
TỔ CHỨC HÀNH CHÁNH ĐỊA PHƯƠNG
TẠI HOA KỲ

Sau khi giúp xuất bản cuốn sách "Những ngày cuối của tháng tư", anh Lê Hân có nhã ý mời tôi viết cho tạp chí Ngôn Ngữ, hai tháng một số, cho số 26. Khi nhìn danh sách những tên tuổi đã cộng tác, tôi giật mình tá hỏa vì thấy toàn là "thứ dữ", các bậc "tiền bối" chuyên nghề nghiệp viết văn, thơ... trừ cô Orchid Lâm Quỳnh nhỏ tuổi hơn, đã có gặp qua giải thưởng Việt Báo, nhưng mà văn thơ cô này cũng thuộc loại "cha truyền con nối", là lính mới, dĩ nhiên không dám "múa rìu qua mắt thợ" nên chắc chỉ dám viết về những điều trông thấy qua công việc làm đã chứng kiến và học hỏi, hy vọng góp một chút "lửa" cho đêm lửa trại lâu tàn, được ấm cúng và thêm vui (còn nhớ trong Hướng Đạo, khi cố Nhạc sĩ Nguyễn Đức Quang còn sống (mất năm 2011 tại California), với cây đàn guitar, các đêm lửa trại với anh thật vui cùng tiếng hát, tuy lửa đã tàn, nhiều anh em vẫn còn ngồi thì thầm to nhỏ, có khi thức đến sáng).
Đây là một trong loạt bài khảo cứu về nền dân chủ, tự do của Hoa Kỳ, mong mỏi một ngày nào đó thực hiện được trên đất nước Việt Nam thân yêu của chúng ta.

Tuy chỉ hơn hai trăm năm lập quốc, Hoa Kỳ đã đi trước hơn nhiều quốc gia khác trên thế giới về hệ thống tổ chức hành chánh, từ liên bang, tiểu bang cho đến các thành phố nhỏ. Muốn viết về chi tiết, có lẽ cả một cuốn sách cũng không đủ, do đó với giới hạn của bài viết ngắn này chỉ sơ lược các căn bản về hành chánh địa phương nhỏ tại tiểu bang Florida làm nền móng cho nền dân chủ tự trị mà người viết được chứng kiến, tham dự cũng như điều hành để biết rõ.

Ai cũng biết khi đến Hoa Kỳ, thường là sau 5 năm có hạnh kiểm tốt, làm công dân tốt thì làm đơn xin nhập quốc tịch và phải qua phỏng vấn, thường là các câu hỏi như tại sao muốn trở thành công dân Hoa Kỳ và hệ thống tổ chức chính quyền liên bang như thế nào? Các câu trả lời cũng đơn giản không cần chi tiết như vô quốc tịch để *có thể đi bỏ phiếu* và chính quyền liên bang hay tiểu bang chia ra ba ngành: *Lập pháp, Tư pháp và Hành pháp.*

Riêng tiểu bang Florida có đến 67 quận hạt (County), hơn 400 gọi chung là thành phố dù được gọi dưới danh hiệu *City, Town* hay *Village.* Thành phố dù lớn hay nhỏ tại Mỹ đều có cùng một hệ thống quản trị gần giống nhau, tùy thuộc địa dư, dân số, mức thâu nhập tiền thuế cao hay thấp, họ thành lập một hội đồng do dân bầu, người đứng đầu là vị Thị trưởng *(Mayor)*, sau đó có Phó thị trưởng *(Vice-Mayor)*, được chọn từ trong hội đồng quản trị, để thay thế Thị trưởng khi vị này vắng mặt, còn lại là 3 hay 5 Nghị viên *(Commissioners)*, tổng cộng lại là số lẻ 5 hay 7 để khi cần biểu quyết điều gì, số phiếu chống và thuận sẽ khó bằng nhau, khỏi đưa đến tình trạng bế tắc, họ còn ra quy luật thành viên trong hội đồng không được bỏ phiếu trắng. Thành phố tôi đã làm việc dù nhỏ, có tất cả 5 vị trong hội đồng thành phố do dân bầu, phải là dân ở trong thành phố mới được ứng cử, họ phải theo quy luật đã định sẵn từ trước trong cuốn cẩm nang mà họ gọi là *Charter Law.* Riêng tại tiểu bang Florida, tất cả các vị dân cử bị lệ thuộc sắc luật ánh nắng mặt trời *(Sunshine Law)*, mục đích tránh nạn tham nhũng hay có cùng ý đồ chia phe đảng để cùng làm những việc trái luật lệ có lợi cho họ hay mất công bằng đối với dân chúng, các vị dân cử này không được nói chuyện riêng hay họp kín với nhau về những vấn đề họ đang và sẽ giải quyết chung, khi có từ hai vị trở lên muốn thảo luận một vấn đề liên quan đến thành phố, họ phải thảo luận trước mặt dân chúng, phải mời dân chúng và mọi người trong thành phố tham dự buổi họp, không thể gọi điện thoại hay gặp riêng để tham vấn ý kiến, trong số đông chúng ta đã chứng kiến chuyện này qua cuộc bầu cử Tổng thống năm 2000 mà Florida là nơi định đoạt chức vụ này qua số phiếu, lá phiếu quan trọng như thế nào tại Mỹ, đó là điều không làm ai ngạc nhiên và chỉ vì lá phiếu đã được trình bày hai bên như cánh bướm *(butterfly ballot)* của quận hạt Palm Beach đã gây tranh cãi sôi nổi không ít cho vụ này về vấn đề pháp lý và phải được đếm lại bằng tay.

Từ lúc vào làm việc, tôi đã có dịp quan sát cũng như tham dự nhiều buổi họp, nhưng chưa có dịp đi vào chi tiết cho đến khi được đề cử vào chức vụ Phụ tá Giám đốc hành chánh thành phố, rồi được đề cử làm Giám đốc trong khi chờ vị Giám đốc mới đến nhận nhiệm sở thì mới hiểu rõ hơn căn do phát xuất từ đâu cho lề lối quản trị này, chính vì sự dân chủ và hệ thống tự trị, đã làm cho các vị tiền bối đặt ra luật lệ để tránh con cháu sau này vi phạm. *Tránh vết xe đổ* là châm ngôn làm việc của họ.

Năm vị dân cử không thể quản trị thành phố trực tiếp, làm như vậy sẽ dễ bị lạm quyền, lại dễ bị dân nhòm ngó cách hành xử của họ, chỉ trích trực tiếp họ, theo *mô hình quản lý hội đồng quản trị (council-manager government model)* nên đứng ra mướn một vị có khả năng về hành chánh, chức vị mà tôi tạm gọi là Giám đốc hành chánh thành phố *(City Manager)*, phần nhiều là hội viên thường trực của ICMA *(International City/County Manager Association)* hay FCCMA *(Florida City County Manager Association)* muốn được chức vụ này phải có đa số 4 trên 5 phiếu chấp thuận của ban quản trị, muốn vị này rời chức vụ cũng phải cần số phiếu đó, vì thế công việc đòi hỏi khế ước hợp đồng, thường là một năm, vị Giám đốc sẽ nhận lệnh trực tiếp từ 5 vị dân cử và ông cùng nhân viên sẽ chu toàn các lệnh đó, phần nữa vị này sẽ chịu hết những điều tốt hay xấu trong việc điều hành thành phố, chính vì trên đe dưới búa, làm dâu trăm họ, hay tôi thường gọi đùa *con dê tế thần (scapegoat)* mà chức vụ này thường không được lâu dài, phần lớn khi có thay đổi dân cử cũng là lúc vị Giám đốc dễ bị phàn nàn chỉ trích, bị cho ra rìa để các vị dân cử có cớ chứng minh quyền lực của họ, tuy làm việc với số lương rất khiêm nhượng. Cũng để tránh nạn có những quyết định vi phạm luật lệ, họ mướn thêm một luật sư cố vấn có mặt trong tất cả các buổi họp. Tất cả 7 vị này họp để bàn việc trước công chúng hai lần một tháng, hay có khi họp khẩn cũng phải loan báo trước công chúng có thì giờ tham dự vì buổi họp thường tổ chức định kỳ, một tối trong tuần, từ 7 giờ tối, nếu có thay đổi, họ phải báo trước cho dân chúng trong thành phố bằng báo chí hay các phương tiện truyền thông theo luật lệ, không theo quy luật mà kêu gọi buổi họp là vi phạm luật. Tất cả các buổi họp thời xưa được lưu giữ bản viết tay, sau này thâu bằng băng nhựa hay bây giờ bằng *video/audio* để làm bằng chứng, lưu giữ 3 năm không được hủy bỏ trước hạn kỳ.

Như chúng ta biết bất cứ buổi họp nào không có chương trình soạn trước hay nói chuyện ra ngoài đề tài sẽ không làm cho buổi họp có kết quả tốt, vì vậy họ soạn trước chương trình nghị sự do thư ký thành phố *(City Clerk)* làm, vì chức vụ của thư ký thành phố không đơn giản, 67 năm trước, giáo sư William Bennett Munro, một trong những người đầu tiên viết sách về hành chánh thành phố, đã mô tả công việc này như sau: *"Trong công việc điều hành, quản trị thành phố, không có văn phòng nào lại tiếp xúc nhiều với thân chủ như vậy. Lập ra để làm việc với Thị trưởng, hội đồng quản trị và Giám đốc quản trị thành phố cùng các cơ quan công quyền khác, không có ngoại lệ."* Tất cả công việc hằng ngày không ngoài cung cấp tài liệu, dữ kiện... Đó chỉ mới là công việc với cơ quan công quyền, dân chúng trong vùng, nhà thầu, các cơ quan truyền thông đều trông cậy vào văn phòng thư ký thành phố. Chương trình nghị sự *(Agenda)* phải soạn trước qua sự chấp thuận của vị Giám đốc hay phụ tá, được phân phát đồng đều cho Ban quản trị thành phố, luật sư, đồng thời bản sao để tại văn phòng thư ký và thư viện thành phố, trước buổi họp ít nhất 72 tiếng đồng hồ, để các vị này có thời gian chuẩn bị, bất cứ người dân nào cư ngụ trong thành phố đều có thể yêu cầu bản sao để xem, trước buổi họp họ cũng phân phát bản sao chương trình tóm tắt cho dân chúng tham dự để theo dõi, người dân không thể lấy cớ không biết để than phiền sau này, cũng không thể nói chuyện ra ngoài đề tài, người điều khiển buổi họp là Thị trưởng thành phố, thường ông này cho khai mạc buổi họp đúng giờ, phút cầu nguyện, tuyên thệ trước quốc kỳ, điểm danh sau đó đi thẳng vào chương trình, khi cần biểu quyết vấn đề gì, họ thảo luận trước, dân chúng muốn có ý kiến phải điền vào phiếu góp ý, trao cho thư ký thành phố và chuyển lại cho Thị trưởng, Thị trưởng mời người dân lên phát biểu không quá 3 phút, không được lạc đề, có khi thấy thời gian ấn định không đủ, một người bạn, hoặc cùng quan điểm, có thể cho thêm 3 phút, nhưng như bạn biết, nếu biết trước và có chuẩn bị vấn đề, thời gian hạn định này quá đủ, không hẳn ai cũng như vậy, có người một vấn đề, nói đi nói lại, hết giờ chưa biết họ muốn gì! Thời xưa, mọi người muốn tham dự buổi họp phải đích thân đến tòa thị chính, bây giờ, dù ở nhà cũng có thể mở TV để xem buổi họp trực tuyến trên băng tần đặc biệt của địa phương hay qua *"livestream"*, *"youtube"*.

Buổi họp, tùy theo đề tài thảo luận, có khi gay cấn, có lúc thông qua dễ dàng nếu không có sự chống đối trong ban quản trị hay dân chúng, có khi dân chúng không dằn được giận dữ, la ó om sòm, đó là lúc vị cảnh sát thành phố *(nhân viên công lực của buổi họp)* theo lệnh của thị trưởng mời họ ra khỏi phòng họp nếu cần, nhiều luật của thành phố không cho phép họp quá sau 11 giờ đêm, nhiều vấn đề có thể phải để chờ lần họp đến, gấp gáp có thể gây ra có quyết định sai lầm, nhiều quận hạt thì họp ban ngày do cuộc họp có quá nhiều vấn đề để giải quyết có thể kéo dài cả ngày.

LẠM QUYỀN VÀ THAM NHŨNG, LÀM SAO ĐỂ NGĂN NGỪA?

Về vấn đề lạm dụng quyền lực và tham nhũng, vào khoảng năm 2007, tại Palm Beach County, tổng số gồm có 7 nghị viên, hết ba người mà chúng tôi gọi là bộ ba tên Tony, Warren và Mary bị ra tòa và bị tù cũng như phạt vạ vì lạm dụng quyền lực để tham nhũng, các đồ án được chấp thuận với số tiền lợi nhuận khá lớn vào tay họ bằng cách này hay

cách khác. Chuyện đổ bể vì một vị khi ly dị, giành nhau của cải nên lòi
ra, một vị thì chuyển số tiền bất hợp pháp qua hãng của người phối
ngẫu. Cuộc đời chính trị của ba vị này xem như chấm dứt từ đó.

Sau vụ này, quận hạt đã cho ra đời một ủy ban về đức hạnh gọi
là *Commission on Ethics* (COE) năm 2010. Ủy ban này có văn phòng để
người dân có thể trực tiếp liên lạc, ngoài ra còn nhiệm vụ huấn luyện,
điều tra các vị dân cử cũng như các nhân viên hành chánh để mọi người
hiểu rõ về các hành động trái phép mà tránh đi. Các vị dân cử hay nhân
viên hành chánh như tôi phải qua khóa huấn luyện *hằng năm* được tổ
chức tại công sở, nếu được thân chủ cho quà hay mời đi ăn, giới hạn số
tiền trong một năm quá 100 đô la sẽ phải được khai báo, sau đó thấy
giấy tờ nhiêu khê, họ cho xuống còn 0 (zero). Trước đó, mỗi dịp lễ
Noel, các thân chủ gởi các món quà biếu hằng năm để cám ơn, dù trị giá
ít nhiều, sau này đều bị trả lại hay hủy bỏ.

Vào tháng 4 năm 2020, lợi dụng sơ hở của luật lệ cho buổi họp
vì Covid-19, ba vị trong số 5 nghị viên của thành phố Sebastian, khoảng
26 ngàn dân, nằm phía Đông Nam thành phố Orlando, đã vào tòa thị
chính bằng chìa khóa riêng, đóng cửa lại họp dù trước đó buổi họp đã
được loan báo đình hoãn. Họ bãi nhiệm vị thị trưởng (không có mặt),
đưa một người trong số 3 người lên làm thị trưởng, bãi nhiệm Giám
đốc hành chánh, thư ký thành phố và luật sư của thành phố và đưa ra
các quyết định họ muốn. Vì vi phạm luật Sunshine Law, buổi họp đã bị
lên án, vô hiệu lực và điều tra bởi Tổng trưởng Tư pháp của tiểu bang
(State Attorney General), hai trong ba người này do lạm dụng quyền
lực của mình đã trả một giá khá đắt cho các hành động của họ là bị truất
phế các chức vụ và bị đi ở tù, đóng tiền phạt đến hơn 26 ngàn đô la.

Về tài chánh, để tránh việc lạm dụng công quỹ, vị giám đốc chỉ
có thể ký chi phiếu dưới 10 ngàn, hay một con số được ấn định sẵn, tất
cả chi phí trên số này phải được đưa ra hội đồng thảo luận và chấp
thuận, hoặc bác bỏ, có nhiều nơi, bất cứ chi tiêu nhiều hay ít đều phải
được đưa ra thảo luận trước hội đồng quản trị hay thông báo qua giấy
tờ sổ sách.

Các vị dân cử, vì thời gian họ dành cho các công việc định kỳ
này, được trả một số lương tượng trưng, mỗi nhiệm kỳ là 3 năm, mỗi
năm họ bầu lại một phần ba để tránh nạn thay đổi đa số trong hội đồng
một năm, vị Giám đốc và nhân viên của ông ta không thể hỗ trợ cho các
cuộc bầu cử này, tài lực hay nhân lực, nhưng luật lại cho phép họ có thể
từ chức để ứng cử vào các chức vụ này! Xứ tự do, vì dân chủ, luật không
thể từ chối quyền công dân của bất cứ ai nhưng không muốn đi quảng
bá những người mà họ có thể thiên vị sau này nếu những người này đắc
cử. Có vài thành phố dọc bờ biển phía Đông tiểu bang Florida như
Manalapan, các vị dân cử không lãnh lương, các căn nhà trong thành

phố đó trị giá vài chục triệu đô la trở lên nên cũng không có ai nghèo để cần thêm tiền.

Chỉ nhìn sơ qua cách điều hành thành phố, hội đồng quản trị và nhất là vị Giám đốc về hành chánh, chịu không ít áp lực những người trong hội đồng này. Nhiều khi suy nghĩ, nhìn người lại nghĩ đến ta, tự do dân chủ, muốn làm điều gì dù nhỏ, cũng hỏi và làm theo ý dân, không hỏi ý thì lần sau ai bỏ phiếu cho, tôn trọng ý kiến và quan điểm nên dù bất đồng, vẫn giải quyết điều đình được trên căn bản bình đẳng, hay thiểu số phải phục tòng đa số, điều mà tôi nhận thấy rõ nhất là hội đồng thành phố ít khi dám hứa cuội, dù có dính líu chính trị, và chính trị, như ai cũng thấy có sự dơ bẩn, nhưng tiếng nói của người dân, nếu có căn bản, được nghe và thực hiện thực sự mới là điều đáng quý. Trên bản sơ đồ tổ chức *(Organization Chart)* của các thành phố, trên hết là chữ *Citizens* (dân chúng), sau đó mới đến Hội đồng quản trị. Ở nước tôi thì ngược lại.

Với căn bản dân chủ tự do này người Việt tại Hoa Kỳ cần đoàn kết hơn, vì với số phiếu và tiếng nói tập thể, chúng ta có thể thay đổi tiếng nói với chính quyền sở tại hay tiểu bang và cấp quốc gia.

Khoảng 10 năm trước lúc còn làm với thành phố, đang ở trong văn phòng, tôi nhận được một cú điện thoại lạ từ thủ đô Hoa Thịnh Đốn với số *area code* 202 từ cơ quan ICMA mà tôi là hội viên thường trực, người bên đầu dây kia giới thiệu danh tánh và chức vụ, sau đó ông ta hỏi vài câu để chắc tôi là người trả lời đúng dành cho các hội viên, ông nói: *"Bạn có muốn đi làm bên Iraq không?"*. Ông cho biết hội đang cần một số thành viên đi làm ở thủ đô Baghdad với khế ước 5 năm hoặc hơn để giúp cho quốc gia này sau chiến tranh, đã tàn phá khá nhiều công, tư sở cũng như hệ thống hành chánh tại đây. Sẽ được cung cấp nhà ở, ăn uống, chi phí di chuyển và được trả một số lương khá lớn. Tôi nói cho thời gian để bàn thảo trong gia đình. Sau đó khi tôi từ chối vì nhiều lý do trong đó có vấn đề an ninh thì họ đã cố gắng hơn bằng cách tăng số lợi nhuận lên nhưng họ vẫn tiếc vì tôi không nhận. Có lẽ họ chọn tôi vì là người ngoại quốc, người Mỹ ít ai chịu đi vì lúc đó bên Iraq đang có vấn đề, một lý do nữa là tôi có kinh nghiệm về Kiến thiết và Tái thiết kế đô thị cũng như Tin học IT (Information Technology) điều đó cũng cần không kém như về Hành chánh. Nếu là đất nước tôi thì có lẽ câu trả lời là *Yes*. ICMA cũng cho biết họ không có chương trình tài trợ phát triển về hành chánh cho Việt Nam vì là quốc gia theo thể chế Cộng Sản, độc đảng, độc tài, hơn nữa, lúc nào giới cầm quyền dù đã sau gần 50 năm chiến tranh chấm dứt cũng tuyên bố Mỹ là kẻ cựu thù và họ cũng không muốn học hỏi để đi theo mô hình dân chủ của Tây phương. Thành phố đã thực hiện được châm ngôn: "Ý dân là ý Trời", và đã thực hiện được đúng đắn hai chữ tự do dân chủ. Nhớ lại cũng vì mấy chữ này mà tôi cùng hơn triệu người đồng cảnh ngộ đã tạm rời xa quê hương yêu dấu dù lúc nào trên các giấy tờ của chính quyền cũng thấy lặp đi lặp lại hàng chữ: *tự do, độc lập, hạnh phúc...* mỉa mai thay! Những điều căn bản không cần viết lên giấy, chỉ cần thực hiện mà loay hoay gầm năm mươi năm vẫn chưa làm được vì cố chấp và vẫn còn say men chiến thắng!

Hoàng Ngọc Hòa, *Retired*
Cựu hội viên ICMA, FCCMA, FLGISA, CGCIO.

hình như trăng mượn ánh đèn
trên bàn thờ mẹ, cằn nhằn chi tôi:
- con hư không giữ được người
lành lặn nguyên vẹn như hồi mẹ sinh !
không gió, lửa nến lung linh
bất giác nước mắt vô tình chảy ra
mở cửa tôi ra khỏi nhà
vợ tôi đang cúng bà gia, chưa từng...

8
luân hoán
BUỒN ĐẦY
MẶT TRĂNG
THÁNG TƯ

CAO VỊ KHANH
CHUYỆN THỜI CHẠNG VẠNG

"Người sống trong khu dưỡng lão đường 75 nhìn ông Hòa Thanh như một kẻ bệnh tật khó tính. Ông sống ở phòng 304, ít ai thăm hỏi, trừ người đàn bà Mễ trong chương trình workfare được Sở Xã hội cắt cử tuần đôi ba lần đến dọn dẹp vệ sinh giúp ông, nhưng hai người không trò chuyện vì ông không biết tiếng Tây Ban Nha còn bà ta thì không thạo tiếng Anh. Có ai tò mò nhìn qua cửa sổ chỉ thấy ông Hòa Thanh luôn ngồi lặng trên chiếc ghế bành cũ, trước mặt có chiếc TV đen trắng, gần cạnh có cái bàn sách báo xếp ngay ngắn, có chồng đĩa hát nhưng không thấy máy hát; ngoài ra, trong một góc phòng còn có chiếc giá gỗ đặt hai cây kèn, một cây clairon và cây kia clarinette. Cả hai đều mốc meo như không từng được chủ nhân rớ tới."

Đó là đoạn mở đầu một truyện ngắn của Hà Thúc Sinh, có tựa là Người lính kèn và viên đại úy, trích trong tập "Tống Biệt Hai Mươi," do nhà xuất bản Xuân Thu ấn hành năm 1999.

Và sau đây là câu kết:

"Tôi có tìm hỏi một cụ Việt Nam ở đây, cụ bảo đồng bào cụ đều buồn và sợ tiếng kèn ấy; đó là tiếng tiễn đưa một chiến hữu đã chết dù trong trường hợp nào, và người ta gọi nó là khúc Chiêu Hồn Tử Sĩ."

Truyện viết đã lâu, gần hai mươi năm sau mới có dịp đọc. Vậy mà vẫn nguyên cái cảm giác của gần hai mươi năm trước, khi tình cờ tôi đọc được câu viết của ông trích ra từ đâu đó. Câu viết như sau: "chạng vạng của những niềm tin bao giờ cũng buồn". Rồi nhớ hoài. Câu viết như một vết cắt trên da, mà nhiều năm sau mãi không mờ vết sẹo. Còn đó như chứng tích của một thời kỳ xao động cùng cực giữa niềm tin và sự bội tín, của hy vọng và thất vọng và cuối cùng... của tuyệt vọng!

Những năm 80 của thế kỷ trước, xứ lạ xa quê, dù xa không tính bằng thiên lý mà xa chính tự lòng người, sao lòng tôi vẫn cứ mãi không yên. Tôi sống chân thì chạy theo trối chết những thúc bách của cuộc đời mà hồn thì vật vờ như chiếc bóng. Xứ người rộn rịp, đường lộ phẳng phiu, xe cộ đuổi nhau như chơi cướp bắt. Phố xá dập dìu người qua lại, dáng thẳng, mặt ngẩng cao và những bước chân chắc nịch. Đặc biệt trên mặt ai cũng toát ra một vẻ tự tin, chực sẵn một nỗi vui hồn nhiên như chưa từng phiền muộn. Và tôi và những người đồng chủng đồng cảnh ngộ và... những hoang mang!

Bất kể cái nghề lao động chân tay cả ngày cứ trì trì thân xác, đầu óc tôi cứ lơ mơ tận đâu đâu. Làm như sống tạm, sống hờ. Làm như chỉ chờ dịp là lộn về cố xứ. Cha mẹ tôi đã quá bảy mươi, còn ở đó bữa cháo bữa rau. Anh em tôi còn ở đó, người đày ngoài Bắc, người tù trong Nam. Mồ mả ông bà còn nằm chơ vơ bên bờ kinh Giáp Nước. Và xứ sở tôi, và bạn bè quyến thuộc tôi, kẻ thân người sơ, hàng xóm láng giềng, phố phường làng mạc, nếp sống thói quen, nề nếp văn hóa từ muôn đời tổ tiên tôi đã dày công vun bồi và truyền tụng... Mọi người, mọi thứ... đang giãy giụa mà đã chừng tuyệt vọng như đàn cá bị mắc lưới. Tôi bỏ trốn mà lòng không yên. Ngay cả khi đã đặt chân lên được mảnh đất lành, mà lòng tôi vẫn cứ mãi băn khoăn. Tôi bỏ đi như một người trốn nợ, bỏ lại hết cho thân yêu mình gánh nợ cho mình. Vài ba năm sau, vẫn hiu hắt hoài trong tôi cặp mắt của ba tôi đêm từ biệt, cặp môi mím chặt mà đã nghe ra lời vĩnh quyết. Và sâu kín hơn nữa, mập mờ hình ảnh những nấm đất phủ cờ nằm chật kín trong một góc nghĩa trang thành phố... Những người trẻ mà tuổi tác hẳn chừng cùng tôi trang lứa...! Một người nằm đó là bao nhiêu nỗi mất mát đếm lên theo cấp số nhân, mà trước khi bỏ đi tôi đã thấy người thân xúm lại bốc dỡ. Những khoảnh vô thừa nhận thì người ta san bằng.

Sao tôi cứ lẩn tha lẩn thẩn...

Tuy nhiên, tôi biết không phải mình tôi, trên khắp mặt đất này, chỗ năm ba ngàn, chỗ vài triệu hẳn cũng có những người như tôi. Họ vẫn hằng ngày cày cục để trám vừa đủ năm ba miệng ăn, vừa vẫn mong mỏi... một ngày về. Những năm 80, lòng ai cũng âm ỉ một đốm lửa, dù lắm khi hắt hiu, vẫn là một đốm lửa. Có khi phừng lên, bắn tung ra như hoa đăng làm nóng hổi lòng người. Người quen, kẻ lạ tụm nhau năm ba, hợp nhau thành đoàn thành thành nhóm, bàn cãi, tính toán, so đo, sắp xếp, tuyên cáo, tuyên ngôn... Hẳn ai cũng sốt ruột, cũng thiệt lòng mong mỏi... Kẻ ít người nhiều, người của cải, kẻ công sức... Và hơn hết, chất keo sơn lý tưởng. Vâng, đã có một thời, thời hừng đông của những niềm tin. Tôi biết có những người công nhân gốc lính, ngày tám tiếng trong xưởng thợ mù bụi, cuối tuần "đi cày" thêm để lấy đồng lương tính một rưởi, cho được rộng rãi góp phần. Tôi biết người giáo già làm công cho một tiệm buôn, suốt ngày chui rúc dưới hầm để cân đo đong đếm... mà hở ra là cầm biểu ngữ đi đầu những cuộc tuần hành biểu dương cho khát vọng giành lại quê hương. Tôi biết những người đàn bà, sớm chiều quần quật trong nhà, chợ búa giặt giụa cơm nước cho chồng con mà không sót một lần hội họp. Mà làm sao kể hết. Nhiều lắm, nhiều lắm những tấm lòng...

Có một lúc, ai nấy như trẻ lại, như sống lại từ những niềm tin... Sẽ có một ngày. Sẽ đến một ngày.

Những niềm tin! Ôi những niềm tin! Người ta chấp nhận hiện tại, thứ hiện tại trái cựa, lộn dòng lộn giống như một thứ bản lề. Người ta ẩn nhẫn sống, chấp nhận mọi bó buộc hiện tại như một cái giá phải trả cho cái lần sẩy đàn tan nghé. Hơn vậy nữa, cho cái lối sống thờ ơ, xao lãng trách nhiệm của một quá khứ chưa xa. Bây giờ, nếu được quày trở lại... Dưng không, rồi ai nấy như muốn giữ lấy một lời nguyền...

Đã có một thời như vậy. Một thời mà niềm tin sáng láng như ngọn đuốc trong đêm. Đêm thì mịt mù mà hề gì, đã có ngọn lửa dẫu âm ỉ vẫn là ngọn lửa, không sớm thì muộn, lửa sẽ bốc lên thành ngọn, màn đêm sẽ bị xé ra thành muôn mảnh, từng mảnh sẽ là từng ngõ đi lối về... và quê hương đang quần quại sẽ trỗi dậy dang tay đón đàn con thất lạc. Những niềm tin không khác gì những tia sáng lúc hừng đông, xóa tan bóng tối, đánh thức những cơn mê, gọi dậy những giấc ngủ. Và giục người ta lên đường. Lên đường. Ôi còn âm thanh nào háo hức hơn nữa. Lên đường. Sẽ có những tiếng chuông vô thanh rộn rã trong đầu. Sẽ có những tiếng trống bập bùng vỗ nhịp trong tim. Con đường sẽ nhiêu khê. Nhưng mặc. Đã có những tấm lòng với những niềm tin. Người ta sẽ tụ hết về một điểm hẹn với chuông reo và trống vỗ mở đầu cho bản trường ca quang phục. Người ta sẽ rủ nhau về như người Do Thái, dẫu lưu lạc đâu đâu cũng đã có hồi kéo nhau về Đất Hứa. Niềm tin. Niềm tin như vì sao Bắc Đẩu mà những người đi biển, giữa mênh mông cứ nhắm lấy mà dong thuyền. Niềm tin còn như cơn mưa đầu hạ, rưới cam lồ lên đầu ngọn cỏ dại làm trỗi dậy sức sống giữa cơn nắng lửa. Và con người, con người lưu lạc giữa cơn thất quốc, đã bám lấy niềm tin như thần dược chữa thứ bệnh trầm cảm từ một buổi tha hương.
Vậy đó, nhưng rồi mọi chuyện không đâu vào đâu. Những hy vọng rộn ràng rồi vỡ tan như bóng nước. Chuyện mới trên dưới hai mươi năm, một phần tư đời người, vậy mà nhắc lại ai nấy nghe ra đã xa như là cổ tích.

Như vậy rồi khi không có hôm đọc lại truyện ngắn của Hà Thúc Sinh mà thấy... ngậm ngùi. Truyện Người lính kèn và viên đại úy.

Không khí của truyện là thứ không khí của trời chiều vừa khi chạng vạng dù xảy ra bất cứ lúc nào trong ngày. Người văn chương gọi là hoàng hôn, tiếng bình dân kêu là chạng vạng. Chiều là khoảng thời gian giữa trưa và tối. Chạng vạng là lúc chiều đã gấp gáp mà đêm chưa vội. Nắng còn đó mà hoi hóp. Bóng tối muốn sụm xuống mà ngần ngừ. Không gian rỗng và thời gian sựng lại. Khí trời đùng đục. Năm ba giây. Vài mươi phút. Lâu bao lâu. Ai biết bao lâu vì như có như không. Mà lắm khi lại tính bằng độ nhạy của tâm hồn nên làm sao mà nói chắc. Lúc đó đó, người quê tôi hay nói là chạng vạng. Ông Hà Thúc Sinh cũng gọi là chạng vạng. Tôi nghe rồi... ngẫm ra sao mà buồn quá đỗi.

Truyện xoay quanh những cuộc thăm viếng giữa hai người đàn ông, một già sụm vì bệnh tật và một mới quá trung niên. Và lẩn khuất đâu đó, một nhân vật thứ ba, khi có khi không. Dù vậy, dường như là mấu chốt của truyện. Không gian, không rõ địa danh, tuy nhiên có thể xảy ra ở bất cứ nơi đâu, một phố lớn sầm uất hay một góc xóm vắng hoe, ở bất cứ nơi đâu trên mặt địa cầu, nơi có những người tị nạn VN, sau khi cuộc chiến tranh ở đó chấm dứt từ những bội phản. Những cuộc thăm viếng tuy không thường xuyên nhưng cũng không thưa thớt, những cuộc thăm viếng không nồng nã nhưng cũng không quá lợt lạt. Có một cái gì đó lẩn khuất ở đằng sau những cuộc trò chuyện lấp lửng, những đối đáp không đầu không đuôi với giọng điệu vừa lãnh đạm vừa nấn níu, giữa người chủ nhà kín miệng, và người khách cũng ít lời. Mối liên hệ mù mờ giữa hai người càng làm tình cảnh thêm lạ. Họ không phải cha con tuy sự cách biệt tuổi tác dễ làm người ta ngộ nhận. Bạn vong niên? Cũng không. Cách xưng hô tỏ ra không có gì là thân thiết. Ông và tôi. Chuyện trò không tỏ ra gì là thân thiện. Họ nói với nhau bằng cái giọng xẳng lè, những câu cụt ngủn cụt ngắn, chẳng đâu vào đâu, lắm khi còn nghe ra thoang thoáng những móc méo, xỏ xiên... kể cả có khi lên giọng thách thức. Người chủ đón khách với thái độ dửng dưng mà lạ đời, người đọc có cảm tưởng nếu khách không đến hẳn là ông ta sẽ buồn tủi lắm. Còn khách thì đến như miễn cưỡng mà kỳ cục, người đọc lại nghĩ anh ta sẽ khổ tâm vô cùng nếu anh ta không thể ghé thăm. Tại vậy, mà không khí những lần gặp gỡ đó, chẳng những không rộn ràng mà ngược lại, dù sáng trưa chiều tối, cứ là cái không khí đùng đục của những cơn chạng vạng cuối ngày. Làm như giữa hai người có một nỗi uất ức gì mà không giải tỏa được. Cứ nhùng nhẳng như sợi dây thừng căng thẳng giữa hai đầu, khi căng quá có cơ đứt nên lại được bên này lỏng tay, rồi lại căng thì bên kia lại giãn tay... Cứ vậy mà ngày này qua ngày khác, lần thăm viếng này qua lần thăm viếng khác giữa Hoàng Thiệp, người trẻ tuổi hơn, vốn là sĩ quan chỉ huy đơn vị của ông Hòa Thanh, người đàn ông lớn tuổi, đã có thời là lính kèn, người lính theo truyền thống chỉ có hai nhiệm vụ chính: một là thổi kèn thúc quân khi xung trận và hai là thổi một trích đoạn của bản El Silencio khi làm lễ hạ huyệt những người lính tử trận. (À, điệu kèn truy hồn tử sĩ mà những người miền Nam trước năm 1975 vẫn nghe đến nằm lòng trong những buổi lễ tưởng niệm!) À thì ra, tình huynh đệ chi binh? "Vì tình xưa nghĩa cũ? Vì đồng hội đồng thuyền? Vì hai người từng sát cánh trong những hoạt động đấu tranh tìm con đường về ngày ông Hòa Thanh chưa lâm trọng bệnh?"*

Nhưng dường như cũng không hẳn vậy.

"Đôi ba dấu hiệu cho họ thấy hai người như hai kẻ đồng hành, bị hoàn cảnh bức bách chi đó, phải đi chung trên cây cầu dài, hẹp, chênh vênh, và còn đi lộn giày nhau nữa chưa chừng. Nhưng họ không thể đẩy nhau ra khỏi đời nhau. Họ phải chịu đựng nhau để sống còn. Mãi rồi họ biến thành cái bóng của nhau. Ông già bà cả nhìn trời tháng mười đoán được giờ giấc cơn tê thấp trở lại, hay trời tháng ba chứng nhảy mũi tái hồi, nhưng khó đoán cho chính xác mối liên hệ giữa ông Hòa Thanh và Hoàng Thiệp".

"Thiệp đến, lặng lẽ mở cửa như biết chắc cửa không bao giờ khóa. Anh ta bước vào với cái hỉnh mũi khinh thị kín đáo, hờ hững một câu hỏi, "Anh khỏe," rồi đi thẳng vào bếp.

Ông Hòa Thanh cũng lặng lẽ không kém, khác nhau là thỉnh thoảng ông tằng hắng như cố nhận sâu một chút đàm trong cổ."*
Rõ ràng, người đàn ông đã quá tuổi 60, thân xác bệnh hoạn mà dường như tinh thần chưa bao giờ sa sút dẫu cũng đã lắm gian lao. Từ vị trí người lính kèn của đơn vị, ông đã sống trọn đời mình cho vinh nhục của kiếp lính. Và từ đó, ông hãnh diện với sự có mặt của mình trong suốt những dặm dài khói lửa.
"Sự cất tiếng của ông chỉ có hai ý nghĩa: kẻ còn nghe sẽ là kẻ được truyền cho cái khí thế xung trận, ngược lại kẻ ấy cầm bằng đã nằm trong quan tài."*

Kiểu giao tình không lấy gì làm thuận thảo. Lạ vậy mà cứ ghé lại tìm nhau. Lạ như mọi thứ lạ lùng đã xảy ra từ cơn thất tán. Thử đọc tiếp một đoạn đối thoại giữa hai người.

" Thiệp lại hỏi:
"Anh khỏe?"
"Hỏi tôi khỏe thì có khác gì hỏi ông có yếu không. Nhưng yên tâm. Tôi chưa mất tinh thần."
Hai người lại yên lặng. Thiệp nhâm nhi hết lon bia, đứng lên ưỡn vai, giọng dửng dưng:
"Anh ăn gì chưa, chưa thì ăn đi nhá, tôi về đây."
Ông Hòa Thanh ít khi đáp. Thiệp nhìn ông lần nữa như nhìn hai cây kèn câm quen thuộc, rồi anh lặp lại, "Tôi về đây," và lặng lẽ mở cửa, lặng lẽ đi ra."*
Cứ vậy đó mà lần này sang lần khác. Kể ra có gì vui đâu mà lặn lội thăm nhau. Vậy mà người đến thì cứ đến. Người chờ thì cứ chờ. Lần này sang lần khác. Và bên ngoài, dòng đời cứ tiếp tục theo cái lẽ phải có. Chẳng hạn Hoàng Thiệp, viên cựu đại úy, bỏ xứ chạy qua xứ người, sau những bỡ ngỡ ban đầu rồi cũng xông xáo lao vào cuộc tranh sống mới.

Và kể ra cũng thành công. Vậy mà có lần bạn bè em út giục cưới vợ lại cứ lần xần nấn ná. Đàn ông ai mà không thích đàn bà, nhất là sau khi đã trần thân trải qua bao nhiêu là khổ nạn gần như chết đi sống lại. À cái chuyện sống chết. Lứa tuổi của ông nếu là người Việt thì ai mà không từng trải qua thứ kinh nghiệm hỏa ngục đó. Vậy thì có gì mà đến nỗi phải ngại ngùng, một khi đã chạy chết rồi thành công được ở xứ người. Nhưng không, đây mới là nỗi đoạn trường bậc nhất, đến nỗi đã trở thành một thứ bệnh tâm lý gần như bất trị của người cựu sĩ quan đã từng vào sinh ra tử. Từ lần bị vỡ trận cuối, ông đã trải qua một kinh nghiệm quá sức bi thương đến nỗi cứ bị ám ảnh không nguôi.

"Thiệp bảo anh bị chứng ám ảnh, không luôn luôn, chỉ thỉnh thoảng, là khi vừa khỏa thân một người đàn bà anh sợ hãi đậy ngay mọi thứ lại. Anh thấy người đối diện không ai khác hơn là người yêu cũ. Cô ta ướt sũng, mặt nhợt nhạt, một bên mắt mở thao láo, một bên vú nát bấy, máu nhuộm lên tới mặt và cổ, hình như gãy thêm mấy ngón tay. Đó là lúc anh đem đơn vị tháo chạy khỏi hậu cứ ở một tỉnh nào đó mãi miền Trung. Mặt đất nhầy nhụa tanh tưởi. Bầu trời đỏ ráng và khét. Tiếng thiết giáp hung hãn cày trên quốc lộ. Đạn pháo. Những tiếng hô xung phong. Những tràng súng liên thanh. Tiếng lựu đạn nổ. Tiếng kèn man rợ trộn với tiếng gào la đau đớn. Tất cả rối mù đến nỗi giàu kinh nghiệm chiến trường như anh cũng không phân biệt nổi đâu bạn đâu thù. Thế rồi Hoàng Thiệp hực lên với tiếng khóc trong cổ của người đàn ông. Anh bảo chính lúc ấy cô gái cứu mạng anh và nhiều đồng đội bằng một hành động liều lĩnh. Tới đó anh ngưng, không nói nữa."*

Thì ra vậy! (Người cựu chiến binh của cuộc chiến tự-vệ-và-bị-bán-đứng đó cũng như không ít những bạn đồng ngũ khác đã có cùng tình trạng chấn thương tâm lý, đã âm thầm mang thương tích hoặc trong các trại tù cải tạo rồi vùi nông thân xác đâu đó giữa rừng già, hoặc may mắn thoát thân sang bên này biển lớn, hoặc còn đang lê lết đâu đó trong sự bạc đãi của chính quê hương mình, những người cựu chiến binh đó, đã và đang âm thầm gánh chịu sự đục ruỗng âm ỉ mà dai dẳng của thứ kinh nghiệm máu xương. Thử nhớ lại chuyện những người lính Mỹ trở về sau cuộc chiến tranh Vùng Vịnh đã la toáng lên về những vết thương tinh thần mà họ gánh chịu rồi nghĩ đến những người lính miền Nam đã chịu đựng trong sự quên lãng suốt cả phần đời còn lại!)

Thì ra là vậy. Mà còn hơn vậy nữa "cô gái cứu mạng anh và nhiều đồng đội bằng một hành động liều lĩnh"* đó chính là con gái của người lính già, vốn đã nhiều phen thổi kèn truy điệu những đồng đội tử thương. Điệu kèn El Silencio với những nốt nhạc như từng giọt nước mắt khóc người, lặng lẽ.

Thì ra vậy mới có những cuộc viếng thăm gần như máy móc, thành ra mới có những lần trò chuyện dấm dẳng, lạt lẽo và lắm khi khích bác... giữa hai người đàn ông sống sót sau cuộc tan vỡ kinh hoàng cuối tháng 4 năm đó. Nhưng rồi dẫu là vậy, nhưng chưa đủ. Còn nữa. Còn một điều bí ẩn mà dường như ngoài hai nhân vật chính, chắc chỉ có nhân vật thứ ba, cô gái, nếu còn có một cõi linh thiêng nào đó, mới biết. Điều bí ẩn được giấu kín vốn là cốt lõi của truyện, làm nên ý nghĩa của những dòng chữ bưng đầu viết ra, hàng hàng từ nét thứ nhất. Chuyện tới đó đã đủ là một bi kịch. Loại bi kịch xảy ra hằng hà sa số trong suốt cuộc chiến 20 năm vừa qua. Nếu muốn, người ta có thể viết thành trường thiên tiểu thuyết. Riêng phần mình, ông Hà Thúc Sinh còn thắt thêm một cái gút, chặt tới nỗi cũng khó mà gỡ ra. Sao tôi nghĩ, chắc ông cũng không muốn gỡ ra. Vì nếu gỡ ra chắc chính ông sẽ là người khổ tâm trước nhất. Tập sách Đại Học Máu của ông đã nói trước điều đó.
Tuy nhiên, như mọi cốt truyện đều phải có thắt, mở rồi kết. Dù muốn hay không. Dù vui hay buồn.
Và rồi... truyện kết thúc với sự xóa bỏ một lời thề. Lời thề?
Vâng một lời thề. "Phải như Trần Hưng Đạo đã chỉ xuống sông Hóa mà nói, "Trận này không phá được giặc thề không trở lại khúc sông này nữa?"*

Không, không trang trọng và cũng không xa xưa như vậy. Gần đây thôi, đôi mươi năm trở lại đây thôi... trên xà lan ấy có người sĩ quan nói rằng, "Đi rồi về, về chiến đấu không về đầu hàng!"* sau khi sống sót trong lần tan hàng thảm hại ấy, nhờ vào sự hy sinh của cô gái con của người lính thuộc hạ.

Thử hồi tưởng lại một chút. Đã có một mối tình chân thành đến đỗi sắp đi tới hôn nhân rồi xảy ra thảm cảnh. Cô dâu chưa kịp may áo cưới đã đổi mạng sống mình cho sự an toàn của người yêu và những người đồng đội. Trận chiến tàn. Đám người sống sót thoát chạy trên một chiếc xà lan. Và chính trong lần thoát hiểm đó, khi mặt mày còn nám khói đạn bom, người đàn ông, người tình, người sĩ quan thất trận đã nói rằng "Đi rồi về, về chiến đấu không về đầu hàng!"*

Câu nói giản dị mà nghe ra lời khẳng quyết. Nhất là người nghe là người lính thuộc quyền và là cha của người con gái vừa mới hy sinh. Cái gút là chỗ đó. Thảm trạng là chỗ đó. Giao tình là chỗ đó. Mà hận tình cũng là chỗ đó.

Có những chuyện khó nhớ. Và cũng có những chuyện người ta không thể quên. Nhất đó lại là người cha của người con gái bạc phận. Ông đã chứng kiến tận mắt sự hy sinh phi thường của con gái cho người chồng tương lai của mình. Phi thường tới nỗi, sau cơn hãi hùng, những người còn lành lặn đã xúc động tột cùng để khăng khăng một lời thề. "Đi rồi về, về chiến đấu không về đầu hàng!"*

Có điều dù không phải người ta đã dễ dàng chối bỏ, viên đại úy và nhiều nhiều người khác nữa... sau những chạy vạy, những toan tính, những hợp quần rồi tan rã... đến một lúc, một lời thề hay vạn lời thề, rồi ra... đến lúc... cũng đành..!

"Thời thế đã thay đổi anh ạ. Với lại mình cũng cần sống."*

Một câu giải thích hay biện hộ ngắn, gọn. Đúng ra, đó cũng chỉ là một nhận định công bằng và dễ chịu cho hết thảy ai ai. Thời thế đã thay đổi. Năm chữ thôi. Kể ra đã đủ. Nhưng làm sao đủ hết cho hằng hằng uẩn khúc còn trong lòng của bao nhiêu kẻ đã buông súng vì một lệnh đầu hàng tức tưởi, vì một tính toán sai lầm, vì một sự bội phản trắng trợn, vì đã hết dạ hy sinh... Làm sao đủ hết cho mênh mông nước mắt, cho trùng trùng oan khuất mà triệu triệu người vô tội đã gánh chịu từ sau cơn đại nạn. Nhưng thôi. Đã bao nhiêu dâu bể được lấp đầy bằng hai chữ "thời thế". Và lần này cũng vậy. Chỉ hai chữ đơn giản đủ để xóa đi những lời thề. Nhưng thật ra có xóa sạch được hết không, những tàn phá sau cơn địa chấn. Biết vậy, nhưng sự chịu đựng rồi cũng có lúc nặng quá sức người. Con đường trước mắt, có lúc bỗng dài tới... vô tận. Mà lời thề rồi trở thành viên thuốc đắng khi đường xa mấp mé tới bên bờ ảo vọng. Người ta còn một phần đời phải sống! Dù vinh hay nhục. Dù gian truân hay thanh thản. Số phận con người là phải đi cho hết con đường mà định mạng đã vạch ra.

....

"Thiệp lấy giọng bồi hồi:

"Mười chín năm nhưng Thỏa - tên cô gái - vẫn bên tôi. Rõ như thảm kịch và lời thề. Tôi như kẻ bị đeo đuổi. Làm sao anh giúp gỡ hộ tôi lời thề."*

....

" Hoàng Thiệp đành im. Anh ngồi nghe từng tiếng kim đồng hồ treo tường khá lâu thì giọng ông Hòa Thanh mới trở lại, y như mấy giọt nước đục:

"Thôi được..."

Ông ngập ngừng. Hoàng Thiệp nhìn ông chìm trong khoảng tối. Bất ngờ anh ta ngỡ ngàng. Ông Hòa Thanh chầm chậm giơ cao một bàn tay run rẩy chào anh theo quân cách, rồi nửa lạnh lùng, nửa thổn thức, ông lặp lại, "Thôi được, từ hôm nay coi như sòng phẳng. Tôi liều gỡ lời thề cho đại úy vậy. Tôi hứa giùm con tôi coi như nó chưa từng thấy nơi bờ duyên hải ấy có một nấm mộ vùi nhanh, chưa từng nghe trên xà lan ấy có người sĩ quan nói rằng, "Đi rồi về, về chiến đấu không về đầu hàng!"*

....

Kết truyện buồn lắm. Buồn như hai câu đối đáp sau đây.

Một người nói:

"Chạng vạng lúc nào cũng buồn."*

Người kia dặm thêm:

"Phải nói chạng vạng của một niềm tin lúc nào cũng buồn."*

Câu viết, với tôi là một tuyệt xảo của chữ nghĩa. Chạng vạng của một niềm tin cũng là quãng cuối của một đời người. Vì thật ra, con người với niềm tin của họ chỉ là một. Sau lần chẳng đặng đừng giải oan cho lời thề cũ, người cha già bệnh hoạn, người lính kèn ngày xưa bỏ đi mất. Chỗ trống để lại như để thú nhận về sự thất bại của một niềm tin. Y như sau khi chạng vạng thì đêm tới mịt mù. Mọi hình thù đều lẩn mất vào bóng tối. Mọi chuyện được xóa sạch như chưa từng xảy ra. Y như chính ông đã có lần kiêu hãnh xác nhận giá trị tiếng kèn của mình trong đời sống quân ngũ. Người nghe hoặc sống để xung trận hoặc đã chết. Lý tưởng không thành thì mọi thứ đều là vô nghĩa:

"Ít ngày sau các cụ già trong khu dưỡng lão đường 75 khám phá ra người đàn ông bị chứng Parkinson đã âm thầm dọn đi. Nhưng điều người ta bàn tán nhiều hơn cả, đặc biệt những cụ già bản xứ, là những bài kèn tuyệt vời lần đầu cũng là lần cuối họ được nghe vọng ra từ phòng 304 vào rất khuya đêm ấy."*

Điệu kèn chót của người lính già dường như chỉ là tiếng vọng của từng nỗi oan khuất ông giữ lại cho riêng ông. Và lẫn trong những nốt âm thanh trầm bổng, ngân dài hay hụt hẫng dường như chỉ là tiếng động của những giọt nước mắt ứa ra từ đôi mắt vốn đã khô ran. Lối xóm ai nấy đều ngẩn ngơ rồi ngơ ngẩn.

" Tôi có tìm hỏi một cụ Việt Nam ở đây, cụ bảo đồng bào cụ đều buồn và sợ tiếng kèn ấy; đó là tiếng tiễn đưa một chiến hữu đã chết dù trong trường hợp nào, và người ta gọi nó là khúc Chiêu Hồn Tử Sĩ."

Có phải không, tiếng kèn đêm đó của người lính già còn là để hạ huyệt một niềm tin đã lỗi, cùng lúc để truy điệu hồn chiến binh nơi ông, thêm một lần bỏ súng.

Truyện không biết viết từ lúc nào mà làm xúc động như mới hôm qua hôm kia. Và sẽ còn làm xúc động tới năm sau, năm sau, năm sau nữa... tới khi nào còn những người Việt đã có lúc chiến đấu cô đơn cho sự sống còn của miền Nam, rồi phải bỏ nước ra đi, xứ lạ, rồi vẫn còn tiếp tục cuộc chiến đấu bị bỏ dở. Sự xúc động đó, sẽ còn đó, cho đến khi... lớp người đó lần lượt ra đi, cho tới lượt sau cùng, người cuối. Những lời thề, rồi sẽ được tẩn liệm theo. Ngày, tháng, nắng, mưa, vòng quay vật vã của đời sống và sự quên lãng thường tình của lòng người sẽ làm phai mờ hết dấu vết. Thế giới còn lại sẽ phơi phới, hồn nhiên như chưa từng có gì đã xảy ra.

Truyện chấm hết mà hồn truyện cứ chờn vờn như muốn vượt ra ngoài giới hạn của chữ nghĩa... Y như người lính kèn bỏ đi rồi mà vọng lại không thôi những hồi kèn ứ nghẹn uất hờn. Giọng văn thản nhiên, trung tính, chữ nghĩa khít khao, chắc nịch, không thừa không thiếu. Chuyện được kể lại như tự nó là vậy, như thị, làm như không có sự can thiệp của tác giả. Bi kịch ở đó và nghệ thuật cũng ở đó. Sự việc diễn tiến theo một trật tự tự thân, lạnh lùng đến vô cảm. Từ đó làm người đọc mủi lòng. Nói vậy có nghịch lý không? Không! Chính vì cung cách rạch ròi, dứt khoát, vô tính của sự việc được "liệt kê" gần như dửng dưng càng làm người đọc cảm ra cái vô tình đến bất nhân của lịch sử! Tác giả viết truyện bằng lối văn khô mà tạo chấn động, chữ thô nhám như đục đẽo từ đá núi, cứa đau tới tận những nỗi niềm. Chắc tại vậy, đọc xong rồi thấy sao ngồi bất động, đáy con mắt cay cay. Chợt nghĩ đến những người lính già, anh em tôi, bạn bè tôi, lứa tuổi đã sống chết trọn tình trọn nghĩa với cuộc chiến tranh ám muội mà hậu quả còn mãi đến bây giờ. Những người còn may mắn sống sót, giờ lay lắt cuối đời mình trong những góc phòng chung cư hẹp té, những nhà dưỡng lão om sòm tiếng nói lạ hoắc lạ huơ... lơ ngơ trên một góc giường xô lệch, lọt thỏm trong chiếc ghế bành quá cỡ, loay hoay với những viên thuốc tim thuốc suyễn... ở đâu đó, trong góc đời lẻ loi, trên xứ người lạc lõng... Đã có khi nào, một sớm mai nhợt nhạt, một chiều hôm lặng lẽ, một khuya im chập chờn... quanh đi quẩn lại trống trơn... bỗng nhớ, bỗng tiếc, bỗng hận... bỗng buồn!
Ngày tháng tiêu hao...

Họ đã sống quá đời họ, sống hơn những đòi hỏi của bổn phận và trách nhiệm thường tình, sống thay cho thế hệ mình để cố lội ngược dòng những cơn lũ. Tuổi trẻ họ dìm trong lửa đạn, chết chóc, tù đày... Họ đã trần thân đi suốt con đường thập giá của chính mình và của quê hương. Để sau rốt, trong cơn hấp hối của niềm tin, còn cố vớt vát vá víu từng mảnh rời hy vọng cho dẫu nhỏ nhoi, dẫu mong manh hơn bọt bèo đi nữa.

Rồi đến lúc, niềm tin cũng chỉ còn là ảo ảnh của những thề nguyền.

Rồi đến lúc, ngay chính họ cũng chỉ còn là cái bóng của chính họ, xiêu vẹo, nhạt nhòe khi trời chiều trở mặt sang đêm.

Đâu có gì buồn hơn khi ngày đến hồi... chạng vạng.

Cao Vị Khanh

** Kính tặng những người anh...*
** trích từ truyện Người lính kèn và viên đại úy của Hà Thúc Sinh.*

NP PHAN
Mùa Cũ Tàn Phai

đi qua mùa cũ tàn phai
nghe cơn gió thoảng chở đầy hoài mong
lên ngàn hái nụ hư không
nở ra đêm trắng bềnh bồng khói sương

dõi theo một cuộc miên trường
đã từng đắm đuối mộng thường ba sinh
xuống giang hà vớt ẩn hình
mở ra bốn cõi vô minh chập chùng

về đâu ảo vọng vô chung
thiên thu mời gọi muôn trùng bể dâu
vỗ về tâm thức gầy hao
gửi theo ta một lời chào vô ngôn ∎

HÀ NGỌC HOÀNG
Gặm Nhấm Nửa Bài Thơ

Bài thơ chạm vào đêm
Cơn gió làm đổ cuốn sách thức tỉnh lũ chuột
Chúng ăn mòn quá khứ
Tập thơ cũng bị gặm nhấm đến hiện tại

Cắn nửa bài thơ
Làm tôi lục lại trí nhớ
Ghi lại trang viết đầy ký tự rỗng
Âm thanh của đêm thật tĩnh lặng

Chỉ lũ chuột đùa nhau phá phách mọi thứ
Để tìm miếng ăn đêm
Ánh trăng soi qua cửa sổ
Gợi mở bài thơ chưa đặt tên

Hương hoa nào dịu nhẹ trong đêm
Làm ý thơ dừng lại
Câu kết vẫn còn để ngỏ
Chỉ có nhà thơ là còn chưa ngủ, ẩn suy tư ∎

Ninh Dương, TP Móng Cái

NGUYỄN NGUYÊN PHƯỢNG

Chỉ Là Em

Không ai khác,
chỉ là em
Mùa chưa kịp đến
đã mềm môi thơm

Điệu tình
lung liếng mắt ngoan
Một cung tim đắm
mấy hoang mê đời

Không ai khác,
là em thôi
Thu từ vô lượng
ngỏ lời trăm năm

Thơ tìm cuối đất
mù tăm
Cùng trời
đêm
hạnh ngộ rằm,
là em! ∎

Xuân Lộc, VN

TRÚC LAN
BẠN TÔI

Gởi bạn hiền Đào Văn Bá (Long Hải)

Quen biết nhau từ thời Sư Phạm
Bạn và tôi trọ học chung nhà
Hai năm chẵn đong đầy kỷ niệm
Biết bao nhiêu tình cảm chan hòa.
Cơn quốc biến: mỗi người mỗi ngả
Tôi ra đi biền biệt phương trời
Bạn ở lại nếm mùi tù ngục
Phá thành sầu- nốc chén rượu vơi.
Mười năm trước trở về quê cũ
Gặp bạn xưa quá đỗi vui mừng
Bốn mươi năm trời buồn cách biệt
Tâm sự hàn huyên, lệ ngập ngừng!
Gặp nhau tay bắt mặt mừng
Chưa vui tao ngộ đã buồn chia phôi
Từ đây góc biển chân trời
Nhớ nhau ghi khắc những lời hôm nay ∎

Montréal, Canada tháng IV.2023

THY AN
Trở Lại Châu Thổ

ngày trở lại em nhớ trăng cổ độ
giọt mưa chiều thấm áo mỏng lạnh vai
bến sông xưa còn ghi dấu miệt mài
hình ảnh cũ buồn như thơ sót lại
hiếm hoi nắng chút mùa thu hát mãi
tiếng ai cười như đãi ngộ lá hoa
trong góc nhỏ chút kinh vàng ái ngại
vuốt hồn ta qua mấy chữ thật thà

sáng châu thổ mây qua mùa nước động
chim chóc nào im lặng giữa thinh không
mắt ai đó dõi xa nhìn sông rộng
đất lở bồi như thương tiếc ruộng đồng
ngày trở lại con dế mèn vẫn sống
trái cây hiền trông ngóng đất phù sa
em cúi mặt thì thầm cùng rơm rạ
ta khát khao ray rứt dưới hiên nhà

vuông đời tối mấy dòng thơ rỉ rả
biển dâu mờ nhân ảnh có phôi pha? ∎

NGÀN THƯƠNG
VỌNG VU LAN

Tháng bảy đi viếng nghĩa trang
Đọc trên mộ chí dâng tràn niềm đau
Chỉ là lác đác một vài
Người chiến sĩ đã biệt đời năm xưa

Thắp nén nhang dưới sương mờ
Ngự Bình thông hát vi vu gió đàn
Có con bướm lượn khẽ khàng
Rồi nghiêng cánh đậu ngập ngừng trên bia

Ôi thương biết mấy cho vừa
Gần nửa thế kỷ âm thưa trong lòng
Cỏ gai đan kín mộ phần
Như hoang phế giữa hoàng hôn bao giờ

Trong làn khói quyện đong đưa
Mong hồn ai đó theo mùa Vu Lan
Siêu thăng tịnh độ huy hoàng
Về nơi cõi Phật Tây phương nhiệm mầu

Thảnh thơi hòa nhập trăng sao
Suốt đời ta vẫn nhớ nhau cội nguồn
Màu cờ, sắc áo vẫn hơn
Dẫu không còn nữa mỏi mòn tâm tư

Xuống đồi chạm ánh trăng Thu
Vắt qua thành Huế thẫn thờ đêm sang ... ∎

HUỲNH LIỄU NGẠN
Trắng, Gầy Và Xanh

hôm kia gởi nắng qua đồi
chồi đan lá
biếc/ xanh/ ngời/
mộng du

ô kìa /ô kìa /
trăng thu lả lơi à...
lả lơi ru... má hồng

bống bồng về đậu nhành sông
thấy tóc lan / mượt mà /
trông rất dày

mùi hoa sữa ở đâu đây
nồng nàn lên gió/
lên mây/
lên trời/

dù lan đứng/ hay
lan ngồi
che phía ấy/ cũng
lẻ đôi phía này

ba mươi sáu phố
loay/ hoay
lan rất trắng/
lan rất gầy/ lan xanh ■

15.5.2023

NGUYỄN SÔNG TRẸM
TÔI HÁT CÙNG THƠ

Đôi khi tôi ngồi hát thơ mình
Thả hồn bay theo nốt trầm nốt bổng
Từng cung bậc như sắc màu cuộc sống
Những chặng đời có màu xám, màu xanh...

Đôi khi tôi ngồi dưới bóng hoàng hôn
Giữa chiều không một mình cùng thơ hát
Nghe cảm xúc hòa theo từng cung bậc
Vỗ về tôi dịu nỗi đau đời

Tôi tan vào thơ bằng âm điệu không lời
Giấc mơ xa chìm giữa miền ký ức
Thời gian cứ lặng lẽ như dòng nước
Chợt giật mình trôi lạc một bến sông

Tôi hát cùng thơ – là cung bậc nỗi lòng
Nghe những buồn vui reo cùng màu nắng
May mà vẫn còn em bên đời – thầm lặng
Dưới hiên chiều thắp lửa sưởi hoàng hôn

Lời thơ tôi hòa trong cõi hư không
Tan vào giữa đất trời vô lượng
Như sương mai tan vào nắng sớm
Đọng lại thành cung bậc của thời gian... ∎

TÔN NỮ MỸ HẠNH
Về Thương Mưa Nắng Phú Yên

Lang thang nghe gió ru mình
Chim về Tháp Nhạn gọi tình lên xanh
Chóp Chài mây lửng vờn quanh
Sông Ba uốn lượn ánh trăng đôi bờ.

Đêm về chất ngất hồn thơ
Tháng năm biết có đợi chờ dài lâu
Hẹn qua hai mốt nhịp cầu
Sợ Đà Rằng lỡ dãi dầu mai sau.

Qua đèo lại nhớ Quán Cau
Dốc tình ai nỡ quên câu ước nguyền
Một thời bão lũ triền miên
Nắng mưa chẳng gột hết phiền muộn đâu.

Cánh đồng muối trắng sông Cầu
Chiều êm ả xuống một màu xanh trong
Khơi xa triền sóng mênh mông
Xô Gành Đá Đĩa nặng lòng gốm xưa.

Rừng dương xanh ngát bao mùa
Bãi bồi bát ngát ruộng dưa mỡ màng
Hội bài chòi dưới ánh trăng
Đẹp như cổ tích màu tranh thanh bình.

Cùng về đón ánh bình mình
Bãi Môn Mũi Điện nặng tình nước non
Biển còn hát giữa hoàng hôn
Có người lặng ngắm nỗi buồn quanh đây

Lên Dốc Găng ngắm Xuân Đài
Miên man cát trắng đổ dài chân mây
Tình theo con nước vơi đầy
Bờ xa sóng vỗ những ngày triều lên.

Biết người nhớ - hay đã quên
Vết chân se cát hồn nhiên đã nhòa.
Về thương phố cũ Tuy Hòa
Bao năm vẫn nhớ mùa hoa vườn người ∎

25/04/2023

XUYÊN TRÀ
Lục Bát Hai Câu

BÓNG
bóng còn không nhận ra hình
hỏi chi thêm cuộc tồn sinh mộng ngoài…

RƠI
nhẹ như bấc, nặng như chì
rơi, rơi mãi giọt từ ly lặng thầm…

TRẢ
trả chưa hết một đời tằm
mộng mị lớn xác còn nằm trong dâu…

HƯƠNG
bậu về để lại mùi hương
đạn không trúng mà thọ thương suốt đời…

THƠ
nhiều khi thơ chẳng giống ai
nửa khờ khạo nửa nằm dài phơi trăng…

XA
mây trời lờ lững chưa tan
sao em nỡ nói vội vàng lời xa…

MƠ
nằm nghe chăn chiếu thì thào
giấc khuya, mơ chợt nhựa trào cành thơm…

QUEN
nếu đi sẽ thấy còn nhiều
dẫu xa lạ chốn gặp, liều lĩnh quen…

BỤI
đất còn có chỗ dung thân
chỉ ta chung cuộc bụi trần bám theo…

ĐỨNG
lượng đời ân sủng bao nhiêu?
ngọn gió chướng đã hai chiều âm, dương…

ĐI
còi tàu giã biệt sân ga
khởi đi từ thuở quê nhà biệt tăm…

VỀ
bước về trăng rọi biên cương
ta bỏ cuộc hỏi giữa đường còn ai…? ∎

NGUYỄN THÁI DƯƠNG
ĐÀ LẠT, CHÚT ƯU TƯ...

1
Sương mù hết thiết giăng lừng lẫy
Mơ gì cái thuở rét làm run
Đà Lạt đâu còn Đà Lạt mấy
Ưu tư, khách ngó vạt thông cùn

2
Cơi nới quá đà, hồn vía... oải
Sương đi tị nạn dưới kia đèo
Mơ ngày Đà Lạt... quê mùa lại
Cho ngọn thông hiền mộc mạc reo

3
Du khách có lần nhìn tiếc nuối
Trước tán thông già sương hẩm hiu
Bất hồi trời mịt lên mấy cõi
Mới hay sương sớm đợi sương chiều

4
Chỉ là đính chính giùm Đà Lạt
Một thời sương chẳng thiết tha bay
Hóa ra muôn thuở lòng ký thác
Trách cứ là yêu lắm xứ này... ∎

LÊ CHIỀU GIANG
TRĂNG ĐỎ

> *"Ngoài ta ai đón trăng huyền lặn*
> *Mà dẫn nhau qua khỏi cửu trùng"*
> Thơ Trần Dần

Mùa trăng, với chúng tôi chỉ có một ngày duy nhất. Đúng rằm, phải đúng ngày 15.

Nghe cứ như ngày của cúng bái khói hương, với hoa trái cùng tiếng chuông chùa trong những chiều lao xao, đình đám...

Có tiếng vỹ cầm cũng như một hồi chuông, đã ngân vang cùng chúng tôi mỗi đêm rằm trăng sáng.

Em, người bạn của gia đình, mà lần đầu tiên gặp trong đám đông bè bạn tới chơi nhà, tôi đã ngồi mê man nghe tiếng đàn em, lắng sâu nhưng đầy sôi nổi.

Chỉ duy nhất một lần em lên căn chung cư nhỏ, sau đó em khẩn khoản, và nhất định chỉ đàn cho riêng tôi, với tôi ngay bên bờ sông vắng, mỗi đêm trăng.

Thương em mang bịnh tự kỷ, đã có phần ít hơn so với mê tiếng vỹ cầm, cùng với dáng em thấp thoáng chút hay hay giang hồ, bạt mạng.

Tôi đã rất đúng hẹn, ngồi đợi em mỗi tháng một lần trong đêm rằm, bên dòng sông trước căn chung cư nhỏ.

Có những khi em tới sớm, ngồi chờ tôi với khói thuốc mà đứng trên lầu cao nhìn xuống, tôi nghĩ em đang thả khói như một tiếng gọi mong chờ, giục giã. Phảng phất, mà tôi cũng hít hà cái hương thơm quen thuộc, đã theo gió bay quanh tới tận balcony cùng với bóng chiều tà, sắp tối.

Em ít nói, nhiều khi em không nói. Im lặng của em đã được thay bằng một thứ âm thanh khác, dìu dặt, mơ hồ: Massenet, Beethoven….

Ánh mắt em tôi khó nhìn ra những xúc cảm, bởi ánh trăng mờ sáng chỉ đủ thấy nhờ nhờ kiếng trắng em mang, trên gương mặt có chút gì man dại. Và như thế, đêm với tôi và em đã chẳng ai nhìn nhau cho rõ mặt, đã chỉ như những khoảng bóng tối, rọi sâu xuống dòng nước nhạt nhòa, trôi giạt theo chút bàng bạc của đêm trăng.

Em không xe đạp, không đi xe máy. Em chẳng dùng bất cứ phương tiện nào mỗi lần ghé thăm. Sau hai tiếng đi bộ mệt nhoài, tôi hay xót xa nhìn em ngồi lặng hồi lâu với rất nhiều khói thuốc.

Đặc biệt, violin của em không đựng trong hộp. Nó trần trụi với gió sương, cát bụi. Nó theo em cùng mưa nắng, những cơn nắng như điên, nắng chết người của Sài Gòn…

Em thường đặt cây đàn ơ hờ trong lòng mỗi khi chờ tôi yêu cầu thêm khúc nhạc mới. Meditation hay Élégie… Trăng, và dáng em lồng lộng giữa trời, với tiếng đàn điên đảo, cũng đã nhiều khi làm tôi bồi hồi, chới với.

Nhớ có lần tôi lỗi hẹn, không xuống cùng cây vỹ cầm và em. Tôi với một nhà đầy khách, một buổi vui chơi mà đã không thể nào bỏ ngang, từ chối.

Thoáng trong những lao xao của bè bạn, văng vẳng tôi nghe tiếng đàn bên sông vắng. Tiếng violin nỉ non rồi mất tăm cùng ánh trăng hò hẹn…

Em đàn đi đàn lại khúc Nocturne của Chopin, bản tôi đã nghe trong buổi gặp em lần thứ nhất. Xao xuyến, tôi muốn chạy bay xuống, nhưng đã không thể nào….

Đêm đó, thao thức đã bắt tôi phải hình dung ra dáng em buồn bã trên đường trở lại nhà. Em nghĩ gì trong căn bệnh hoang tưởng mịt mù đầy ảo ảnh? Sự khác lạ khi không có tôi bên tiếng nhạc thanh thoát có làm em giận dữ? Sao tôi nghe ra tiếng đàn em tối nay, những note và nhịp bỗng dưng lệch lạc, sai sót... lúng túng, rên rỉ như những lời gọi réo, thở than.

Sửa soạn cho một bữa ăn chiều ấm áp. Tôi muốn có thêm Anh, để chúng tôi cùng ngồi quanh với những ly rượu đỏ và tiếng vỹ cầm của người bạn nhỏ. Đã rất ý nhị, Anh muốn để yên chỉ mình tôi với em, bên dòng sông cùng tiếng đàn se sắt.

Có gì như chút lòng trắc ẩn, Anh không muốn chạm tới một cõi rất riêng của em chăng?

Cõi riêng của em mà đã rất chung, cùng tôi với tiếng violin và với cả dòng sông vật vờ trăng sáng…

Cõi riêng, đã giúp em vượt thoát hết buồn phiền ảm đạm, của một đời sống mờ mờ, không sáng mà cũng chẳng hề tối tăm.

Trải trên cỏ xanh là màu rực rỡ của cây trái và óng ánh sắc đỏ của rượu, với chút nắng chiều hắt xuống, tôi nhìn ra như một bức tranh tĩnh vật, lặng lẽ nhưng rộn ràng, xôn xao...
Em đã vui hơn mọi khi, em đã nói nhiều hơn trước.
Em dặn tôi đừng yêu cầu bất cứ khúc nhạc nào đêm nay, bởi em thèm một không gian tĩnh lặng.
Chúng tôi ngồi với trăng mênh mông trên sông và tiếng gió ngạt ngào thơm mùi cỏ dại.

Chợt em nói ra cùng tôi lời tha thiết... Một phản ứng tự nhiên không ngờ, tôi đứng ngay dậy như vừa phạm phải điều tội lỗi, bỏng lửa...
Trong bóng tối mà tôi nhìn ra em đỏ mặt. Em khóc.
Lúng túng tôi ngồi lại bên em, tôi muốn nói lời gì có thể làm em nguôi ngoai, nhưng cổ tôi tắc nghẹn. Ngôn ngữ nhiều khi thật vô nghĩa lại có phần khó khăn, ít nhất là trong lúc này, lúc mà tôi ráng tìm cho ra chữ, trí óc tôi lại trống không, trắng xóa.
Tôi đã nghe tiếng khóc trẻ thơ, mẹ già, thiếu phụ. Đã nghe ra tiếng khóc của chiến tranh, đói rách cùng biết bao khổ đau, trầm luân của đời người... Và ngay cả tôi đã nghe ra tiếng khóc bàng hoàng đầy bi thảm, trước nỗi chết.
Nhưng đã chẳng có tiếng khóc ai oán nào như em khóc cùng tôi đêm nay. Tiếng khóc của người chợt nhận ra mình không còn nơi nương náu. Chợt nhận ra mình tay không.
Nước mắt em nhỏ nhạt nhòa kiếng trắng, như ngấn lệ của tôi rơi, những ngày xưa thơ ấu.

Điều không ngờ nhất nên tôi chẳng có chút phản ứng nào để kịp ngăn cản, rất giận dữ em quăng cây đàn ra xa tắp giữa dòng sông.
Và chao đảo... Em bỏ đi lặng lẽ.
Tôi đứng trong hoảng hốt, nhìn cây đàn như một chiếc lá nhỏ vật vờ trôi.
Tôi bơi rất xa, tôi lạnh. Tôi một mình, đuổi theo tiếng đàn đang chết đuối giữa sông đêm.

Vụng về, tôi đã chẳng nghĩ ra cách nào có thể cứu vãn cây vỹ cầm sũng nước.
Xót xa tôi hơ trên lửa, lửa đỏ làm cong, uốn cây đàn mong manh ướt ra một hình thù rất khác.

Tôi hình dung ra gương mặt em bên góc đàn: méo mó, rục rã như một tác phẩm điêu khắc thời Trung Cổ, xa xưa…

Trăng California không khác trăng Sài Gòn. Có khác chăng là tiếng vỹ cầm đã không còn đắm đuối cùng tôi bên dòng sông cũ.
Rất nhiều năm, tôi treo cây đàn với hình thể gẫy cong ngay phòng khách, bên cạnh những bức tranh của Anh, như một phẩm vật ẩn chứa chút kỷ niệm u hoài.
Trăng cũng đã nhiều đêm rọi soi trên cây vỹ cầm những reo vui, cùng thảm đạm của bao mùa trăng cũ, và tôi vẫn nghe ra tiếng nhạc thiết tha như một gọi réo êm đềm.

Lần cuối cùng, dọn nhà cho một thay đổi rất mới, tìm theo chút hạnh phúc còn lại giữa đời.
Và, trước khi ra đi.
Vào một đêm rằm trăng đỏ, trăng của ngàn năm mới lửng lơ giữa trời, trăng mà đỏ như chiều tàn giữa một đêm thâu.
Rất dịu dàng tôi thả cây vỹ cầm xuống biển. Tôi đã chẳng vùng vằng, quăng ném cây đàn tội nghiệp ra giữa dòng sông như em.
Thiên hạ thường ra giữa lòng biển để rắc những tàn tro. Tôi đứng trên bờ nhìn cây đàn của em trôi dần xa, như tìm cho nó một nơi chôn cất mới.

Biển không êm ái, lồng lộng với gió đêm.
Dưới ánh trăng rực rỡ và đỏ như màu của máu ai, tôi thoáng thấy gương mặt em thảng thốt, vói theo cùng tiếng nhạc như một lời oán trách trăm năm.

Lê Chiều Giang

VŨ KHẮC TĨNH
NGHỆ THUẬT LÀ VÔ CÙNG

Nga đi dạy về chưa kịp thay áo quần và cất cặp sách vở, đã chạy đi tìm gã. Trong khi đó, gã nằm gục đầu trên đống sách vở nằm ngổn ngang trên bàn

Nga chạy đến bu cổ gã.

- Ngày mai mẹ về ở phi trường Đà Nẵng. Cha con mình đi Đà Nẵng đón mẹ, con xin phép nghỉ ở trường rồi.

Gã mắt nhắm mắt mở, tay dụi mắt:

- Cha mệt trong người biết đi có được không đây? Một mình con đi có được không?

- Con hồi nào đến giờ có khi nào đến phi trường một mình đâu! Giờ đi ra thấy cái gì cũng lạ lẫm, nói ra thì xấu hổ, người ta nghe họ cười. Cha cố gắng đi với con, mẹ thấy cha đi đón mẹ cảm động lắm đó.

Đêm đó, hắn thấy gã ủi áo quần treo trên móc, đánh bóng lại đôi giày cho mới để ngày mai đi Đà Nẵng đón vợ.

Từ ngày hắn gặp gã đến giờ, lần đầu tiên hắn mới thấy gã ăn mặc tươm tất. Dáng dấp không mập không ốm, với cặp kính cận dày cộm, gã đi với một cô gái lúc này không còn dắt theo con chó Nhật nữa. Con chó Nhật hồi đó đem về quê nuôi được một thời gian ngắn đã bị kẻ trộm trong làng rình bắt mất. Nga thương mến nó khóc hết nước mắt.

Gã lại bàn thờ bà cụ thắp nén nhang thật thành kính. Gã cẩn thận dặn hắn ở nhà tưới nước mấy chậu cây kiểng trước sân.

Gã quay qua hỏi Nga:

- Mẹ con về lúc mấy giờ?

- Một giờ ba mươi phút chiều máy bay hạ cánh xuống phi trường, làm thủ tục xong hai tiếng đồng hồ, sau đó khoảng ba giờ chiều mới ra được.

Hai cha con một già một trẻ lên đường lúc ấy là 9 giờ 30 phút sáng. Xe chạy khoảng ba tiếng đồng hồ là đến bến xe Đà Nẵng. Xe dừng, gã và cô con gái xuống xe.

Gã tấp vào quán nước giải khát nghỉ chân dăm phút rồi đi tìm quán cơm ăn trưa. Xong xuôi, đón taxi đi vào phi trường.

Trên đường, các loại xe lớn nhỏ lao qua nhanh mang theo một chút bụi đường và khói xe. Chung quanh nhà ga và trong nhà ga, người đến kẻ đi đông nghẹt. Gã nhớ ở nhà ga nào cũng ngột ngạt và sặc mùi chua, các chiếc ghế chật ních những người ngồi, những đứa trẻ thì ngủ, hành khách có người đứng, ăn uống, trẻ em có đứa không ngủ thì chạy lăng xăng, lúc nào cũng đông đúc. Dường như ở ga lúc nào cũng diễn ra những cuộc đi và đến liên tục không bao giờ dừng.

Gã cầm tay cô con gái, hai cha con đi lại trên sân ga dọc theo hành lang. Những người đi đưa tiễn và những người sắp đi đứng xếp hàng ngay ngắn trước quầy làm thủ tục giấy tờ tùy thân có vẻ xúc động và tỏ ra nôn nóng… Gã và cô con gái đứng trước cửa nơi ga đến. Lúc này đúng mười ba giờ ba mươi phút chắc tàu đã hạ cánh xuống phi trường và làm thủ tục lấy hành lý ra về cũng mất hết hai tiếng đồng hồ. Gã đứng xớ rớ, thấy đợi lâu quá, gã lấy thuốc lá ra hút bị bảo vệ nhà ga nhắc nhở không được hút thuốc nơi đây, gã dụi điếu thuốc bỏ vào thùng rác, Nga chỉ cho gã biết trên cây cột đầu kia có dán bảng báo cấm hút thuốc mà gã không để ý. Gã nói lẩm bẩm trong miệng, đúng là người nhà quê ít có dịp đến phi trường đâm ra ngờ nghệch.

Dòng người làm thủ tục xong đi ra cửa từng tốp một, Nga tiến sát vào bên trong cho dễ thấy, gã đứng ngoài chờ. Gã nhìn đồng hồ lúc này là 3 giờ 30 phút chiều. Vợ gã đi ra sau cùng, tay đẩy chiếc va-li to đùng. Nga đứng vẫy tay miệng gọi

- Mẹ… mẹ…

Vợ gã nhận ra đó là con gái. Nga càng lớn càng giống mẹ như hai giọt nước. Hai mẹ con ôm chầm lấy nhau mừng khóc thút thít.

Chị hỏi:

- Con đi với ai?

- Dạ, ba đứng phía ngoài.

Chị và cô con gái tiến về phía gã đứng. Và chị nhào tới ôm gã rất lâu, mặc cho đứa con gái đứng bên và những cặp mắt soi mói của những người đứng chung quanh. Gã xúc động nghe nóng ran người, mùi nước hoa nơi chị bay ra làm gã ngây ngất. Đôi môi của chị áp vào má gã rồi giữ nguyên ở đó. Cử chỉ này của chị toát ra vẻ tin cậy khiến gã thấy nhức nhối ở ngực, chị đưa ngón tay xóa đi vết son trên má gã.

Sao gã cứ đứng yên như bất động thế này nhỉ, phải nói với chị lời gì đó đi chứ, nhất định phải nói lời gì đi chứ, gã không được phép hoài nghi, gã quyết định rồi. Gã thầm nhắc đi nhắc lại nhưng rồi gã vẫn đứng nguyên như thế với nụ cười yếu ớt trên môi.

- Thôi chúng ta thuê xe taxi về. Gã nói.

Trên đường về chị hỏi gã

- Mấy năm rồi ở nhà anh làm gì, còn làm thơ siêu hình không, được mấy tập thơ rồi?

Gã không trả lời câu hỏi của chị mà chỉ nói:

- Em hỏi con Nga sẽ biết hết mọi chuyện trong nhà và ra ngoài ngõ. Anh nói ra cũng được, chỉ sợ gây ra mâu thuẫn vợ chồng không hay ho gì. Vả lại em mới về. Thời gian qua mấy năm ở Mỹ em làm được những việc gì? Sung sướng hay khổ cực?

- Em hả? Mấy năm mới qua thất nghiệp, xin chưa được việc làm. Mới có việc làm thời gian sau này, và em mua ngôi nhà trả góp 25 năm. Lần này em đem con Nga qua ở với em. Mẹ khỏe không anh? Em có mua tặng mẹ cái áo ấm.

- Mẹ vừa mới qua đời

- Sao em thấy mặt mày anh tỉnh bơ vậy?

- Chẳng lẽ anh khóc rống lên.

Chị là một con người rất khôn ngoan biết rào trước đón sau, dù anh có giận đi mấy cũng dịu giọng nói, anh không thể nói những lời búa bổ xuống đầu chị vì cái tội bỏ gã và con gái đi Mỹ. Chị ngoại tình mới được đi Mỹ nếu không làm sao mà đi được. Gã biết vậy nên ngậm bồ hòn làm ngọt. Gã ngồi im lặng cố xua đuổi những tư tưởng ấy ra ngoài cho nhẹ cái đầu.

Chiếc xe taxi đổ xịch trước cổng làng. Hắn ra mở cổng:

- Chào chị!

- Ai vậy anh?

- Chú này ở Sài Gòn, chú ở đây với anh làm ruộng, làm rẫy và làm thơ.

- Anh mà cũng giỏi vậy sao, hèn gì thấy anh dạo này đen và ốm!

Gã và cô con gái đẩy chiếc va-li vào nhà. Chị đứng lại dăm phút nhìn quang cảnh chung quanh, lững thững đi vào sau cùng.

Chị đến bàn thờ thắp nén nhang và vái lạy bà cụ.

- Em ở Mỹ về mà chẳng mua được gì nhiều, chỉ mua cho anh vài cái áo chemise và một con dao cạo râu, cho con Nga một vài bộ quần áo. Gọi là món quà Mỹ.

- Em mua làm chi cho tốn tiền, những thứ đó ở Việt Nam thiếu gì, giá cả rẻ nữa.

Chị nói chị biết nhưng vẫn mua, đó là thể hiện chút tình cảm đối với chồng con bao năm xa cách.

Thỉnh thoảng gã lên rẫy, Nga đi dạy còn lại chị và hắn ở nhà. Hắn nói chuyện với chị rất nhiều, hắn mới biết chị rất thích nói chuyện và nói rất nhiều, có công việc gì đó muốn đứng dậy đi mà cũng không đi được. Chị nói hắn ở đây sống được với gã thì quá giỏi, gã ít nói nhưng mỗi lần nói ra toàn là triết lý với một luồng tư tưởng kỳ lạ không một ai hiểu nổi, nên chị và gã không hợp tính nhau nhưng vẫn sống với nhau chắc có lẽ vì cô con gái.

Hồi bà cụ còn sống hay la ảnh hoài, quý trọng thơ ca hơn vợ, nên trong cuộc sống của anh chị hay xảy ra mâu thuẫn lên đến đỉnh điểm.

Hắn nghe và thấy hết mọi chuyện, nhưng hắn nói với chị rất ít về gã, hắn không dám nói nhiều, hắn tôn trọng gã cũng như tôn trọng chị. Hắn rất quý mến gã cũng như chị lần đầu hắn mới gặp, chị nói chuyện có duyên và có cái gì đó lôi cuốn người nghe.

Nếu chị nói chuyện có chừng mực và ít lại thì vẫn hay hơn nói nhiều, làm người nghe đôi khi nhàm chán.

- Chị về lần này chơi có lâu không?

- Được khoảng hai tháng. Chủ yếu về để bổ sung một số giấy tờ cho con Nga kịp phỏng vấn. Vừa rồi chị có nói với ảnh làm giấy tờ, chị sẽ bảo lãnh anh qua Mỹ nhưng anh nói ở lại quê sống chứ không đi. Đó là quyền quyết định của ảnh, chị tôn trọng.

Đã nhiều lần hắn có nghe gã nói về chuyện đi Mỹ nhưng gã không đi, hắn nghe và không can dự vào chuyện này làm chi, chỉ có vậy mà gã và chị không cải thiện cho cuộc sống tốt hơn. Chị đẹp nhưng trong suy nghĩ của chị hàm chứa biết bao nhiêu điều uẩn khúc làm sao hắn biết được, có đi guốc trong bụng chị đâu mà biết. Gã nói gà chị nói vịt. Đến giờ này mà chị vẫn còn nói không muốn gã dấn thân vào con đường văn chương, nếu gã nổi tiếng đã nổi tiếng rồi, mà nổi tiếng làm gì cũng không ăn được. Chị nói hồi còn ở Sài Gòn chị đi làm nuôi gã.

Trái lại với gã dù gì đi nữa thà mất vợ chớ không bỏ được niềm đam mê, gã nói một cách mạnh mẽ. Gã còn nói nghệ thuật là vô cùng.

Hắn thấy và hiểu được tâm trạng của gã. Tình cảm của gã và chị vẫn giữ trong lòng, nhưng bề ngoài không đồng một quan điểm chung. Hắn biết chị ghen với văn chương. Hắn thiết nghĩ cái mấu chốt của vấn đề là gã ít vỗ về chăn gối với chị mà lại bù đầu vào những trang sách và thơ siêu hình.

Tiếng xe mô tô chạy ầm ầm. Xa xa, một chiếc xuồng máy bên kia sông kêu xình xịch, những người đánh bắt cá nối đuôi nhau đi từ phía bờ sông lên bờ.

Đã đến lúc đứng dậy đi, trở về với trạng thái người đã lớn tuổi, trở lại một người điềm đạm như gã, mặc vào người bộ quấn áo bạc màu nắng gió của gã, chăm lo công việc chưa được chu đáo, bận bịu với ruộng đồng, rẫy nương, giấy tờ, nói những lời lẽ của gã. Phải vật vã lắm gã mới buộc được những lời cởi mở trong hắn.

Thông thường gã bước vào một ngày mới với tâm trạng nôn nóng, thậm chí hăng say giống như hắn. Nhưng hôm nay gã không hề cảm thấy tâm trạng ấy, không hiểu sao gã cảm thấy buồn và không muốn rời bỏ nơi này.

Từ trong ngôi nhà, gã băng qua cánh đồng rồi lên đồi. Lên đến nơi, có một vài người đi làm rẫy chạy vượt qua mặt gã. Họ đều mặc áo may-ô ba lỗ, quần đùi, cuốc đất trồng hoa màu, khoai, sắn là loại nông sản trồng ngắn ngày, mau thu hoạch. Mặt mấy người đó đỏ gay, đẫm mồ hôi, họ gật đầu chào gã. Gã không hề biết rằng có nhiều người buổi sáng nào cũng lên đây.

Hay đấy... hay đấy... Gã khẽ ngân nga. Gã lúc nào cũng làm chủ được mình. Trì hoãn, đắn đo làm gì nữa. Thử nghĩ mà xem, người ta cũng bắt chước gã trồng hoa màu, vì thấy gã trồng thành công. Có một vài người trong số họ đưa ngón tay vào miệng và huýt sáo nghe dội lại bên kia núi. Gã cũng bắt chước huýt sáo nhưng không thành tiếng, gã bỏ cuộc chơi huýt sáo. Mọi nỗi e sợ lo lắng của gã, tất cả những gì trước đây hình như không thể khắc phục được đều trở nên đơn giản, thật ra, cùng lắm thì cái gì đe dọa gã, quở trách chứ gì, cự tuyệt chứ gì, chẳng lẽ những việc đó lại quan trọng lắm sao? Tìm cách giữ được khu đồi trồng hoa màu là điều quan trọng hơn. Gã chỉ sợ dông gió, bão lụt làm tình làm tội giống cây trồng không giữ được thôi. Dĩ nhiên, phải bảo vệ vùng sông nước, kênh đập để có chỗ lấy nước tưới cây, khi suối khe gần đó cạn kiệt nước. Gã ngồi rung đùi.

Gã thấy ngọn đồi toàn là màu xanh bát ngát, màu nắng chảy tan dần nhợt nhạt đi và bị màu xanh cây lá thay thế, thấy bóng tối ngắn lại và sương long lanh như hạt kim cương đọng lại trên các lá cây. Những giây phút như thế xảy ra thật quá ít trong cuộc đời này, hay ít ra cũng không nhiều trong cuộc đời gã, trong cuộc đời hắn, và thế là một sai lầm.

Còn nếu việc trồng hoa màu đó không thành công thì cũng được thôi, không có ai dám phàn nàn về gã được, gã đã hết sức cố gắng kia mà. Cái cố gắng đó không phải là tội, đòi hỏi đâu phải lỗi, nếu bị trừng phạt cũng chẳng sao. Vì gã đã nướng hết số tiền dành dụm để mua giống cây trồng được ươm trong các bịch nylon nhỏ, chưa kể đến cuốc, xẻng, xà beng, máy bơm nước phục vụ cho giống cây trồng, phục vụ cho sản xuất. Có lẽ hắn kể ra mọi người sẽ hiểu và thông cảm cho những người đam mê văn chương lại phải đi làm nông.

Gã đi với dáng điệu quả quyết, với tâm trạng sảng khoái, thanh thản. Gã cảm thấy đôi chân hôm nay của gã sao bước thật nhanh nhẹn, gót chân đặt xuống trước rồi từ từ nhấc đến đầu ngón chân, gã cảm thấy tất cả các bắp thịt, các gân cốt ở đây đều làm việc hết sức nhịp nhàng. Giá như bao giờ cũng được như thế này thì quá tuyệt vời: dậy sớm, chạy ngắm nhìn vẻ đẹp, không hề sợ hãi gì hết, chỉ nghĩ đến những cảm giác tâm hồn gợi lên, nhìn lại bản thân mình qua buổi rạng đông và chim chóc. Giờ đây gã cảm thấy thoải mái và rõ ràng đến nỗi gã thấy thầm thương cha mẹ gã trước kia đã phải sống ở đây một cách kín đáo, lúc nào cũng phập phồng sợ hãi về cơ ngơi khang trang và thoáng đãng, sợ có ai đó dòm ngó.

Bỗng nhiên gã thấy khó chịu, cảm giác đó đến một nơi nào đó, gã quay đầu lại bắt gặp một đôi mắt đang nhìn gã từ dưới chân đồi. Đôi mắt chằm chằm dõi nhìn gã một cách trìu mến, ân cần. Người phụ nữ gật đầu chào và lầu bầu một câu nói gì đó không nghe rõ. Gã máy móc đáp lại. Sau khi đi vài bước, gã chợt đoán ra và quay đầu lại. Người phụ nữ đang xuống dưới về phía làng, sau lưng mang một gùi rau lang. Trước đây người phụ nữ đã ly dị chồng, ở vậy nuôi hai đứa con một trai một gái, chị thường mặc bộ áo quần màu xanh nhạt bó sát người, còn trên mái tóc dày mượt mà của chị bao giờ cũng có đội mũ rộng vành hoặc mũ lưỡi trai, hoặc một thứ gì đó duyên dáng.

Chị chào hỏi chuyện trò lúc nào cũng vui vẻ, cởi mở, với nụ cười dịu dàng trên môi. Chị không đẹp lắm nhưng có duyên ngầm, vì vậy mà nét e thẹn tỏa sức thu hút. Dù đã hai con nhưng nhìn vóc dáng chị rất hấp dẫn. Từ ngày chị ta biết được gã hiền triết ở ngôi nhà đó, chỉ có mẹ già và cô con gái, vợ sống ở nước ngoài, chị cảm thấy thích thú và mê gã. Lúc nào chị cũng tỏ vẻ khiêu khích và kích động sự thèm muốn nhục dục với gã khi vợ sống lâu năm ở nước ngoài. Chị bày mưu lập kế hầu làm lung lạc trái tim gã, nhưng chị đâu có biết được trái tim gã đã hóa đá lâu rồi.

Khi còn nhỏ, gã thường nhìn chị đi lại bên những giá sách chật chội trong thư viện của trường, chị để chạm bộ ngực vào các giá sách và gã cảm thấy thích thú xen lẫn xấu hổ. Khi đó, gã đã phải lòng chị. Giờ đây, gã hoàn toàn không hiểu được hành động đó, nhưng nhắc mình vội đọc cho xong quyển sách để có thể đến thư viện sớm, để đổi mượn cuốn sách khác. Năm tháng rồi cũng trôi qua, thân hình chị trở nên nặng nề, vụng về, nhưng điều đó xảy ra dần dần và cho đến nay gã vẫn nhận ra được ở chị một cô gái e lệ ngày trước.

Gã biết được thiếu người đàn ông để chia sẻ, để chăn gối ôm ấp những đêm giá lạnh của mùa đông nên chị đem lòng để ý đến gã, hòng khơi dậy trái tim chai đá của gã. Chị không kịp dập tắt ánh mắt của mình, gã gặp chị một cách bất ngờ, nhưng đáng chú ý là chị không có vẻ bối rối, không tránh đôi mắt đi chỗ khác mà hết sức thản nhiên tiếp tục nhìn gã với vẻ hơi lạnh lùng, không phù hợp với bản tính của chị lúc ban đầu. Có thể nghĩ, đó là thái độ trả thù nhưng do đâu và vì lẽ gì?

Không thể tưởng tượng nổi một người phụ nữ lại như thế. Vì một lý do đơn giản là không được đáp lại tình yêu nồng cháy của chị. Ngay đến cái tên của chị cũng rất đơn giản, người ta thường gọi là chị Ly.

Về đến nhà, khi đứng cạo râu trước gương, các câu nói cứ lần lượt xảy ra trong đầu gã. Câu trước nói hay hơn câu sau, điều đó khiến cho gã tức giận, cáu gắt thêm. Không phải gã tức giận gã mà tức giận người phụ nữ góa chồng đã lâu. Giá như chị Ly mắng gã, thóa mạ gã, đe dọa gã còn tốt hơn biết mấy. Đằng này, đem so với thái độ kiêu hãnh, đùa cợt và điềm tĩnh đầy ngạo mạn của những kẻ trí thức tế nhị ấy, chị Ly đã làm hỏng một buổi sáng đẹp trời như mơ của gã. Dù gã có trân trọng buổi sáng đó thế nào chăng nữa, nó cũng bị đầu độc.

Trong cuộc đời gã, có thể tìm thấy một vài phương án sống không được thực hiện. Mỗi người đều đã từng gặp cơ hội có thể chọn một cái nghề khác, ăn ở với một phụ nữ khác, hiểu và thông cảm cho việc làm của mình hay sống một nơi khác.

Ngay khi học ở trường trung học, gã đã có ý chọn ngành học sau này là ngành kinh doanh hay là ngành khoa học vì gã học môn toán rất giỏi. Nhưng rồi gã không thực hiện được ước mơ đó, dĩ nhiên là gã thi trượt, gã không làm được bài toán hóc búa làm mờ mắt gã, không biết lý do tại sao. Đến những năm sau này, bài toán đó còn ám ảnh đến gã. Thất bại trong thi cử làm cho gã nhụt chí khí. Để trả thù cho bản thân, gã nộp đơn vào Đại học Văn khoa, gã lại thích thú và đam mê với ngành học văn chương. Cuộc đời gã từ đó bước sang một ngã rẽ khác, gã đi tìm tài liệu để hiểu thêm và phát huy khả năng làm thơ, gã muốn hơn thiên hạ về cách vận dụng ngôn từ trừu tượng và mơ hồ một chút. Đó là dòng thơ siêu hình. Trong đời gã, có lẽ đây là thời hoàng kim nhất. Thật hạnh phúc khi nghĩ rằng mọi chuyện đều phụ thuộc vào gã, gã có thể làm nên cú hích trên con đường nghệ thuật, biết đâu được trong tương lai...

Vợ gã hồi xưa là một nữ sinh trường Gia Long xinh đẹp, gặp gã như bị thôi miên vì dáng dấp đẹp trai lãng tử. Gã là một sinh viên Đại học Văn khoa lãng mạn, cũng là một nhà thơ siêu hình, nên tình yêu đến với nhau mau chóng và dễ dàng. Nhưng ngặt một nỗi, khi chị đã là vợ, chị không muốn gã lún sâu vào con đường làm thơ để cứu cánh, chị muốn gã làm một ngành nghề khác có thể kiếm được nhiều tiền, cho nên trong gia đình sinh ra mâu thuẫn. Mới đầu, chị nói nhỏ vừa đủ nghe, sau thì lớn tiếng đến nỗi những người hàng xóm cũng nghe, và chị hay bỏ nhà đi chơi lang bạt đâu đó với bạn bè vài ngày mới về nhà.

Gã buồn, hay uống rượu và lao đầu vào làm thơ ca siêu hình mang tính chất triết lý hoài nghi thấm đượm tư tưởng siêu hình, đầu óc lúc nào cũng nghe tưng tưng như đi trên mây trên gió, nhả ra những ngôn từ hư hư thực thực mang đậm chất triết lý mơ hồ.

Từ những lập luận khó hiểu và trừu tượng, hắn bỗng chuyển sang những chuyện vụng dại trong cách cư xử của gã, biến ưu điểm của gã thành khuyết điểm, biến tính chất phác của gã thành đần độn ngu ngốc, biến lòng yêu chân lý của gã thành ra những chuyện bâng quơ.

Hắn thuyết phục gã rằng lòng tốt và sự trung thực phải được thể hiện một cách thông minh, phải sử dụng sự khôn khéo, phải biết đánh thức bất kỳ một kẻ đốn mạt nào cũng có thể làm hỏng việc làm tốt đẹp nhất. Tất cả những kẻ háo danh ấy, tất cả những kẻ đố kỵ ấy, tư lợi ấy, và những kẻ gian xảo vụ lợi ấy đều là những kẻ cô thế. Trong cuộc sống hư thực, không thể giữ trong sạch đến mức vô trùng. Nếu muốn làm một việc quan trọng và cần thiết, phải vừa mềm dẻo vừa quyết liệt.

Vào những ngày của mùa đông xa xưa, khi gã vừa đám cưới xong, gã thường đưa chị đến đây. Họ lao vùn vụt xuống tận mé sông, và khi leo trở lại lên đồi, họ đua nhau chạy thục mạng, người ướt đẫm mồ hôi vừa thở hổn hển lại vừa thích thú.

Anh không tin ngay được là em có mặt ở miền quê này.

Chị nắm tay gã, gã vẫn chậm chạp đi không quay đầu lại, chị gần như vừa níu lấy gã vừa lấy lại hơi thở. Dù sao đi nữa thì đúng là chị thật, gã gọi tên Thùy bằng một giọng run run.

Đó là một mùa đông xa xưa... Mấy mươi năm rồi, bây giờ không còn là mùa đông nữa. Chị lại về đây với một tâm thể khác. Không nên hỏi xem chị tìm thấy gã như thế nào, do đâu mà chị biết được những mảnh vỡ tâm hồn giằng xé nhau khi tình cảm không còn mặn nồng. Chị cảm thấy sức nặng của tấm thân nòng hổi và nhịp tim chị đập mạnh dần chìm vào vô tận thời gian.

Vậy giờ... gã không tin chị. Gã nói với lòng biết ơn nhưng không thành tiếng, chị thầm tự nhủ, bởi vì gã không nói thành lời một điều gì hết. Cổ gã nghẹn lại vì đau đớn và biết ơn.

Hắn thấy gã sung sướng là chị đã kiềm chế lại được, đã nén lại được tình cảm của mình. Kiềm nén lòng biết ơn còn khó hơn kiềm nén một cơn tức giận. Nếu chị buông lỏng thì sao? Chị sẽ nói lung tung về những sở thích của gã. Có thể lắm chứ. Lần đầu tiên tính điềm đạm đáng khen của gã không làm cho gã sung sướng, mà trái lại, gã cảm thấy như một sự thành công nhất định về tâm tình con người. Trong đời gã, đã bao lần gã phải kìm hãm những cơn bột phát thịnh nộ như vậy. Chúng sẽ đưa gã đến đâu vào những cuộc đời giả định này!

Dần dần, gã đã quen và giữ được bình tĩnh trước mặt chị.

Chị vẫn chưa lấy lại được hơi thở đều đặn. Khuôn mặt chị như toát lên hừng sáng trong dòng đời đầy những sắc màu lung linh huyền ảo. Còn trên thực tế, chị vẫn còn ngạo mạn, vẫn còn tự hào về chút sắc đẹp tiềm ẩn trong con người của chị. Chị thấy mà gã hầu như không thấy được điều đó.

Môi chị chum lại vì ngạc nhiên, chị bước hụt chân và bỗng nhiên cất tiếng cười khe khẽ.

Từ giây phút ấy, chị đã có một ưu thế nhất định trong ngôi nhà này. Hình như gã đã nhượng bộ để gỡ bớt những gánh nặng trong tâm hồn gã, để an ủi gã, ít ra thì gã cũng thấy có vẻ như vậy, như bị trói tay trói chân trong một mớ hỗn độn.

Từ ngày chị về, ít khi thấy chị ngồi trong phòng khách uống trà. Sao hôm nay hắn thấy chị ngồi một mình, uống trà một mình, mắt chị nhìn chằm chằm bức tranh chân dung phụ nữ. Chị hỏi hắn:

- Bức tranh chân dung này ở đâu mà anh Dục có vậy chú?

- Em vẽ triển lãm ở nhà Văn hóa. Nga thấy thích em tặng cho Nga.

- Vậy à, bức tranh chân dung đẹp lắm.

Chị ngồi cười thầm, phụ nữ nào mà giống y hệt mình như hai giọt nước. Ở đời, có những cái xảy ra bất ngờ đầy thú vị.

- Em vẽ một cô bạn, không ngờ khuôn mặt ấy lại giống chị như đúc.

- Chú vẽ thật tuyệt. Đã đến lúc chúng tôi không còn gì quý giá ngoài bức tranh đó.

Hắn cũng có cuộc sống riêng của hắn, đầy sóng gió, hắn không cảm thấy mình là người xa lạ ở đây.

- Chị về làng quê này thấy không khí ở đây như thế nào?

- Sống ở đâu quen ở đó. Ở Mỹ thì thời tiết bất thường. Như ở Los chẳng hạn, sáng sương mù dày đặc, trưa nắng nóng, tối lạnh cóng người ngủ phải đắp chăn. Tháng này là mùa thu ở Mỹ, cây lá thay màu, trời trong trẻo rất dễ chịu. Chị về đây nắng nóng quá, dù là miền quê cây lá nhiều, nhưng không có gió cũng như không.

- Chị lúc nào mới qua lại bên Mỹ?

- Đợi Nga phỏng vấn có kết quả như thế nào, chị mới yên tâm đi.

Đôi khi, hắn có cảm giác như mình đang ngồi trong một quán cà phê. Tất cả sự đời tích tụ lại trong phin cà phê, rồi đột nhiên nhỏ từng giọt từng giọt xuống ly, không theo một trình tự nào hết, quay tròn chị, quay tròn hắn, cuốn phăng chị đến nỗi chị không còn nghe thấy lời lẽ của chính chị mà cảm thấy giọng chị mỗi lúc một rắn rỏi, mỗi lúc một hào hứng về những mẩu chuyện đời lan man chưa hề nói cho một ai biết, để làm chi, để cho gió cuốn bay đi.

Gã thì chưa bao giờ nói ra những lời như thế, gã sống rất tế nhị, dù chị có những mặt xấu được che bởi những cái mặt nạ, gã vẫn cho là tốt.

Hắn biết chị ở nhà một mình rất buồn, mùa này ở quê rất bận rộn. Sáng nào gã và hắn cũng ra đồng hay lên rẫy, trưa đứng bóng mới về đến nhà.

- Chị có chuẩn bị đi chơi đâu không?

- Một hai ngày nữa chị đi chơi với mấy chị bạn. Ra Đà Nẵng chơi vài ngày, sau đó đi Cù lao Chàm. Chị nói anh đi cùng cho vui nhưng anh nói bận công chuyện đồng áng. Chị cảm thấy anh bây giờ là một người khác, hoàn toàn khác xưa rất nhiều, thơ văn làm cho con người anh ấy thay đổi tâm tính.

- Chị không muốn anh làm thơ phải không?

- Theo chị, anh nên làm một cái nghề khác nhàn nhã mà có tiền, chứ nghề nông cũng kham khổ quá.

- Chị không nghe anh nói sao, nghề nông khổ, nhưng không bao giờ đói .

Hắn biết, dù thế nào gã cũng hiểu rằng mọi chuyện sắp sửa kết thúc và vì thế mà gã thấy thêm can đảm.

Hắn nói thế không đúng hay sao?

Vũ Khắc Tĩnh

chạy hoài không có chỗ dừng
tôi quay về đứng sau lưng vợ hiền
tủ thờ thiếu đủ gia tiên
cười thầm thằng bé điên điên thế nào
tôi đâu hiểu tôi ra sao !

01-6-2015 Rằm tháng 4 Ất Mùi

9

luân hoán
BUỒN ĐẦY
MẶT TRĂNG
THÁNG TƯ

LÊ MINH HIỀN

VÂN HẠ

Dẫu lìa ngó ý còn vương tơ lòng...

Cơn mưa đột ngột ập đến khi tôi vừa đạp xe ra khỏi trung tâm thành phố theo hướng ngoại ô về nhà từ sở làm. Vội vàng dắt xe vào một tiệm thuốc tây lúc này đã có chừng chục người đang đụt mưa.

Không ai bảo ai, không khí bình thường. Như mọi người tôi cũng hướng mắt nhìn ra màn mưa bên đường! Một lúc... Tôi có một cảm giác lạ lạ phía sau lưng. Tôi quay đầu nhìn: Một người đàn bà ngồi trên chiếc ghế đẩu, đầu quấn khăn kín mít chỉ chừa ra một phần chính diện khuôn mặt, hai tay âu yếm ôm một bọc nhỏ trong lòng cũng quấn khăn kín mít, gọn gàng đang nhìn tôi. À thì ra một baby. Người đàn bà không tỏ vẻ mất tự nhiên khi thấy tôi đã phát hiện việc nhìn lén người lạ. Đã vậy nàng còn mỉm cười rất thân quen với tôi! (tôi bắt đầu gọi người đàn bà là nàng vì nhìn kỹ một tí, một tí thôi, nàng còn trẻ lắm!). Tôi cười nhẹ đáp trả như một phản xạ tự nhiên, có phần lịch sự. Và... tôi bất chợt giật bắn người: Vân! Vân Hạ của tôi! Mối tình đầu của tôi!

Vân Hạ vẫn giữ trên môi nụ mỉm cười. Nhưng hồn tôi đã khởi sự một cảm giác ngày xưa, dẫu mới 9 tháng trôi qua, thuở hai đứa còn yêu thương nhau. Như có một luồng điện xao xuyến đang lướt qua từ giữa hai bả vai lên tới ót tôi. Cái cảm giác tôi vẫn hay cảm nhận mỗi khi xúc động! Tôi là một người đàn ông lãng mạn! Nhưng hễ yêu ai là yêu đến khôn cùng. Mang người mình yêu đặt lên những cung bậc hình ảnh đẹp nhất. Vân, ý nghĩa đầy đủ là Vân Hạ, vì hai đứa gặp nhau lần đầu vào một mùa hè, với phượng đỏ ve sầu và bầu trời lúc nào cũng xanh thẳm như cái tên của nàng. Vân Hạ nói:

- Anh khỏe không?

Một dòng xung điện lại xuất hiện, tuôn trào như một dòng dung nham. Giọng nói Vân Hạ vẫn hơi ngọng mà dễ thương lạ và đầy âm hưởng trẻ thơ như ngay lần đầu tiên tôi gặp nàng. Tôi run run:

- Anh khỏe. Anh mừng gặp lại em và... con!

Trông Vân Hạ nhỏ bé và ngoan hiền như một con mèo ốm. Nét mặt nàng trở nên sung sướng và hân hoan rõ ràng không che giấu. Bàn tay xinh đẹp ngày xưa không biết bao nhiêu lần tôi ve vuốt không chán khẽ lần vén lớp vải quấn quanh em bé cố ý bày ra ngay chỗ cần cho tôi thấy. Lúc này trông khuôn mặt và cử chỉ nàng hiền thục biết bao. Tôi hiểu ý nàng. Tôi chỉ còn có thể thốt nên vài tiếng yêu thương, nhưng chúng tôi đang thật sự hạnh phúc:

- Anh vui lắm!

Có một giọt nước mắt đang lăn dài trên má Vân Hạ!

Ngoài trời mưa đã bắt đầu thưa dần, bầu trời sáng ra và tươi mát lạ thường. Mọi người tản dần ra đường. Cùng lúc này, một cảm giác lạ lạ lần thứ hai lại xảy ra. Tôi ngước nhìn và hơi ngạc nhiên: Một người đàn ông đứng sau nàng từ hồi nào đang hầm hầm nhìn tôi. Tôi đã không nhận ra người này ngay từ đầu vì lẫn trong vài người khác. Cùng lúc tôi nghe giọng Vân Hạ chừng như lạc đi, như một cơn gió lạnh ngắt tạt ngang làm tôi bừng tỉnh ngay:

- Ông xã em!

Vậy là chúng tôi đã xa nhau hơn 9 tháng sau mấy đêm cuối cùng bên nhau và chúng tôi những tưởng không bao giờ còn có dịp gặp lại. Nhưng sau lần này sẽ là mãi mãi chia xa! Thôi thì cũng sẽ xem như một định mệnh đã an bài giữa tôi và Vân Hạ của tôi. Mọi việc tùy duyên. Biết làm sao được! Nhưng tôi chắc chắn một điều: Vân Hạ sẽ vui sống bên con như có tôi bên cạnh nàng. Ngày xưa tôi hay nói Vân Hạ sẽ sinh cho anh một cô bé giống y chang như mẹ nó!

Lê Minh Hiền

Stanton, Little Saigon, May 12nd, 2023 11:20 khuya

LÊ HÀ

Nắng Về Ngang Lưng Đồi

Con đường nhỏ dẫn vào nhà Miên ngoằn ngoèo uốn lượn bao quanh chân đồi. Trời không có nắng, nên đã trưa mà sương vẫn còn giăng kín trên đỉnh đồi. Hân nghĩ, chỉ cần đưa bàn tay ra trước mặt, có lẽ sẽ chạm được vào màn sương trắng mờ phía trên kia. Ở đây cây cối thật nhiều. Nhìn đâu cũng thấy một màu xanh ngắt của cây lá. Cả đám cỏ dại ven đường cũng bừng bừng sức sống, vươn những đọt non mơn mởn ra phía mặt đường. Chẳng giống ở phố, nhìn đâu cũng thấy những bức tường bê-tông trơ cứng, vô tri lạnh lẽo. Hân nhớ có lần trồng được chậu cây trước sân nhà, mỗi ngày nhìn từng ngọn lá xanh mướt nhú lên, vậy mà lòng vui đến rạo rực. Nhưng chậu cây chưa kịp lớn, một đêm Hướng về nhà muộn, bước chân chao đảo vì men say đã đá vỡ. Miếng sành vỡ nát, cứa vào chân đứa con gái chạy ra mừng bố. Những giọt máu đỏ chảy tràn trên sân khiến Hân hoảng hốt, chẳng còn thì giờ để đay nghiến chồng và ngẩn ngơ tiếc nuối cái cây đang thì con gái.

Đã từng yêu thương quấn quýt, giờ trong mắt nhau chỉ còn hờ hững, chán ghét. Hân nghĩ, phụ nữ dại nhất là sau khi lập gia đình, lại nghỉ việc ở nhà chăm con. Nếu không vì những ngày như thế, tình cảm vợ chồng chắc không đến nỗi cạn khô. Hướng một mình kiếm tiền, áp lực công việc, rồi áp lực kinh tế khiến Hướng dần dần đổi tính. Những bức bối gặp phải bên ngoài, lúc trở về nhà lại trút xuống vợ con. Hướng đâu biết, những lời nói thô lỗ của mình, sự cục cằn vô tình bộc phát, đều như những mũi kim châm chích đâm vào lòng vợ.

"Thằng này mà ốm mới đáng sợ, lúc đó đói cả lũ mới gay. Nhà chỉ toàn tàu há mồm chờ ăn. Chẳng được tích sự gì". Đó là lúc Hướng nghe vợ than thở cơn mưa dông vừa đổ xuống bất chợt khi trời đang găng gắt nắng, dễ khiến người ta sinh bệnh. Mà khi ấy, Hân vừa loay hoay ghé trường đón đứa lớn, lại vội vã chạy qua trường khác đón đứa nhỏ về nhà. Mưa tầm tã khiến ba mẹ con ướt rượt. Mưa lạnh, vậy mà chẳng bằng câu nói chế giễu của chồng.

Nếu không phải một lần vợ chồng to tiếng, Hân nói muốn ly hôn, Hướng cười khẩy: "Không có việc làm, không có nhà ở, cô nghĩ tòa sẽ xử để cô nuôi con?". Hân ngước nhìn ngôi nhà mà mình sống mấy năm nay, ngôi nhà Hướng được bố mẹ để lại, lòng lạnh buốt. Hân quyết tâm quay trở lại với công việc bằng mọi giá. Để rồi những bận rộn chốn công sở, chuyện đưa đón, chăm sóc các con đã khiến Hân dần chẳng còn bận tâm đến chồng. Hướng muốn về nhà thì về, muốn đi thì đi. Mâm cơm để dành trong bếp lạnh ngắt, qua một đêm không người ăn thì đổ bỏ. Nếu không phải nghĩ đến cảnh hai đứa con phải tách ra, hoặc cùng mình chịu khổ sống trong căn phòng trọ chật hẹp, sao Hân phải duy trì mái ấm chênh vênh như thế.

Hân đưa mắt nhìn triền đồi nở đầy hoa tranh trắng xóa phía xa xa. Ngay bên mép đường, hoa tàu bay nở tím rịm, khiến đàn bướm cứ vờn quanh. Bướm ở đây có màu vàng ươm, tựa như màu nắng. Chỉ cần nhắm mắt, Hân có thể cảm nhận được tiếng đập cánh rất khẽ của con bướm nhỏ vừa đậu xuống cánh hoa. Tiếng chim núi líu ríu vọng trong tiếng gió đồi vi vu thổi. Mùi của núi đồi, của cây lá, của cả hoa dại ngập tràn trong xoang mũi. Hân hít thật sâu mùi thanh sạch của núi đồi, bước chân trên con đường đất đầy đá cuội lạo xạo cũng trở nên nhẹ bẫng. Sự bình yên nơi đây khiến lòng Hân bỗng thấy an nhiên chi lạ, tựa như có dòng nước mát nhẹ nhàng chảy qua lòng mình. Bao nhiêu bức bối mang theo từ phố, đều bị không khí mát lành nơi đây gột rửa không còn dấu tích.

Hân vào góc bếp, lấy chiếc bình bằng đá cuội để cắm đám hoa dại vừa hái trên đường. Chiếc bình có màu trắng bồng bềnh như mây trời cùng những đường vân xanh uốn lượn lạ mắt, vậy mà hợp với đám hoa dại cực kỳ. Chiếc bình đá cuội ấy, chồng Miên nhặt được hôm vượt suối đúng ngày nước đổ. Rồi phải mất cả buổi trưa đục đẽo, Tằng mới gọt giũa thành chiếc bình hoa lạ mắt. Hân để ý hôm trước, Tằng cũng dùng chiếc bình đá cuội này để cắm mấy nhánh hoa dại đỏ rực anh hái dọc đường lúc lên rẫy về. Bóng chiều nhập nhoạng, gùi măng đè nặng trên lưng, vậy mà Tằng vẫn nhớ vợ thích nhất là mấy thứ hoa cỏ lạ lẫm trên rừng.

Hồi còn sinh viên, Hân hay cùng Miên đi về phía ngoại ô thành phố. Nơi đó, ruộng đồng xanh ngát. Hai đứa hay đi lang thang dọc bờ sông, hít thở mùi gió sông ngọt lịm, tiếng gió lào xào uốn lượn trên mấy ngọn tre cong vút. Miên lúc nào cũng thích thú ngắt đám hoa dại về cắm trong căn phòng trọ chật hẹp. Hân chẳng còn nhớ, đã bao lâu rồi mình đã không còn đi lang thang ngắm bình minh, thảnh thơi ngắt nắm hoa dại mang về nhà như thời thiếu nữ. Cuộc sống sau hôn nhân đã khiến Hân bỏ quên nhiều thứ. Cho đến khi nhìn đôi bàn tay to bè của người đàn ông chuyên làm việc nặng, ngồi tỉ mẩn cắm từng cành hoa dại vào bình, Hân chẳng thể nhớ nổi bó hoa cuối cùng mà Hướng mua về tặng vợ là khi nào.

Không giống Hân và Hướng quen nhau khi cả hai cùng hợp tác trong một dự án của nước ngoài. Miên quen Tằng lúc tham gia chiến dịch tình nguyện ở vùng cao A Lưới. Tằng là người đồng bào Cơ Tu. Cha Miên lo con gái chịu khổ khi theo chồng lên sống ở miền sơn cước. Nhưng Miên thích cuộc sống bình yên ở vùng đất này.

"Hồi mới lên đây, mỗi lần mưa là vắt bò đầy trên sân. Đêm hè mở cửa sổ, nửa đêm đang ngủ ếch nhái có khi nhảy vào mùng. Lúc đầu còn sợ, giờ thì quen hẳn". Miên nói khi cắp rổ ra vườn ngắt mấy ngọn lá chanh, mấy quả ớt đỏ, thêm nắm sả để xào đám ốc suối Tằng mang về hôm trước vẫn còn nhốt sau chậu. Ốc suối sau khi rửa sạch, hấp qua với sả, ớt, lá chanh thơm lừng, Miên dùng gai bồ kết gỡ lấy phần thịt, rửa lại lần nữa cho sạch nhớt rồi mới đem ướp với chút mắm muối tiêu hành. Tỏi, ớt, hành, sả, được Miên băm thật nhỏ, rồi phi với dầu thơm lừng. Khi góc bếp nghi ngút mùi thơm, Miên trút đĩa ốc vào đảo đều cho thấm. Trước khi nhắc chảo ốc xuống khỏi bếp, Miên cho vào vài ngọn lá chanh đã thái sợi. Ngoài sân, Tằng đang loay hoay làm món cheo cá. Bếp than đỏ rực đặt nơi góc sân lộng gió. Phía trên là mấy con cá suối đang nướng vàng ươm. Mỡ cá rớt xuống đám than hồng, phát ra tiếng lèo xèo.

Đám khói xám vút lên từ bếp than, theo làn gió chờn vờn quanh sân, bám theo bước chân Hân lúc cô chạy tới chạy lui làm chân sai vặt cho vợ chồng Miên. Khi cá suối nướng vừa tới, từng chiếc xương cũng giòn tan trong miệng, Tằng cho cá vào chiếc cối gỗ giã nhỏ cùng với kiệu nướng, riềng rẫy, tiêu rừng, ớt xanh, thêm chút muối. Tằng nói món cheo phải dùng chày, cối gỗ của đồng bào giã mới ngon. Khi ăn, miếng cheo thơm lừng trong miệng, mang theo vị cay của ớt, tiêu rừng, thơm lừng vị riềng núi, hương gỗ thoang thoảng như quyện trong thịt cá ngọt lịm. Dĩa rau rớn xào tỏi xanh mướt thơm lừng. Nồi cá um măng rừng nóng hổi, cay xé lưỡi. Bữa trưa nơi núi rừng, đều là những thứ tươi xanh do Tằng lên rẫy kiếm về. Hai đứa con Miên đến lớp, nên bữa trưa chỉ có ba người. Tằng trải chiếc chiếu dệt bằng thổ cẩm nơi hiên nhà. Trời mùa thu, nên nắng vàng nhưng không gắt. Gió núi thổi vào mát rượi.

Cơm trưa xong, Tằng và Miên xua Hân vào nhà ngủ. Hân nhìn vợ chồng Miên lúi húi sau bếp dọn dẹp. Lúc Miên cặm cụi ngồi rửa chén, mặt trời chênh chếch nơi ngọn mít sau nhà, đổ vạt nắng vàng ươm lên mái tóc Miên. Ở đây lâu ngày, Miên đã quen gội đầu bằng thứ nước nấu từ cây cỏ. Đó là mấy quả bồ kết nhặt sau vườn, thêm nắm lá chanh, lá bưởi, cỏ mần trầu và những thứ lá lạ lẫm mà Miên chẳng thể nhớ tên, Tằng thường hái về lúc lên rẫy. Nên bao nhiêu năm rồi, mái tóc

Miên vẫn cứ xanh miên man như thời con gái. Tằng vào góc bếp, lấy
chiếc nón lá treo trên tường, đội lên đầu vợ cho khỏi nắng rồi bước ra
giếng nước bên nhà, xách mấy xô đổ đầy lu nước, bê mớ củi khô sau hè
chất lên chái bếp đã lưng lửng. Xong xuôi, Tằng mới với lên mái tôn đã
ám đen màu khói, lấy xuống nắm thanh tre đã bóng nước, óng vàng
từng đường vân, bước ra hiên ngồi tỉ mẩn chẻ vót. Hân nghe tiếng Miên
cằn nhằn chồng: "Trưa không ngủ, ngồi vót đũa làm gì?". "Vót đôi đũa
cái", Tằng nói với vợ. Đôi đũa cái hôm trước Miên xới nồi xôi bị gãy.
Trưa nay mở nắp nồi ốc, Miên dùng đôi đũa ăn cơm đảo ốc, hơi nóng
bốc lên khiến bàn tay nóng rát. Không nghĩ Tằng vào gắp than nướng cá
lại thấy được.

Vật dụng trong nhà của vợ chồng Miên, hầu như đều làm bằng
các vật liệu tự nhiên như nứa, tre, gỗ, đá. Hân từng nghe Miên kể, mỗi
chiếc bàn, ghế và cả tủ, giường trong nhà, đều do chồng Miên tự tay làm
lấy. Ngay cả đôi đũa tre trong góc bếp, cái cốc đẽo bằng gỗ, mấy bình
hoa làm bằng đá cuội trên suối, chiếc lồng đèn treo nơi hiên nhà, đều do
Tằng tự mình làm lấy trong những buổi trưa không ngủ, giống như trưa
nay. Miên nâng niu mọi thứ trong ngôi nhà nhỏ của mình, như nâng niu
tấm lòng người đàn ông vùng núi.

Hân nhớ trước đây, chồng Hân tan sở cũng về nhà thật sớm. Lúc
Hân lúi húi nấu cơm, Hướng sẽ thay lại chiếc bóng đèn đã mờ trong
phòng tắm, đóng lại chiếc đinh đã lung lay trên ghế gỗ, gấp giúp vợ mớ
quần áo đã phơi khô thơm lừng mùi nắng, hay lóng ngóng chải lại mái
tóc cho con gái nhỏ. Hân đi chợ sẽ kiếm con cá ngon nấu món chồng
thích. Buổi tối sẽ tranh thủ ủi lại chiếc áo sơ mi thẳng thớm cho chồng.
Trước khi đi ngủ, Hướng sẽ hỏi các con muốn ăn gì buổi sáng. Lúc Hân
cẩn thận pha cho chồng tách cà phê thơm lừng, Hướng sẽ chạy ra đầu
ngõ, mua đồ ăn sáng cho cả nhà, để Hân có thêm chút thời gian rảnh,
cùng chồng ngồi nhâm nhi tách cà phê và ngắm nắng hắt qua song cửa,
trước khi lùa hai đứa con đến lớp rồi tất bật với những công việc không
tên ở nhà. Hân chẳng nhớ đã bao lâu rồi vợ chồng cô không còn thói
quen chăm sóc nhau như thế.

Hân cặn kẽ hỏi vợ chồng Miên những món ngon mà mình nếm
được mấy hôm nay, rồi cẩn thận ghi vào cuốn sổ tay nhỏ. Hân muốn
thử cố gắng lần nữa cải thiện mối quan hệ với Hướng, bắt đầu từ căn
bếp lạnh lẽo lâu nay. Lúc Hân khoác ba lô rời khỏi nhà Miên, nắng đã về
ngang lưng đồi. Ngọn nắng vàng ươm nơi phố núi đuổi theo bóng Hân,
kéo thành một vệt dài trên con đường làng lạo xạo đầy đá cuội.

Lê Hà

LƯU LÃNG KHÁCH
SAO KHUYA VẪN SÁNG

Phàm là người yêu thơ, làm thơ, trưởng thành trước và sau 1975, có thể nói một câu rằng: Chẳng mấy ai không biết đến nhà giáo Võ Tấn Nhơn, thi sĩ Vũ Hồ (bút hiệu khác: Hoàng Đôn Di), từng tỏa sáng khiêm tốn mà lung linh, trên bầu trời thi ca miền Nam, từ hơn nửa thế kỷ trước. Trước 1975, đã cộng tác với trên các tạp chí *Trước Mặt*, *Khởi Hành*, *Cầm Bút*, ban Tao đàn Tiếng thơ miền Trung (1967), biên tập viên các tập san giáo dục. Người là một trong những tài hoa ưu tú, của quê hương Núi Ấn Sông Trà, suốt giai thời đất nước chìm trong máu lửa chiến tranh, cho đến sau ngày non nước thái bình.

Cố thi sĩ Vũ Hồ sinh ngày 31/08/1932 và mất ngày 21/04/2018, chánh trú quán tại thị trấn Sông Vệ Tư Nghĩa Quảng Ngãi. Là trưởng nam của một gia đình thương mại, với vài ba cửa hàng tại thị trấn Sông Vệ, ít nhiều có tiếng tăm nơi xứ Quảng thời xưa. Người lập gia đình từ rất sớm, khi còn là sinh viên Văn khoa, với hơn 4 năm trọ học, nơi Sài thành hoa lệ. Từ nhỏ, Người đã giỏi văn chương, được những cây bút tài hoa nơi quê hương như: Lê Vinh Thiều, Lê Vinh Ninh, Nguyễn Khắc Minh, Nguyễn Lâm Anh... mến phục. Dù sự nghiệp cha ông để lại là vậy, nhưng chàng thi sĩ lúc bấy giờ, không thừa kế việc kinh doanh, mà theo học để lấy bằng Cử nhân Văn khoa, sống tự lập thanh bần, làm cái nghề cao quý nhất. Và Người đã trở thành một trong những nhà giáo đáng kính đáng yêu, giàu đức độ, đã đào tạo những học sinh giỏi văn qua nhiều thế hệ, cho quê hương xứ sở.

Với chiếc xe đạp cà tàng, cùng chiếc cặp da đựng giáo án cũ mèm, Người đã rong ruổi khắp nơi, đến đâu cũng luôn để lại những dấu ấn tốt đẹp. Thiết nghĩ chắc rất ít người, phải bôn ba chuyển đổi nhiều nơi, suốt một đời bán chữ của mình, như cố thi sĩ Vũ Hồ. Người đã từng giảng dạy ở Quảng Ngãi Nghĩa Thục, Văn Hiến, Trương Đăng Quế, Bình Sơn, Lý Sơn, Tư Nghĩa, Lê Khiết... (Theo lời anh con rể thứ Đoàn Thế Đôn tâm sự). Anh Đôn đã kể, thật cảm động biết mấy, khi năm 2005, nhân chuyến về thăm quê (Lúc ấy cố thi sĩ còn khỏe), đã đưa ba vợ ra Bình Sơn, tìm thăm lại nơi Người từng cư ngụ để giảng dạy. Khó khăn lắm mới tìm về đúng nơi ấy, khi đất nước nơi đâu, cũng ngày một đổi thay. Thật không thể nào ngờ được! Cảnh trước mặt đã làm vị giáo già cảm động rơi nước mắt. Sau ngần ấy năm trời, người dân địa phương vẫn giữ nguyên trong căn nhà xưa, bộ bàn ghế gỗ của thầy giáo Nhơn đáng kính ngày nào, nằm im lìm ngay chỗ cũ, không hề bị xê dịch. Nó như một vật thể có linh hồn, một bằng chứng sống, gắng thi gan cùng tuế nguyệt, đợi người xưa trở về thăm chốn cũ. Cảnh tượng ấy, đã nói lên lòng kính ngưỡng của người dân địa phương, dành cho người thầy từng dạy dỗ con em mình. Đủ biết họ đã yêu quý vị giáo già như thế nào. Những tia mắt như rực sáng lên niềm vui ấm áp, mừng rỡ được dịp tiếp đón nồng nhiệt, nhà giáo thi sĩ từng gắn bó với họ, khi chốn cũ vẫn chờ, và người xưa đã trở về thăm lại.

Cố thi sĩ Vũ Hồ là người mực thước hiền hậu, ít nói nhưng quyết đoán. Chúa Phật đã ban cho ân huệ, nhà giáo thi sĩ được se duyên cùng mỹ nhân Hồ Thị Giám, như một cặp trời sanh. Và bút danh Vũ Hồ được hình thành từ cuộc hôn phối mặn mà, giữa họ Võ (chữ Vũ) giao quyện gắn bó thiên thu cùng họ Hồ (chữ Hồ), như buộc đôi trai tài gái sắc vào nhau, suốt thiên niên vạn đại cùng bút hiệu vậy.

Chẳng biết giai nhân đất Sông Vệ thuở ấy, có sức hút diệu kỳ thế nào, mà cố thi sĩ đa tình lãng mạn, thơ thấp thoáng những bóng hồng, đã dành cả một đời yêu vợ thương con, thủy chung trọn kiếp với một người mang tên Giám mà thôi. Xin đôi lời về người vợ, người mẹ ấy: Hồ Thị Giám là con gái của một gia đình cũng có chút danh giá, ít nhiều môn đăng hộ đối, với nhà trai họ Võ, theo quan niệm thời phong kiến lúc bấy giờ. Dù chẳng phải là tiểu thư khuê các, lá ngọc cành vàng gì cho lắm, nhưng trời đã ban cho, người con gái họ Hồ, có một vẻ đẹp thâm thúy, thanh tao quyến rũ. Nàng như một tặng phẩm sinh ra, từ tinh túy của đất trời, mà tạo hóa đã dành riêng tặng, cho chàng thi sĩ miền núi Ấn sông Trà thuở ấy. Dưới bão đạn mưa bom khói lửa mịt mù, mỹ nhân Sông Vệ đã 9 lần sanh hạ, cho nhà giáo thi sĩ, những 6 công chúa và 2 hoàng tử (một đã mất lúc mới sinh). Nhờ có hiền thê đẹp người đẹp nết, một dạ tôn thờ phu quân, yêu chồng thương con hết mực, ai quen biết đều quý mến bà Hai Giám. Nên cố thi sĩ càng được bà con yêu quý, bạn bè trọng vọng hơn. Từ các bậc cao niên, cho đến thế hệ trẻ, ai hữu duyên, được diện kiến người vợ, người mẹ, có thể nói là hiếm thấy này, đều không khỏi thầm cảm phục quý mến bà. Gần 90 tuổi, mà bà vẫn còn quá minh mẫn, với khuôn mặt lão bà một thời sắc nước hương trời, ít nhiều còn phảng phất, trong ánh mắt đầy thiện cảm, trong nụ cười phúc hậu, ấm áp thâm thúy khi giao tiếp. Từ sâu thẳm trong tâm hồn lão bà, chừng như vẫn sáng mãi ngôi SAO KHUYA không bao giờ tắt, vẫn ngọt ngào bao ý thơ, đêm đêm đêm ru dỗ giấc an lành...

Có lẽ cùng với sông Trà, dòng sông Vệ nơi quê hương Người, đã sản sinh, hun đúc và nuôi dưỡng, di dưỡng một hồn thơ lai láng, cho người tuấn kiệt, cho kẻ tài hoa. Và hồn thơ ấy càng phát tiết lung linh rực rỡ, ngào ngạt thi hương, nhờ sóng mắt giai nhân, cùng giọng oanh thỏ thẻ ngày đêm, trong bể ái nguồn ân, như điểm tô, đính ngọc dát vàng, nâng dìu bay bổng những cánh thơ. Nếu ai hữu duyên cầm trên tay thi tập SAO KHUYA, xuất bản năm 1963, và SAO KHUYA Tuyển tập Vũ Hồ xuất bản 2019, sẽ thấy được: Thơ Vũ Hồ chẳng những rất lãng mạn, có hồn, mà còn ẩn chứa một điều gì khó tả, thường chỉ thấy ở các bậc vĩ nhân. Nó không rõ nét lắm, nên ta hãy ngược thời gian, cùng Bùi Giáng chong đèn, đi tìm ẩn ngữ của SAO KHUYA thuở nọ.

Thật không dễ gì, một chàng trai tỉnh lẻ, dù tài hoa lịch lãm, được đàn anh Bùi Giáng, viết tựa cho SAO KHUYA, được người đương thời đón nhận nồng nhiệt. Lời tựa có đoạn viết: "... Màu Sao Khuya lạ hơn màu trăng mới. Huyền ảo hơn màu hoa đầu... Chúng ta may mắn gặp anh ở một khúc quành của giang hà xứ sở. Cùng ngồi lại thư thả ngó chân trời. Chân trời khuya đi trên dặm đất. Chân trời khuya đi trên đầu ngọn cỏ lá cây...".

Và cũng không dễ gì, được thi sĩ tên tuổi đình đám như Vũ Hoàng Chương, nhà thơ từng được đề cử giải Nobel Văn học (năm 1972), giới thiệu thơ Vũ Hồ trên các báo, vén mây cho công chúng thấy một vì tinh tú cô đơn khiêm tốn, đang lấp lánh lung linh, trên bầu trời thi ca miền Nam thuở ấy. Để thơ Vũ Hồ, xuất phát từ non sông xứ Quảng quê hương, đã được chắp cánh thêu hoa, thổi hồn bay cao bay xa, vượt ra ngoài miền Trung bão lũ, đến khắp mọi miền, trên tổ quốc thương yêu. Và không dễ gì, làm cho giáo sư thi sĩ Tạ Ký, khi đọc SAO KHUYA phải thốt lên rằng: "Về miền Trung trong những đêm trăng, đọc Vũ Hồ để tìm ẩn ngữ trong SAO KHUYA".

Nhà văn Lê Hồng Khánh có bài đăng trên báo Quảng Ngãi, đã từng gói trong mấy dòng, khi viết bài Thơ Vũ Hồ - Những âm thanh nốt trầm (16/07/2019): "... Lại có người làm thơ, ẩn khuất sau bề bộn nhân sinh, lặng lẽ nghe dư ba trần thế, rồi gửi trả cho trần thế, chuỗi tín hiệu ngôn ngữ nhiều khoảng lặng. Vũ Hồ đã đến với người đọc bằng con đường này... Thì thôi vậy, buồn hay vui rồi cũng trọn một kiếp người. Nửa sợi tóc trôi vào trong giấc mộng, đã nối cùng nửa kia vẫn nằm im trên chiếc gối ngày nào, chập chờn tan vào cõi thiên thu. Chỉ còn lại nơi đây, bây giờ, những bài thơ của một người nặng tình cùng bể dâu nhân thế".

Với người viết bài này, thì từ khi chập chững làm thơ, đã từng nổi da gà cảm phục, khi nghe bạn bè đọc dăm bài thơ của Người, nhất là bài Ta Ngồi Đó, có đoạn phải chăng nghe mà bất khả tư nghì: "Ta ngồi đó tự bao giờ. Quán xiêu mái lá giọt mưa thì thầm. Nghe trời cựa dưới bàn chân. Ngó quanh thấy bóng mình gần xanh rêu... Có buồn chút ngọt mưa đông. Cũng chao nắng hạ về trong cốc đầy. Có yêu nhau những tháng ngày. Mới hay sóng vỗ sông dài nối sông... Có em đứng đợi ngoài kia. Còn ta ngồi đó giữa khuya quán người". Theo chủ quan thiển nghĩ, ngoài những bài những đoạn thơ tiêu biểu, của cố thi sĩ Vũ Hồ, mà anh em bè bạn văn chương, đã trích dẫn trong bài viết của mình, kẻ hậu bối này cũng xin mạo muội, trích ra đây dăm đoạn tâm đắc, cùng cảm nhận thô thiển. Chứ thật tình, lòng chẳng dám bình thơ, của thi sĩ tiền bối mình kính ngưỡng.

Thuở ấy, khi chưa hữu duyên được cầm trên tay Tuyển tập SAO KHUYA. Chợt một hôm mở trang Thi Nhân Quảng Ngãi, tâm trạng thật khó tả, với hình hài ngồi như pho tượng, dường như thấy mình trong đó, sau khi đọc trọn bài thơ Về Làm Chi Nữa của Người. Bài thơ cũng mới đăng thôi (cuối năm 2008). Một nỗi ngậm ngùi tiếc nuối, ẩn lời nỉ non mỏi mòn mong đợi trong cô đơn sầu muộn, mà lại làm ra vẻ hững hờ. Đọc câu kết: "Về làm chi nữa, em về không em?", kể cũng đủ hiểu lòng thi sĩ thế nào, trong tình yêu giữa cuộc trần dâu bể.

Mở đầu tuyển tập SAO KHUYA, ta đã thấy nỗi cô đơn trong bước rong chơi, của một tài hoa chưa lạc hướng mù phương, như thờ ơ trong thế cuộc đổi dời, với những điều sâu kín dường không bình ổn: "... Hồn tha ma đang ngủ gục giữa đời. Phố câm đèn rởn-rợn tiếng mưa rơi. Xác lêu-lổng quên đường về lối cũ... Giết tương lai trong ngục thất tình si. Chân giẫy-giụa gót giày khua ảo vọng... Thế giới đang đi – lý-tưởng trăm chiều. Chưa lấp cạn hố lòng sâu không nói... Đạo lý thơm tho, lửa nến gật gù. Mắt chiêm ngưỡng linh hồn kêu giải thoát...". Vẫn nhịp điệu đó, hơi hướng hồn thơ đó, qua bài Đêm Phố Rợn, ta thấy tâm trạng bất ổn, thấp thỏm lo âu, như được nâng cung bậc. Cho nỗi buồn chết lặng, cho nỗi đau thương mất mát, âm ỉ trong lòng trai thời loạn, như muốn gào thét lên tự ánh nhìn: "Dãy phố bệnh ngã dài nghe lở lói. Vết dao người chém loạn góc tường đen... Bánh xe vù trên đường khuya rợn buốt. Mang nguồn tin hay chở xác ma nào?... Giọt máu đổ tự tim người xứ sở! Tìm nhau chi lửa súng đỏ nòng khuya. Để phố nằm giữa lòng đêm rạn vỡ. Nửa góc trời trong giấc ngủ hôn mê...". Vẫn thể thơ Bát ngôn, đến bài Một Giấc Ngủ, nỗi cô đơn ngột ngạt, dâng lên đến tột cùng. Để nỗi lòng do dự, ngự trị nỗi buồn tê tái, hắt hiu, đượm vẻ ưu sầu tao nhã, mà u ám đầy ma quái liêu trai, trong thất vọng ê chề: "... Dưới chân giường con mọt cắn mòn đau... Sách đang mở nửa chừng rồi vội khép... Bóng đi thầm cổ quái rợn lòng đêm... Mắt nhắm lại những hình cao ngất nghểu. Đang quờ tay giỡn với mái tranh chim... Con trăng úa đã quàng khăn nằm ngủ. Nửa chân trời ngã ngửa với đêm nay". Qua bài Trước Cuộc Đời, ta lại chộ nỗi cô đơn tột đỉnh, nỗi buồn thầm lặng mà hiu hắt trơ vơ trong vô vọng: "Cuộc đời buồn hơn tiếng kêu. Con chó gầy như sắp chết. Thư em có thật nhiều. Tình tôi không chỗ viết... Cuộc đời trong lửa cháy. Có kẻ đi không về... Kiếp người chưa kịp lớn... Ngày xanh đã chết rồi". Qua bài Màu Áo Em thì khác hẳn. Với thể thơ tự do phóng khoáng linh hoạt, ta được thưởng thức những vần thơ hồn nhiên lãng mạn dễ thương, thật đáng yêu, của một tình yêu trong sáng tinh khôi, lung linh như giọt nắng: "Anh còn tìm đâu? Em! Nụ cười đã quen. Duyên người áo đỏ. Giọt nắng chạy dưới bàn chân nho nhỏ. Anh muốn gọi vào vần thơ. Anh đi tìm từng vết cỏ. Sáng mai đẹp trên đường về cuối phố. Cùng em...". Nhưng cũng trong bài ấy, lại xen lẫn vào những câu, dù chỉ là không muốn: "... Màu khói đục nóng khuya. Đen sạm vết thương đời. Anh không muốn màu thây trôi thối rữa. Màu gạch nát tường hoang. Mắt anh loạn, tai anh ù. Em đến gần hay xa? - Khung kính vỡ tự chiều cao ảo tưởng". Phải chăng là sự bất ổn, trong tận đáy tâm hồn, của người trai thời chiến? Lật trở lại sang bài Cho Phép Tôi, lòng ta lại đắm say, những vần thơ phiêu bồng bay bổng, trong không gian ngào ngạt hương thơ. Mặc mai sau có thế nào, vẫn xin được khám phá, dấn thân, dâng hiến, trong sóng triều cảm xúc mãnh liệt, chỉ gợn chút ưu phiền: "Cho phép tôi đọc tên em: Bài thánh ca buổi sáng. Cho phép tôi được làm quen. Những trời sao tháng Tám... Dù mai kia trên đường vào phố lạ. Dép mòn quay và túi rách không tiền. Dù mai kia soi mình trên phiến đá... Trần truồng sự nghiệp... Hãy nhìn nhau đến tận cùng đáy mắt. Ôm ghì nhau cho hết trọn cuộc đời... Cho phép tôi đọc tên em! Như đầu đề bài toán... Yêu em nhiều để không quên. Mắt sao buồn lấm tấm".

Mới bồng bềnh trong một góc Sao Khuya, đã thật sự không dám lạm viết nữa, lòng chợt nghĩ đến những câu văn của Bùi Giáng đã viết, dưới đoạn thơ đã trích trong lời tựa: "Áo choàng mỏng vá mùi thơm khổ hạnh. Ngẩng trời cao đi xóa vết trần gian. Một đêm nào nghe linh hồn cất cánh. Gió hương nồng với sóng dậy hào quang... Bông hạnh phúc nở trong bàn tay vĩ đại. Người trai về khắp nẻo tiếng vang ca". "... Sao Khuya sửa soạn chứng giám tấm tinh thành... tìm thấy Sử Lịch Quê Hương trong Tinh Thể của Thi Ca Việt...".

Nghe nói, cố thi sĩ còn một cuốn nhật ký viết tay, với nội dung hay và cảm động lắm. Rất tiếc chẳng biết hiện ai đang cất giữ, nên chẳng thể tìm xem, Người đã gửi gắm tâm tư tình cảm, nỗi niềm gì trong đó, mà SAO KHUYA chưa nói hết.

Ánh "sao khuya" đã tắt, tự cuối xuân 2018, nơi đất trời Sông Vệ. Nhưng trong lòng gia quyến, bạn bè, thi hữu muôn phương, ngôi "SAO KHUYA" ấy, vẫn tỏa sáng lung linh, như một trong những chút gì còn đọng lại, của thế kỷ XX.

Đã có những anh em, nói ít nhiều cảm nhận của họ, khi hữu duyên được quen biết, và đọc thơ Vũ Hồ. Nên thiết nghĩ, không cần phải nói gì thêm nữa. Chỉ biết luôn nghiêng mình kính cẩn chắp tay, sau những lúc, đọc lại đôi bài thơ của Người. Có thể nói rằng "Sao Khuya" vẫn sáng mãi trong anh em bằng hữu, trong con cháu gần xa luôn kính ngưỡng, tôn thờ, ở nơi trang trọng, trong tận đáy tâm hồn họ.

Xin cám ơn anh Đoàn Thế Đôn, cùng gia đình, đã giúp cho bài viết được hoàn chỉnh. Đây như là chút lễ mọn, kẻ viết bài này, xin thành kính dâng lên Người, nhân lễ tưởng niệm 5 năm ngày mất, của cố thi sĩ Vũ Hồ đã gần kề.

Lưu Lãng Khách
Quảng Ngãi tàn Xuân 2023

... ngày ngày tôi ngước nhìn lên
mắt vui gặp khoảng mông mênh là trời
bạn thân tôi có mây trôi
có chim tung cánh, tàu người lái bay...
mở mắt ra, tôi mang giày
chân xa mặt đất chưa đầy ba phân
tôi đi tôi đứng bình thân
đất cưu mang cả ngu đần thông minh

đất trời đều rất hiển linh
không nên vô phép linh tinh lắm lời
tôi trên đất, tôi dưới trời
sẽ chia hai, lúc cuối đời, đành cam... LH

LÊ THANH HÙNG
Còn Tiếng Ve Ngân

Chùm phượng ngày xưa, hé nụ cười
Mong manh cánh mỏng, khẽ rơi rơi
Bao nhiêu năm, vẫn còn ngộ nhận
Một cánh hoa rung, vướng bến đời

Bất chợt, một tiếng ve mồ côi
Oà vỡ chiều trong nắng xa xôi
Như ẩn ức một điều gì đó
Đồng loạt ngân, vọng đổ liên hồi

Hoa rơi trên cỏ, đỏ thắm tươi
Lưỡng vướng trôi, bãng lãng lưng trời
Áng mây trắng về nơi xa lắm
Có chút gì xao động, người ơi!

Con đường quen, chầm chậm chiều tan
Bức bối tờ thư đã ố vàng
Ngẩn ngơ đứng, gió đời lồng lộng
Đằm thắm chiều, ngất ngưởng mùa sang

Rộn vang đường những tiếng ve ngân
Bên hiên xưa đứng lặng tần ngần
Gió thốc xối, tóc dài líu quíu
Mùa hạ vàng, lẫn khuất quanh sân ... ∎

NGÃ DU TỬ
VỀ LẠI QUÊ NHÀ

Ta về lại thăm đỉnh đèo Eo gió
Đất thanh bình sau hơn bốn mươi năm
Nghe trong gió tiếng ru từng hơi thở
Buổi thăng trầm còn vọng lại xa xăm

Đêm thánh thể còn thơm mùi mật chín
Mía đường xưa - một thời đã xa rồi
Những cao ốc từ cánh đồng mía ấy
Có bao giờ mường tượng buổi chia phôi

Em dung dị trên chiếc xe đạp cũ
Mắt ngóng hoài bàn chân ai bước quen
Thuở mới lớn còn nguyên màu mực tím
Hứng tình anh theo mỗi bước đi về

Con chim nhỏ mơ một ngày tung cánh
Vùng không gian rộng lớn dưới vòm trời
Vô tình quá, đuôi mắt ngày xưa ấy
Thời gian trôi không trở lại bên đời

Ngày trở lại đôi chân chưa kịp nói
Áo em xưa chừng lạc mất sang mùa
Ta đứng lại nhìn xa ra tám hướng
Em về đâu? Áo mỏng kỷ niệm xưa

Thương dĩ vãng. Thôi cũng đành thất lạc
Chuyến đò tình không đợi khách đường xa
Ta về lại cố hương lòng chưa thỏa
Dáng em xưa. Còn lại phút ngọc ngà ∎

Sài Gòn

KIỀU HUỆ
Dòng Sông Thơ Ấu

Ta trở lại bên dòng sông thơ ấu
Tình hoài hương đau đáu nỗi nghẹn ngào
Chuyến đò xưa chở ký ức xôn xao
Dòng sông hiền hòa tim ta gợn sóng

Lục bình lặng lờ trôi dòng sông vắng
Mênh mang về đâu chẳng biết bến bờ
Thong dong bồng bềnh con nước lơ thơ
Hoàng hôn soi bóng chiều rơi tĩnh lặng

Giây phút chia tay rời xa bến ấy
Dù có tha hương hãy nhớ quay về
Phù sa cuồn cuộn mang nặng tình quê
Thân lữ khách như người già ngơ ngác

Con sông trẻ vẫn thiết tha dào dạt
Ta thẫn thờ nuối tiếc ngày xa xưa
Tuổi hoa niên vui tắm mát nô đùa
Đi bắt cá mưu sinh mùa nước nổi

Thời gian vút nhanh cuộc đời thay đổi
Con sông xưa nay bên lở bên bồi
Dòng sông lặng lờ nước vẫn êm trôi
Đêm trăng sáng mơ màng tiếng hát ru ∎

TRẦN THỊ CỔ TÍCH

Giá Như

giá như anh đừng
tháng này qua tháng khác
gửi những lời hỏi han mùa Covid
giá như anh đừng nói
anh vẽ hình em giữa mây trời
để đi đâu cũng thấy em
giá như anh
đừng hát những lời cuồng nhiệt
đừng mơ chốn hẹn hò
thì mỗi ngày sẽ trôi qua
đời em như chiếc lá vẫy tay
chào gió
như chú chim sẻ chíu chít trên cành
như dòng suối
giữa rừng xanh
nhưng anh đã trót... nên từ đó
một giai điệu mơ hồ ngân giữa tim em
khi xôn xao rộn rã
khi dằn vặt xót xa
bay hoài không qua nổi vùng biên...
bây giờ em đang ngồi ráp
từng mảnh sao vỡ
thêu đóa hoa vô ảnh
thủ thỉ đèn khuya ∎

LÊ HỨA HUYỀN TRÂN
Biển

Ta thèm thuởng hương từ biển bay lên.
Cùng với nắng, gió thì thào phả nhẹ
Bỗng nhớ lại thời hẹn hò non trẻ
Nghe biển gào tưởng vội khúc tình ca

Ta thèm đi trên cát trắng bao la
Bàn chân nhỏ chạy lên bờ phồng rộp
Nắng chuyển mình hôn cát dài hồi hộp
Sợ thế nhân biết chuyện đôi mình.

Ta thèm viết cùng biển một chuyện tình
Bởi lẽ biển chẳng bao giờ thay đổi
Chẳng hề biết thế nào là lừa dối
Vẫn ngàn năm sóng vỗ ngày đêm ∎

HOÀNG XUÂN SƠN
ĐỂ SỚM MAI

Tôi gọi em vào nhớ
Để cùng nghe thương nồng
Vết mày xăm mờ nhạt
Vẫn còn đường vẽ cong

Vẫn còn vẫn chờ mong
Phục hồi mưa mắt lệ
Chan thơm những luống tình
Thức đêm dài chuyện kể

Búp nõn mùa sen nào
Áo thơm trắng mọc mời
Bàn tay mềm cọng gió
Rải ngón tình khơi vơi

Mặc vàng sương chín vội
Ngày lên nương vạt mầm
Thủy tiên như huyền sử
Hát lẵng từng thoại âm

Tôi hát cho em nghe
Để tôi ru tôi ngủ
Ngoài kia khuya đã về
Như sớm mai hồng nụ ∎

3/5/23

THANH TRẮC NGUYỄN VĂN
Nụ Tầm Xuân

Trèo lên cây bưởi hái hoa
Bước xuống vườn cà hái nụ tầm xuân
(Ca dao)

Người về tìm nụ tầm xuân
Thương màu hoa bưởi trắng ngần chợt tan
Mây buồn từ dạo lang thang
Vườn cà thuở ấy cũng hoang phế sầu.

Hỏi gì khi cá cắn câu
Khi chim xanh đã nhốt vào lồng son
Tiếc câu thề biển hẹn non
Nước chưa chảy, đá đã mòn. Ly tan.

Người ta cau bạc trầu vàng
Nên tơ chỉ thắm để nàng sang sông
Trầu tôi một mớ ba đồng
Ngẩn ngơ đem thả ngược dòng ca dao ∎

TRUNG CHÍNH HỒ
Hoài Thức Với Khuya Mưa

Mưa, lại mưa về vây nỗi nhớ
Giọt gọi tương phùng, giọt tiễn đưa
Mưa lăn trên mái đời, hiên dột
Rớt xuống mùa xưa một nỗi chờ

Mưa khe khẻ hát lời vô vọng
Đoạn khúc tơ chùng, nỗi lá lay
Lạc tiếng chim ngàn đang bạt gió
Mà buồn ta cũng tả tơi bay

Mưa kéo tơ trời se lại mộng
Mộng đứt giây tình, đêm vỡ khuya
Chao ơi, mưa cũng rưng màu lệ
Cho mấy lần đi nặng bước về

Mưa xéo lòng đêm, tràn ký ức
Buốt từng điểm cỏ, lạnh cầu sương
Nghe trong hư tưởng lời khinh bạc
Vó ngựa còn reo nỗi uất hờn

Mưa vẫn cầm canh, hơi thở gió
Gọi cố nhân, hề, biệt cánh chim
Con nước bơ vơ tìm bến cũ
Chút sáng soi tình đom đóm em

Mưa, vẫn còn mưa, đêm u hiển
Ủ giấc tình, lên men chiếu chăn
Ta say cho cạn mùa hư huyễn
Giọt máu đành xa cõi trái tim

Mưa, cứ mưa đi như lần cuối
Còn mấy lần khuya, thức với mưa
Hiên đời hao khuyết mòn trăng lạnh
Hẹn với muôn trùng một giấc mơ ∎

ZULU DC
ĐÊM ĐÔNG

Ta đốt ngọn đèn lung lay ánh sáng
Lịch sử mờ xao xác từng trang
Quê ta đó bây giờ xa lắm
Giữa hận thù là tình nghĩa anh em

Năm chưa hết lòng ta choáng váng
Hy vọng giờ đánh tráo lương tâm
Khi đào xới cội nguồn dân tộc
Gặp hào hùng sĩ khí bay lên

Ta hy vọng tương lai nòi giống
Của những người tuổi trẻ hôm nay
Đất nước chính là xương, là thịt
Là tim óc của dân tộc này

Năm sắp hết, hình như ta vẫn
Chưa chọn cho mình một quê hương
Nơi chôn nhau, chốn về cát bụi
Cả hai đều rất đỗi bi thương

Quê hương, quê hương, ơi quê hương
Lòng ta vẫn cứ như ngày tháng
Vẫn luyến lưu vẫn tơ vương
Ước gì khi được ta nằm xuống
Có bạn bè có cả người thương
Vỗ tay hát những bài thân ái
Và nói lời chôn tận đáy lòng ∎

LÂM BĂNG PHƯƠNG

Em Cứ Vui

Đừng ưu sầu... để lòng luôn thanh thản
Thấy không em nắng thả ánh hồn nhiên
Mây bềnh bồng... gió xào xạc triền miên
Muôn hoa cỏ đùa an nhiên mặt đất.

Đừng ưu sầu... để nụ cười héo hắt
Trên môi em luôn nở nụ cười hiền
Chốn vô thường tùy duyên mà được mất
Hãy lắng lòng kham nhẫn tất an yên.

Đừng ưu sầu... tập điềm nhiên tự tại
Tri túc thôi cho nhẹ cả hai vai
Tứ vô lượng sống từ bi hỉ xả
Cho thân tâm nhàn hạ tuổi hạc này.

Em cứ vui... vì sống đến ngày nay
Hãy trân trọng tình bạn bè thân ái
Hãy nâng niu hạnh phúc bên nhau mãi
Tay trong tay vui từng phút từng giây.

Rồi một ngày khi nhắm mắt xuôi tay
Không lạc bước với tỉnh say huyễn mộng.
Hãy trân quý diệu kỳ trong cuộc sống
Em cứ vui... như một đóa Sen hồng ∎

HOÀI HUYỀN THANH
Nếu Không Còn Anh Nữa!

Nếu không còn anh nữa!
Không có nghĩa em sẽ quên anh
Như lá vàng chao chác lìa cành
Trong góc tối, dường như em đang khóc

Nếu không còn anh nữa!
Không có nghĩa em thôi ngậm ngùi
Nhìn hoàng hôn hiu hắt cuối chân trời
Soi bến vắng tìm dấu chân ngày cũ

Nếu không còn anh nữa!
không có nghĩa em thôi lưu luyến
Gió đông về lạnh buốt đôi vai
Thèm vô cùng vòng tay ấm bên ai

Nếu không còn nhau nữa!
Không có nghĩa em thôi bối rối
Chỉ là quyết lòng buông bỏ chút tình phai
Đừng rạch ròi ai đã phụ ai!
Đừng nặng lòng ai đúng ai sai! ∎

HUỲNH THỊ QUỲNH NGA
MỘT ĐÓA HOA MƯA

Tháp tùng cơn mưa đầu tiên
Về qua miền đất em
Tôi kẻ di trú từ mùa hạn của nghìn năm trước

Đợi mưa thiêng nhú những mầm xanh mấy mượt
Nghe phía đồng bằng tôi
Cơn mơ chợt úng ngập một lời nguyền

Chẳng thể nào rời đi
Chẳng thể nào từ giã
Tôi như kẻ mắc phải bùa mê trên ngọn gió đương thì

Mưa trổ tiếng hát giữa lòng đất xanh
Tưới tẩm những cằn khô góa bụa
Trên mảng chiều vừa thắp nốt hồi xuân

Cảm ơn em người đàn bà tiền kiếp
Neo vào tôi cơn mơ cháy khát
Nghe trái tim nở đóa mưa trời ∎

(Chương 5)
Gặp Gỡ Đồng Hương

Tuy tôi không phải là người ở Hamburg, nhưng thành phố này đối với tôi rất thân quen. Có một thời gian dài tôi đi đi lại lại nơi đây và có vài bạn bè người Việt thường hẹn nhau nhậu nhẹt mỗi khi tàu về bến. Lần này tàu ghé Hamburg lấy vài chục Containers rồi tiếp tục hải hành, những chuyến hàng đột xuất như vầy tàu đậu bến không lâu. Có lẽ không đủ thời gian lên phố và hẹn gặp bạn bè để lai rai tán gẫu. Trước đại dịch Corona tôi ghé hội quán Duckdalben, có đem mấy cuốn sách của tôi và một số sách, báo văn học Việt ở hải ngoại để trong tủ sách của hội quán. Lúc đó nhân viên trong hội quán quen tôi cũng nhiều, những người này đã già hết rồi, nên có nhiều người trẻ vào tập sự để thay thế cho những người sắp sửa về hưu. Không biết bây giờ những người cũ có còn ai không và sau mùa đại dịch hội quán thay đổi như thế nào? Trong lòng nôn nao khi trở lại chốn thân quen, định bụng chiều nay nếu có thời gian, tôi sẽ lên hội quán uống vài ly bia rồi trở về tàu cũng được. Tranh thủ làm nhanh, chiều xong việc sớm. Tắm rửa qua loa, thay quần, áo xong tôi lên phòng lái. Thuyền trưởng ngồi trước máy vi tính, tay gõ bàn phiếm, nghe tiếng bước chưn, ngó qua thấy tôi, ông liền cười chào:

– Chào buổi chiều.

Tôi vui vẻ chào lại và hỏi:

– Tôi lên hội quán được không?

Thuyền trưởng nhíu mày rồi đưa tay lắc lắc độ chừng thời gian và nói:

– Khoảng mười giờ tàu khởi hành.

Tôi nhìn lên chiếc đồng hồ trên vách. Nói:

– Chưa tới sáu giờ, tôi lên chơi tới chín giờ xuống tàu được không?

– Dĩ nhiên, nhưng Bếp đưa số điện thoại cho tôi để khi cần tôi gọi.

Thuyền trưởng trẻ người Nga rất dễ dãi và hòa đồng, phong cách rất giống thuyền trưởng người Hòa Lan của thế hệ trước, hào phóng biết thương và lo lắng cho thủy thủ đoàn. Nhiều thuyền trưởng của thế hệ trẻ sau này, thường hay nói dóc để rút ngắn thời gian, làm lý do ngăn không cho thủy thủ lên bờ. Thuyền trưởng nạp số điện thoại của tôi vô điện thoại của ông xong, day ngang kéo học tủ lấy sổ thông hành đưa qua cho tôi. Không chờ tôi hỏi, ông bấm điện thoại gọi shuttle bus (xe đưa rước trong phạm vi bến cảng) và dặn họ gọi xe hội quán đón tôi ngoài cổng. Xong, ông day qua tôi:

– Hai mươi phút nữa shuttle bus xuống rước và xe hội quán đón Bếp ở ngoài cổng.

– Tốt, cám ơn thuyền trưởng.

Tôi xuống đứng chờ xe ngoài boong phía sau lái. Dika bận áo lạnh dày cộm, đầu đội nón len còn trùm thêm nón áo lạnh lên và quấn khăn bịt kín mũi, miệng, hai bàn tay thọc vô túi áo, vậy mà còn đứng rụt cổ, co ro vì trời lạnh. Thấy tôi đi ra, Dika bước tới nói:

– Tiếc quá, con gác cầu thang tới chín giờ, không lên bờ với chú được.

Tôi vỗ vỗ lên vai nó định nói câu an ủi gì đó, chợt Donald đi tới hỏi tôi:

– Con đi với chú được không?

– Dĩ nhiên, nhưng con hỏi thuyền trưởng chưa?

– Chưa, chú chờ con được không?

– Được, chú chờ con nhưng shuttle bus không chờ đâu đó.

– Dạ, con biết.

Donald day lưng, tôi nói với theo:

– Nhớ lấy sổ thông hành theo.

– Dạ, chú.

Thằng nhỏ đi như chạy trở vô trong. Dika thấy Donald đi rồi, nó nói:

– Chú mua giùm con thẻ internet được không?

– Dĩ nhiên.

– Để con vô lấy tiền đưa chú.

Nó dợm bước đi, tôi khoát tay, nói:

– Khỏi, chú mua về, con trả tiền sau cũng được.

Dika nói cám ơn rồi đứng dựa vô thành mui nhìn ra hướng cầu thang. Lúc đó shuttle bus cũng vừa tới, tôi ngó vô cửa mui mà không thấy Donald. Tôi xuống cầu thang đi tới cửa xe, ngó lên mấy băng sau thấy không có người, tôi day ngang chào và hỏi tài xế:

– Còn một người nữa, ông bạn có thể chờ một chút được không?

Tài xế vui vẻ, nói:

– Không vấn đề.

Tôi nóng lòng vì sợ tài xế sốt ruột, bèn bước ra đứng bên kè đá, xòe hai bàn tay lên miệng làm loa, ngước mặt hướng lên đầu trên cầu thang gọi lớn:

– Dika!

Dika chồm đầu ra ngó xuống, cũng hô lớn:

– Uncle!

Ngay lúc đó Donald xuất hiện trên cầu thang, tay vừa kéo dây áo lạnh vừa gấp rút chạy xuống, làm chiếc cầu thang rung rinh vang tiếng rầm rập và những chốt sắt nghiến nhau kêu ken két. Tôi đưa tay khoát chào Dika rồi day qua chờ Donald xuống mới bước lên xe.

Xe dừng lại bên lề đường bên trong một hàng rào chặn ngang con đường. Trước khi mở cửa xe, người tài xế chỉ cánh cửa rào vừa một người đi ra, anh dặn chúng tôi tới đó bấm chuông thì có người bên trong mở cửa và nhắc chúng tôi nhớ trình giấy cho người gác cổng, sau đó đi ra phía trước đường, xe hội quán đang chờ ở đó. Chúng tôi làm theo người tài xế, ra trạm trình giấy tờ cho nhân viên gác cổng xong rồi bước ra đường. Trời hôm nay lạnh lắm, mặt đất trơn cứng, mấy vũng nước đã đóng băng. Đường vắng tanh, không một bóng người. Chỉ có bên trong hàng rào còn tiếng ồn ào của xe vận chuyển containers và tiếng bíp bíp của cần cẩu di chuyển. Trước mặt chúng tôi một chiếc xe, trước mũi có in hiệu hội quán Duckdalben đậu chờ hồi nào không biết mà cửa đóng bít bùng. Tôi đi tới kéo mở cánh cửa hông ra, mọi người trên xe cùng chào một lượt, chúng tôi chào lại và ngó bên trong thấy đầy người. Có lẽ bác tài sắp sẵn hai chiếc ghế trống cạnh ngoài cửa dành cho hai đứa tôi, vậy là tôi và Donald là hai hành khách cuối cùng, để Donald lên ngồi ghế trong, tôi bước lên ngồi ghế ngoài, tiện tay đẩy cánh cửa hông đóng lại thì bác tài cho xe day đầu trực chỉ về hội quán.

Xe dừng lại trước cửa hội quán. Tôi với Donald và hai người ngồi băng trước xuống xe, tôi đứng lại lật ghế cho những người ngồi sau bước ra. Donald vô hội quán trước, ngoái lại thấy tôi còn phía sau, nó liền đứng lại, khi tôi đi tới trước mặt, nó chỉ tay lên từng lầu trên, chỗ một gian phòng rộng để dành thờ phượng, trong đó có ngăn riêng cho mỗi tôn giáo một bàn thờ và có đủ kinh, sách của những tôn giáo lớn. Nó nói:

– Con lên trên cầu nguyện nhé chú.

Donald cũng như những người theo đạo Hồi, hễ lên đây là phải lên phòng cầu nguyện. Tôi chỉ tay ra những chiếc bàn trống ngoài phòng bi da, dặn nó:

– Cầu nguyện xong thì xuống đó ngồi chờ chú.

– Dạ, chú.

Hội quán đông người nên chật chội. Tôi đi qua phòng để sách, nhìn lên chỗ để sách tiếng Việt, thấy sách và báo của tôi để mấy năm trước không còn cuốn nào hết. Trong lòng thấy vui vui, khi biết trong thời gian qua, ít ra cũng có vài lượt thủy thủ người Việt đã dừng chân nơi này.

Tôi trở qua gian bán hàng, không thấy có mặt người nào quen hết, chỉ có hai người phục vụ mà vẫn không xuể. Thấy người ta đứng chen chúc nhau trước quầy, tôi cũng chen vô đám người đứng lộn xộn không trật tự, đợi để mua thẻ Internet cho Dika. Nhân viên bán hàng đẩy hai gói SIM internet ra trước mặt người thanh niên đứng phía trước quầy rồi nói giá tiền. Người thanh niên moi bóp ra tờ hai chục đô la Mỹ để lên bàn rồi ngoái đầu lại người thanh niên đứng phía sau nói bằng tiếng Việt, tiếng ồn ào làm cho tôi nghe tiếng được tiếng mất, nhưng cũng biết họ kẹt tiền. Người thanh niên đứng phía sau móc bóp ra moi moi một hồi rút ra cũng một tờ hai chục đô la Mỹ đưa cho người đứng phía trước nói:

– Còn hai chục thôi.

Anh ta lấy tiền để lên quầy, day lại nói:

– Chưa đủ.

Thấy hai người bối rối và anh bán hàng thì đứng chờ, mà người chen chúc nhau mỗi lúc một đông. Tôi bèn rút trong học bao điện thoại ra tờ hai chục euro, chồm tới để lên chung chỗ tiền của người thanh niên và nói bằng tiếng Việt:

– Bao nhiêu đó đủ rồi.

Anh bán hàng vội hốt hết mớ tiền day qua bỏ vô học của máy tính, anh ta đưa tay gõ lên bàn phím một cách thành thạo, lẹ làng và chính xác. Hai người thanh niên ngoái lại trố mắt nhìn tôi và cùng hỏi một lượt với giọng miền Nam:

– Chú là người Việt sao?

Tôi cười:

– Người Việt mới nói được tiếng Việt chớ.

Trong khoảnh khắc, người nhân viên tính toán, đổi tiền và thối lại để chung với hai bao thẻ SIM, xong cậu ta day nhanh qua hỏi người kế tiếp mua gì. Tôi chỉ qua hai bao SIM nói với hai người thanh niên:

– Lấy đồ kìa.

Người thanh niên đứng trước chợt nhớ, day qua lấy hai cái SIM bỏ vô túi xách, còn số tiền người bán hàng thối cậu ta hốt hết đưa trả lại tôi. Tôi đẩy nhẹ tay cậu ta ra và nói:

– Con cất đi.

– Cám ơn chú.

Thấy người đứng chờ còn đông, tôi mới day ngang hỏi đứa đứng cạnh:

– Con tên gì.

– Dạ, tên Hùng.

Tôi chưa kịp hỏi thêm thì cậu kia liền nói:

– Con tên Hạo.

– Hai con uống bia nhé?

Hai đứa ra vẻ ngại ngùng ấp úng:

– Dạ dạ...

Thấy vậy tôi chỉ tay ra phía mấy chiếc bàn trống:

– Hai đứa ra ngồi ngoài kia chờ chú.

Hạo đưa thẻ Internet lên hỏi:

– Thẻ này nạp vô xài luôn hả chú.

– Trước đây mấy năm có số mật mã trong thẻ, bây giờ chú hổng biết có thay đổi gì không?

– Hồi nãy con nghe người bán hàng nói nạp vô xài liền.

– Theo chú thì mật mã có ghi trong thẻ. Con cứ nạp SIM vô, nếu nó hỏi mật mã thì xem trong cái thẻ đó.

Chợt thấy Donald chen ra từ trong đám người, đi tới trước mặt tôi nó nói:

– Bàn ngoài kia có người ngồi rồi chú.

Tôi nói:

– Không sao.

Rồi day qua giới thiệu Hạo và Hùng và nhờ Donald giúp hai đứa nạp thẻ.

Tôi day qua nói với Hạo:

– Chú xài thuê bao nên không biết nhiều về chuyện thẻ lắm. Donald xài thẻ nên rành hơn chú, nó hướng dẫn con.

Day qua Donald, tôi nói:

– Chú mua bia, con ra ngoài tìm bàn trống ngồi và giúp hai người này giùm chú.

– Yes, uncle.

Donald và hai đứa vừa quay lưng. Tôi ngó lại thấy mấy người phía trước bước lên chừa ra khoảng trống, sợ có người chen vô. Vừa bước lên tôi chợt nhớ ra, bèn kêu Hạo và chỉ tay qua tấm bảng ghi mật mã wi-fi miễn phí của hội quán, nói:

– Con muốn liên lạc gia đình thì lấy wi-fi hội quán xài đi, còn thẻ thì để dành xuống tàu xài.

Hai đứa day ngang, nói.

– Có wi-fi hả chú.

– Có chớ, miễn phí đó.

Tôi chỉ qua Donald:

– Đi đi, cái gì hổng biết hỏi Donald.

Ba đứa chen chưn đi qua chỗ bảng ghi wi-fi. Tôi nhìn theo và nghĩ thầm trong bụng, quả là lính mới nên còn ngơ ngơ ngáo ngáo. Tôi day lại đứng ngay ngắn vào hàng, bên quầy bia rượu coi vậy mà trật tự hơn quầy bán hàng. Hồi nãy tôi đứng nối đuôi sau hơn cả chục mạng, bây giờ còn năm mạng và cái đuôi người phía lưng sau đã dài ra. Có tới ba người phục vụ mà người nào, người nấy tay, chưn tất bật, thoăn thoắt vừa lấy bia, rượu cho khách vừa thu tiền, tính tiền, thối tiền một cách nhanh gọn, không bao lâu đã tới lượt tôi. Tôi mua cho mỗi người hai chai bia, đồ nhắm là một bọc da heo chiên giòn, cái món da heo chiên giòn chấm dấm ớt mà thủy thủ rất ưa chuộng, luôn cả những người theo đạo Hồi giữ giới phân nửa, giống như Donald, uống bia, uống rượu, không ăn thịt heo mà ăn da heo chiên giòn chấm dấm ớt, cái món chỉ hội quán Duckdalben này mới có.

Anh phục vụ đưa mâm bia và đồ nhắm và luôn cả tiền thối cho tôi, tôi để số tiền thối lại cho anh ta và bưng mâm chen chúc trong đám đi ra ngoài. Ngó quanh ngó quất, thấy Hùng ngồi mình ên bên chiếc bàn trong góc phòng, tay mân mê thẻ điện thoại chưa tháo bao. Thấy tôi đi tới nó đứng lên đưa tay phụ tôi bưng mâm bia để xuống bàn. Không thấy Hạo và Donald đâu, vừa sắp bia ra bàn tôi vừa hỏi:

– Hạo và Donald đâu?

Hùng nói Donald vô mua đồ và chỉ tay ra ngoài trước cửa, nói:

– Còn thằng Hạo nó đương nói chuyện với gia đình ngoài kia.

Tôi nhìn theo hướng tay Hùng chỉ, xuyên qua một tấm vách kiếng, thấy Hạo tay cầm điện thoại áp sát lên tai. Tôi day lại nói với Hùng:

– Con không nói chuyện với gia đình sao.

– Dạ, con chưa có gia đình.

Vói tay bưng bia lên vừa cụng vừa nói:

– Làm thủy thủ, không có vợ, con cũng tốt.

Chúng tôi ngước cổ, uống xong ngụm bia, để chai xuống Hùng nhìn tôi hỏi:

– Chú làm gì ở đây?

Nãy giờ để ý thấy Hùng với cặp mắt quan sát, theo dõi nhìn tôi. Tôi chỉ tay lên vách, chỗ tấm bảng bằng gỗ bóng có khắc một dòng chữ International Seamen's Club Duckdalben, nói:
– Đây là hội quán thủy thủ, con nghĩ coi chú làm gì mà có mặt ở đây?
– Ồ... con...
Thấy nó ngập ngừng, tôi hỏi tiếp:
– Sao con?
– Dạ, chú già rồi mà còn làm thủy thủ? Sao chú không về Việt Nam mua nhà để dưỡng già?
Tôi bắt đầu hải hành với đồng nghiệp người In Đô, nay cũng đã hơn bốn mươi năm. Những người tới tuổi nghỉ hưu, hổng chết thì cũng èo uột, bịnh hoạn, một người cùng tuổi mới nghỉ hưu năm ngoái, tôi là người cuối cùng của lớp người trước. Bây giờ còn lại con cháu của họ tiếp nối theo nghiệp hải hồ, đứa kêu tôi bằng chú, đứa kêu bằng ông. Trong những năm gần đây, lên hội quán và những thành phố cảng xứ người tôi thường gặp những thanh niên Việt Nam trẻ làm thủy thủ trên những chuyến tàu buôn nước ngoài. Có lẽ vì tuổi tôi đã già mà còn phiêu bạc giang hồ, nên gặp đồng hương trẻ, đứa nào cũng trố mắt ngạc nhiên và thắc mắc hỏi han nhiều chuyện, chung quy cũng chuyện già trẻ và chuyện về nước cất nhà. Hơn sáu mươi rồi mà vẫn còn lang thang, tụi nhỏ thắc mắc cũng phải thôi. Riêng tôi thì hay băn khoăn, nghĩ ngợi, không phải vì sợ già, sợ chết nơi xứ người mà vì tôi nghĩ tới dòng thời gian. Xa quê hương từ khi mái tóc còn đen tới khi đầu bạc và sói sọi mà vẫn còn đi, tính ra hết cả đời lênh đênh trên sóng nước. Chớp mắt mà đã trải qua hai thế hệ con người, khi gặp mấy đứa, thăm hỏi vài câu, biết là người Việt, chúng nó gọi tôi bằng chú, bằng bác rất thân mật và rất tự nhiên. Phần tôi cũng gọi chúng nó bằng tên và xưng chú, bác mà không cần phải rào trước đón sau như lúc đầu nữa.
Tôi cười và trả lời:
– Ở phương Tây, người già cũng phải làm việc và chú cũng chưa nghĩ tới chuyện về Việt Nam.
– Nhưng làm sao chú xin việc được.
– À, chú làm đầu bếp trên tàu hơn bốn mươi năm rồi. Đúng ra, chú được nghỉ hưu năm ngoái, nhưng chú xin đi làm lại.
– Cũng được hả chú?
– Được chớ con, ở Hòa Lan được làm việc tới sáu mươi bảy tuổi.
– Hòa Lan là Hà Lan hả chú?
– Ờ, đúng rồi, trước năm một ngàn chín trăm bảy mươi lăm dân miền Nam mình gọi Hà Lan là Hoà Lan.
– Vậy chắc chú lãnh lương cao lắm?
Những lần đầu gặp các bạn trẻ người Việt nghe hỏi về chuyện lương bổng, tôi có hơi khó chịu, nhưng nhớ lại đó là thói quen của người Việt

Nam mình. Hơn nữa chế độ lương bổng của Việt Nam ngày nay thường không đồng nhau, nên những người làm công hay tò mò chút thôi. Nghĩ vậy nên tôi không còn thắc mắc nữa và cũng tìm ra cách trả lời:

– Hợp đồng của chú ở Hòa Lan, nên lương cao hơn những người ở nước ngoài đến Hòa Lan làm việc.

– Người nước ngoài là nước nào vậy chú?

– Ồ tạp nhạp lắm con, trên tàu có trên mười người mà có tới năm, sáu quốc tịch khác nhau và lương bổng cũng không giống nhau, nên chú cũng hổng rành lắm. Tuy nhiên với thủy thủ ngoài boong là người In Đô, theo chú biết thì họ lãnh bảy tám trăm đô Mỹ, còn đầu bếp thì trên một ngàn đô mỗi tháng.

Lúc đó Hạo trở vô chào và đứng xớ rớ, làm câu chuyện đương nói bị ngắt ngang. Tôi bèn chỉ chiếc ghế cạnh bên cho Hạo ngồi. Tôi chỉ chai bia trước mặt và mời Hạo. Chúng tôi đưa bia lên cụng, vừa để ly xuống, thì Hùng day qua nói với Hạo:

– Chú Tấn là đầu bếp của tàu Hà Lan.

Nghe Hùng giới thiệu, Hạo day qua nói:

– Con cũng là đầu bếp.

– Vậy hả? À, mà tụi con làm cho tàu nước nào vậy?

– Dạ, tàu của Nhựt đó chú.

– Có khó khăn lắm không?

– Dạ cũng khó, vì trên tàu thường dùng đồ đông đá, thịt thì không sao, nhưng rau thì khó nấu quá chú.

Trước đây cũng có gặp vài thủy thủ làm đầu bếp trên tàu buôn và trên những giàn khoan dầu, nghe tôi làm bếp lâu năm trên tàu, cũng trao đổi với tôi về kinh nghiệm nấu ăn ở trên tàu và cũng than phiền về nhiều cái bất tiện, nhứt là chuyện rau cải đông đá. Là một đầu bếp có lương tâm thì rất áy náy trong lòng khi thấy thức ăn mình bỏ công ra nấu cả buổi mà không ai ăn, bị đổ bỏ nhiều quá. Thiệt ra đầu bếp siêng năng, chịu khó thì cũng có thể chế biến những món ngon. Đầu bếp mà nấu khó nuốt quá có thể ảnh hưởng cuộc sống trên tàu và làm cho không khí trên tàu sẽ mất vui.

Tôi nói với Hạo:

– Rau cải đông đá thì con để tan đá trước khi nấu, thiệt ra thì con nấu nước sôi rồi trụng vài phút là ăn được rồi.

Thấy Hạo chú ý lắng nghe tôi nói tiếp:

– Là đầu bếp thì con phải biết các loại gia vị và rau cải mà mình thường sử dụng. Có một điều cần phải lưu ý, trên tàu đặt thực phẩm qua đầu nậu mà đầu nậu khắp thế giới này hổng có tên nào lương thiện hết, họ giao cho mình toàn những thứ rẻ tiền, họ mánh mung ăn gian dữ lắm, thực phẩm của họ kém chất lượng hơn thực phẩm mua trực tiếp trên siêu thị. Cho nên lúc đặt hàng phải cẩn thận chọn những thứ cần dùng và chỉ đặt những thứ mình biết nó là gì. Trên tàu không phải lúc nào cũng thuận lợi, ngoài chuyện gặp sóng to, gió lớn ra mà đi trên những chiếc tàu có không gian bếp nhỏ hẹp mà trong bếp hổng phải lúc nào cũng đầy đủ nguyên liệu.

Hạo cắt ngang

– Ờ, chú nói đúng đó.

Tôi cười nói tiếp:

– Thiệt ra những thủy thủ nào đã dày dạn với biển khơi, họ ăn uống rất dễ dãi, không cầu kỳ kén chọn, miễn sao thức ăn không bị thiu và có mùi khó nuốt là được. Nhưng dù sao đi nữa đầu bếp cũng phải nghĩ cách điều chỉnh thực đơn mỗi ngày để cho thủy thủ đoàn ăn không bị ngán.

Donald xách túi đồ mới mua đi lại ngồi xuống chiếc ghế trống cạnh bên. Thấy vậy, tôi nói để chấm dứt chuyện riêng tư giữa tôi và Hạo:

– Gặp nhau ngắn ngủi như vầy thì làm sao nói hết được, chắc chú phải viết một cuốn sách về nấu ăn trên tàu quá.

Nghe tôi nói vậy mấy đứa cùng cười tán thành và bưng bia lên cụng. Chúng tôi vô một cái, để bia xuống. Donald day ngang nói với tôi:

– Không biết hai bạn ở đây có lâu không mà mua thẻ internet nhiều quá.

Tôi day ngang hỏi Hùng:

– Tàu con còn ở đây bao lâu nữa?

– Dạ, mai khởi hành qua Rotterdam rồi trở lại Hamburg sau đó mới về lại Nhựt.

– Vậy còn ở lâu mà.

– Dạ, chắc cũng hơn một tuần.

Tôi hỏi Donald:

– Con có giúp nạp thẻ chưa?

– Dạ xong rồi chú.

– Không sao, thẻ internet mười GB, nghe nhạc và nói chuyện với gia đình hơn một tuần có khi thiếu.

Nhìn lên đồng hồ thấy gần chín giờ, ngó qua quầy bán hàng thấy không còn đông người nữa, nhân viên cũng rảnh rang hơn. Tôi đứng lên, đi qua quầy bán hàng, mua thẻ internet cho Dika và hỏi nhân viên hẹn giờ xe bus, họ cho biết chín giờ mười lăm có xe xuống bến cảng. Tôi qua quầy rượu mua thêm bốn chai bia. Nãy giờ để ý không thấy người quen nào hết. Định hỏi thăm, nhưng nghĩ lại, hỏi để làm gì và thời gian đâu nữa để mà nói chuyện với nhau. Người bán hàng để bốn chai bia lên mâm đưa qua tôi, trả tiền xong, tôi cầm cổ bốn chai bia lên hai tay rồi đi lại bàn. Hai đứa nói với Donald bằng tiếng Anh, mấy đứa trao đổi với nhau về chuyện lương bổng, thấy tôi tới chúng dừng lại, không nói nữa. Tôi để bốn chai bia lên bàn, chia mỗi đứa một chai, rồi bưng chai bia của mình lên cụng và uống phần còn lại. Để chai xuống, tôi nói với Hùng và Hạo.

– Tụi con có vô phố Hamburg chơi chưa?

Hạo hỏi:

– Xa không chú?

– Dĩ nhiên đi bộ thì xa, nhưng nếu con muốn thì hỏi nhân viên hội quán, người ta chở con ra đường hầm băng ngang sông Elbe rồi con đi bộ qua phố, tốn chừng hai mươi phút. Nếu con trở về trước mười giờ thì tới đứng chỗ cũ, gọi xe hội quán xuống rước, còn quá mười giờ thì chịu khó đi tắc xi, tốn khoản ba, bốn chục euro.

Chợt nghe người tài xế xe bus tới kêu tôi và Donald ra xe. Chúng tôi cùng cầm chai lên cụng và ngước cổ uống một hơi. Tôi nhìn lên đồng hồ trên tường, thấy hơn chín giờ. Tôi day qua nói:

– Giờ này đi thì con không về kịp trước mười giờ.

Hạo nói:

– Vậy kỳ sau trở lại con đi.

– Cũng được, tới giờ chú xuống tàu rồi.

Tôi và Donald bưng bia lên cụng và chúng tôi uống cạn, để chai lên bàn. Tôi chỉ tay xuống chỗ mấy chai bia còn nguyên, cười nói:

– Hai đứa ở lại uống hết mấy chai này mới về, hy vọng sẽ có ngày gặp lại.

Chúng tôi bắt tay chào Hùng và Hạo rồi cùng đi ra bãi đậu xe…

Nguyễn Lê Hồng Hưng

Dronten 20-5-2023

(còn tiếp)

… em đang đứng giữa nắng chiều
hay là nắng sáng, mỹ miều như nhau
không cần ngó trước nhìn sau
khen cảnh sắc đẹp khởi đầu từ em
      con đường cây lá dẫn lên
không gian đáng được gọi tên quê nhà
      trong vô cùng tận ba hoa
tôi còn sót chút thật thà: nhớ thương

nhờ em gắng giữ mùi hương
không cần phân biệt địa phương rõ ràng
tự nhiên tôi biết Việt Nam
là nơi hồn đậu khi tàn xác thân

Luân Hoán
(góc đường nào cũng nhớ ra)

SÁCH ĐÃ CÓ MẶT TRONG THÁNG 5 & 6 NĂM 2023:

A. TẠI VIỆT NAM

1. Bụi Cát Chân Mây

Tác giả: Lê Cung Bắc
Thể loại: hồi ký
Sách dày 225 trang
Bìa: Trần Thế Vĩnh
NXB Hội Nhà Văn - 5/2023
Giá bìa: 145.000 đồng.

2. Tuyển Thơ Tình Người

Tác giả: Lê Quý Long
Thể loại: thơ
Sách dày 251 trang
Bìa: Đỗ Hiếu Nghĩa
NXB Đồng Nai - 5/2023
Giá bìa: Sách tặng không bán.

3. Tưởng Nhớ Và Ngẫm Nghĩ

Tác giả: Hà Thúc Hoan
Thể loại: biên khảo
Sách dày 310 trang
Bìa: Đinh Cường
NXB Sông Nhớ Nguồn - 5/2023
Giá bìa: Không ghi giá bán

4. **Chỉ Là Hạt Bụi**

Tác giả: Thế Lộc
Thể loại: thơ
Sách dày 190 trang
Bìa: Minh Quý
NXB Hội Nhà Văn - 5/2023
Giá bìa: 120.000 đồng.

5. **Giao Cảm**

Tác giả: Nhiều tác giả
Thể loại: biên khảo, thơ & văn
Sách dày 330 trang
Bìa: Nguyễn Trung
NXB Hội Nhà Văn - 5/2023
Giá bìa: 140.000 đồng.

6. **Lặng Lẽ Vườn Thơ**

Tác giả: Nguyễn Thị Xuân Mãn
Thể loại: thơ
Sách dày 132 trang
Bìa: Quý Nam
NXB Thuận Hóa - 5/2023
Giá bìa: 100.000 đồng.

7. **Mộng Du Qua Miền Hư Ảo**

Tác giả: Tôn Nữ Thanh Tịnh
Thể loại: tạp bút
Sách dày 178 trang
Bìa: Tôn Nữ Nam Phương
NXB Hội Nhà Văn - 6/2023
Giá bìa: 100.000 đồng.

8. Quán Văn

Tác giả: nhiều tác giả
Thể loại: sáng tác & tư liệu
Sách dày 300 trang
Bìa: Đinh Trường Chinh
NXB Hội Nhà Văn - 6/2023
Giá bìa: 150.000 đồng.

9. Thơ Nguyễn Nho Nhượn

Tác giả: Nguyễn Nho Nhượn
Thể loại: thơ
Sách dày 235 trang
Bìa: La Thanh Hiền
NXB Hội Nhà Văn - 6/2023
Giá bìa: 100.000 đồng.

B. SÁCH DO NHÂN ẢNH XUẤT BẢN (5 & 6 /2023):

1. Đời Thủy Thủ 2

Tác Giả: Vũ Thất
Thể loại: Truyện dài
Bìa: Uyên Nguyên Trần Triết
Dàn trang: Nguyễn Công
Nxb Nhân Ảnh - 6/2023
Sách dày 318 trang. Giá bìa: $20 US
Sách có thể mua qua Amazon, Barnes & Noble
hay liên lạc: vuthat@yahoo.com

2. Truyện Ngắn Chọn Lọc

73 Nhiều Tác giả
Thể loại: Truyện ngắn
Bìa: Uyên Nguyên Trần Triết
Dàn trang: Lê Hân
Nxb Nhân Ảnh - 6/2023. Sách dày 606 trang
Sách có thể mua qua Amazon, Barnes & Noble
Hay liên lạc: han.le3359@gmail.com
Giá bìa: $40 US (bìa mềm), $45 US (bìa cứng)

3. Lối Về Của Nước

Tác giả: Trần C. Trí
Thể loại: tập truyện & kịch
Bìa: Uyên Nguyên Trần Triết
Dàn trang: Trần C. Trí
Nxb Nhân Ảnh - 6/2023. Sách dày 250 trang
Sách có thể mua qua Amazon, Barnes & Noble
Hay liên lạc: trichantran@yahoo.com
Giá bìa: $20 US (bìa mềm), $25 US (bìa cứng)

4. Thơ Hai Câu

Tác Giả: Huệ Thu
Thể loại: Thơ
Bìa: Uyên Nguyên Trần Triết
Dàn trang: Nguyễn Công
Nxb Nhân Ảnh - 6/2023. Sách dày 80 trang.
Giá bìa: $14 US
Sách có thể mua qua amazon, Barnes & Noble
Hay liên lạc: saimonchunhan@gmail.com

5. Lục Bát Huệ Thu

Tác Giả: Huệ Thu
Thể loại: Thơ
Bìa: Uyên Nguyên Trần Triết
Dàn trang: Nguyễn Công
Nxb Nhân Ảnh - 6/2023. Sách dày 150 trang.
Giá bìa: $18 US
Sách có thể mua qua amazon, Barnes & Noble
Hay liên lạc: saimonchunhan@gmail.com

6. Vân Đời Xếp Nếp

Tác giả: Bảo Thương
Thể loại: Tiểu tuyết
Bìa & Dàn trang: Thiên Lương
Nxb Nhân Ảnh - 6/2023. Sách dày 492 trang
Sách có thể mua qua Amazon, Barnes & Noble
Hay liên lạc: han.le3359@gmail.com
Giá bìa: $40 US

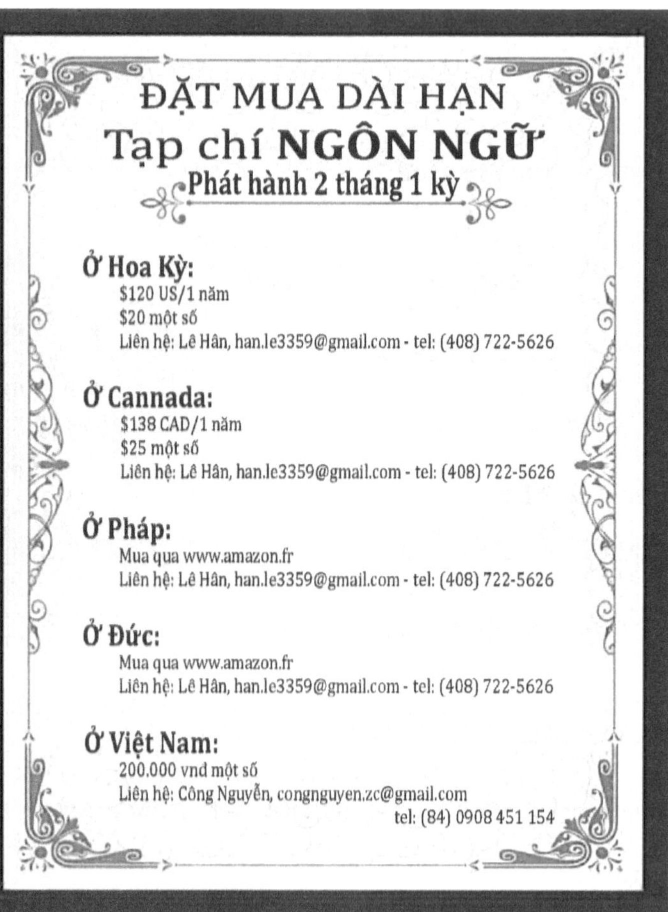

ĐẶT MUA DÀI HẠN
Tạp chí NGÔN NGỮ
Phát hành 2 tháng 1 kỳ

Ở Hoa Kỳ:
$120 US/1 năm
$20 một số
Liên hệ: Lê Hân, han.le3359@gmail.com - tel: (408) 722-5626

Ở Cannada:
$138 CAD/1 năm
$25 một số
Liên hệ: Lê Hân, han.le3359@gmail.com - tel: (408) 722-5626

Ở Pháp:
Mua qua www.amazon.fr
Liên hệ: Lê Hân, han.le3359@gmail.com - tel: (408) 722-5626

Ở Đức:
Mua qua www.amazon.fr
Liên hệ: Lê Hân, han.le3359@gmail.com - tel: (408) 722-5626

Ở Việt Nam:
200.000 vnd một số
Liên hệ: Công Nguyễn, congnguyen.zc@gmail.com
tel: (84) 0908 451 154